अभिप्राय

हे पुस्तक स्वत: विकत घेऊन प्रत्येकाने वाचलेच पाहिजे असे आहे. नुसते वाचून उपयोगी नाही, त्यातील तत्त्वे आचरणात आणणे तितकेच गरजेचे आहे व ती तत्त्वे आचरणांत आणल्यानंतर तुमचे अनुभव काय आहेत, ते लिहून ठेवा.

व्यापारी मित्र, फेब्रुवारी २०१७

आपल्या स्नेहीजनांना पुस्तके भेट द्या

'How to Win Friends & Influence People'
या इंग्रजी पुस्तकाचा मराठी अनुवाद

मित्र जोडा आणि लोकांवर प्रभाव पाडा

जे अस्सल असतं ते कायमच अव्वल असतं! गरज आहे,
यश तुमच्याकडे खेचून आणेल अशा 'एकमेवाद्वितीय' पुस्तकाची!

लेखक
डेल कार्नेगी

अनुवाद
ॲड. शुभदा विद्वांस

मेहता पब्लिशिंग हाऊस

Please contact us at **Mehta Publishing House Pvt. Ltd.**
✆ +91 020-24476924 / 24460313 / Mob. No. 9545000513
Email : production@mehtapublishinghouse.com
Website : www.mehtapublishinghouse.com

◆ *या पुस्तकातील लेखकाची मते, घटना, वर्णने ही त्या लेखकाची असून त्याच्याशी प्रकाशक सहमत असतीलच असे नाही.*

HOW TO WIN FRIENDS & INFLUENCE PEOPLE
by DALE CARNEGIE

Translated into Marathi Language by Adv. Shubhada Vidwans

मित्र जोडा आणि लोकांवर प्रभाव पाडा / मार्गदर्शनपर

अनुवाद : ॲड. शुभदा विद्वांस
Email : author@mehtapublishinghouse.com

मराठी अनुवादाचे व प्रकाशनाचे हक्क : मेहता पब्लिशिंग हाऊस प्रा. लि.

संस्थापक : सुनील अनिल मेहता

प्रकाशक : मेहता पब्लिशिंग हाऊस प्रा. लि.
१९४१, सदाशिव पेठ, माडीवाले कॉलनी, पुणे ४११०३०.

मुद्रक : ट्रिनिटी ॲकॅडमी फॉर कॉर्पोरेट ट्रेनिंग लिमिटेड

प्रकाशनकाल : नोव्हेंबर, २०११ / २०१३ / २०१४ / २०१७ /२०१८ / २०१८ / जून, २०१९ / जानेवारी, २०२० / सप्टेंबर, २०२१ / जून, २०२२ / पुनर्मुद्रण : ऑक्टोबर, २०२४

किंमत : ₹ २५०

P Book ISBN 9788184983098
E Book ISBN 9789387789432
E Books available on : amazonkindle Apple Books Google Play Books

---

* पायरेटेड पुस्तकांची खरेदी-विक्री हा कायद्याने गुन्हा आहे आणि अशा गुन्ह्याविरोधात कायदेशीर कारवाई होऊ शकते.

हे पुस्तक मी माझ्या अशा मित्राला अर्पण करीत आहे
ज्याला हे वाचण्याची गरज नाही,
- तो माझा लाडका मित्र होमर क्रॉय.

सुधारित आवृत्ती - प्रास्ताविक

इ. स. १९३७ साली 'हाउ टू विन फ्रेन्ड्स'ची पहिली आवृत्ती प्रकाशित झाली, तेव्हा फक्त पाच हजार प्रती छापल्या होत्या. त्या वेळी ना लेखक डेल कार्नेगींना कल्पना होती ना सायमन आणि स्कुस्टर या प्रकाशकांना अंदाज होता की, हे पुस्तक इतकी विक्रमी विक्री करेल! रातोरात या पुस्तकाने खळबळ माजवून सगळ्यांनाच आश्चर्याचा धक्का दिला आणि त्यानंतर लोकांची वाढती मागणी पुरवण्यासाठी आवृत्तीमागून आवृत्ती अव्याहतपणे छापल्या गेल्या आणि या आंतरराष्ट्रीय बेस्ट सेलर पुस्तकाने एक इतिहास घडवला. या विक्रमी खपानंतर जवळपास पन्नास वर्षांचा आम्ही मागोवा घेतला आणि या पुस्तकाने सर्वसामान्यांच्या मनावर इतके अधिराज्य का केले असावे याचे उत्तर आम्हाला मिळाले. उत्तर असे की, या पुस्तकाने मनुष्य-स्वभावाची एक दुखरी नस पकडून ती बरी करण्याचे उपाय योजले आहेत. यावरून असे दिसते की, हे पुस्तक विकत घेणे वा वाचणे ही केवळ तात्पुरती फॅशन किंवा क्रेझ नाही, तर ती लोकांची गरज आहे.

डेल कार्नेगी नेहमी असे म्हणत असत की, एखादा वाक्प्रचार इंग्लिश भाषेमध्ये रुजवणे हे लाख डॉलर्स कमावण्यापेक्षा अवघड असते. पण 'हाउ टू विन फ्रेन्डस् ॲन्ड इन्फ्लुएन्स पीपल' हा आता इंग्लिश भाषेतील एक वाक्प्रचार बनला आहे. आता या वाक्प्रचाराचा संदर्भ अनेक ठिकाणी दिला जातो. त्याचा अनुवाद केला जातो, त्याचे विडंबन केले जाते आणि असंख्य कादंबऱ्यांपासून ते राजकारणातील व्यंगचित्रांमध्येही त्याचा वापर होतो. बहुसंख्य लिपी असलेल्या भाषांमध्ये या पुस्तकाचे भाषांतर झाले आहे. प्रत्येक पिढीला ते नावीन्यपूर्ण आणि त्यांच्या काळानुसार अनुरूप असेच वाटत आले आहे.

मग साहजिकच आमच्यासमोर असा प्रश्न उभा राहिला की, ज्या पुस्तकाने इतके प्रचंड यश सिद्ध करून दाखवले आहे आणि जगभर ज्याचे चाहते आहेत अशा पुस्तकात बदल करून त्याला धक्का का पोहोचवायचा?

या प्रश्नाचे उत्तर शोधताना आपण प्रथम हे लक्षात घेतले पाहिजे की, डेल कार्नेगी हे स्वत:च आयुष्यभर स्वत:च्या पुस्तकांमध्ये सुधारणा करत असत. 'हाउ टू विन फ्रेन्ड्स ॲन्ड इन्फ्लुएन्स पीपल' हे पुस्तक कार्नेगी यांनी 'प्रभावी भाषणकला' आणि 'मानवी नाती जपण्याचे शिक्षण' देण्याच्या अभ्यासक्रमासाठी लिहिले आणि आजही ते तेथे वापरले जाते. १९५५ साली डेल कार्नेगी यांचे निधन झाले, पण मरेपर्यंत त्यांनी या अभ्यासक्रमात वेळोवेळी सुधारणा करून हा अभ्यासक्रम अधिक अधिक परिणामकारक बनवला. डेल कार्नेगीइतकी काळाची अनुरूपता समजण्याची ताकद कोणामध्येच नव्हती. डेल कार्नेगी यांनी त्यांच्या शिकवण्याच्या तंत्रांमध्येसुद्धा सतत बदल केले. प्रभावी भाषणकलेवरच्या पुस्तकातसुद्धा त्यांनी अनेकदा सुधारणा केल्या. जर ते अजून जगले असते, तर 'हाउ टू विन फ्रेन्ड्स ॲन्ड इन्फ्लुएन्स पीपल' या पुस्तकातसुद्धा बदलत्या काळानुरूप पन्नास वर्षांतील अनेक घडामोडींचा परामर्श घेऊन त्यांनी नक्कीच बदल केले असते, याबद्दल आम्हाला तिळमात्र शंका नाही.

या पुस्तकात ज्या महान व्यक्तींचे संदर्भ दिले गेले आहेत, उल्लेख केले गेले आहेत त्या महान व्यक्ती या पुस्तकाच्या पहिल्या आवृत्तीच्या वेळेस सर्वश्रुत अशाच होत्या; पण आज अनेकांना त्यांच्याबद्दल माहिती नाही. अशी विशिष्ट उदाहरणे आणि वाक्प्रचार जे आजच्या काळात, आजच्या समाजाला अपरिचित आहेत ते वगळून पुस्तकाला व्हिक्टोरीयन काळात नेण्यापासून वाचवण्याचा आमचा नम्र प्रयत्न आहे. कारण असे न केल्यास पुस्तकाचा प्रभाव कमी होण्याची शक्यता आम्हाला वाटली.

या पुस्तकाची सुधारित आवृत्ती काढण्यामागचा आमचा हाच एक निर्भेळ हेतू होता की, आधुनिक वाचकाला हे पुस्तक वाचण्यास अडचण येऊ नये; पण त्याच वेळी पुस्तकाच्या मूळ गाभ्याला जराही धक्का पोहोचू नये. आम्ही हे पुस्तक त्या दृष्टिकोनातून जराही बदललेले नाही. उलट त्यात नवीन उदाहरणांची भर घातली आहे. ओघवती आणि वाऱ्याच्या आल्हाददायक झुळकेप्रमाणे असणारी कार्नेगी यांची खास शैली आम्ही जपली आहे. १९३०च्या दशकातील खास बोली आणि असभ्य भाषासुद्धा आम्ही बदललेली नाही. डेल कार्नेगी जसे बोलत, तसेच लिहीत.

आणि म्हणूनच ही जरी सुधारीत आवृत्ती असली, तरीसुद्धा पुस्तक वाचताना ते आपल्याशी पूर्वीसारखेच बोलत असतात हे तुम्हालाही जाणवेल. प्रत्येक वर्षी जगभरातील हजारो विद्यार्थी त्यांच्या क्लासेसमध्ये येऊन प्रशिक्षण घेऊन जातात आणि कित्येक हजार लोक त्यांच्या या पुस्तकाचा अभ्यास करून आपले आयुष्य समृद्ध करण्याचा प्रयत्न करतात.

त्या सगळ्यांना आम्ही हे पुस्तक अधिक प्रभावी साधन म्हणून सादर करीत आहोत.

– डोरोथी कार्नेगी
– डेल कार्नेगी

या पुस्तकाचा जास्तीतजास्त लाभ व्हावा म्हणून केलेल्या नऊ सूचना

१ – जर या पुस्तकाचा तुम्हाला जास्तीतजास्त लाभ घ्यायचा असेल, तर एक अदृश्य गरज आहे. एक अत्यंत आवश्यक आणि सर्वांत महत्त्वाची गोष्ट, जिचे पालन करणे इतर कोणत्याही नियमापेक्षा किंवा तंत्रापेक्षा जरुरीचे आहे. तुम्ही इतर हजार नियमांचे पालन केले, पण हे तत्त्व पाळले नाहीत, तर हे सगळे व्यर्थ आहे; पण ही गोष्ट जर तुम्ही थेट हृदयापासून केलीत, तर तुम्ही इतर सूचना न पाळताही चमत्कार घडवू शकता.

ही गरज कोणती आहे, जी चमत्कार घडवणार आहे? ती गरज आहे, अंत:करणापासून तीव्र इच्छा असण्याची. 'मी लोकांशी जास्तीतजास्त सुसंवाद साधण्याचा प्रयत्न करीन.' अशी तीव्र इच्छा मनात हवी.

ही आंतरिक इच्छा तुमच्या मनात कशी जागेल? त्यासाठी तुम्हाला तुमच्या मनाला हे सतत बजावत राहायला लागेल की, ही तत्त्वे किती महत्त्वाची आहेत. ही तत्त्वे पाळून तुम्ही तुमचे आयुष्य किती समृद्ध, परिपूर्ण आणि पूर्णत्वाने जगत आहात याचे चित्र मनाशी रंगवावे लागेल. तुम्ही तुमच्या मनाशी हे सतत म्हणत राहायचे आहे की, 'माझी लोकप्रियता, माझा आनंद आणि माझी इतरांना वाटणारी किंमत ही मी लोकांशी कसे वागतो यावरच अवलंबून आहे.'

२ – प्रत्येक प्रकरण सुरुवातीला घाई-घाईत वाचून घ्या. त्यामुळे त्या प्रकरणामध्ये नेमके काय सांगितले आहे, हे तुमच्या लक्षात येईल. त्यानंतर लगेच पुढच्या प्रकरणाकडे जाण्याचा तुम्हाला मोह होईल; पण तसे करू नका. हं, जर केवळ मनोरंजनासाठी तुम्ही हे पुस्तक वाचत असाल तर ठीक आहे! पण या पुस्तकाचा उद्देश केवळ तेवढाच नाही. हे पुस्तक तुम्ही तुमचे नातेसंबंध अधिक दृढ करण्यासाठी लागणारी कौशल्ये आत्मसात करण्यासाठी वाचत आहात. म्हणून एक-एक प्रकरण पुन्हा पुन्हा

वाचा. त्यामुळे तुम्हाला अपेक्षित परिणाम कमी वेळात दिसून येतील.

३ – मध्ये-मध्ये थांबून तुम्ही जे वाचत आहात त्यावर पुन्हा-पुन्हा विचार करा. स्वत:ला विचारा की, ह्या सूचना तुम्ही तुमच्या व्यक्तिगत आयुष्यात कोठे आणि कशा वापरू शकता.

४ – वाचताना हातात क्रेयॉन पेन्सिल, पेन किंवा मार्कर असू द्या. जेव्हा तुम्हाला एखादी सूचना उपयुक्त वाटेल आणि जी तुम्ही वापरू शकता असे तुम्हाला वाटेल तेव्हा ती अधोरेखित करा. अशा प्रकारे काही वाक्ये तुम्ही रंगीत पेन्सिलींनी अधोरेखित केलीत, तर पुस्तक अधिक वाचनीय होते आणि पुनर्वलोकन करण्यासाठीसुद्धा सोपे होते.

५ – मला अशी एक स्त्री माहिती आहे, जी एका मोठ्या इन्शुरन्स कंपनीची मॅनेजर आहे. प्रत्येक महिन्याला तिच्या कंपनीने इन्श्युअर केलेले कॉण्ट्रॅक्ट ती पुन्हापुन्हा महिनोन्महिने, वर्षानुवर्षे वाचून काढते. असे ती का करते? कारण अनुभवांती तिला समजले आहे की, तपशील लक्षात ठेवण्यासाठी हे गरजेचे आहे.

मी 'जाहीर भाषणकला' या विषयावरील माझ्या पुस्तकासाठी दोन वर्षांपासून लेखन करत होतो, पण आधी मी काय लिहिले हे मला पुन्हा-पुन्हा वाचून पाहण्याची गरज पडत होती, कारण आपल्या विस्मरणशक्तीची गतीसुद्धा आश्चर्य करण्यासारखीच असते!

म्हणून या पुस्तकापासून तुम्हाला अधिक काळ टिकणारे फायदे हवे असतील, तर हे पुस्तक वर-वर चाळू नका. एकदा सखोल वाचून झाल्यानंतरही दर महिन्याला या पुस्तकाचे पुनर्वलोकन करण्यासाठी काही तास राखून ठेवा. हे पुस्तक तुमच्या टेबलावर सहज नजरेस पडेल अशा ठिकाणी ठेवा. नेहमी त्याच्यावर नजर टाका. या पुस्तकामुळे तुमच्या वागणुकीत होणारी सुधारणा लक्षात घ्या. लक्षात ठेवा की, या पुस्तकात दिलेल्या तत्त्वांचा सतत वापर केल्याने व पाठपुरावा केल्यानेच हे सगळे सवयीचे होईल व त्याचा फायदा होईल. दुसरा काही मार्गच नाही.

६ – बर्नार्ड शॉने असे म्हटले आहे, "तुम्ही जर एखाद्या माणसाला काही शिकवायचा प्रयत्न केलात, तर तो ते कधीच शिकत नाही." शॉ म्हणतो ते बरोबर आहे. शिकणे ज्याचे त्यानेच करायचे असते. आपण काहीतरी करूनच काहीतरी शिकतो म्हणून तुम्हाला जर या विद्येत पारंगत व्हायचे असेल, तर या पुस्तकाचा अभ्यास करा. जेव्हा संधी मिळेल तेव्हा हे नियम लावून पाहा. जर तुम्ही असे केले नाहीत, तर तुम्ही हे सगळे लवकर विसराल. जे तत्त्व वापरले जाते, तेच तुमच्या मनाला चिकटून असते.

अशीही शक्यता आहे की, नेहमीच या सूचना वापरणे तुम्हाला अवघड वाटेल. हे मला माहिती आहे की, जरी मी हे पुस्तक लिहिले असले तरी मलासुद्धा प्रत्यक्ष व्यवहारात या सूचना आणणे काही वेळेस अवघड वाटते. उदाहरणार्थ, तुम्ही जेव्हा नाराज असता तेव्हा दुसऱ्याचा दृष्टिकोन समजावून घेण्यापेक्षा त्याला दूषणे देणे व त्याच्यावर टीका करणे हे अधिक सोपे असते. दुसऱ्याची स्तुती करण्यापेक्षा

दुसऱ्यावर टीका करणे हे अधिक सोपे असते. इतरांना काय हवे आहे हे सांगण्यापेक्षा आपल्याला काय हवे आहे हे सांगणे सोपे असते, म्हणून हे पुस्तक वाचताना असे लक्षात घ्या की, तुम्ही फक्त माहिती गोळा करत नाही आहात, तर तुम्ही तुमची जीवनशैली बदलण्याचा प्रयत्न करत आहात आणि साहजिकच हे मिळवण्यासाठी वेळ, चिकाटी आणि त्या ज्ञानाचा व्यावहारिक वापर करणे गरजेचे आहे.

मानवी नातेसंबंधांवरची ही एक व्यवसायमाला आहे असे समजा. जेव्हा-केव्हा एखाद्या समस्येबद्दल संघर्ष करण्याची वेळ येईल, म्हणजे मुलांबरोबर संघर्ष किंवा पती/पत्नीला आपल्या मनाप्रमाणे वागायला लावणे किंवा एखाद्या गिऱ्हाइकाची समजूत पटवणे किंवा त्रासदायक क्लाएंट्सशी जमवून घेणे, अशा वेळी गडबडून जाऊ नका. ते चुकीचे आहे. त्याऐवजी या पुस्तकाची पाने उलगडा आणि अधोरेखित केलेले परिच्छेद पुन्हा-पुन्हा वाचा. ही नवीन शैली आपल्याला लागू पडते का पाहा आणि खरेच किमया घडेल!

७ – या पुस्तकातील एखाद्या तत्त्वाचे जर तुम्ही उल्लंघन केले व ते तुमच्या मुलांच्या किंवा जोडीदाराच्या किंवा व्यावसायिक जोडीदाराच्या लक्षात आले, तर त्यांना एक रुपया दंड म्हणून द्या. त्यायोगे या खेळात तुम्ही प्रावीण्य प्राप्त करू शकाल.

८ – वॉल स्ट्रीटवरील एका बँकेच्या अध्यक्षाने मला असे सांगितले की, स्वत:मध्ये सुधारणा करण्याची एक नवीनच पद्धत त्याने शोधून काढली. खरेतर या माणसाचे शिक्षण फार नव्हते पण तरीसुद्धा तो एक महत्त्वाचा अर्थशास्त्रज्ञ समजला जात होता. त्याच्या यशाचे गमक त्याच्याच शब्दांत वाचा :

'अनेक वर्षांपासून माझ्याकडे एक मुलाखतींची वही मी जवळ बाळगतो. संपूर्ण दिवसभरात मी ज्यांना भेटलो त्याचा तपशील त्यामध्ये असतो. माझे कुटुंब शनिवारी रात्री मला कोणत्याच कार्यक्रमात गृहीत धरत नाही, कारण त्यांना माहिती असते की, त्या काळात मी आत्मपरीक्षण करतो आणि माझ्या वागण्या-बोलण्याचे पुनर्वलोकन करतो. ज्या चर्चा, भेटीगाठी झाल्या असतील, त्यांचा पुन्हा विचार करतो. त्यात मी स्वत:ला विचारतो :

'त्या वेळी मी कोणत्या शहाणपणाच्या गोष्टी केल्या ज्यांच्यामुळे माझ्यामध्ये सुधारणा झाली?'

'त्या अनुभवांवरून मी काय बोध घ्यायला हवा?'

पण या अशा साप्ताहिक पुनर्वलोकनामुळे मी अधिकच दु:खी होत होतो. मी स्वत:च केलेल्या चुकांचे मला खूप आश्चर्य वाटे. अर्थात जसजसा काळ पुढे जात होता तसतशा चुका कमी होत गेल्या. कधीकधी मी स्वत:च माझी पाठ थोपटत असे. या प्रकारे स्वत:चे विश्लेषण करण्याची, स्वत:ला शिक्षित करण्याची पद्धत मी वर्षानुवर्षे चालू ठेवली आणि इतर कोणत्याही गोष्टीपेक्षा या पद्धतीचा मला

अधिक फायदा झाला.

माझी निर्णयक्षमता वाढली, माझे इतर लोकांशी संबंध सुधारले. यापेक्षा अधिक मी काय सांगू?

अशीच काहीशी पद्धत तुम्ही तुमच्या स्वत:च्या आयुष्यात का नाही वापरत? या पुस्तकातसुद्धा अशा अनेक गोष्टींची चर्चा केली आहे. जर तुम्ही असे केले, तर दोन गोष्टी घडतील.

एक म्हणजे तुम्ही स्वत:ला शिक्षित करण्याच्या प्रक्रियेत गुंतून जाल, जी गुप्त असेल व बिनखर्चाची असेल.

दुसरी म्हणजे लोकांशी कसे वागावे किंवा कसे वागू नये, हे समजण्याची तुमची क्षमता वाढेल.

९ – या पुस्तकाच्या शेवटी तुम्हाला काही कोरे कागद दिसतील, ज्यांच्यावर तुम्ही ही तत्त्वे वापरून कसा विजय मिळवलात हे लिहायचे आहे. त्यात नेमकेपणा हवा. नावे, तारखा, त्याचे झालेले परिणाम हे सर्व त्यात लिहायचे आहे. अशा प्रकारे नोंद ठेवल्यामुळे पुढील काळात कधीतरी अशी वही घेऊन भूतकाळातील गोष्टींचा आढावा घेणे तुम्हाला आल्हाददायक वाटेल.

सारांश

१. नातेसंबंध सुरळीत करणे ही अंत:करणापासून आलेली तीव्र इच्छा हवी.
२. प्रत्येक प्रकरण दोन वेळा वाचल्याशिवाय पुढे जाऊ नका.
३. वाचताना मध्ये-मध्ये थांबून स्वत:ला विचारा – ही सूचना मी माझ्या आयुष्यात कशी वापरू शकतो.
४. प्रत्येक महत्त्वाची कल्पना अधोरेखित करा.
५. महिन्यातून एकदा पुस्तकाचे पुनर्वलोकन करा.
६. जेव्हा संधी मिळेल तेव्हा ही तत्त्वे वापरून बघा. हे पुस्तक एखादी व्यवसायमाला असल्याप्रमाणे वापरा व त्यायोगे तुमच्या समस्या सोडवा.
७. हे पुस्तक खेळकर पद्धतीनेसुद्धा अभ्यासता येईल. एखाद्या मित्राला सांगा की, जर तुम्ही या पुस्तकातील तत्त्वांची पायमल्ली केलीत, तर तुम्ही त्याला दंड म्हणून एक रुपया द्याल.
८. तुम्ही स्वत:च स्वत:चे बनवलेले प्रगतिपुस्तक आठवड्यातून एकदा तपासा. स्वत:ला विचारा की, तुम्ही कोणत्या चुका केल्या? त्यात आता काय सुधारणा करता येतील आणि भविष्यासाठी तुम्ही यातून काय बोध घ्याल?
९. या पुस्तकाच्या मागे तुम्ही ही तत्त्वे केव्हा आणि कशी वापरली, याची नोंद ठेवा.

प्रिय वाचक

'हाउ टू विन फ्रेंड्स ॲण्ड इन्फ्लुअन्स पीपल' या एकाच पुस्तकाच्या जगभर चाळीस भाषांमध्ये मिळून दहा कोटी प्रती संपल्या आहेत आणि अशा पुस्तकाचा सखोल अभ्यास करून त्याचा अनुवाद करायला मला मिळाला, हे मी माझे भाग्यच समजते व त्याबद्दल मेहता पब्लिशिंग हाऊसचे आभार मानते.

हे पुस्तक वाचत असताना माझ्या मनात विचार आला, 'सगळ्यांशी गोड बोलणे, समोरच्याचे कौतुक करणे, अपराध पोटात घालणे ही या पुस्तकाची मध्यवर्ती कल्पना आहे, पण आपण सगळेच जण जणू बाजीप्रभू देशपांडेंचे वंशज असल्यासारखे समोरच्याला खिंडीत पकडण्याच्या तयारीत असतो. चुकून आपल्याशी कोणी गोड बोलायला आलेच, तर तो माणूस ढोंगी व मतलबी असणार असे आपले भाकीत असते.' अशा पार्श्वभूमीवर हे पुस्तक मराठी लोकांना कितपत भावेल, या काळजीतच मला झोप लागली आणि मला स्वप्न पडले.

स्वप्नात साक्षात डेल कार्नेगी माझ्यासमोर ठाकले. ते मला म्हणाले, 'अगं चिंता कसली करतेस? प्रत्येक माणसाचे एक मर्मस्थान असते. त्यावर आपण हळूच फुंकर घालायची. संपूर्ण जगभर माझी मेथड यशस्वी झाली आहे.' त्यावर मी म्हटले, 'डेल अंकल! उगाच गमजा करू नका! एकदा महाराष्ट्रात, विशेष करून आमच्या पुण्यात येऊन बघा, तेथे तुमच्या ज्ञानाची आणि तत्त्वज्ञानाची ॲसिड टेस्ट होईल. इथला प्रत्येक माणूस सकाळी उठल्यापासून ते रात्री झोपेपर्यंत 'हाउ टू इन्सल्ट पीपल ॲण्ड क्रिएट एनिमीज'चे पाठ गिरवत असतो. नाही तुम्ही अंगाला राख फासून गेलात, तर मी नाव बदलेन.'

पण डेल अंकल हरणाऱ्यातले नव्हते. ते म्हणाले, 'अगं, समोरच्या माणसाला प्रेम दिले पाहिजे, जिव्हाळा दिला पाहिजे, ओलावा द्यायला हवा, आपुलकी दाखवायला हवी.'

त्यावर मी म्हटले, 'अहो अंकल! कसले काय! आम्ही सतत ऊन-पावसाचा

खेळ खेळत असतो. म्हणजे समोरच्या माणसाने जर उन्हाची बाजू घेतली, तर आपण पावसाची बाजू धरायची आणि त्याने पावसाची बाजू घेतली, तर आपण उन्हाची बाजू घ्यायची. शुद्ध तात्त्विक वादासाठी वाद! म्हणून तर टिळक श्रेष्ठ की आगरकर यावर आम्ही अजून वाद घालतो!'

डेल अंकल अजिबात माघार घेत नव्हते. ते म्हणाले, 'तुला कसे पटवून देऊ? तुम्ही जेव्हा चुकून जरी कडू बोलता तेव्हा तुम्ही समोरच्या माणसाला सरळ करत नाही, तर कायमचा वाकडा करून ठेवता अन् दुसरी गोष्ट म्हणजे प्रामाणिक माणसाला जर खोटेखोटे गोड बोलता आले नाही, समोरच्या माणसाचे जर मन वाचता आले नाही आणि आपल्या मतलबांवर लक्ष ठेवता आले नाही, तर तो जगात अप्रामाणिक माणसांकडून पराभूत होतोच होतो आणि त्या वेळी मानवी समाजाचे आणि संस्कृतीचे अपरंपार नुकसान झालेले असते.' डेल अंकलचा मुद्दा मला पटला. मी स्वप्नातच, पण खऱ्याखुऱ्या जोरजोरात टाळ्या वाजवल्या. त्या आवाजाने सगळे जमले आणि मी खडबडून जागी झाले.

माझ्यामध्ये दहा हत्तींचे बळ आले. खरेच डेल साहेब म्हणतात त्याप्रमाणे आपला दृष्टिकोन बदलणे किती गरजेचे आहे! हा बदल स्वत:त घडवून आणणे हाच स्वत:ला चिरकाल आनंदी ठेवण्याचा हमखास यशस्वी मार्ग आहे. हे पुस्तक वाचून तुम्ही तुमच्यातली कटुता विसरलात, तरी ते या पुस्तकाचे यश आहे असे मी मानेन.

मग कराल ना प्रयत्न?

ॲड. शुभदा विद्वांस

या पुस्तकात तुम्ही काय वाचाल?

१९३७ साली डेल कार्नेगी यांनी हे पुस्तक प्रथम प्रकाशित केले. आज आपण २०११ सालात आहोत. हे पुस्तक काळानुरूप असावे म्हणून पुस्तकाच्या मूळ गाभ्याला धक्का न लावता लेखकाच्या पत्नीने, डोरोथी कार्नेगी व तिच्या सहकाऱ्यांनी त्यामध्ये थोडे बदल केले आहेत. त्याबद्दल प्रास्ताविकात लिहिलेलेच आहे. त्यानंतर हे पुस्तक का व कसे लिहिले गेले या विषयीचे लिहिलेले मनोगत मोठे मनोरंजक आहे. या पुस्तकापासून तुम्हाला जास्तीतजास्त फायदा मिळावा, म्हणून नऊ बहुमूल्य सूचना यात दिल्या आहेत.

पुस्तक एकूण चार भागांत विभागले गेले आहे. त्यांपैकी पहिल्या भागात लोकांना कसे हाताळावे व त्यासाठी कोणती तंत्रे वापरावीत, याची विस्तृत चर्चा केली आहे. तुम्हाला मध गोळा करायचा असेल, तर तो खुबीने गोळा करावा लागतो. मधमाश्यांच्या पोळ्यावर दगड मारून कसे चालेल? तसेच लोकांनी तुमचे ऐकावे, तुमचे अनुकरण करावे, तुमच्या विचारांशी सहमत व्हावे, तुमचे अनुयायी व्हावे असे तुम्हाला वाटते ना? मग त्याचे कौशल्य तुम्ही या भागात शास्त्रशुद्ध पद्धतीने शिकाल.

दुसऱ्या भागात लोकांना तुम्ही आवडावे म्हणून केलेले सहा उपदेशसुद्धा तुम्हाला आवडतील अशा पद्धतीनेच केले आहेत. तुमचे सगळीकडे चांगले स्वागत व्हावे, लोकांवर तुमची छाप पडावी असेच तुम्हाला वाटते ना? मग त्यासाठी काही पथ्ये पाळणे गरजेचे आहे. तेच या भागात सांगितले आहे आणि तुम्ही जर काही गोष्टी करायला नकार दिलात, तर तुमच्यावर कोणती संकटे ओढवतील याबद्दलसुद्धा धोक्याचा इशारा दिला आहे. तसेच संवादकौशल्यावर अधिक भर दिला आहे.

तिसऱ्या भागात वादविवाद घालणे किती हानिकारक असते ते अनेक उदाहरणांसह स्पष्ट केले आहे. वादविवादाने तुम्ही लोकांना कधीच जिंकू शकत नाही, हे कटू सत्य फार कळवळून सांगितले आहे. वादविवादाने तुम्ही फक्त शत्रू निर्माण करता.

लोकांना चांगले वागण्यासाठी आव्हान देणेसुद्धा प्रसंगी कसे गरजेचे असते ते पटवून दिले आहे. तसेच अत्यंत प्रतिकूल परिस्थितीतही आपला संयम ढळू न देता बाजी आपल्या बाजूने कशी पालटवायची याचेही मार्गदर्शन आहे.

चौथ्या भागात नेतृत्व ही कला आहे व त्याची महती किती आहे हे समजावून सांगितले आहे. लोकांना राग येऊ न देता व त्यांना आक्रमक होऊ न देता त्यांच्यात कसे बदल घडवून आणायचे ते या भागात सांगितले आहे. तसेच टीका करण्यापूर्वी किंवा समोरच्याकडे बोट दाखवण्यापूर्वी उरलेली चार बोटे कशी आपल्याकडे असतात, हे जुनेच तत्त्व सप्रमाण सिद्ध केले आहे. लोकांच्या चुकांकडे सहृदयतेने पाहा, त्यांना चुका सुधारण्यास प्रोत्साहन द्या असे सांगून संपूर्ण मानवजातीलाच सकारात्मक दृष्टिकोन देण्याचा प्रयत्न आहे.

स्वत: डेल कार्नेगीनी किती प्रतिकूल परिस्थितीला तोंड देऊन एवढे उत्तुंग यश मिळवले याबद्दल लॉवेल थॉमस यांनी आपले विचार व्यक्त केले आहेत.

तसेच पुस्तक वाचून झाल्यावर तुम्ही तुमच्या व्यक्तिगत आयुष्यात या तंत्रांचा वापर करून कसे यश मिळवले याचा तपशील लिहून ठेवण्यास पुस्तकाच्या शेवटी कोरी पाने ठेवली आहेत. त्याचा जरूर वापर करा. हं! पण त्यासाठी स्वत:चीही प्रत विकत घ्यायला विसरू नका!

ॲड. शुभदा विद्वांस

अनुक्रमणिका

भाग चार

नेतृत्व स्वीकारा : लोकांना राग न येऊ देता व आक्रमक होऊ न देता कसे बदलावे?

हे पुस्तक कसे लिहिले गेले आणि का?

विसाव्या शतकाच्या सुरुवातीच्या पस्तीस वर्षांच्या काळात अमेरिकेतील प्रकाशकांनी सुमारे वीस हजार पुस्तके प्रकाशित केली. त्यांपैकी बहुतेक अत्यंत निरस होते, तर बरेच आर्थिकदृष्ट्या अपयशी ठरले. मी 'बरेच' म्हटले का? हो! खरे आहे, कारण त्यांपैकी एका खूप मोठ्या प्रकाशन संस्थेच्या मॅनेजरने स्वतःहून माझ्याकडे हे कबूल केले की, दर आठ पुस्तकांपैकी सात पुस्तकांमध्ये त्याला तोटा सहन करावा लागत होता.

मग असे सगळे आहे, तरी मी आणखी एक पुस्तक लिहिण्याचा हा उद्दामपणा का करतो आहे? मी लिहिले, तरी तुम्ही ते वाचण्याचा त्रास का घेणार आहात?

हे दोन्ही प्रश्न चांगले आहेत आणि त्यांची उत्तरे देण्याचा मी प्रयत्न करणार आहे.

मी इ. स. १९१२पासून न्यूयॉर्कमधील व्यावसायिक स्त्री-पुरुषांसाठी प्रशिक्षण वर्ग घेत आलो आहे. सुरुवातीला मी फक्त जाहीर भाषण कलेचेच वर्ग घेत असे. ते प्रत्यक्ष अनुभवांवर आधारित होते आणि प्रत्येकाला आपल्या धंद्यात व व्यवसायात येणाऱ्या नवीन कल्पना एकमेकांत वाटून घेण्याची ती चांगली संधी होती.

पण मग हळूहळू मला असे जाणवू लागले की, या प्रौढ व्यक्तींना फक्त जाहीर भाषणकलाच शिकण्याची गरज नाही, तर दैनंदिन आयुष्यात इतर माणसांबरोबर कसे व्यवहार करावे हे शिकणेसुद्धा गरजेचे आहे.

मला हेसुद्धा प्रकर्षाने जाणवले की, मला स्वतःलासुद्धा अशा प्रशिक्षणाची गरज होती. मी आता जेव्हा आयुष्यात मागे वळून बघतो तेव्हा माझ्यामध्ये चातुर्य आणि सामंजस्य यांचा किती अभाव होता हे जाणून मनाचा थरकाप होतो. आज मी जे पुस्तक तुमच्या हाती देत आहे ते वीस वर्षांपूर्वी माझ्या हाती कोणी दिले असते, तर किती बरे झाले असते!

विशेष करून तुम्ही जेव्हा एखादा धंदा करीत असता तेव्हा 'लोकांशी कसे वागावे' या समस्येला तुम्हाला तोंड द्यावे लागते. आणखी असे की, जरी तुम्ही

गृहिणी असलात, आर्किटेक्ट असलात किंवा इंजिनिअर असलात तरीसुद्धा हा प्रश्न तुम्हाला पडतोच. कार्नेगी प्रतिष्ठानमार्फत काही आधुनिक तंत्रांचा शोध घेताना एक सत्य समोर आले आणि अर्थातच ते इतर तज्ज्ञांकडून अनेक निकषांवर पडताळले गेले. या संशोधनातून असे सिद्ध झाले की, अत्यंत यशस्वी माणसांच्या यशाच्या श्रेयातसुद्धा फक्त १५% श्रेय त्यांच्या तांत्रिक ज्ञानाला जाते, तर उरलेले ८५% श्रेय त्यांच्या मानवी स्थापत्य शास्त्राकडेच जाते. त्यात त्यांचे व्यक्तिमत्त्व व त्यांच्या नेतृत्व गुणाचा समावेश असतो.

अनेक वर्षे मी फिलाडेल्फिया येथील इंजिनिअर्स क्लबमध्ये हा अभ्यासक्रम शिकवतो आहे आणि न्यूयॉर्कमधील इलेक्ट्रिकल इंजिनिअरिंगच्या विषयांमध्ये या अभ्यासक्रमाचा समावेश केला गेला आहे. माझ्या क्लासेसमधून पास होणाऱ्या इंजिनिअर्सची संख्या जवळपास पंधराशे आहे. ते माझ्याकडे कशासाठी येत असत? कारण त्यांच्या असे लक्षात आले की, फक्त इंजिनिअरिंगचे ज्ञान असून भागत नाही. त्यामुळे त्यांना बढती मिळून वरची जागा मिळत नाही. त्यासाठी त्यांच्या व्यक्तिमत्त्वात अधिक सकारात्मक बदल होणे गरजेचे असते. उदाहरणार्थ, एखाद्या इंजिनिअरकडे उच्च प्रतीचे तांत्रिक ज्ञान असेल, त्याला आकडेमोड चांगली जमत असेल आणि प्लॅनही बनवणे येत असेल, पण तरीसुद्धा जो इंजिनिअर उत्तम प्रकारे आपल्या कल्पना लोकांसमोर मांडू शकेल आणि ज्याच्यात नेतृत्व गुण असतील व जो लोकांमध्ये प्रेरणा निर्माण करेल त्यालाच उच्च पदावर नेमले जाते व पगारही अधिक मिळतो.

आपल्या भरभराटीच्या काळात जॉन डी. रॉकफेलर म्हणाला होता, 'लोकांशी कसे बोलावे, कसे वागावे हे ज्ञानसुद्धा चहा, कॉफी यांसारखे विकत घ्यावे लागते आणि मी या पृथ्वीवर हे ज्ञान मिळवण्याची सगळ्यात जास्त किंमत मोजली आहे.'

तुम्हालाही असे वाटत नाही का की, या जगातील एकातरी कॉलेजमध्ये असा अनमोल विषय अभ्यासक्रमात शिकवला जावा? निदान व्यावहारिक शहाणपण शिकवणारा एखादा विषय जरी कॉलेजमधील अभ्यासक्रमात समाविष्ट असता, तरी मी पुस्तक लिहिण्याचा खटाटोप केला नसता.

शिकागो विद्यापीठाने व वाय.एम.सी.ए. शाळेने प्रौढांना काय शिकायला आवडते याची पडताळणी केली होती.

हा सर्व्हे करण्यासाठी सुमारे दोन वर्षे आणि पंचवीस हजार डॉलर्स लागले. सर्व्हेचा शेवटचा भाग मेरीडेन, कनेक्टीकट येथे संपला, कारण अमेरिकेतील हे एक वैशिष्ट्यपूर्ण शहर मानले गेले. मेरीडेन येथील प्रत्येक प्रौढाची मुलाखत घेऊन त्याला १५६ प्रश्न विचारले गेले. प्रश्न साधेच होते. जसे 'तुमचा व्यवसाय आहे की धंदा? तुमचे शिक्षण? तुम्ही कामाच्या वेळात काय करता? तुमचे उत्पन्न

किती? तुमचे छंद कोणते? तुमची महत्त्वाकांक्षा काय? तुमच्या अभ्यासक्रमातील तुमचे आवडीचे विषय कोणते?' असे अनेक प्रश्न! या सर्व्हेतून प्रामुख्याने हे लक्षात आले की, स्वत:चे आरोग्य हे जास्तीतजास्त लोकांना महत्त्वाचे वाटते आणि त्यांच्यासाठी दुसरी महत्त्वाची गोष्ट होती ती म्हणजे त्यांच्या आजूबाजूच्या लोकांना कसे समजावून घ्यायचे आणि त्यांच्याबरोबर व्यवहार कसा करायचा. त्यांना आपण आवडावे म्हणून काय करावे आणि त्यांना जिंकून घेऊन समविचारी कसे बनवावे.

म्हणूनच या कमिटीने हा सर्व्हे झाल्यानंतर मेरीडेन प्रौढांसाठी असा एखादा कोर्स सुरू करण्याचे ठरवले. या अभ्यासक्रमासाठी एखादे पाठ्यपुस्तक मिळवण्याचा त्यांनी कसोशीने प्रयत्न केला; पण असे एकही पुस्तक त्यांना मिळाले नाही. शेवटी प्रौढ शिक्षणामध्ये मातब्बर असलेल्या एका जगप्रसिद्ध संस्थेकडे ते गेले, पण त्यांनीसुद्धा हेच सांगितले की, त्यांना कशा प्रकारचे पुस्तक हवे होते हे त्यांना कळल होते, पण तसे पुस्तक अजून लिहिले गेले नव्हते.

मलासुद्धा अनुभवान्ती पटले की, हे विधान खरे होते, कारण मी स्वत:सुद्धा मानवी नातेसंबंधाविषयीचे असे एखादे पुस्तक शोधत होतो; पण मला ते मिळाले नाही.

असे कोणतेच पुस्तक अस्तित्वात नाही म्हणून मी स्वत:च माझ्या क्लासमधील अभ्यासक्रमासाठी असे पुस्तक लिहिण्याचा प्रयत्न केला आणि तेच हे पुस्तक! मला आशा आहे की, हे तुम्हाला नक्की आवडेल.

हे पुस्तक लिहिण्याची तयारी म्हणून या विषयावर जे-जे काही मला मिळाले, ते-ते मी वाचले. अगदी वर्तमानपत्रातील रकाने, मासिके, अग्रलेख, कौटुंबिक न्यायालयातील फाइल्स, वयोवृद्ध तत्त्ववेत्त्यांचे विचार आणि नवीन मनोवैज्ञानिकांचे विचार इ. सर्वकाही! याच्या जोडीला प्रत्येक वाचनालयातून विषयानुरूप साहित्य आणून देण्यासाठी मी दीड वर्षे पगारी नोकर ठेवला. मानसशास्त्रातील विद्वानांच्या लेखांमधून शेकडो मासिके चाळून असंख्य आत्मचरित्रांचा अभ्यास करून मी मोठमोठी माणसे आपल्या आजूबाजूच्या लोकांशी कशा प्रकारे वागायची याचा शोध घेतला. आम्ही अगदी ज्युलियस सिझरपासून ते थॉमस एडिसनपर्यंत सगळ्यांच्या जीवनाचा आढावा घेतला. फक्त थिओडर रूझवेल्टची एकट्याची आम्ही शंभर चरित्रे वाचली. त्यानंतर आम्ही ठरवले की, यापुढे अधिक वेळ व पैसे खर्च करून इतरांनी मित्र कसे जोडले व लोकांवर आपला प्रभाव कसा पाडला, हे पाहणे आता थांबवावे.

मी स्वत: अनेक यशस्वी लोकांच्या मुलाखती घेतल्या. अगदी प्रसिद्ध शास्त्रज्ञांच्या म्हणजे मार्कोनी आणि एडिसनच्यासुद्धा! फ्रँकलिन डी. रूझवेल्ट आणि जेम्स

फारलेसारख्या राजकारण्यांच्या, ओवेन डी. यंगसारख्या यशस्वी उद्योगपतींच्या, क्लार्क गेबोल आणि मेरी पिकफोर्डसारख्या कलाकारांच्या, मार्टिन जॉनसनसारख्या संशोधकांच्या अशा अनेकांच्या मुलाखती मी घेतल्या. या सगळ्यांनी मानवी नातेसंबंध सुधारण्याच्या हेतूने नवीन तंत्रे शोधण्याचा प्रयत्न केला आहे.

या सगळ्या गोष्टींचा आढावा घेऊन मी एक छोटेसे भाषण तयार केले आणि त्याला नाव दिले 'हाउ टू विन फ्रेंड्स ॲण्ड इन्फ्लुअन्स पीपल'. मी छोटे भाषण म्हटले, पण ते सुरुवातीला छोटे होते; त्यानंतर त्याच्या कक्षा वाढत गेल्या आणि ते सुमारे एक तास आणि तीस मिनिटांचे झाले. न्यूयॉर्कमधील कार्नेगी इन्स्टिट्यूटमधील प्रौढ शिक्षणवर्गात मी दर वर्षी हे भाषण करतो.

मी हे भाषण दिल्यानंतर श्रोत्यांना आग्रहाने सांगतो की, बाहेरच्या जगातील त्यांच्या सामाजिक किंवा व्यावसायिक जीवनात यातील युक्त्या उपयोगात आणून बघा आणि मग आपल्या वर्गात आपले अनुभव सांगा व त्यांना याचा कितपत उपयोग झाला ते सांगा. किती चांगले काम आहे हे! इथे जमलेले स्त्री व पुरुष ज्यांना मनापासून स्वतःमध्ये काही सुधारणा करायच्या आहेत ते या कामामुळे भारावून गेले आहेत. आपण एका नवीन प्रकारच्या प्रयोगशाळेत काम करत आहोत असे त्यांना वाटते आहे. ही जगातली पहिली व एकमेव अशी प्रयोगशाळा आहे, जेथे मानवी नातेसंबंधांवर संशोधन केले जाते.

हे पुस्तक इतर सर्वसामान्य पुस्तकांप्रमाणे नाही. जसे लहान मूल वाढत जाते तसेच हे हळूहळू प्रगत होत गेले आहे. प्रयोगशाळेत हजारो प्रौढ लोकांच्या अनुभवांचा अभ्यास केला गेला व त्यानंतर त्यातून निर्माण झालेले हे पुस्तक आहे.

फार वर्षांपूर्वी आम्ही एका पोस्टकार्डएवढ्या आकाराच्या कागदावर एक नियमावली छापून या कार्याला सुरुवात केली होती. मग पुढच्या वर्षी आणखी मोठे कार्ड छापले. मग पत्रिका, नंतर छोटी पुस्तिका. प्रत्येक पायरीवर त्याचा आकार, त्याची व्याप्ती वाढत गेली आणि मग पंधरा वर्षांच्या अथक प्रयत्नांनंतर तुम्ही आज जे पुस्तक वाचत आहात, तेच हे पुस्तक!

या पुस्तकातून आम्ही जे नियम सांगत आहोत, ते 'पुराणातली वानगी पुराणातच' या स्वरूपाचे नसून त्याचा जादूई परिणाम हमखास होतो, अशा स्वरूपाचे ते पुस्तक आहे. मी स्वतः अनुभवाने तुम्हाला सांगतो की, या पुस्तकातील तत्त्वांमुळे अनेक लोकांची आयुष्ये सावरली आहेत.

एक उदाहरण देतो : ज्या माणसाकडे तीनशे चौदा नोकर आहेत अशा माणसाने आमच्या तीन कोर्सेसपैकी एका कोर्सला प्रवेश घेतला. हा मालक वर्षानुवर्षे आपल्या कामगारांना सतत शिव्याच घालत आला होता. दयाळूपणा, कौतुक किंवा प्रोत्साहन अशा शब्दांचा तर त्याच्या ओठांना कधी स्पर्शही झाला

नाही, पण या पुस्तकांतली तत्त्वे वाचून आणि त्यांची चर्चा करून या माणसाने स्वतःच्या मानसिकतेमध्ये बदल घडवून आणला. आता त्याची संस्था नवीन निष्ठा, नवीन जोम आणि नवीन सांघिक बळ यामुळे भारावून गेली आहे. आता त्याच्या त्या ३१४ शत्रूंचे रूपांतर ३१४ मित्रांमध्ये झाले आहे. त्याने क्लासमध्ये अभिमानाने सांगितले, "पूर्वी मी माझ्या संस्थेत जेव्हा जात असे तेव्हा मला कोणीही अभिवादन करत नसे. माझे कामगार मला पाहून नजरा वळवत, पण ते आता सगळे माझे मित्र झाले आहेत आणि आता अगदी द्वारपालसुद्धा मला माझ्या नावाने हाक मारतो."

आता या मालकाला पूर्वीपेक्षा अधिक फायदा होतो, अधिक आराम मिळतो आणि सर्वांत महत्त्वाचे म्हणजे त्याला त्याच्या घरी व ऑफिसमध्ये आनंद मिळतो.

अगणित विक्रीक्षेत्रातील लोकांनी या तत्त्वांचा वापर केल्याने त्यांना फायदा झाला आहे. अनेकांनी आता नवीन खाती उघडली आहेत. उच्च अधिकाऱ्यांना अधिक सत्ता मिळाली आहे. त्यांचा पगार वाढला आहे, कारण त्यांनी या पुस्तकातील तत्त्वांचा वैयक्तिक जीवनात वापर केला. फिलाडेल्फिया गॅस वर्क्स कंपनीमधील एका उच्चपदस्थाची अवनती झाली, कारण त्याच्याकडे नेतृत्वगुण नव्हते; पण इथे येऊन प्रशिक्षण घेऊन गेल्यावर उलट त्याला बढती मिळाली व त्याचा पगारही वाढला.

या कोर्सच्या शेवटी मी माझ्या क्लासला जी मेजवानी देत असे त्यामध्ये अनेकांनी हे कबूल केले की, त्यांचे नवरे किंवा बायका या क्लासला जाऊ लागल्यापासून त्यांची घरे आनंदाने न्हाऊन निघत आहेत.

येथे घेतलेल्या परिश्रमांचे परिणाम जे होतात ते पाहून लोक थक्क होतात. एखादी जादूची कांडी फिरवल्याप्रमाणे हे घडते. कित्येकदा तर उत्साहाच्या भरात लोक रविवारी मला फोन करून त्यांची यशोगाथा कळवतात, कारण आणखी अठ्ठेचाळीस तास ते धीर धरू शकत नसतात.

एक माणूस तर माझ्या भाषणामधील तत्त्वे ऐकून इतका हेलावला की, तो रात्री उशिरापर्यंत इतर लोकांबरोबर चर्चा करत बसला. पहाटे तीन वाजता ते सगळे घरी गेले. आपण केलेल्या चुका त्याला उमजल्या आणि एक नवीन जग त्याच्यासमोर खुले झाले, जे अधिक समृद्ध होते. त्या रात्री तर तो झोपू शकला नाहीच, पण आणखी दोन-तीन रात्रीसुद्धा तो झोपू शकला नाही.

तो कोण होता? कुणी लबाड, खोटारडा अशिक्षित होता का की, ज्याचा कशावरही पटकन विश्वास बसतो? नाही. तो असा अजिबात नव्हता. तो अत्यंत सुसंस्कृत, सुशिक्षित, कला व्यवसायातील मातब्बर माणूस होता, ज्याला तीन भाषा अस्खलित येत होत्या आणि जो दोन युरोपियन विद्यापीठांचा पदवीधर होता.

हा भाग लिहीत असतानाच मला एका प्रौढ जर्मन माणसाचे पत्र आले, ज्याचे

पूर्वज राजाच्या दरबारी सैन्यामध्ये नोकरीत होते. त्याने पत्रातून असे कळवले होते की, या पुस्तकात दिलेली तत्त्वे पाळल्याने त्याला फार फायदा झाला.

न्यूयॉर्कमधील दुसरा एक श्रीमंत माणूस, जो गालिचांचा व्यापारी होता व हॉवर्ड विद्यापीठाचा पदवीधर होता. तो असे म्हणतो, 'येथे चौदा आठवड्यांमध्ये लोकांवर प्रभाव पाडण्याचे जे प्रशिक्षण मला मिळाले, ते मला माझ्या चार वर्षांच्या कॉलेजच्या अभ्यासक्रमातही मिळाले नाही.' काय म्हणता! 'हे हास्यास्पद आहे? विचित्र आहे? काहीतरीच आहे?' तुम्हाला काय पाहिजे ते म्हणण्याचा अधिकार आहे, पण हे सांगणे माझे काम आहे. हे अगदी खरे आहे की, हॉवर्डमधील एका पदवीधर व्यक्तीने येल क्लबमध्ये सहाशे लोकांसमोर गुरुवार, २३ फेब्रुवारी, १९३३ रोजी हे उद्गार काढले.

हॉवर्डमधील प्रसिद्ध प्रोफेसर विल्यम जेम्स यांनी असे म्हटले आहे की, 'आपण जेवढे जागृत असायला हवे त्याच्या निम्मेच आपण जागृत असतो. आपण आपल्या शारीरिक व मानसिक ताकदीचा केवळ निम्मा भागच वापरतो. वेगळ्या शब्दांत सांगायचे झाले, तर मानव फार मर्यादेत राहतो. खरेतर त्याच्यामध्ये इतकी प्रचंड ताकद आहे, पण ती वापरण्यात तो अपयशी ठरतो.'

अशी ताकद की, जी ताकद तुम्ही वापरण्यास अयशस्वी ठरता! या पुस्तकाचा मूळ उद्देश हाच आहे – ती ताकद शोधण्यास, ती वाढवण्यास व तिचा फायदा करून घेण्यासाठी तुम्हाला मदत करणे.

प्रिन्सस्टन विद्यापीठाचे पूर्वीचे अध्यक्ष डॉ. जॉन हिब्बन म्हणतात : "आपल्या आयुष्यातील कठीण प्रसंगावर मात करण्यासाठी शिक्षण तुम्हाला अशी ताकद देते."

जर आत्तापर्यंत तुमचे या पुस्तकाचे तीन भाग वाचून झाले असतील आणि परिस्थितीशी दोन हात करणे तुम्हाला सहज शक्य झाले नाही, तर मग मला असे वाटेल की, हे पुस्तक तुमच्यासाठी अपयशी आहे, कारण शिक्षणाचा मुख्य हेतू हा फक्त ज्ञान मिळवणे असा नसून काहीतरी कृती करणे असा आहे.

आणि हे कृतिशील पुस्तक आहे!

- डेल कार्नेगी

१९३६

भाग एक

लोकांशी कसे वागावे याबद्दलची मूलभूत तंत्रे

१

जर तुम्हाला मध गोळा करायचा असेल, तर मधमाश्यांच्या पोळ्यावर कधीच लाथ मारू नका

७ मे, १९३१! हा दिवस न्यूयॉर्क शहराच्या इतिहासातील सगळ्यात खळबळजनक दिवस ठरला.

ज्या चित्तथरारक नाट्याचा हिरो मनुष्यवध करणारा होता ते नाट्य परमोच्च बिंदूला जाऊन पोहोचले होते. 'टू गन' क्राउले हा खुनी होता. तो दारू पीत नव्हता, सिगरेट ओढत नव्हता; पण पोलीस त्याच्या मागे शिकारी कुत्र्याप्रमाणे लागले होते. तो वेस्ट एण्ड एव्हेन्यूच्या किनाऱ्यावरील त्याच्या मैत्रिणीच्या घरात लपून बसला होता.

सुमारे दीडशे पोलीस आणि डिटेक्टिव्ह गुपचूप त्या इमारतीच्या सगळ्यात वरच्या मजल्यावर जाऊन पोहोचले. त्यांनी छपराला भोके पाडून त्यामधून अश्रुधूर आत सोडून क्राउलेला तिथून बाहेर काढण्याचा प्रयत्न केला. नंतर पोलिसांनी आजूबाजूच्या इमारतींवरून मोठ्या बंदुका त्याच्यावर रोखल्या आणि जवळपास एक तासापर्यंत त्या परिसरातील लोकांनी पिस्तुलांचा व बंदुकींच्या रटरट आवाजांचा प्रतिध्वनी उमटलेला ऐकला. क्राउलेपण प्रतिउत्तर करत होता. सुमारे दहा हजार लोकांनी हे युद्ध प्रत्यक्ष पाहिले. न्यूयॉर्क शहरामध्ये असे दृश्य यापूर्वी कोणीच पाहिले नव्हते.

जेव्हा क्राउले पोलिसांच्या झटापटीत पकडला गेला तेव्हा पोलीस कमिशनर इ. पी. मुलरूने यांनी असे जाहीर केले की, अविचारी, दुष्कृत्य करणारा 'टू गन' हा आत्तापर्यंत पोलिसांकडून मारल्या गेलेल्या गुन्हेगारांपैकी सर्वांत जास्त खतरनाक होता. तो अतिशय उलट्या काळजाचा होता.

पण 'टू गन' क्राउलेला स्वत:बद्दल काय वाटत होते? आम्हाला ते माहिती आहे, कारण ज्या वेळी पोलीस तो असलेल्या घरावर हल्ला चढवत होते तेव्हा तो

पत्र लिहीत होता. 'संबंधित जन हो!' तो जखमी अवस्थेत लिहीत असताना त्याच्या जखमेतून वाहणाऱ्या रक्ताचे डाग त्या पत्राच्या कागदावर पडत होते. त्या पत्रात क्राउलेने लिहिले आहे, 'माझ्या या कोटाखाली एक थकले-भागलेले, पण दयाळू हृदय आहे. असे हृदय, ज्याने आत्तापर्यंत कोणालाही इजा पोहोचवलेली नाही.'

अगदी थोड्याच वेळापूर्वी क्राउले त्याच्या मैत्रिणीबरोबर गळ्यात गळा घालून मौजमजा करत होता. नेमका त्याच वेळी एक पोलीस त्याच्या गाडीजवळ आला व त्याने क्राउलेकडे लायसेन्स मागितले.

त्यावर एक शब्दही न बोलता क्राउलेने त्याची बंदूक काढली आणि त्या पोलिसावर गोळ्यांचा वर्षाव केला. तो पोलीस ऑफिसर जेव्हा खाली कोसळला तेव्हा क्राउले गाडीतून खाली उतरला, त्याने त्या पोलीस ऑफिसरचे पिस्तूल बाहेर काढले व त्या पिस्तुलानेच त्याच्या शरीराच्या खालच्या भागावर गोळ्या झाडल्या आणि असा हा पाषाणहृदयी मारेकरी म्हणत होता, 'माझ्या या कोटाखाली एक थकले भागलेले पण दयाळू हृदय आहे, ज्याने आत्तापर्यंत कोणालाच कधीच इजा पोहोचवलेली नाही.'

क्राउलेला फाशीची शिक्षा झाली. सिंगसिंगमधील मृत्युदंडाच्या खोलीत जेव्हा त्याला आणले गेले तेव्हा तो म्हणाला, 'मी लोकांना ठार मारले म्हणून ही शिक्षा मला देण्यात आली का? नाही, मी स्वत:च्या प्राणांचे रक्षण करण्याचा प्रयत्न केला म्हणून मला ही शिक्षा देण्यात आली.'

तात्पर्य काय, तर 'टू गन' क्राउले अशाही परिस्थितीत स्वत:ला दोष द्यायला तयार नव्हता.

गुन्हेगारी जगात हे काय नेहमीपेक्षा वेगळे आहे का? तुम्हाला जर असे वाटत असेल, तर पुढची गोष्ट ऐका.

'मी माझ्या आयुष्यातील सगळ्यात चांगली वर्षे लोकांना आनंद देण्यासाठी घालवली. त्यांच्या भल्यासाठी झटलो, पण तरीही मला शिव्याशापच मिळाले. मला खुनी म्हणूनच संबोधले गेले.' हे कोणी म्हटले आहे माहिती आहे का? अल् केपोन. अमेरिकेतील कुप्रसिद्ध गुंड, समाजकंटक, अतिशय दुष्ट टोळीनायक ज्याने शिकागोवर हल्ला केला होता; पण तरीही केपोनसुद्धा स्वत:ला दूषणे देत नाही. तो स्वत:ला समाजोपयोगी कार्यकर्ता समजतो. त्याने समाजाच्या हितासाठी आयुष्य वेचले, पण त्याच्याबद्दल गैरसमज करून घेतला गेला व त्याच्या कष्टाचे चीज झाले नाही, असे त्याला वाटते.

तीच गोष्ट डच स्कुल्ट्झच्या बाबतीत घडली! तोसुद्धा गुन्हेगार जगतातील अत्यंत कुप्रसिद्ध गुंड होता. न्यूयॉर्कमध्ये एका वृत्तपत्राला मुलाखत देताना त्याने असे सांगितले की, तो समाजाचा मित्र आहे अशी त्याची श्रद्धा आहे.

न्यूयॉर्क येथील कुप्रसिद्ध सिंगसिंग तुरुंगाचे एक अधिकारी लुअिस लॉवेस यांच्याशी माझी एकदा मुलाखत झाली आणि याच विषयावर आम्ही खूप छान गप्पा मारल्या. त्यामध्ये त्यांनी हे जाहीर केले, ''सिंगसिंगमध्ये असलेल्या काही गुन्हेगारांना हे जाणवते की, ते वाईट आहेत. ती तुमच्या-आमच्यासारखीच माणसे आहेत, त्यामुळे ते काही गोष्टी युक्तिवादाने पटवून देतात. ते तुम्हाला सांगू शकतात की, त्यांनी तिजोरी का फोडली किंवा बंदुकीचा चाप त्यांनी एवढ्या घाईने का ओढला. त्या गुन्हेगारांमधील बहुतेक लोक आपल्या विघातक कृत्याबद्दल काही खोटारडी, तर काही तर्कशुद्ध कारणे सांगून त्यांचे कसे चुकले नाही हे पटवून देतात आणि त्यांना असे कैद करून ठेवणे किती चुकीचे आहे असे ते समजवतात.''

जर अल केपोन, क्राउले, डच स्कुल्ट्झ आणि तुरुंगात असलेले इतर असंख्य स्त्री-पुरुष स्वत:ला दोषी मानत नसतील, तर तुम्हा-आम्हाला, रोजच्यारोज भेटणाऱ्या लोकांबद्दल काय बोलावे?

जॉन वॅनामेकर, त्याच्याच नावाच्या स्टोअर्सचा संस्थापक. त्याने एकदा कबूल केले, ''मी तीस वर्षांपूर्वीच हे शिकलो की, दुसऱ्याला रागावणे मूर्खपणाचे असते. माझ्या स्वत:च्या मर्यादा जाणून घेतानासुद्धा माझा संताप होत असे आणि देव बुद्धिमत्तेची देणगी देताना अन्याय करतो याचा मला राग येत असे.''

वॅनामेकर हा धडा खूप लवकर शिकला; पण व्यक्तिश: माझा अनुभव पाहिला, तर आपली कितीही चूक असली, तरी लोक नव्याण्णव टक्के वेळा कबूल करत नाहीत, हे मी वर्षानुवर्षे पाहत आलो आहे.

टीका ही निरर्थक असते, कारण त्यामुळे तो माणूस स्वत:चा बचाव करण्याचा प्रयत्न करतो आणि मग मी कसा बरोबर आहे हे सिद्ध करायला बसतो. टीका ही धोकादायक असते, कारण त्यामुळे माणूस जखमी होतो, त्याच्या स्वाभिमानाला धक्का बसतो आणि तो रागावतो.

बी. एफ. स्किनर हा जगप्रसिद्ध मनोशास्त्रज्ञ होता. त्याने त्याच्या प्रयोगावरून हे सिद्ध केले आहे की, प्राण्यांना जर त्यांच्या चांगल्या वागणुकीबद्दल बक्षीस दिले गेले, तर ते अधिक लवकर व परिणामकारक शिकतात आणि त्यांना जर त्यांच्या दुर्वर्तनाबद्दल शिक्षा केली गेली, तर ते काहीच शिकत नाहीत. नंतर त्यांनी मानवांवरील प्रयोगांनीसुद्धा हेच सिद्ध केले. टीका केल्याने कायमस्वरूपी परिणाम साधत नाही, उलट संतापच वाढतो.

दुसरा एक मोठा मानसशास्त्रज्ञ टॅन्स सेले म्हणतो, ''कौतुकाची तुम्ही जितकी जास्त अपेक्षा धराल तितके निंदेचे भय तुम्हाला जास्त वाटेल.''

नोकरांवर किंवा कुटुंबातील सदस्यांवर किंवा मित्रांवर टीका केल्याने त्यांचे मानसिक खच्चीकरण होते, पण ज्या गोष्टींवर टीका केली गेली तिच्यात तिळमात्र

फरक पडत नाही.

ओकलाहोमाचा जॉर्ज बी. जॉनस्टन हा एका इंजिनिअरिंग कंपनीमध्ये सुरक्षा-व्यवस्थापक होता. त्याच्या अनेक जबाबदाऱ्यांपैकी एक जबाबदारी ही होती की, कामगारांनी काम करताना डोक्यावर सुरक्षा-टोप्या घातल्याच पाहिजेत; पण जेव्हा जेव्हा तो कामगारांना पाहत असे तेव्हा तेव्हा त्यांनी त्या टोप्या घातलेल्या नसत. मग तो त्यांना कडक शब्दात रागावून, 'हा नियम पाळलाच पाहिजे.' वगैरे सांगत असे. कामगारांच्या हिताचे असूनसुद्धा कामगारांना ते आवडत नसे आणि जेव्हा जॉनस्टन जवळपास नसे तेव्हा तर कामगार त्या टोप्या भिरकावूनच देत असत.

मग जॉनस्टनने युक्तीने वागायचे ठरवले. पुढच्या वेळेस जेव्हा कामगार त्याला टोपी न घातलेले आढळले तेव्हा त्याने त्यांना विचारले की, या टोप्यांनी त्यांना काही त्रास होतो का? त्या त्यांना नीट बसत नाही का? मग त्याने त्यांना अगदी विश्वासपूर्ण आवाजात सांगितले की, 'त्या टोप्या त्यांना इजा होऊ नये यासाठीच बनवल्या गेल्या आहेत. त्यामुळे स्वसंरक्षणासाठी त्यांनी त्या घालाव्यात.' परिणाम काय झाला? आता कामगारांना मुळीच राग आला नाही आणि कामगारांनी त्या नियमाचे आनंदाने पालन केले.

तुम्ही इतिहासात जर डोकावून पाहिले, तर इतिहासाच्या पानोपानी तुम्हाला टीकाटिप्पणीमधील व्यर्थता जाणवेल. उदाहरणच द्यायचे झाले, तर आपण थिओडर रूझवेल्ट व टाफ्ट यांच्यातील जगप्रसिद्ध भांडणाचे उदाहरण घेऊ. ज्यामुळे रिपब्लिकन पार्टीमध्ये फूट पडली, ज्यामुळे वुड्रो विल्सन व्हाइट हाउसमध्ये आले आणि त्याने पहिल्या महायुद्धावर प्रकाश टाकणाऱ्या धारिष्ट्याच्या ओळी लिहिल्या आणि ज्यामुळे इतिहास घडला! जेव्हा थिओडर रूझवेल्ट व्हाइट हाउसमधून १९०८मध्ये बाहेर पडला तेव्हा त्याने टाफ्टला पाठिंबा दिला. टाफ्ट त्या वेळी अध्यक्ष म्हणून निवडून आला होता. नंतर थिओडर आफ्रिकेमध्ये सिंहाची शिकार करण्यासाठी गेला. अन् जेव्हा तो परतला तेव्हा तो गरजला. त्याने टाफ्टच्या पुराणमतवादाची खूप निंदानालस्ती केली, कारण त्याने तिसऱ्यांदा अध्यक्षपद मिळवण्यासाठी अर्ज भरला होता व 'बुल मुस' नावाचा पक्ष स्थापन केला होता आणि जी. ओ. पी. बरखास्त केली होती. त्यानंतर झालेल्या निवडणुकीत टाफ्टने आणि रिपब्लिकन पार्टीने फक्त व्हरमॉट व उटाह या दोनच राज्यांत यश मिळवले. पार्टीने आत्तापर्यंत अनुभवलेले हे सर्वांत मोठे अपयश होते.

थिओडर रूझवेल्टने टाफ्टला दोष दिला, परंतु अध्यक्ष टाफ्टने स्वत:ला दोषी मानले का? नक्कीच नाही. डोळ्यात अश्रू आणून टाफ्ट म्हणाला, "मी जसे वागलो त्यापेक्षा वेगळे असे मी वागू शकलो असतो, असे मला वाटत नाही."

चूक कोणाची होती? रूझवेल्टची की टाफ्टची? कोणास ठाऊक? आणि

मला त्याच्याशी काही देणेघेणेपण नाही. सांगायचा मुद्दा हा की, थिओडरने कितीही टीका केली, तरी टाफ्टने तो चुकला हे कबूल केले नाही. उलट जसजशी रूझवेल्टने टीका केली तसतशी टाफ्टने त्याची बाजू पटवून देण्याचा अधिकाधिक प्रयत्न केला व शेवटी डोळ्यात अश्रू आणून तो म्हणाला की, 'मला नाही असे वाटत की, यापेक्षा मी वेगळे काही वागू शकलो असतो.'

किंवा दुसरे एक 'टीपॉट डोम ऑइल'चे गाजलेले प्रकरण घ्या. १९२०च्या सुरुवातीच्या काळात वर्तमानपत्रांचे रकानेच्या रकाने या प्रकरणामुळे भरून जात होते. संपूर्ण देशाला या प्रकरणाने हलवून टाकले होते. कोणत्याही जिवंत माणसाच्या आठवणीत अमेरिकेच्या इतिहासात यापूर्वी असे घडले नव्हते. त्या प्रकरणाच्या काही ठळक घडामोडी अशा – हर्डिंगच्या सत्तेमधील अल्बर्ट बी. फॉल हा आंतरिक सूत्रे सांभाळणारा एक सचिव होता. त्याच्यावर देशाच्या रिझर्व तेलाच्या साठ्याची जबाबदारी सोपवण्यात आली होती. एल्क हीटमधील तेलाचा साठा व टीपॉट डोम हे दोन साठे नेव्हीसाठी राखीव ठेवण्यात आले होते. सचिव फॉलने लिलाव करण्यासाठी कोणाला बोलावले का? मुळीच नाही. त्याने हे गलेलठ्ठ कॉण्ट्रॅक्ट खुशाल आपला मित्र एडवर्ड डोहेने याला दिले आणि डोहेनेने काय केले, तर त्याने सचिव फॉल यांना खूश करण्यासाठी एक लाख डॉलर्स उसने म्हणून दिले. हातात सत्ता असल्यामुळे सचिव फॉल यांनी अमेरिकेच्या आरमार दलाला आदेश दिले की, एल्क हीटच्या आसपास ज्यांच्या ज्यांच्या तेलाच्या विहिरी होत्या त्यांना हाकलवून लावावे. हे जे पळवून लावलेले तेलाच्या साठ्याचे मालक होते त्यांनी कोर्टाकडे धाव घेतली आणि टीपॉट डोम प्रकरणाचे बिगुल वाजू लागले. या प्रकरणाची दुर्गंधी सर्वदूर पसरली व इतकी अतोनात बदनामी झाली की, हार्डींगच्या सत्ताधारी पक्षाचे तीन तेरा वाजले आणि संपूर्ण देशभराने त्याचा धिक्कार केला. रिपब्लिकन पार्टी मोडकळीस आली आणि अल्बर्ट डी. फॉलला तुरुंगवास भोगावा लागला.

फॉलची इतकी प्रचंड निंदानालस्ती झाली की, सार्वजनिक आयुष्यात आत्तापर्यंत क्वचितच कोणाची झाली असेल. फॉलला त्याचा पश्चात्ताप झाला का? मुळीच नाही! त्यानंतर अनेक वर्षांनी हार्बर्ट हुवरने त्याच्या जाहीर भाषणात एकदा म्हटले, ''प्रे. हार्डींगचा मृत्यू हा त्याच्या मित्राने केलेल्या फसवणुकीमुळे आलेल्या मानसिक अस्वास्थ्यामुळे व चिंतेमुळे झाला.'' जेव्हा मिसेस फॉलने हे ऐकले तेव्हा ती चवताळली, रडली, मुठी आवळल्या व जोरात किंचाळली. ''काय? फॉलने हार्डींगला फसवले? अजिबात नाही. माझ्या नवऱ्याने कोणाचा विश्वासघात केला नाही. सोन्याने मढवलेल्या माझ्या या घरात राहणाऱ्या नवऱ्याला कोणतीच चूक करण्याचा मोह झाला नाही. उलट माझ्या नवऱ्याचा विश्वासघात करून त्याला फसवून सुळावर चढवण्यात आले आहे.''

तर असा हा जगाचा नियम आहे! हा मनुष्यस्वभाव त्रिकालबाधित आहे! प्रत्येक जण स्वत:ला सोडून दुसऱ्याला दोष देतो. म्हणून उद्या जर तुम्हाला किंवा मला दुसऱ्यावर टीका करण्याचा मोह झाला, तर आपण 'अल केपोन', 'क्राउले' आणि 'अल्बर्ट फॉल'च्या या गोष्टी आठवू. हे स्मरणात असू द्या की, 'टीका ही घरी परतणाऱ्या कबुतरासारखी असते' किंवा आणखी सोप्या भाषेत 'टीका हे दुधारी शस्त्र आहे.' आपण जेव्हा समोरच्याकडे एक बोट दाखवतो तेव्हा उरलेली चार बोटे स्वत:कडे असतात हे विसरू नये. आपण ही जाणीव असू द्यावी की, आपण ज्याच्यावर टीका करणार आहोत त्याला स्वत:ची बाजू मांडण्याची संधी असणार आहे आणि त्याचा तो पुरेपूर फायदा घेणार आहे आणि त्याच वेळी आपल्यावरसुद्धा चिखलफेक करणार आहे किंवा सभ्य, सौम्य भाषेत आपण पिटसारखे म्हणणार आहोत, 'मला असे वाटत नाही की, अशा परिस्थितीत मी यापेक्षा वेगळे वागू शकलो असतो.'

१५ एप्रिल, १८६५ या दिवशी सकाळी अब्राहम लिंकन एका हलक्या दर्जाच्या लॉजमधील खोलीत मृतावस्थेत आढळले. ते लॉग फोर्ड थिएटरच्या बरोबर समोर होते. जॉन विल्किस बूथ या माणसाने लिंकनवर गोळ्या झाडून त्याचा वध केला. लिंकनचे भले मोठे कलेवर त्याच्यासाठी छोट्या पडणाऱ्या कॉटच्या समोर पडले होते. त्या कॉटच्या भिंतीवर रोझा बॉनहरच्या प्रसिद्ध 'घोड्यांची जत्रा' नावाच्या चित्राच्या सवंग नकलेचे पेंटिंग लटकत होते आणि उजेडासाठी जो लाइट होता त्यातून पिवळ्या रंगाचा मिणमिणता प्रकाश पाझरत होता.

जेव्हा लिंकनच्या मृत्यूची बातमी ऐकली तेव्हा युद्ध सचिव स्टँटन म्हणाला, 'आत्तापर्यंत जगाने पाहिलेल्या राज्यकर्त्यांपैकी सर्वांत परिपूर्ण असा राज्यकर्ता मृत्युशय्येवर पडला आहे.'

लिंकन सर्वांशी इतके चांगले संबंध प्रस्थापित करण्यात यशस्वी झाला, त्यामागचे गुपित काय असेल? मी दहा वर्षे अब्राहम लिंकनच्या आयुष्याचा अभ्यास करण्यात घालवली आहेत आणि तीन वर्षे 'लिंकन दि अननोन' हे पुस्तक लिहिण्यासाठी आणि त्याचे पुनर्लेखन करण्यासाठी घालवली आहेत. मला जेवढे आणि जितके जास्तीतजास्त शक्य होते तेवढे सगळे प्रयत्न पणाला लावून मी त्याच्या घरगुती आयुष्याचा, राजकीय व सामाजिक जीवनाचा बारीक तपशिलांसह अभ्यास केला आहे. तो टीकाटिप्पणीमध्ये गुंतून पडला का? हो! काही अंशी! जेव्हा तो इंडियाना येथील पिजन वीक व्हॅलीमधील तरुण होता तेव्हा तो दुसऱ्यांची टिंगलटवाळी करणारी पत्रे व कविता लिहायचा आणि त्याच्या गावातील अशा ठिकाणी मुद्दामच सोडायचा जेणेकरून ती वाचली जावीत. या पत्रांपैकी एका पत्राने खूप संतापजनक खळबळ माजवली होती. त्याचे पडसाद फार काळापर्यंत उमटले.

लिंकनने वकील होऊन व्यवसाय करण्यास सुरुवात केल्यावरसुद्धा इलिऑनिसमधील स्प्रिंगफिल्ड येथे तो त्याच्या प्रतिस्पर्ध्यांवर हल्ला चढवण्यासाठी वृत्तपत्रात जाहीर पत्रे लिहीत असे; पण हे असे क्वचित घडले.

इ. स. १८४२च्या एका हिवाळ्यात त्याने एकदा जेम्स शिल्ड नावाच्या भांडखोर राजकारणी माणसाची चेष्टा केली. त्याने 'स्प्रिंगफिल्ड' वृत्तपत्रातून त्याच्याबद्दल उपरोधिक काव्यपंक्ती छापून आणल्या. ते वाचून सारे शहर पोट धरून हसले. शिल्ड फार भावनाप्रधान होता, गर्विष्ठ होता. त्याला टीका सहन झाली नाही. त्याने ही टीका कोणी केली हे शोधून काढले. तो त्याच्या घोड्यावर स्वार झाला व लिंकनचा पाठलाग करत आला. त्याने लिंकनला द्वंद्वयुद्धासाठी आव्हान केले. लिंकनला असे युद्ध वगैरे करण्याची इच्छा नव्हती. लिंकनने द्वंद्वयुद्धाला विरोध केला, पण शेवटी त्याच्याही इज्जतीचा सवाल होता म्हणून तो तयार झाला. त्याला शस्त्र निवडण्याची संधी दिली गेली. त्याचे बाहू लांब होते म्हणून त्याने रुंद पात्याची तलवार निवडली आणि ती चालवण्याचे धडेही गिरवले. ठरल्या दिवशी ठरल्या वेळी तो व शिल्ड मिसिसिपी नदीच्या वाळूच्या बांधावर भेटले. दोघांनीही मरणाची तयारी ठेवली होती, पण अगदी शेवटच्या क्षणी आजूबाजूला जमलेल्या लोकांनी मध्यस्थी करून हे द्वंद्वयुद्ध थांबवले.

लिंकनच्या आयुष्यातील त्याचा वैयक्तिक भडक रंग दाखवणारा हा प्रसंग होता. या प्रसंगाने त्याला लोकांशी कसे वागावे याचा फार मोठा धडा शिकवला. त्यानंतर त्याने पुन्हा कधीही अपमानास्पद पत्रे लिहिली नाहीत. त्यानंतर पुन्हा कधीही त्याने कोणाची टिंगल-टवाळी केली नाही आणि त्या दिवसानंतर लिंकनने कधीच कोणावर कशासाठीही टीका केली नाही.

वेळोवेळी झालेल्या नागरी युद्धांमध्ये लिंकनने प्रत्येक वेळी सैन्याचा प्रमुख असलेला जनरल बदलला. कधी मॅक्लिअन, कधी पोप, कधी बर्नसाईड हुकर, कधी मेंडे; पण यामुळे प्रचंड घोळ झाले आणि शेवटी त्याचे पर्यावसन लिंकनच्या निराशेत झाले. अर्ध्या राष्ट्राने लिंकनने निवडलेल्या या अपात्र जनरल्सची निंदा केली, पण लिंकन मात्र आपल्या निवडीवर ठाम होता. 'कोणाच्याही प्रति द्वेष नको; सर्वांशी सहृदयतेने वागा.' हे त्याचे ब्रीदवाक्य होते. आणखी एक त्याचे लाडके ब्रीदवाक्य म्हणजे, 'तुम्ही इतरांबद्दल मत व्यक्त करू नका. इतरही तुमच्याबद्दल मत व्यक्त करणार नाहीत.'

आणि जेव्हा मिसेस लिंकन आणि इतरांनी दक्षिणेकडील लोकांवर कडक शब्दांत टीका करायला सुरुवात केली तेव्हा लिंकन म्हणाला, "त्यांच्यावर टीका करू नका. तुम्ही त्यांच्या जागी तशा परिस्थितीत असता, तर तुम्हीसुद्धा तसेच वागला असता."

पण तरीही जेव्हा कधी संधी मिळेल तेव्हा टीका करणारा नक्की लिंकनच असायचा. आपण आणखी एक उदाहरण पाहू.

जुलै, १८६३च्या पहिल्या तीन दिवशी गेट्सबर्गचे युद्ध लढले गेले. ४ जुलै रोजी रात्री शहर काळ्या ढगांनी भरून गेले व पावसाला सुरुवात झाली म्हणून ली त्याचे सैन्य घेऊन माघारी वळायला लागला. त्याचे पराभूत सैन्य घेऊन ली जेव्हा पोटोमॅक येथे आला तेव्हा त्याने पाहिले की, त्याच्यासमोर दुथडी भरून वाहणारी नदी होती, तर पाठीमागे युनियन आर्मी होती. ली आता पुरता कात्रीत सापडला होता. त्याला आता पळूनही जाता येत नव्हते. लिंकनने पाहिले की, लीचे सैन्य जिंकून घेण्याची आणि युद्ध ताबडतोब थांबवण्याची तीच योग्य वेळ होती. म्हणून लगोलग त्याने मेडेला आज्ञा केली की, कोणतीही मीटिंग वगैरे न करता त्याने लीवर हल्ला चढवावा. लिंकनने त्याचा आदेश तारसंदेशाने पाठवला. शिवाय एक दूतही पाठवला व ताबडतोब कामाला लागावे हे सांगितले.

आणि इकडे जनरल मेडेने काय केले? त्याला जे सांगितले गेले त्याच्या विरुद्ध गोष्ट त्याने केली. लिंकनचे आदेश धुडकावून लावण्यासाठी एक मीटिंग बोलावली. अशा परिस्थितीत लीवर हल्ला करण्यास तो कचरला. त्याने वेळकाढूपणाचे धोरण स्वीकारले. अनेक प्रकारची कारणे दिली. हळूहळू नदीचे पाणी ओसरले आणि ली त्याच्या सैन्याला घेऊन पोटोमॅकहून पळून गेला.

लिंकनची तळपायाची आग मस्तकात गेली. ''याचा अर्थ काय?'' लिंकन तावातावाने त्याचा मुलगा रॉबर्ट याला विचारत होता. ''शत्रू आपल्या तावडीत सापडला होता. आता फक्त हात लांब करून त्याला नेस्तनाबूद करायचे होते. मी इतके सांगूनही आपले सैन्य जरासुद्धा हालले नाही. या परिस्थितीत लीचा कोणत्याही सैन्याने पराभव केला असता. मीसुद्धा रणांगणावर गेलो असतो, तर तेथे पराक्रम गाजवून आलो असतो.''

अत्यंत कडवट मनाने लिंकनने मेडेला पत्र लिहिले. लक्षात घ्या, लिंकन त्या वेळी अत्यंत पुराणमतवादी विचारांचा होता आणि शब्द तो तोलूनमापून वापरत असे. म्हणूनच खाली दिलेले हे पत्र म्हणजे अत्यंत कडक शब्दात ओढलेले आसूड होते, असे समजण्यास हरकत नाही.

प्रिय सैन्यप्रमुख,

'ली'ला पळून जाण्यासाठी तू मदत केलीस, या तुझ्या विशाल अंत:करणाचे कौतुक कसे करावे? कारण माझा तर विश्वासच बसत नाही. तो तुझ्या पकडीमध्ये आला होता आणि आपल्या या विजयावर आपले पुढील यश अवलंबून होते, पण आता तुझ्या या वागण्यामुळे युद्ध प्रदीर्घ

काळ चालेल. मागच्या सोमवारी तू लीवर यशस्वी हल्ला चढवू शकला नाहीस. पुढे तरी तुझ्याकडून कोणती अपेक्षा धरावी? आतातरी तुझ्याकडे दोन तृतीयांश सैन्य होते. पुढे एवढे असणार नाही. तुझ्याकडून काही अपेक्षा करणे चुकीचे आहे. तू हातातील सुवर्णसंधी घालवली आहेस आणि त्यामुळे मी खूप दुःखी झालो आहे.

तुम्हाला काय वाटते? मेडेने हे पत्र वाचले असेल का?

मेडेने हे पत्र पाहिलेच नाही, कारण लिंकनने ते पाठवलेच नाही. लिंकनच्या मृत्यूनंतर त्याच्या इतर कागदांमध्ये हे पत्र मिळाले.

माझा असा अंदाज आहे आणि फक्त अंदाज आहे की, हे पत्र लिहून झाल्यावर लिंकनने खिडकीतून खाली पाहिले असेल व तो स्वत:शी म्हणाला असेल, 'एक मिनिट! मी फार घाई करायला नको आहे. इथे व्हाईट हाउसमध्ये शांतपणे बसून मेडेला 'हल्ला कर' असा आदेश देणे सोपे आहे, पण मी स्वत: जर गेटीसबर्ग येथे असतो आणि मागच्या आठवड्यात मेडेने जसा रक्तपात पाहिला तसा मी पाहिला असता आणि मरणाच्या, जखमी लोकांच्या कर्कश्श किंकाळ्या माझ्या कानावर आदळल्या असत्या, तर मीसुद्धा 'हल्ला करावा की नाही' अशा दोलायमान अवस्थेत सापडलो असतो. जर मी मेडेसारखा भित्र्या स्वभावाचा असतो, तर मेडेने केले तेच मी केले असते आणि काही झाले तरी पुलाखालून आता बरेच पाणी वाहून गेले आहे. जर मी हे पत्र पाठवले, तर माझ्या रागाच्या भावनांमधून माझी मुक्ती होईल हे खरे! पण त्यामुळे मेडे सतत स्वत:ची बाजू मांडत राहील. तोसुद्धा माझ्यावर चिखलफेक करेल. त्यामुळे पुन्हा माझा क्षोभ होईल आणि याच्यापुढे सैन्यासाठी त्याचा जो उपयोग होणार असेल, तो होणार नाही आणि कदाचित त्याला सैन्यातून राजीनामा देणे भाग पडेल.'

म्हणूनच मी आधी सांगितल्याप्रमाणे लिंकनने ते पत्र बाजूला ठेवून दिले, कारण अनुभवातून तो शिकला होता की, पराकोटीची टीका आणि दुसऱ्यावर ओढलेले आसूड हे बहुधा व्यर्थ ठरतात.

थिओडर रूझवेल्ट जेव्हा प्रेसिडेंट होता तेव्हा त्याने असे म्हटले आहे की, ज्या वेळी एखादी गहन समस्या समोर उभी ठाकत असे तेव्हा तो मान पाठीमागे करून व्हाईट हाउसमध्ये त्याच्या टेबलाच्या वर टांगलेल्या अब्राहम लिंकनच्या तैलचित्राकडे पाहून स्वत:ला विचारत असे, 'जर लिंकन माझ्याजागी असता, तर त्याने काय केले असते? त्याने ही समस्या कशी सोडवली असती?'

पुढच्या वेळेस जेव्हा आपल्याला समोरच्याला सक्त ताकीद देण्याची वेळ येईल त्या वेळी आपण आपल्या खिशातून पाच डॉलर्सची नोट बाहेर काढू या

आणि त्यावरील लिंकनच्या फोटोकडे पाहून विचारू या, ''लिंकनला जर अशी समस्या आली असती, तर लिंकनने ती कशी सोडवली असती?''

काही वेळेस मार्क ट्वेनसुद्धा रागाने बेभान होत असे आणि मग संतापाच्या भरात पत्रे लिहीत सुटत असे. त्या संतापामुळे ती पत्रेही चॉकलेटी होत. उदाहरणार्थ, एकदा एका माणसावर मार्क ट्वेन इतका रागवला की, तो त्याला म्हणाला, ''तुला गाडून टाकायला पाहिजे.'' आणखी एका दुसऱ्या प्रसंगात त्याने एका प्रकाशकाला पत्र लिहिले, 'तुमच्या प्रुफरीडरचे शुद्धलेखन व स्पेलिंगमधील चुका यांमध्ये सुधारणा करण्याचा प्रयत्न करा.' एकदा तर त्याने आदेश दिला, 'इथून पुढे माझ्या कॉपीमधील मसुदा जसाच्या तसाच ठेवा आणि तुमच्या प्रुफरीडरच्या सडक्या मेंदूतील सूचना त्याच्या डोक्यातच राहू द्या.'

अशी संताप ओकून टाकणारी पत्रे लिहिल्यामुळे मार्क ट्वेनला बरे वाटत असे. या पत्रांमुळे त्याच्या आत धुमसत असलेली वाफ बाहेर पडत असे आणि या पत्रांमुळे तसे कोणालाच नुकसानही पोहोचत नसे, कारण मार्क ट्वेनची बायको अत्यंत सावधपणे गुपचूप ती पत्रे मेलमधून बाजूला काढून ठेवत असे. त्यामुळे ती कधीच पोस्ट केली जात नसत.

तुम्हाला अशी एखादी व्यक्ती माहिती आहे का की, ज्या व्यक्तीला तुम्हाला बदलावेसे वाटते, तिच्यात काही सुधारणा कराव्याशा वाटतात आणि तिच्यावर नियंत्रण ठेवावेसे वाटते? अशी व्यक्ती आहे? वा! फारच छान! मग तुम्ही स्वत:पासूनच सुरुवात का नाही करत? अगदी शुद्ध स्वार्थी दृष्टिकोन ठेवून दुसऱ्यांमध्ये सुधारणा घडवून आणण्यापेक्षा स्वत:मध्ये सुधारणा घडवून आणणे अधिक फायद्याचे नाही का? आणि शिवाय त्यामध्ये काही धोकासुद्धा नाही. कॉनफ्युशिअस म्हणतो, 'आपल्या दाराच्या उंबरठ्यावर घाण असताना शेजारच्या छपरावरील बर्फाबद्दल तक्रार करू नका.' थोडक्यात स्वत: काचेच्या घरात राहणाऱ्यांनी दुसऱ्याच्या घरावर दगड मारू नयेत.

जेव्हा मी तरुण होतो आणि मी दुसऱ्यावर छाप पाडण्यासाठी धडपडत असे, त्या काळात मी रिचर्ड हार्डिंग डेव्हिसला मूर्खासारखे एक पत्र लिहिले होते. हा तोच डेव्हीस ज्याने अमेरिकेतील साहित्याच्या क्षितिजावर बराच काळ राज्य केले होते. मी लेखकांबद्दलचे लेख असलेल्या एका मासिकाची जमवाजमव करीत होतो आणि त्या वेळी मी डेव्हीसला प्रश्न विचारला होता की, त्याची काम करण्याची पद्धत काय होती? मी हे पत्र लिहिले त्याच्या काही दिवस आधीच मला एक असे पत्र आले होते की, ज्याच्याखाली तळटीप होती, 'लिहिण्यास सांगितले, पण वाचले नाही.' या तळटिपेमुळे मी प्रभावित झालो होतो. माझ्या मनात विचार आला, 'हा पत्र लिहिणारा नक्कीच खूप मोठा व्यग्र व यशस्वी माणूस असला पाहिजे.' मी काही

तसा व्यग्र वगैरे नव्हतो, पण मला त्या तळटिपेचे खूप आकर्षण वाटले व आपणही पत्राच्या खाली तशीच तळटीप लिहावी, अशी तीव्र इच्छा झाली. मी डेव्हीसला नेमके त्याच सुमारास पत्र लिहिले आणि पत्राच्या शेवटी तळटीप टाकली, 'डिक्टेटेड बट नॉट रेड.'

डेव्हीसने या पत्राला उत्तर लिहिण्याचे कधीच कष्ट घेतले नाहीत, पण त्याने माझे पत्रच मला परत केले व त्यात शेवटी एक ओळ लिहिली, 'तुझ्या उद्दामपणाइतके दुसरे उद्दाम काहीच असू शकत नाही.' खरे आहे! मी खूप ओशाळलो. माझ्यावर असे आसूड ओढावे अशीच माझी लायकी होती, पण तरीही मनुष्य-स्वभाव आहे! मला राग आलाच आणि आजही मला हे सांगायला लाज वाटते की, त्यानंतर दहा वर्षांनी त्याच्या मृत्यूची बातमी ऐकतानासुद्धा त्याने मला दिलेले दु:खच मला आठवले! इतकी माझी रागाची भावना तीव्र होती.

तुम्ही आणि मी अनेक वर्षांपासून एखाद्या व्यथेमुळे अस्वस्थ आहोत, आपला असंतोष आतल्याआत धुमसतो आहे आणि कदाचित मरेपर्यंत आपल्याला हे सहन करावे लागणार आहे, तर त्यामधून बाहेर पडण्यासाठी आपणही अशा व्यक्तीला दंश करणारी टीका करण्यास काहीच हरकत नाही. मग भले ती किती न्याय्य आहे की अन्याय्य आहे हा विचार आता करण्याचे काही कारण नाही.

जेव्हा भोवतालच्या लोकांशी आपण व्यवहार करतो तेव्हा आपण नेहमी हे लक्षात ठेवले पाहिजे की, आपण फक्त तर्कशास्त्राच्या प्राण्याबरोबर बोलत नसून ज्या प्राण्याला भावना आहेत, जो कदाचित पूर्वग्रहदूषित असल्यामुळे क्रोधित झाला असेल किंवा ज्याच्या अंगी वृथा अभिमान वा पोकळ डामडौल असेल अशा व्यक्तीशी आपण संबंध जोडत आहोत.

जी माणसे अधिक संवेदनशील असतात अशांना टीका सहन होत नाही. थॉमस हार्डी नावाचा एक संवेदनशील व श्रेष्ठ असा कथाकार होऊन गेला, ज्याने इंग्रजी साहित्य समृद्ध केले, पण त्याने केवळ त्याच्यावर झालेल्या टीकेमुळे त्याचे लिखाण सोडून दिले. थॉमस चॅटरटन नावाच्या इंग्लिश कवीने तर टीका सहन न झाल्यामुळे आत्महत्या केली.

बेंजामिन फ्रँकलिन, जो त्याच्या तारुण्यात अत्यंत सरळमार्गी होता, तो पुढे कुशल, मुत्सद्दी बनला. तो लोकांशी इतक्या चातुर्याने व्यवहार करत असे की, त्याला अमेरिकेने फ्रान्सचा राजदूत म्हणून नियुक्त केले. त्याच्या या यशाचे रहस्य कोणते? तर तो म्हणत असे, 'मी कोणाबद्दलही कधीच काही वाईट बोलत नाही आणि प्रत्येकाबद्दल मला जेवढे चांगले माहिती आहे त्याबद्दल बोलतो.'

टीका करणे, निंदानालस्ती करणे, तक्रार करणे कोणत्याही मूर्ख माणसाला सहज जमते आणि मूर्ख तेच करतात.

परंतु समोरच्याला समजून घेण्यासाठी आणि क्षमा करण्यासाठी आत्मसंयमाची आणि विशेष गुणांची गरज असते.

कार्लाइल म्हणतो, 'मोठ्या माणसाच्या मोठेपणाची प्रचिती तेव्हा येते जेव्हा तो हाताखालच्या लोकांना चांगले वागवतो.'

बॉब हुव्हर हा एक प्रसिद्ध पायलट होता आणि हवाई प्रात्यक्षिके होत तेव्हा तो त्यामध्ये नेहमी असे. तो एकदा लॉसएंजेलिसमधील प्रात्यक्षिक आटोपून सॅंडियागोला आपल्या घराकडे परतत होता. शंभर फुटांवरून त्याने त्याची प्रात्यक्षिके करून दाखवली होती, पण घरी परतताना अचानक विमानाची दोन्ही इंजिने बंद पडली. अथक प्रयत्नांनी त्याने कसेबसे विमान खाली उतरवले. जरी आतमधील कोणाला दुखापत झाली नसली, तरीसुद्धा विमानाचे मात्र प्रचंड नुकसान झाले.

विमान खाली उतरवल्यानंतर हुव्हरने पहिल्यांदा काय केले असेल, तर विमानातील इंधन तपासून घेतले आणि त्याचा संशय खरा ठरला! दुसऱ्या महायुद्धातील हे प्रोपेलट विमान होते. त्याच्यामध्ये गॅसोलिनऐवजी जेट फ्युएल भरले होते.

विमानतळावर परत आल्यानंतर त्याने विचारले, "ज्या मेकॅनिकने या विमानाची सर्व्हिसिंग केली तो कोठे आहे?" तो तरुण मेकॅनिक त्याने केलेल्या चुकीमुळे गलितगात्र झाला होता. जेव्हा हुव्हर त्याच्याजवळ गेला तेव्हा त्याच्या डोळ्यांमधून अश्रू वाहत होते. त्याच्या घोडचुकीमुळे आज एवढ्या महागड्या विमानाचे जबरदस्त नुकसान झाले होते आणि आणखी तीन जीव जाता जाता वाचले होते.

हुव्हरला केवढा राग आला असेल याची तुम्ही कल्पना करू शकता. कोणीही असेच भाकीत केले असते की, एवढा मोठा कर्तव्यदक्ष पायलट अशा बेजबाबदार वागणुकीबद्दल नक्कीच त्याला फाडून खाणार! पण हुव्हर त्या मेकॅनिकला रागावला नाही. त्याने त्याच्यावर टीकासुद्धा केली नाही. त्याऐवजी त्याने त्याचा शक्तिशाली बाहू त्या मेकॅनिकच्या खांद्यावर ठेवला आणि म्हणाला, "मला खात्री आहे की, यापुढे तू कधीच असे वागणार नाहीस. माझ्या एफ-५१ विमानाचे सर्व्हिसिंग उद्या तुलाच करायचे आहे."

अनेकदा असे दिसते की, पालक त्यांच्या मुलांवर आरडाओरड करण्याची एकही संधी सोडत नाहीत. तुम्हाला माझे हे म्हणणे रुचणार नाही, पण मी जे सांगतोय ते जरा काळजीपूर्वक ऐका. 'तुमच्या मुलांवर टीका करण्यापूर्वी 'फादर फर्गेट्स' नावाचा अमेरिकन साहित्यातील एक दर्जेदार लेख वाचा. त्याची मूळ प्रत 'पीपल्स होम जर्नल'च्या अग्रलेखात आली होती. आम्ही हा लेख 'रीडर्स डायजेस्ट'च्या संपादकाच्या पूर्वपरवानगीने येथे छापत आहोत.

'फादर फर्गेट्स' हा लेख अशा काही चिरकाल टिकणाऱ्या निवडक लेखांपैकी

एक आहे की, जो वाचून हजारो लोकांच्या मनात एकाच वेळी प्रामाणिक तळमळीच्या भावनांचा उगम होतो. त्याचा लेखक आहे डब्ल्यू. लिव्हिंगस्टन लार्नो. लेखक म्हणतो, 'हा लेख अनेक देशांमध्ये, अनेक परदेशी भाषांमध्ये पुन्हा पुन्हा भाषांतरे करून प्रकाशित केला गेला आहे. अतिशय हृदयद्रावक, मन हेलावणारा असा हा लेख आहे. ही भावना जगाच्या कानाकोपऱ्यात जपली जावी यासाठी मीच मुक्त हस्ताने सगळ्यांना तो प्रकाशित करण्याची परवानगी दिली आहे. काही वेळेस अगदी छोटीशी वाटणारी गोष्टच फार मोठा भावार्थ समजावून सांगते. तीच ही गोष्ट आहे.'

फादर फर्गेट्स

बाळा! मला तुझ्याशी थोडे बोलायचे आहे. खरे सांगू का, तू गाढ झोपी गेल्यामुळेच मी हे बोलू शकतो. तुझ्या गालाखाली दबलेला तुझा तळवा आणि घामाने ओल्या झालेल्या तुझ्या केसाच्या खट्याळ बटा तुझ्या कपाळावर रुळताहेत. मी तुझ्या खोलीत अगदी गुपचूप शिरलो आहे. अगदी काही मिनिटांपूर्वीच मी जेव्हा माझ्या अभ्यासिकेत पेपर वाचत बसलो होतो तेव्हा पश्चात्तापाची एक लहर माझ्या अंगावरून सरसरून गेली आणि म्हणूनच आत्ता मी अपराधीपणाने तुझ्या बाजूला उभा आहे.

मला दिवसभरात घडलेल्या प्रसंगांच्या आठवणींनी बेचैन वाटले. मी तुझ्यावर सतत अविश्वास दाखवला. तू शाळेसाठी कपडे करून तयार होत असताना टॉवेलने तोंड नीट पुसले नाहीस म्हणून म ी तुला रागावलो. तू तुझ्या बुटांना नीट पॉलिश केले नाहीस, म्हणून मी तुझी कानउघाडणी केली. तू फरशीवर तुझ्या काही वस्तू पाडल्यास म्हणून मी खूप रागावून तुझ्यावर ओरडलो.

नाश्त्याच्या टेबलावरसुद्धा मी तुझ्यातल्या चुका शोधत होतो. तू अन्न सांडलेस, तू तुझे घास भराभरा कोंबत होतास, तू तुझे कोपर टेबलावर ठेवले होते, तू तुझ्या ब्रेडवर लोण्याचा खूप जास्त थर लावलास, तू खेळायला निघालास तेव्हाच नेमका मीसुद्धा माझी ट्रेन पकडण्यासाठी बाहेर पडलो. तू मागे वळून हात उंचावून मला म्हणालास, 'गुडबाय डॅडी!' पण मी मात्र तोंड वाकडे करून उत्तरादाखल म्हणालो, 'पोक काढून चालू नकोस, खांदे मागे कर.'

नंतर पुन्हा संध्याकाळी मी परतताना असेच घडले. मी लांबूनच तुला ओळखले. तू गुडघे जमिनीवर टेकवून गोट्या खेळत होतास. तुझ्या पायमोजांना पडलेली भोके मला दुरूनसुद्धा दिसली. मी तुझ्या मित्रांसमोर

तुझा अपमान करून, तुला पुढे घालून माझ्याबरोबर घरी घेऊन आलो. मी इतका संतापलो व म्हणालो, 'इतके महागडे मोजे वापरायची तुझी लायकी तरी आहे का?' शी: शी: माझ्यातल्या बापाला असे बोलणे नक्कीच शोभले नाही.

तुला आठवते का? त्यानंतर मी माझ्या अभ्यासिकेत वाचत बसलो होतो. तू चोरपावलाने आलास, पण तुझ्या डोळ्यात एक प्रकारची वेदना होती. मी तेव्हा पेपरमधून डोके बाहेर काढून तुझ्याकडे पाहिले व माझ्या वाचनात व्यत्यय आणल्यामुळे त्रासिक होऊन तुला विचारले, 'काय हवे आहे?'

तू काहीच बोलला नाहीस, पण एका क्षणात माझ्याजवळ झेप घेतलीस आणि तुझे चिमुकले हात माझ्या मानेभोवती घातलेस आणि माझे चुंबन घेतलेस. तुझ्या त्या मायेच्या चिमुकल्या हातांनी हृदयात उमललेले प्रेम कितीही दुर्लक्ष केले, तरी आटणार नव्हते आणि क्षणातच पुन्हा दाड-दाड पावले जिन्यावर आपटत तू निघून गेलास.

आणि बाळा! त्यानंतर काही क्षणातच माझ्या हातातून पेपर गळून पडला आणि एका भयंकर विदारक सत्याची जाणीव मला झाली. काय होते ते सत्य? मला लागलेली घाणेरडी सवय! तुझ्यातील फक्त दोषच शोधण्याची घाणेरडी सवय! तुझ्याशी सतत कठोर शब्दांत बोलण्याची सवय! माझा मुलगा असण्याचे हेच फळ मिळाले ना तुला? असे नाही की, माझे तुझ्यावर प्रेम नाही, पण असे आहे की, मी तुझ्याकडून जरा जास्तच मागण्या करतो. मी तुला माझ्याच वयाच्या फुटपट्टीने मोजतो.

आता माझ्या लक्षात येते की, तुझ्यामध्येसुद्धा अनेक चांगले गुण आहेत. तुझे आकाराने छोटे असलेले हृदय खूप विशाल आहे. इतके की, जणू दूरवर पसरलेल्या पर्वत रांगांवर त्यानेच पांघरूण घातले आहे. मी तुझ्यावर इतके रागावूनसुद्धा तू मला ज्या प्रेमाने आलिंगन दिलेस, त्यावरून त्याची प्रचिती येते. बाळा! म्हणूनच मी इतक्या अंधारात गुपचूप तुझ्याजवळ लाजेने मान खाली घालून गुडघे टेकवून बसलो आहे.

अत्यंत दुबळ्या मनाने घेतलेले हे प्रायश्चित्त आहे. मला माहिती आहे की, जरी हे सगळे मी तुझ्याशी तू जागा असताना बोललो असतो, तरी तुला ते समजले नसते, कारण तू अजाण आहेस.

पण मी तुला वचन देतो, उद्या मी तुझा खराखुरा बाप बनणार आहे! एक प्रेमळ पिता! मी तुझ्याशी दोस्ती करणार आहे आणि तू जे-जे सोसतोस ते सगळे मीपण सोसणार आहे आणि तू जेव्हा हसशील तेव्हा

मीपण हसणार आहे. माझ्या तोंडून जर काही वेडेवाकडे बाहेर पडले, तर मीपण माझी जीभ चावणार आहे आणि मी सतत एक गोष्ट माझ्या मनात तेवत ठेवणार आहे की, 'तू एक अजाण बालक आहेस. फक्त लहान मूल आहेस.'

माझे फार चुकले की, मी तुझ्याकडून एखाद्या मोठ्या माणसासारख्या अपेक्षा केल्या, पण आता मी तुला तुझ्या कॉटवर थकून-भागून झोपलेला पाहतो तेव्हा तू किती लहान आहेस ते माझ्या लक्षात येते आहे. कालपर्यंत तर तू तुझ्या आईच्या पदराशी खेळणारा, तिच्या मांडीवर झोपणारा, खांद्यावर डोके ठेवणारा लहान बालक होतास. मी तुझ्याकडून फार जास्त अपेक्षा केली. फाऽऽर फाऽऽर जास्त!

लोकांची निंदा करण्यापेक्षा त्यांना आपण समजून घेऊ. ते असे का वागले, त्यामागचा कार्यकारण भाव जाणून घेण्याचा प्रयत्न करू. त्याचा आपल्याला फायदा होईल. टीका करण्यापेक्षा विचारपूर्वक, पूर्वनियोजन करून वागल्यास सहानुभूती, सहनशक्ती आणि औदार्य यांच्यात वाढ होते. 'सर्व बाजूंनी नीट समजावून घेणे म्हणजेच क्षमा करणे.'

डॉ. जॉन्सन म्हणतात तसे, 'देव स्वत:सुद्धा त्या माणसाच्या शेवटच्या दिवसापर्यंत त्याच्याबद्दल काही निर्णय घेऊ शकत नाही.'

तत्त्व १:

टीका करू नका, निंदा करू नका आणि तक्रारही करू नका!

२

लोकांबरोबर कौशल्याने वागण्याची काही महत्त्वाची गुपिते

या विशाल आकाशाखालील जगात जर तुम्हाला कोणाकडून एखादी गोष्ट करून घ्यायची असेल, तर त्यासाठी फक्त एकच मार्ग आहे आणि तो म्हणजे समोरच्याला तसे करण्याची इच्छा आतून झाली पाहिजे. होय! तोच फक्त एक मार्ग आहे. तुम्ही शांतपणे विचार करून बघा.

आठवा! यापेक्षा दुसरा मार्ग असू शकतो का? अर्थात तुम्ही एखाद्यावर रिव्हॉल्वर रोखून त्याच्याकडून त्याचे घड्याळ काढून घेऊ शकाल, तुम्ही तुमच्या नोकरमाणसांकडून त्यांचे सहकार्य मिळवू शकाल. त्यांना धाकदपटशा दाखवून काम करून घेऊ शकाल, पण तुमची पाठ फिरल्यावर काय होईल? तुम्ही लहान मुलाला धमकावून किंवा छडी दाखवून तुमच्या मनासारखे त्याला वागायला लावाल, पण या सगळ्या क्रूर पद्धतीचे अतिशय अनिष्ट परिणाम होतील.

मला जर तुमच्याकडून एखादी गोष्ट करून हवी असेल, तर मी तुम्हाला हवे ते देणे गरजेचे आहे.

तुम्हाला काय हवे आहे?

सिगमंड फ्रॉईड म्हणतो की, आपल्या दोन आंतरिक इच्छा असतात. पहिली म्हणजे संभोग आणि दुसरी म्हणजे स्वत:चे महत्त्वपूर्ण स्थान.

अमेरिकेतील अत्यंत हुशार तत्त्ववेत्ता जॉन ड्युएने हे जरा वेगळ्या भाषेत सांगितले आहे. हे वाक्य लक्षात घ्या हं –

'आपण महत्त्वपूर्ण आहोत ही तीव्र इच्छा.'

हीच मानवी स्वभावाची सर्वांत मोठी गरज आहे, हे अगदी सत्य आहे. या पुस्तकात याबद्दल तुम्ही बरेचकाही वाचणार आहात.

तुम्हाला काय हवे असते? तसे तुम्हाला फारकाही नको असते. अशा फारच

थोड्या गोष्टी असतात ज्याची तुम्हाला आसक्ती असते, ज्याची तुम्हाला तीव्र इच्छा असते, ज्याबद्दल तुमचा आग्रह असतो आणि ज्या गोष्टींचा नकार तुम्ही पचवू शकत नाही. त्यातील काही गोष्टी खालीलप्रमाणे :

१) उत्तम आरोग्य आणि आयुष्याबद्दल आसक्ती
२) अन्न
३) झोप
४) पैसे आणि पैशामुळे घेता येणाऱ्या गोष्टी
५) जगणे
६) संतुष्ट करणारा संभोग
७) मुलांचे उत्तम भवितव्य
८) आपण कोणीतरी महत्त्वाचे आहोत ही भावना

सहसा यांपैकी सगळ्या मागण्या आपल्यात पूर्ण होतात. फक्त एक सोडून, आपली एक तीव्र आंतरिक इच्छा असते; अत्यंत खोलवरची, अत्यंत निकडीची अगदी अन्न आणि झोप यांच्याइतकी आवश्यक, पण ती क्वचितच पूर्ण होते. फ्रॉईड या इच्छेला म्हणतो, 'आपण कोणीतरी महत्त्वाचे आहोत या भावनेची जाणीव.' ही ती इच्छा!

लिंकनने एकदा एक पत्र लिहिले, ज्याची सुरुवात होती, 'प्रत्येकाला स्तुती आवडते.' विल्यम जेम्स म्हणतो, 'मनुष्य-स्वभावाचे ठळक वैशिष्ट्य कोणते, तर कौतुकाची भूक.' विल्यम जेम्सने इच्छा, आकांक्षा वगैरे शब्द वापरले नाहीत, तर तो त्याला 'कौतुकाची भूक' म्हणतो. मानवी स्वभावाची ही एक मनाची कुरतडणारी आणि अव्याहत अशी भूक आहे. जी व्यक्ती प्रामाणिकपणे अशी भूक भागवते, त्या व्यक्तीला इतर लोकही तळहाताच्या फोडाप्रमाणे जपतात आणि अशा व्यक्तींचा मृत्यू झाला, तर स्मशानातील अंत्यसंस्कार करणारा माणूससुद्धा हळहळतो.

आपल्याला मोठेपणा मिळावा यासाठी तीव्र इच्छा मनी बाळगणे, हाच तर मानव आणि प्राणी यांच्यातील सर्वांत मोठा फरक आहे. जेव्हा मी मिसुरीमधील एका शेतकऱ्याचा लहान मुलगा होतो तेव्हा माझ्या वडिलांनी ड्युरोक जर्सी जातीची सुंदर डुकरे पाळली होती. त्याचबरोबर उच्च जातीची पांढऱ्या तोंडाची काही गुरे आठवड्याच्या बाजारातून मध्य-पश्चिमी देशातून आणली होती. आम्हाला जनावरांच्या प्रदर्शनात पहिले बक्षीस मिळाले होते. बक्षिसाचे मानचिन्ह म्हणून मिळालेल्या निळ्या रिबिनी एका पांढऱ्या मखमली कापडावर माझ्या वडिलांनी पिनांनी पक्क्या बसवल्या होत्या आणि जेव्हा जेव्हा कोणी मित्रमंडळी किंवा पाहुणे घरी येत तेव्हा ते पांढरे मलमली कापड बाहेर काढत. त्या कापडाचेच एक टोक ते हातात धरत व दुसरे टोक मला पकडायला लावत आणि त्या निळ्या रिबिनी कौतुकाने दाखवत.

आमच्या गुराढोरांना याचा काहीच पत्ता नसे की, त्यांनी या रिबिनी जिंकून आणलेल्या आहेत, पण माझ्या वडिलांना मात्र त्याचा प्रचंड अभिमान होता. या बक्षिसांमुळे आपण कोणीतरी महान आहोत असे त्यांना वाटे.

जर आपल्या पूर्वजांना अशी महत्त्वपूर्ण वाटण्याची तीव्र इच्छा नसती, तर आपला समाज आज इतका प्रगत झाला नसता. तो पूर्वीचाच रानटी, आदिमानव काळातला राहिला असता. आपण इतरांपेक्षा काहीतरी वेगळे आहोत, मोठे आहोत या जाणिवेशिवाय आपले जीवन प्राण्यांसारखे झाले असते.

महत्त्वपूर्ण असण्याच्या याच तीव्र इच्छेने तर एका किराणा दुकानातील अशिक्षित, गरिबीने गांजलेल्या कारकुनाला वकिलीच्या पुस्तकांचा अभ्यास करण्यास भाग पाडले. ही पुस्तके एका पिंपाच्या तळाशी रद्दीत पडलेली होती. ती त्या कारकुनाने पन्नास सेंट्सला विकत घेतली. कदाचित त्या कारकुनाचे नाव तुम्ही ऐकले असेल. त्याचे नाव होते अब्राहम लिंकन.

आपणही इतरांपेक्षा कोणीतरी वेगळे असावे या भावनेचा जन्म झाल्यामुळेच डिकेन्सने इतक्या अमर कादंबऱ्या लिहिल्या. याच आंतरिक इच्छेमुळे सर ख्रिस्तोफोर रेन याने दगडांमध्ये त्याचे संगीत कोरले. याच आंतरिक इच्छेने रॉक फेलरला कोट्यवधी रुपये गरिबांसाठी खर्च करण्यास उद्युक्त केले, जे पूर्वी त्याने कधीही केले नव्हते! आणि याच जाणिवेतून या तुमच्या शहरातील सर्वांत श्रीमंत माणूस सर्वांत मोठे घर बांधण्यास प्रेरित होतो.

याच आंतरिक इच्छेमुळे तुम्हाला इतरांपेक्षा वेगळे व नवीन फॅशनचे कपडे घालावेसे वाटतात. लेटेस्ट मॉडेलच्या गाड्या चालवाव्याशा वाटतात, आपल्या मुलांच्या देदीप्यमान यशाबद्दल इतरांना सांगावेसे वाटते.

काही मुलामुलींच्या इच्छा ह्या आसुरी असतात. त्याच इच्छेपायी त्यांना गुन्हेगारी टोळ्यांमध्ये सामील होण्याचा मोह होतो आणि ते गुन्हेगारी कारवाया करण्यास प्रवृत्त होतात. न्यूयॉर्कमधील निवृत्त पोलीस कमिशनर इ. पी. मुलरून यांच्या सांगण्याप्रमाणे सर्वसाधारण गुन्हेगार तरुण इतका आत्मप्रौढीने भारलेला असतो की, वर्तमानपत्रात त्याच्याबद्दल बातमी छापून आली की, त्याला आपण हिरो झाल्यासारखे वाटते. वाईट गोष्ट ही असते की, त्याच्या फोटोमुळे व बातमीमुळे वृत्तपत्राची जेवढी जागा व्यापते तेवढीच जागा एखाद्या क्रीडापटूने किंवा सिनेमा नटनट्या वा राजकारणी व्यक्तीने व्यापली आहे, हे पाहून तो तृप्त होतो.

जर तुम्ही मला सांगितले की, कोणत्या गोष्टींमुळे तुम्ही महत्त्वपूर्ण आहात असे तुम्हाला वाटते, तर तुम्ही कसे आहात हे मी तुम्हाला सांगू शकतो, कारण तुमचे व्यक्तिमत्त्व त्यावरच अवलंबून असते. ती तुमच्यातील सगळ्यात वैशिष्ट्यपूर्ण गोष्ट असते. उदाहरणादाखलच सांगतो, जॉन डी. रॉकफेलर याला आपली संपत्ती

चायनामधील पेकिंग येथील अद्ययावत हॉस्पिटल उभारण्यासाठी द्यावीशी वाटली. ज्याचा अशा लाखो गरीब लोकांना उपयोग होणार होता की, ज्यांना त्याने कधी पाहिले नव्हते किंवा भविष्यात कधी पाहण्याची सुतराम शक्यताही नव्हती. तर दुसरे उदाहरण आहे डिलिंजरचे. ज्याला आपण खुनी, बँकेवर दरोडा घालणारे गुंड आहोत याचेच कौतुक वाटत होते. जेव्हा एफ. बी. आय.ची माणसे त्याचा शोध घेत होती तेव्हा तो मिनेसोटामधील एका शेतावरील घरात शिरला होता व अभिमानाने सांगत होता की, 'मी डिलिंजर! शत्रू नं. १, पण घाबरू नका, मी तुम्हाला काहीही करणार नाही.'

होय, डिलिंजर आणि रॉकफेलर यांच्यात एक मुख्य फरक होता व तो म्हणजेच महत्त्वपूर्ण असण्याबद्दलच्या दोघांच्या कल्पनेमधील जमीन-अस्मानाचा फरक!

प्रसिद्ध लोकांत महत्त्वाचे स्थान मिळवण्यासाठी केलेल्या संघर्षाच्या मनोरंजक कथांनी आपला इतिहास झळाळून निघाला आहे. जॉर्ज वॉशिंग्टनलासुद्धा अशी इच्छा होती की, लोकांनी त्याला, 'हिज माईटीनेस, प्रेसिडेंट ऑफ युनायटेड स्टेट्स' असे संबोधावे. कोलंबसने असा आग्रह धरला होता की, त्याला 'ॲडमिरल ऑफ ओशन आणि व्हॉईसरॉय ऑफ इंडिया' असे म्हणावे. ज्या पत्रांवरच्या पत्त्यांमध्ये 'हर इंपिरिअल मॅजेस्टी' असे नसेल ती पत्रे उघडण्यास कॅथरिन दि ग्रेट नकार देत असे, तर व्हाईट हाउसमध्ये श्रीमती लिंकन एकदा श्रीमती ग्रांटवर एखाद्या वाघिणीप्रमाणे गरजल्या होत्या, ''माझ्या उपस्थितीत माझ्या परवानगीशिवाय तू बसण्याची हिंमत कशी केलीस?''

आपल्यातील अनेक लक्षाधीश लोकांनी ॲडमिरल बायर्डच्या अंटार्क्टिक मोहिमेसाठी (इ. स. १९२८) पैशांची मदत केली, ती केवळ या हेतूने की, तेथील बर्फाळ डोंगरांच्या रांगांना त्यांची नावे दिली जावीत. व्हिक्टर ह्युगोचीसुद्धा ही इच्छा होती की, पॅरीस हे नाव बदलून त्याच्या सन्मानार्थ दुसरे नाव दिले जावे. शेक्सपिअर एवढा थोर नावलौकिक बाळगून असतानासुद्धा आपले नाव अधिक उंचावर पोहोचावे म्हणून आर्मी कोट आपल्या अख्ख्या कुटुंबाला द्यावेत असा आग्रह त्याने धरला.

काही वेळेस लोक इतरांची सहानुभूती मिळवण्याच्या आणि लक्ष वेधून घेण्याच्या नादात तारतम्य घालवतात आणि स्वत:चे महत्त्व वाढवण्यासाठी मूर्खासारखे वागतात. याचे उत्तम उदाहरण म्हणजे श्रीमती मॅककिनले. तिचा नवरा युनायटेड स्टेट्सचा अध्यक्ष होता. मात्र त्याला महत्त्वाच्या घटनांकडे दुर्लक्ष करायला लावून आपल्या जवळ कॉटवर बसवून घेण्याने आपले महत्त्व वाढते, अशी तिची खुळचट, वेडगळ समजूत होती. आपला नवरा ही एक सामाजिक, राजकीय व्यक्ती आहे याचे भान न ठेवता त्याने सतत तिचीच काळजी घ्यावी ही तिची अपेक्षा!

एकदा डेंटिस्टकडे तिला एकटीला सोडून हे अध्यक्ष महाशय जॉन या सेक्रेटरीबरोबरच्या मीटिंगला गेले तेव्हा या बाईने प्रचंड तमाशा केला.

मेरी रॉबर्ट रीनहार्ट नावाच्या एका लेखिकेने मला एकदा असे सांगितले, "अशी एक अत्यंत हुशार, सामर्थ्यवान तरुण बाई होती जी केवळ स्वत:चे महत्त्व वाढवण्याच्या नादात दुबळी झाली होती. एके दिवशी बहुधा या बाईंनी आरशात पाहिले आणि आत्तापर्यंत काढलेल्या एकाकी आयुष्याच्या चेहऱ्यावर दिसणाऱ्या खुणा आणि वार्धक्य पाहून त्या हबकल्या. त्यांनी ते फारच मनाला लावून घेतले. दहा वर्षांपर्यंत त्या बिछान्याला खिळून होत्या. त्यांची म्हातारी आई रोज तीन जिने चढून त्यांची सेवा करीत होती. एके दिवशी ट्रे वाहून आणि शुश्रूषा करून थकलेल्या त्या म्हाताऱ्या आईने प्राण सोडला. अचानक ती उभ्याउभ्याच कोसळली. काही आठवडे त्यानंतर बिछान्यात काढून मग या बाईंनी आपले सुस्तावलेपण झटकले. बिछान्यातून उठून चांगले कपडे घातले आणि पुन्हा दैनंदिन आयुष्य जगण्यास तयार झाल्या."

काही तज्ज्ञ, अधिकारवाणीने बोलू शकणाऱ्या संस्थांचे संशोधन असे सांगते की, लोक वास्तव जीवनात महत्त्व न मिळाल्यामुळे स्वप्नांच्या दुनियेत महत्त्व मिळवतात व तेथेच रमतात. वेड लागण्याचे हे एक कारण आहे. अमेरिकेत तर शारीरिक दुखण्यांपेक्षा मनोविकाराने त्रस्त असणारे रोगीच अधिक आहेत.

या मनोविकारांचे कारण काय असू शकेल?

अशा झटकून टाकणाऱ्या प्रश्नाचे उत्तर देता येऊ शकत नाही; पण आपल्याला हे माहिती आहे का की, काही रोग जसे सिफिलिस, नैराश्य आणि मेंदूच्या पेशींचे नाश पावणे याचा परिणाम म्हणजे वेडेपण होय. वास्तविक एकूण मनोविकारांपैकी निम्मे मनोविकार अल्कोहोल, मादक पदार्थ आणि दुखापत या प्रकारात मेंदूला शारीरिक पातळीवर इजा पोहोचल्यामुळे होतात, पण उरलेले निम्मे मनोविकार म्हणजे तर दु:खद कथाच असतात! त्यांपैकी निम्मे रोग मेंदूच्या पेशीत काहीही बदल न घडतासुद्धा होऊ शकतात. कुठेच काही चुकलेले नसते. जेव्हा पोस्टमार्टम करतात तेव्हा अशा लोकांचे मेंदू अगदी सूक्ष्म मायक्रोस्कोपखाली तपासले, तर ते तुमच्या आमच्या मेंदूप्रमाणेच असतात. या पेशी अगदी तुमच्या-माझ्या पेशींइतक्याच निरोगी असतात.

मग ही माणसे वेडी का होतात?

मी हा प्रश्न जगातल्या एका फार मोठ्या मानसोपचार हॉस्पिटलच्या फार मोठ्या मानसोपचार तज्ज्ञांना विचारला. या डॉक्टरांना आत्तापर्यंत त्यांच्या ज्ञानाबद्दल व अनुभवांबद्दल अनेक बक्षिसे मिळाली होती. त्यांनी मला अगदी खुल्या मनाने स्पष्टपणे सांगितले, "लोक वेडे का होतात याचे कारण मलाही माहिती नाही.

खात्रीने कोणीच सांगू शकणार नाही.'' पण एक मात्र त्यांनी सांगितले की, जे लोक वेडे झाले होते त्यांच्यामध्ये ज्यांना प्रत्यक्षात कधी मोठेपणा मिळाला नाही तो त्यांनी स्वप्नरंजनात शोधण्याचा प्रयत्न केला होता. त्यांनी मला पुढील गोष्ट सांगितली.

''आत्ता सध्या माझ्याकडे एक अशी पेशंट आहे, जिचा विवाह अत्यंत शोकमय ठरला. तिला प्रेम, प्रणयसुख, मुले आणि सामाजिक मानसन्मान हवा होता, पण आयुष्यातील या अत्यंत साध्या व सर्वसामान्य आशा-आकांक्षांनासुद्धा सुरुंग लागला. तिच्या नवऱ्याचे तिच्यावर प्रेम नव्हते. तो तिच्याबरोबर जेवायलासुद्धा बसत नसे. तिला त्याचे जेवण वरच्या खोलीत नेऊन द्यावे लागत असे. तिला मुले नव्हती. समाजात तिचे काही स्थान नव्हते. त्यातूनच ती वेडी झाली. तिच्या मनावरचे तिचे नियंत्रण सुटले. कल्पनेतच तिने तिच्या नवऱ्याला घटस्फोट दिला आणि स्वत:चे विवाहापूर्वीचे नाव लावायला सुरुवात केली. तिने आता स्वत:चा असा समज करून घेतला आहे की, तिचे इंग्लंडमधील राजघराण्यात लग्न झाले आहे आणि तिचा असा आग्रह आहे की, लोकांनी तिला 'लेडी स्मिथ' असे संबोधावे.

''आणि मुलांच्या बाबतीत तर तिला असे वाटायचे की, प्रत्येक रात्री ती नव्या मुलाला जन्म देते. जेव्हा मी तिला फोन करायचो तेव्हा ती मला सांगायची, ''डॉक्टर, कालच मला मूल झाले.''

''आयुष्यात तिच्या सगळ्या स्वप्नांचा चक्काचूर झालेला तिने पाहिला होता. जणूकाही एखादे जहाज खडकावर आपटले होते, परंतु या वेडेपणाच्या बेटावरील तिच्या कल्पनेतील तिचे तास तिच्या मनातील कॅनव्हासवरील सुखी संसाराच्या चित्रामध्ये गुंतून पडले होते.''

''हे सगळे खूप दु:खद आहे, नाही?''

''मला नाही तसे वाटत.'' तिचे डॉक्टर मला म्हणाले, ''जर हात लांब करून तिचे शहाणपण जपून ठेवणे मला जमले असते, तरी मी तसे केले नसते, कारण सध्या ती पूर्वी होती त्यापेक्षाही सुखी आहे.''

ज्या लोकांना 'आपल्याला सगळ्यांनी मोठे म्हणावे, आपली स्तुती करावी' याची प्रचंड भूक असते त्यांच्या बाबतीत तसे झाले नाही, तर त्यांना वेडसुद्धा लागते. अशा वेळी तुम्ही आणि मी जर प्रामाणिकपणे त्यांचे कौतुक करू शकलो, तर केवढे पुण्याचे काम करू शकतो! केवढा मोठा चमत्कार घडवू शकतो!

अमेरिकेतील व्यापाराच्या क्षेत्रात वर्षाला लाख डॉलर्स मिळवणाऱ्या पहिल्या काही लोकांमध्ये चार्ल्स स्क्वॅब होता. (ज्या काळात इन्कमटॅक्स नव्हता आणि आठवड्याला पन्नास डॉलर्स मिळवणारे लोक सुखवस्तू समजले जात होते.) ॲण्ड्र्यू कार्नेगीने युनायटेड स्टेट्स स्टील कंपनीसाठी १९२१मध्ये स्क्वॅबची

अध्यक्ष म्हणून नियुक्ती केली. स्क्वॅब त्या वेळी फक्त अडतीस वर्षांचा होता. (स्क्वॅबने नंतर यू. एस. स्टील सोडली व संकटात सापडलेल्या बेथलेहेम स्टील कंपनीची पुनर्रचना करून तीपण फायद्यात आणली.)

कार्नेगीने स्क्वॅबला वर्षाकाठी लाख डॉलर्स देण्याचे का कबूल केले असेल? का? स्क्वॅब खूप हुशार होता म्हणून? नाही. मग इतरांपेक्षा स्टील उत्पादन कसे करायचे हे त्याला अधिक चांगले माहिती होते म्हणून? काहीतरीच काय! स्क्वॅबने स्वत: मला हे सांगितले की, त्याच्यापेक्षासुद्धा अधिक चांगले काम करणारी अनेक माणसे तेथे उपस्थित हाती.

स्क्वॅबने स्वत:च हे रहस्य उलगडून सांगितले की, हा एवढा मोठा पगार त्याला केवळ एवढ्यासाठी मिळत होता, कारण तो कंपनीतील सगळ्या माणसांना कौशल्याने हाताळू शकत होता. त्याच्या स्वत:च्या शब्दांमधले यशाचे हे रहस्य चिरकाल टिकणाऱ्या ब्रॉंझ धातूमध्ये कोरून सगळीकडे म्हणजे शाळा, ऑफिसेस, दुकाने येथे टांगून ठेवले पाहिजे. ब्राझीलमध्ये पावसाची वार्षिक सरासरी काय? किंवा लॅटीन भाषेतील क्रियापदे व उभयान्वयी अव्यये पाठ करण्यापेक्षा मुलांनी हे समजून घेणे अधिक महत्त्वाचे आहे, कारण हा सुविचार आपण पाळला, तर तुमचे आणि माझे आयुष्य पूर्ण बदलून जाणार आहे.

''मला असे वाटते की, माझ्यामधली खरी ताकद होती, ती कामगारांमधील उत्साह जागृत करण्याची आणि माझी मुख्य क्षमता ही होती की, प्रत्येक माणसाचे कौतुक करून आणि त्याला प्रोत्साहन देऊन त्याच्याकडून अधिकाधिक चांगले काम करून घ्यायचे.'' स्क्वॅबने स्वत: हे सांगितले.

''एखाद्या माणसातील महत्त्वाकांक्षेला सुरुंग लावण्याचे काम कोण करत असेल, तर त्याच्यावर त्याच्या वरिष्ठांकडून होणारी टीका! मी स्वत: कधीच कोणावर टीका केली नाही. कामाच्या बाबतीत उत्तेजन देण्याकडे माझा कल होता. त्यामुळेच माझ्या हाताखालील लोकांमधील चुका शोधण्यापेक्षा त्यांचे कौतुक करण्यावर माझा भर होता. जर मला एखाद्याची एखादी गोष्ट आवडली, तर मी मुक्त मनाने भरभरून त्याची स्तुती करत असे.'' असेही स्क्वॅब म्हणाला.

स्क्वॅबने हे केले आहे, पण सर्वसामान्यपणे सामान्य लोक काय करतात? याच्या अगदी उलट वागतात. त्यांना एखाद्याची एखादी गोष्ट आवडली नाही, तर ते हाताखालच्या लोकांवर असभ्यपणे खेकसतात आणि एखादी गोष्ट त्यांना पटली आणि जरी आवडली, तरी ते ओठ मिटून गप्प बसतात. एक अशी जुनी म्हण आहे, 'फक्त एकदाच माझ्याकडून चूक झाली, पण जगाने मला ते सतत ऐकवले. मी अनेकदा चांगला वागलो, पण त्याबद्दल कोणी चकार शब्दही काढला नाही.'

स्क्वॅबने आपल्या भाषणात जाहीररीत्या ते सांगितले, ''आत्तापर्यंतच्या जगभरातील

माझ्या प्रवासात माझा अनेक थोरा-मोठ्यांशी संबंध आला आहे किंबहुना अनेक प्रकारच्या लोकांशी संबंध आला, पण टीका झाल्यामुळे अद्याप कोणीही आपले काम अधिक चांगले केले नाही; त्याउलट कौतुकाची थाप पाठीवर पडल्यामुळेच, प्रोत्साहन मिळाल्यामुळेच कामाची प्रत सुधारली.''

असेच स्पष्ट मत दिल्यामुळेच आणि तसे वागल्यामुळेच ॲण्ड्र्यू कार्नेगीचे प्रचंड यश जगाने पाहिले. कार्नेगी त्याच्या अधिकाऱ्यांची जाहीररीत्या व खासगीरीत्यासुद्धा प्रशंसा करीत असे.

कार्नेगीला मृत्यूनंतरसुद्धा त्याच्या सहकाऱ्यांचे कौतुक करायचे होते, म्हणूनच त्याच्या मृत्यूनंतर त्याच्या थडग्यावर पुढील ओळी कोरण्याबद्दल त्याने आदेश देऊन ठेवले होते. तो म्हणतो, 'या दगडाखाली अशा माणसाला पुरले आहे ज्याला स्वत:भोवती त्याच्यापेक्षा हुशार माणसे कशी जमवावी याचे ज्ञान होते.'

जॉन डी रॉकफेलसुद्धा त्याच्या हाताखालील माणसांना कौशल्याने हाताळत असे. त्या हाताळण्यामागचे रहस्य होते, त्याने प्रामाणिकपणे केलेले कौतुक! उदाहरणार्थ, एकदा एडवर्ड बेडफोर्ड नावाच्या एका भागीदाराने त्याच्या कंपनीचे लाखो डॉलर्सचे नुकसान केले. दक्षिण अमेरिकेतील एका खरेदीच्या व्यवहारात त्याने खोट आणली, तेव्हा रॉकफेलर त्याला रागावू शकला असता, पण रॉकफेलरला माहिती होते की, बेडफोर्डने खूप प्रामाणिकपणे प्रयत्न केले होते. त्यामुळे झालेल्या नुकसानाबद्दल बोलण्यापेक्षा त्याने एकूण गुंतवणुकीपैकी साठ टक्के पैसे वाचवल्याबद्दल त्याचे अभिनंदन केले. रॉकफेलर म्हणाला, ''हे उत्तमच झाले, कारण सदासर्वकाळ आपण वरच्याच पायरीवर असू असे घडणे अशक्य आहे.''

माझ्याकडे काही गोष्टींची क्षणचित्रे आहेत. मला माहीत आहे की त्यांपैकी काही कधीही न घडलेल्या कथा आहेत, पण त्या कथा सत्य सांगतात. त्यांपैकी एक मी तुम्हाला सांगतो. ही एका शेतकरी महिलेच्या उद्वेगाची गोष्ट आहे. एक शेतात काम करणारी महिला दिवसभर काबाडकष्ट करून थकली होती. एके दिवशी तिच्या मनात काही वेगळेच आले. तिने तिच्या घरातल्या माणसांसमोर जेवणाऐवजी गवताचा चारा ठेवला. सगळी पुरुष मंडळी संतापली व तिच्यावर खेकसून म्हणाली, ''तुला काय वेडबिड लागले आहे का?'' त्यावर ती शांतपणे म्हणाली, ''गेली एकवीस वर्षे मी तुम्हाला चांगले-चुंगले करून घालते, पण एकदाही तुम्हाला त्याची पोचपावती का नाही द्यावीशी वाटली?''

''बायका घर सोडून का जातात?'' या विषयाचा अभ्यास काही वर्षांपूर्वी केला गेला. तेव्हा कोणते सत्य बाहेर पडले? तर ''गुणांचे कौतुक केले गेले नाही'', 'कामाची पोचपावती नाही' आणि माझी खात्री आहे की, पुरुष बायकांना सोडून का निघून जातात याचाही जर अभ्यास केला गेला असता, तरी हेच कारण पुढे आले

असते. आपण नेहमीच आपल्या जोडीदाराला गृहीत धरतो. इतके की, आपल्या कोणत्याच वागण्यातून असा संदेश त्याच्यापर्यंत पोहोचत नाही की, आपल्याला त्याचा अभिमान वाटतो.

आमच्या क्लासमध्ये दाखल झालेल्या एका विद्यार्थ्याने त्याच्या बायकोने त्याला केलेल्या विनंतीबद्दल सांगितले. त्याची बायको आणि तिच्या काही मैत्रिणी यांनी एका 'व्यक्तिमत्त्व विकास' शिबिरात भाग घेतला होता. शिबिर संपून घरी आल्यानंतर तिने तिच्या नवऱ्याला विनंती केली की, त्याने तिच्यामधील अशा सहा गोष्टी सांगाव्यात की, ज्यामध्ये तिला उत्तम पत्नी बनण्यासाठी सुधारणा करणे गरजेचे आहे. त्याने क्लासमध्ये पुढे सांगितले, ''या विनंतीमुळे मी गांगरून गेलो. स्पष्टपणे सांगायचे, तर अशा सहा गोष्टींची यादी करणे माझ्यासाठी काहीच अवघड नव्हते. तिच्यात काही बदल झाले असते, तर मलाही ते आवडले असते. कदाचित माझ्यातही बदल करण्याजोग्या हजार गोष्टींची यादी बनू शकली असती; पण मला असे काही करायचे नव्हते. म्हणून मी तिला म्हणालो, मला तुझ्या या विनंतीचा विचार करावा लागेल आणि उद्या सकाळी मी तुला उत्तर देऊ शकेन.

''दुसऱ्या दिवशी सकाळी मी भल्या पहाटे उठलो आणि फूलवाल्याला फोन करून सांगितले की, ताबडतोब सहा लाल गुलाबाची फुले छान बांधणी करून माझ्या पत्नीला पाठवा आणि त्यासोबत अशी चिठ्ठी लिहा, 'तू बदलाव्यास अशा सहा गोष्टी मला दिसत नाहीत. तू जशी आहेस तशीच मला आवडतेस.'

''त्या संध्याकाळी मी घरी पोहोचलो तेव्हा तुमचा काय अंदाज आहे की काय घडले असेल? मी आल्याबरोबर माझ्या बायकोने धावत येऊन मला मिठी मारली. त्या वेळी तिच्या डोळ्यांमध्ये आनंदाश्रू तरळत होते. तुम्हाला हे सांगायची गरज नाही की, मी तिच्यावर तिच्या विनंतीनुसार टीका केली नाही ही मी एक शहाणपणाची गोष्ट केली होती.

''त्याच्या पुढच्या रविवारी त्या सगळ्या बायका चर्चमध्ये जमल्या तेव्हा साहजिकच त्यांच्यावरील टीकेबाबतची चर्चा झाली. माझ्या पत्नीने तिचा जो अनुभव सांगितला ते ऐकून सगळ्याच भारावून गेल्या. त्या मुद्दाम मला भेटायला आल्या व माझ्या कनवाळूपणाबद्दल त्यांनी मला अभिवादन केले. त्या वेळी दुसऱ्याचे कौतुक करण्याचे किती महत्त्व आहे, याची मला जाणीव झाली.''

फ्लॉरेन्स झिगफेल्ड हा एक नेत्रदीपक यश मिळवलेला, सिनेमाक्षेत्रातील निर्माता होता. अमेरिकन मुलींना देदीप्यमान यश मिळवून देण्याबद्दलची त्याची ख्याती होती. तो एका पाठोपाठ एक अशा काही अतिसामान्य मुलींना हिरॉईन्स म्हणून चित्रपटात घेत असे की, ज्यांच्याकडे दुसऱ्यांदा पाहण्याची कोणाला इच्छाही होत नसे; परंतु सध्याच्या भाषेत तो त्यांचा असा काही मेकओव्हर करत असे की,

त्यांचे रूपच पालटून जाई. त्यांना पडद्यावर तो इतक्या मादक आणि गूढ पद्धतीने सादर करीत असे की, लोकांचा विश्वास बसत नसे. याचे कारण असे होते की, समोरच्याला प्रोत्साहन देण्याने व त्याच्यातील आत्मविश्वास जागृत केल्यामुळे किमया घडते हे त्याला माहिती होते. त्याच्या कनवाळूपणामुळे आणि साहसामुळे त्या बायका पडद्यावर खूप सुंदर दिसत. तो अत्यंत व्यवहारी होता. समूहगायन करणाऱ्या मुलींचे पगारसुद्धा त्याने आठवड्याला तीस डॉलर्सवरून पावणे दोनशे डॉलर्सवर पाठवले. याच्यामध्ये स्त्रीदाक्षिण्यही होते. तो त्याच्या प्रत्येक शोच्या शुभारंभाला त्याच्या चित्रपटात काम करणाऱ्या प्रत्येक छोट्या आर्टिस्टलासुद्धा तार पाठवून बोलवत असे व गुलाबाची फुले देऊन त्यांचे स्वागत करत असे.

एकदा मी असाच उपवास करण्याच्या खुळचट कल्पनेला बळी पडलो आणि सहा दिवस व सहा रात्री अन्नाशिवाय काढले. ते अवघड होते, पण आश्चर्याची गोष्ट म्हणजे पहिल्या दिवशी रात्री मी जेवढा भुकेलेला होतो त्यापेक्षा कमी भुकेलेला मी शेवटच्या दिवशी रात्री होतो आणि तुम्हाला जसे वाटते तसेच मला जाणवते की, ज्या लोकांना आपण आपल्या कुटुंबाला उपाशी ठेवण्याचा गुन्हा केल्याबद्दल अपराधीपण वाटते, त्यापेक्षा अधिक गुन्हेगार तर ते तेव्हा असतात जेव्हा ते त्यांच्या कुटुंबाला सहा दिवस, सहा आठवडे किंवा कदाचित साठ वर्षं कौतुकापासून वंचित ठेवतात. त्यांच्या कष्टाचे चीज करत नाहीत. कौतुकाने, प्रेमाने त्यांच्या पाठीवर थोपटत नाही.

अल्फ्रेड लुंट हा त्याच्या काळातील फार मोठा नट होता. जेव्हा 'रियुनियन इन व्हिएन्ना' या चित्रपटात तो काम करत होता तेव्हा तो म्हणाला, "मला त्या वेळी सगळ्यात जास्त कशाची गरज होती, तर माझा स्वाभिमान गोंजारण्याची."

आपण आपल्या मुलांचे, मित्रमैत्रिणींचे, कामगारांचे शारीरिक चोचले पुरवण्यावर भर देतो, पण त्यांचा स्वाभिमान जपण्यासाठी काय करतो? त्यांना ऊर्जेचा सतत पुरवठा व्हावा म्हणून आपण त्यांना बटाटे, मटण, चिकन वगैरे देतो; पण जे त्यांच्या मनामध्ये अधिक काळ एखाद्या सुमधुर संगीताप्रमाणे रेंगाळत राहतील असे चार गोड कौतुकाचे शब्द आपण त्यांच्याशी बोलत नाही .

पॉल हार्वेने त्याच्या रेडिओवरील प्रोग्रॅममध्ये 'दि रेस्ट ऑफ दि स्टोरी' नावाची एक अत्यंत भावुक गोष्ट सांगितली होती. खूप वर्षांपूर्वी डेट्रॉईटमधील एका शिक्षिकेने स्टिव्ही मॉरीसला वर्गामधील एक उंदीर पकडण्यास मदत करायला सांगितले. तुमच्या लक्षात आले का, त्या शिक्षिकेने स्टिव्हीला मिळालेल्या दैवी देणगीवर किती विश्वास टाकला? कारण तुमचा विश्वास बसणार नाही, पण स्टिव्ही मॉरीस आंधळा होता, पण त्याच्या बदल्यात निसर्गाने त्याला उत्तम प्रतीचे कान बहाल केले होते; पण केवळ त्या शिक्षिकेलाच त्या गोष्टीचे महत्त्व जाणवले

होते. त्या गोष्टीला फार वर्षे झाली, पण स्टिव्ही मॉरीस जो सत्तरीच्या दशकातला फार मोठा पॉप सिंगर होऊन गेला व गीतकार म्हणूनही त्याने नाव कमावले तो सांगतो की, त्या वेळी त्या शिक्षिकेने माझ्यावर जो विश्वास टाकला, त्यामुळेच माझे 'स्टिव्ही वंडर' नावाचे शोज यशस्वी झाले.

होय, लोकांना ओळखण्यासाठी स्तुती अर्थातच क्वचितच उपयोगी ठरते. स्तुती ही उथळ असते, ती स्वार्थी हेतूने केलेली असते व ती प्रामाणिक नसते. त्यामुळे ती अपयशच देते आणि ते तसेच असावे. हे खरे आहे की, काही लोक दोन गोड शब्दांचे इतके भुकेलेले असतात, तहानलेले असतात की, ते काहीही गिळायला तयार होतात. जसा एखादा खूप दिवसांपासून उपाशी असलेला माणूस चारा आणि किडेही खायला तयार असतो.

राणी व्हिक्टोरियासुद्धा स्तुतीची खूप भुकेली होती. पंतप्रधान डिझारेलींनी हे कबूल केले की, राणीबरोबर वागताना ही गोष्ट मनात घोळवूनच ते वागत असत. त्यांच्याच शब्दात सांगायचे तर ते म्हणत, "मी राणीला नेहमीच लोणी लावत असे." परंतु डिझारेली हा अत्यंत कौशल्यपूर्ण परिस्थिती हाताळणारा, सखोल विचारांचा आणि अदबशीर असा पंतप्रधान होऊन गेला, ज्याने ब्रिटिश साम्राज्यावर अति दूरपर्यंत राज्य केले. तो अत्यंत बुद्धिमान होता. त्याला ज्या गोष्टींचा फायदा झाला त्याचा तुम्हाला किंवा मला होईल असेही नाही. अधिक काळाचा विचार केला, तर अशी खोटी स्तुती हानिकारकच ठरेल. स्तुती ही खोटी असते. बनावट नोटांप्रमाणेच असते. खोट्या पैशांप्रनाणेच खोटी स्तुती आपल्याला संकटात ढकलते. जरी क्वचित तुम्ही एखादे वेळेस यशस्वी झालात, तरी सदा सर्वकाळ असे घडत नाही!

कौतुक आणि स्तुती यामधील फरक काय? सोप्पे आहे! पहिले प्रामाणिक आहे आणि नंतरचे अप्रामाणिक आहे. कौतुक थेट तुमच्या हृदयातून येते, तर स्तुती म्हणजे निव्वळ तोंडाच्या वाफा दवडणे असते. कौतुक नि:स्वार्थी मनाने केलेले असते, तर स्तुती नेहमी स्वार्थी हेतूनेच केली जाते. कौतुक सर्वत्र वंद्य असते, तर स्तुती सर्वत्र निंद्य असते.

नुकताच मी मेक्सिको शहरातील चॅपुल्टेपेक येथील राजवाड्यात मेक्सिकन हिरो जनरल अल्व्हॅरा ओब्रेगॉन याचा अर्धपुतळा पाहिला. या पुतळ्याच्या खाली जनरल ओब्रेगॉनचे जे तत्त्वज्ञान होते त्यामधील काही वाक्ये कोरली होती. ती अशी, 'तुमच्यावर हल्ला करणाऱ्या शत्रूला घाबरू नका. तुमची स्तुती करणाऱ्या मित्रांपासून मात्र जपून राहा.'

किंवा जॉर्ज पंचम यांची सहा विशेष तत्त्वे होती, जी त्यांनी त्यांच्या बकिंगहॅम पॅलेसच्या भिंतीवर रंगवून ठेवली होती. त्यातील एक सुविचार होता, 'मला इतरांची

खोटी स्तुती करण्यापासून परावृत्त होऊ दे आणि इतरांकडून खोटी स्तुती ऐकण्यापासून मला आनंद होऊ देऊ नको.' त्यांच्या मते स्तुती म्हणजे हलक्या दर्जाचा गुणगौरव! एकदा मी 'स्तुती' या शब्दाची योग्य व्याख्या ऐकली होती ती अशी की, 'स्तुती म्हणजे समोरच्या माणसाला त्याच्याच शब्दांत त्याला स्वत:बद्दल काय वाटते ते सांगणे.'

जर आपण एकमेकांची स्तुतीच करू लागलो, तर आपण सगळेच मानवी नातेसंबंध जपण्यात प्रवीण होऊ.

जेव्हा आपल्यासमोर एखादी निश्चित समस्या नसते तेव्हा सहसा आपण आपला पंचाण्णव टक्के वेळ स्वत:विषयी विचार करण्यात घालवतो. आता जर आपण स्वत:विषयी विचार करणे थांबवले आणि इतर माणसांमधील चांगल्या गुणांचा विचार केला, तर आपल्याला दुसऱ्यांची खोटी खोटी वारेमाप स्तुती करण्याची गरज पडणार नाही. कारण आपल्या तोंडातून शब्द बाहेर पडण्यापूर्वी आपल्याला ते मनोमनी पटलेले असतील.

आपल्या रोजच्या दैनंदिन दिनक्रमात आपण सगळ्यात जास्त दुर्लक्ष कशाकडे करत असू, तर ते गुणग्राहकतेकडे! आपल्या मुलाने किंवा मुलीने प्रगतिपुस्तक घरी आणले व त्यामध्ये चांगले मार्क्स दिसले, तरी आपण त्यांचे कौतुक करत नाही. जेव्हा आपली मुले पहिल्यांदा केक भाजण्यात किंवा पक्ष्यांचे घरटे बनवण्यात यशस्वी होतात तेव्हा आपण त्यांना प्रोत्साहन देत नाही.

पुढच्या वेळेस जेवताना तुम्हाला मटणाचा एखादा खूप चांगला पीस मिळाला तर त्या बावर्चीचे एका शब्दाने तरी कौतुक करा की, 'जेवण छान बनले होते.' तसेच एखाद्या थकलेल्या विक्रेत्याने तुम्हाला अधिक चांगली वागणूक दिली, तर त्याला तसे जरूर म्हणा.

प्रत्येक मंत्री आणि व्याख्याता किंवा जाहीर भाषणे ठोकणारा वक्ता या सगळ्यांनाच हा अनुभव असतो की, श्रोत्यांनी जर प्रोत्साहनपर प्रतिसाद दिला नाही, तर ते किती खचतात! अर्थात हीच गोष्ट दुकानांमध्ये, ऑफिसेसमध्ये, फॅक्टरीजमध्ये, मित्रमैत्रिणींमध्ये आणि कुटुंबातसुद्धा लागू पडते. आपल्या वैयक्तिक नातेसंबंधात आपण हे कायम लक्षात ठेवले पाहिजे की, आपल्याशी निगडीत असलेले सगळेच जण हे मानव आहेत आणि त्या सगळ्यांना पाठीवर कौतुकाची थाप पडण्याची भूक आहे आणि सगळ्यांनी आनंद उपभोगणे हा कायदेशीर हक्क आहे.

तुम्ही रोज ज्यांना ज्यांना भेटता त्यांचा निरोप घेताना कृतज्ञतेचा एक धागा मागे सोडून बघा आणि मग बघा की, त्या धाग्यामधूनच मैत्रीची व प्रेमाची फुले कशी उमलतात! ती तुम्हाला परत भेटीचे निमंत्रण देतील.

कनेक्टीकट, न्यू फेअरफिल्डमधील पामेला डनहॅम हिच्या कामाच्या ठिकाणी ज्या काही अनेक जबाबदाऱ्या होत्या त्यातलीच एक जबाबदारी म्हणजे द्वारपालावर

लक्ष ठेवणे; पण तो द्वारपाल त्याचे काम अगदी वाईट करत होता. इतर सगळे कामगार त्याची खूप चेष्टा मस्करी करायचे आणि हे सगळे इतके त्रासदायक होते की, त्यांच्या कामाचा चांगला वेळ त्यामुळे बरबाद होत असे.

पामेलाने या माणसाला अनेकदा अनेक प्रकारे सांगून पाहिले. तिच्या असे लक्षात आले की, काही वेळेस तो त्याचे काम चांगलेही करत असे. मग जेव्हा तो त्याचे काम चांगले करीत असे तेव्हा पामेला इतरांसमक्ष त्याचे खूप कौतुक करत असे. त्यामुळे त्याचे काम दिवसेंदिवस सुधारू लागले आणि थोड्याच दिवसांत तो त्याच्या कामात प्रवीण झाला. लोकही आता त्याचे कौतुक करू लागले. टीका आणि टिंगलटवाळी करण्यापेक्षा प्रामाणिकपणे कौतुक केल्यामुळे त्याचे निश्चितच खूप चांगले फळ मिळाले.

लोकांच्या भावना दुखावण्याने त्यांच्यात कधीच सुधारणा होत नाही. पूर्वीची एक म्हण आहे, जी मी माझ्या आरशावर कापून चिकटवून ठेवली आहे. तिच्यावर रोज नजर टाकल्याशिवाय मी बाहेरच पडू शकत नाही:

मी या मार्गाने फक्त एकदाच जाणार आहे. जे जे काही चांगले, उदात्त, उन्नत, दयाळूपणाचे आहे ते ते सगळे मला माझ्या इतर सहप्रवाशांबरोबर वाटून घेऊ दे. माझे त्यांच्याकडे दुर्लक्ष व्हायला नको किंवा मी त्यांच्यात भेदभाव करायला नको, कारण मी या मार्गाने पुन्हा येणार नाही.

इमर्सन म्हणतो, ''मला भेटणारा प्रत्येक माणूस हा माझ्यापेक्षा कुठल्या ना कुठल्या प्रकारे अधिक चांगल्या दर्जाचा असतो. मी हे सुरुवातीलाच लक्षात घेतो.''

जर इमर्सनच्या बाबतीत असे घडते, तर आपल्या बाबतीत ते हजार पटीने अधिक वेळा घडते. आपण आता स्वत:च्या हुशारीचा, कौशल्याचा, गरजांचा विचार करणे सोडून देऊ. त्याच्याऐवजी आपण इतरांमधील गुण शोधून काढून खोटी स्तुती करणे विसरून जाऊ. समोरच्याचे प्रामाणिकपणे कौतुक करू. 'त्यांच्या गुणांबद्दल बोलताना हातचे काही राखून ठेवणार नाही. मुक्त मनाने त्यांचे कौतुक करू.' त्यामुळे लोकांनासुद्धा तुमचे बोलणे खूप आवडेल. एखाद्या खजिन्याप्रमाणे तुमचे बोलणे ते जपून ठेवतीलच, पण तुम्ही जरी त्यांना विसरलात, तरी ते तुम्हाला कायम लक्षात ठेवतील.

तत्त्व २:

इतरांचा प्रामाणिकपणे गुणगौरव करा आणि मुक्तपणे त्यांचे कौतुक करा.

३

जो हे करू शकतो त्याच्याबरोबर सगळे जग असते अन् जो हे करू शकणार नाही त्याचा मार्ग एकला असेल

मी उन्हाळ्यामध्ये मेन या प्रांतात नेहमी मासेमारी करायला जातो. मला स्वत:ला स्ट्रॉबेरीज आणि क्रीम खायला खूप आवडते, पण मला माहीत आहे की, काही विशेष कारणासाठी माशांना मात्र किडेच खायला आवडतात. म्हणून मासेमारी करायला जाताना मला काय आवडते याचा विचार न करता माशांना काय आवडते याचाच मी विचार करतो. माझ्या मासेमारी करण्याच्या गळाच्या काठीच्या हुकला मी स्ट्रॉबेरीज आणि क्रीम न लटकवता किडे, नाकतोडे वगैरे अडकवतो व माशांना आकर्षित करण्यासाठी पाण्यात काठी धरतो व म्हणतो, ''घ्या, तुम्हाला हेच आवडते ना!''

मी मासेमारी करताना जसे व्यावहारिक चातुर्य दाखवतो तसेच चातुर्य माणसांच्या बाबतीत का वापरू नये?

पहिल्या महायुद्धाच्या वेळी ग्रेट ब्रिटनचा पंतप्रधान लॉईड जॉर्ज याने हेच तत्त्व वापरले. जेव्हा त्याला कोणीतरी विचारले की, विल्सन ऑरलेंडो, क्लेमेनन्स हे सगळे नेते निष्प्रभ ठरले, पण जॉर्जने लोकांवर इतका प्रभाव कसा पाडला? त्यावर जॉर्जने सांगितले, ''मी सत्तेवर अनेक वर्षे राहिलो याचे श्रेय एकाच गोष्टीला जाते. ते म्हणजे कोणत्या माशासाठी कोणता गळ वापरायचा व त्याच्या हुकला काय लटकवायचे याबद्दल मी केलेला अभ्यास.''

आपल्याला काय आवडते याबद्दल कशाला बोलायचे? ते फारच बालिशपणाचे आहे, निरर्थक आहे; अर्थात तुमच्या खास आवडीनिवडी असू शकतात. तुम्ही त्यापासून सदा-सर्व काळ आनंद उपभोगू शकता! पण ते तुमच्यापर्यंतच ठेवा, कारण तुमच्या सभोवतालची माणसेसुद्धा तुमच्यासारखीच असतात. त्यांच्या आवडीनिवडीसुद्धा खास वेगळ्या असू शकतात आणि त्यांनाही त्या जोपासायच्या असतात.

म्हणून या पृथ्वीवरच्या लोकांवर प्रभाव टाकण्याचा एकच मार्ग आहे व तो म्हणजे लोकांना ज्या विषयात रुची आहे त्याबद्दलच बोला आणि त्यांना जे हवे आहे ते देण्याचा प्रयत्न करा.

उद्या तुम्हाला एखाद्याकडून एखादी गोष्ट करून घ्यायची असेल, म्हणजे उदाहरणार्थ, तुमच्या मुलाने सिगरेट ओढू नये असे तुम्हाला वाटत असेल, तर त्याला उपदेशाचे डोस पाजण्याच्या भानगडीत पडू नका किंवा तुम्हाला काय हवे आहे ते त्याला सांगायला जाऊ नका. फक्त त्याला एवढेच दाखवा की, सिगरेट ओढण्यामुळे तो बास्केटबॉलच्या टीममध्ये खेळू शकणार नाही. शंभर मीटर धावण्याच्या शर्यतीत भाग घेऊ शकणार नाही.

हीच गोष्ट सगळ्या ठिकाणी लागू पडते. मग तुम्ही मुलांशी बोला किंवा गायीच्या वासरांशी बोला किंवा चिंपांझीबरोबर बोला. उदाहरणार्थ, एक दिवस राल्फ बाल्डो इमर्सन आणि त्याचा मुलगा एका गायीच्या वासराला बळजबरीने धान्याच्या कोठारात शिरायला भाग पाडत होते. सर्वसामान्यपणे लोक जी चूक करतात तीच चूक ते करत होते. ती म्हणजे ते फक्त त्यांना काय वाटते याचा विचार करत होते. इमर्सन त्या वासराला ढकलत होता आणि त्याचा मुलगा त्या वासराला ओढत होता आणि ते वासरू? ते त्याला जे हवे तेच करत होते. त्या वासराला हिरव्या कुरणात चरायचे होते, त्यामुळे ते गवतात घट्ट पाय रोवून विरोध करत होते. एक आयरीश मोलकरीण दुरून हे अथक प्रयत्न पाहत होती. तिने ना कधी विद्वत्तापूर्ण पुस्तके लिहिली होती ना तिला मोठमोठे निबंध वाचता येत होते, पण अशा प्रसंगी लागणारे व्यवहारचातुर्य मात्र तिच्याकडे होते; जे इमर्सनकडे नव्हते! ती जवळ आली. तिने आपली करंगळी वासराच्या तोंडात घातली. त्याला तिचे बोट चोखू दिले आणि त्याच वेळी त्या वासराला हळुवारपणे गोदामात नेले.

आपल्या जन्मापासून केलेली आपली प्रत्येक कृती ही आपल्याला त्यापासून काहीतरी मिळण्याच्या हेतूने केलेली असते. तुम्ही रेड क्रॉस सोसायटीमध्ये रक्तदान करता तेसुद्धा मनात हा हेतू ठेवून की, आपल्याला गरज पडेल तेव्हा आपल्याला रक्त मिळेल.

काही वेळेस तुम्ही एखाद्या निधीला साहाय्य करता, सामाजिक कार्यासाठी वर्गणी देता, ते कोणत्या भावनेतून? तर अनेकदा तुम्ही नकार देऊ शकत नाही! काही वेळेस तुम्हाला 'नाही' म्हणायची लाज वाटते! किंवा तुमच्या एखाद्या गिऱ्हाइकाला खूश करण्यासाठी तुम्ही तसे करता. कारणे काहीही असली, तरी काहीतरी लाभ मिळविण्याच्या हेतूने तुम्ही मदत करता. काही वेळेस एखाद्या संस्थेत पद मिळते, तर काही वेळेस तेथील एखाद्या हॉलला तुमच्यापैकी कोणाचे नाव दिले जाते.

'इन्फ्लुअन्सिंग ह्युमन बिहेविअर' या नवी दृष्टी देणाऱ्या पुस्तकात हॅरी ओव्हरस्ट्रीट म्हणतो, 'आपली मूलभूत इच्छा-आकांक्षा जी असते तिच्यामुळे प्रेरित होऊन आपण एखादी कृती करतो. एखादी गोष्ट करण्यासाठी आपले मन वळवणारी व्यक्ती आपल्याला वेळोवेळी सल्ले देते. हे सगळीकडे घडते. म्हणजे धंद्याच्या ठिकाणी, व्यवसायात, शाळेत, दुकानात, घरी, फॅक्टरीत, राजकारणात असे सगळीकडेच! जी व्यक्ती समोरच्याच्या मनात एखाद्या गोष्टीबद्दल, ती मिळवण्याबद्दल औत्सुक्यपूर्ण गरज निर्माण करेल त्या व्यक्तीबरोबर सगळे जग असते आणि ज्याला हे करणे जमत नाही, त्याचा मार्ग एकला असतो.

ॲण्ड्र्यू कार्नेगी हा गरिबीने गांजलेला एक तरुण होता, ज्याने दर तासाला दोन सेंट्सप्रमाणे काम करायला सुरुवात केली होती. मात्र पुढील आयुष्यात तो इतका यशस्वी झाला की, त्याच्याकडे ३६५ मिलिअन डॉलर्स एवढी संपत्ती होती. लोकांवर प्रभाव कसा टाकायचा हे तंत्र तो फार लहान वयात शिकला. लोकांना हवे असलेलेच तो बोलत असे. त्याने शालेय शिक्षण फक्त चार वर्षे घेतले, पण लोकांना कसे हाताळायचे याचे कौशल्य त्याच्याकडे होते.

इमर्सनने स्वत:च याबद्दल एक गंमतशीर गोष्ट सांगितली आहे. कार्नेगीची मेहुणी तिच्या दोन मुलांवर वैतागली होती. ती मुले येल शहरात राहत होती व स्वत:च्या कामात इतकी गर्क होती की, आईकडे मुळीच लक्ष देत नव्हती. आईने अजिजीने लिहिलेल्या पत्रांना उत्तरेसुद्धा पाठवत नव्हती.

कार्नेगीने हे सगळे पाहिल्यावर एक पैज लावली की, 'पत्र पाठवा' हे शब्दही न लिहिता मुलांना मी उलट टपाली पत्र पाठवायला लावतो की नाही ते पाहा. ही शंभर डॉलर्सची पैज एका नातेवाइकाने स्वीकारली. मग कार्नेगीने आपल्या दोन्ही भाच्यांना छान मजेदार पत्रे लिहिली आणि त्यात मुद्दामच असे लिहिले की, तो दोघांसाठीही पाच-पाच डॉलर्सच्या दोन नोटा पाठवत आहे. नंतर जाणूनबुजूनच त्याने पाकिटात नोटा घातल्या नाहीत व पत्र पाठवून दिले.

उलट टपाली दोन्ही भाच्यांची पत्रे आली. त्यात त्यांनी 'डिअर ॲण्ड्र्यू अंकल' अशी सुरुवात करून नोटांबद्दल आभार मानले होते. पुढचे पत्र तुम्ही तुमच्या चॉइसप्रमाणे पूर्ण करू शकता.

आमच्या कोर्ससाठी येणाऱ्या ओहिओ येथील क्वीन्सलँडमध्ये राहणाऱ्या स्टॅन नोव्हाकने मन वळविण्याच्या बाबतीतील आणखी एक मजेदार गोष्ट सांगितली. एके दिवशी संध्याकाळी तो कामावरून घरी आला. पाहतो तर काय, त्याचा लहान मुलगा टीम जमिनीवर पाय आपटत किंचाळत होता. त्याला बालवाडीमध्ये जायचे नव्हते आणि त्यासाठी तो त्याचा निषेध नोंदवत होता. स्टॅनची सर्वसाधारण प्रतिक्रिया काय झाली असती, तर त्याने त्याला खोलीत बंद करून ठेवले असते

व 'ते काही नाही! शाळेत जावेच लागेल!' असे बजावले असते; पण त्या रात्री स्टॅनला आतूनच हे जाणवले की, याचा काही उपयोग नव्हता, कारण यामुळे बालवाडीची शाळा कशी चांगली होती, हे त्याला समजणार नव्हते. स्टॅन शांतपणे बसला व त्याने विचार केला, 'जर मी टीमच्या जागी असतो, तर मला तरी शाळेत जाण्याबद्दल उत्सुकता कशी वाटली असती?' मग त्याने व त्याच्या बायकोने मिळून बालवाडीत असणाऱ्या मजेदार गोष्टींची यादी केली. त्या यादीमध्ये बोटे रंगवणे, गाणी गाणे, नवीन मित्र बनवणे अशा गोष्टी होत्या. आता त्यांनी कृतीला सुरुवात केली. तो पुढे म्हणाला, ''त्यानंतर मी, माझा मोठा मुलगा बॉब आणि माझी बायको लील आम्ही तिघे डायनिंग टेबलाभोवती बसलो व आमच्या बोटांवर चित्रे काढण्यास सुरुवात केली. आम्ही खूप मजेत हा खेळ खेळत होतो. कोपऱ्यातून टीम हे सगळे डोकावून पाहत होता. शेवटी न राहवून उडी मारून तो आमच्यात आला व आर्जवे करू लागला, ''मलापण तुमच्यात घ्या.'' आम्ही म्हटले, ''छे छे! हे फक्त शाळेतच शिकवतात, त्यामुळे तुला कसे येणार? त्यासाठी तुला शाळेतच जावे लागेल.'' हळूहळू मी यादीतील सगळ्याच गोष्टींची त्याला ओळख करून दिली. दुसऱ्या दिवशी सकाळी मी उठलो तेव्हा मला वाटले की, मीच प्रथम उठलो, पण खाली जाऊन पाहतो तर टीम माझ्याआधी उठून हॉलमधील खुर्चीवर बसला होता. मी त्याला विचारले, ''तू येथे काय करतोयस?'' त्यावर तो म्हणाला, ''मी बालवाडीत जाण्याची वाट पाहतो आहे. मला उशीर करायचा नाहीये.'' आमच्या संपूर्ण कुटुंबाने त्याच्या मनात बालवाडीविषयी इतकी उत्सुकता निर्माण केली होती की, अधिक काही चर्चा, रागावणे किंवा धमक्या या कशाचीच गरज उरली नव्हती.''

उद्या जर तुम्हाला कोणाचे मन वळवायचे असेल व कोणाकडून काही करून घ्यायचे असेल, तर बोलण्यापूर्वी जरा थांबा आणि स्वत:ला प्रश्न विचारा, 'मी या माणसाच्या मनात ही गोष्ट करण्याची इच्छा कशी निर्माण करू शकतो?'

या प्रश्नामुळे घाईघाईने एखादी कृती करण्यापासून व निरर्थक वायफळ गप्पा मारण्यापासून आपण स्वत:ला थांबवू शकतो.

एकदा न्यूयॉर्कमधील एका चांगल्या हॉटेलमधील बॉलरूम मी वीस रात्रींसाठी प्रत्येक वर्षी भाड्याने घ्यायचे ठरवले होते. तेथे मी माझ्या व्याख्यानांचे सत्र सुरू करणार होतो.

त्या वर्षीच्या सुरुवातीलाच मला अचानकपणे सांगण्यात आले की, मला मागच्या वर्षीच्या तिप्पट भाडे अधिक द्यावे लागणार होते. ही बातमी माझ्यापर्यंत पोहोचली तेव्हा माझी तिकिटे छापून झाली होती आणि वाटूनही झाली होती आणि सगळ्या जाहिरातीसुद्धा देऊन झाल्या होत्या.

साहजिकच हे वाढीव भाडे देण्याची माझी इच्छा नव्हती. अन् मला काय हवे होते ते हॉटेल-मालकाला सांगूनही काही उपयोग नव्हता, कारण शेवटी त्याची इच्छा त्याच्यासाठी जास्त महत्त्वाची असणार होती. म्हणून दोन दिवसांनी मी हॉटेलच्या मॅनेजरला भेटलो.

मी त्याला म्हणालो, ''तुमचे असे पत्र वाचून मला मोठा धक्का बसला, पण त्याबद्दल मी तुम्हाला दोष देणार नाही. मी जर तुमच्या जागी असतो, तर मीसुद्धा हेच केले असते. मीसुद्धा असेच पत्र लिहिले असते. मॅनेजर म्हणून काम करताना हॉटेलचा जास्तीतजास्त फायदा कसा होईल हे पाहणे तुमचे कर्तव्यच आहे. जर तुम्ही असे केले नाही, तर तुमचे वरिष्ठ तुम्हाला रागावतील आणि रागवायलाच पाहिजे; पण तरीही मला असे वाटतेय की, आपण असे करू या की, कागद-पेन्सिल घेऊन भाडेवाढ करण्यामुळे होणारे फायदे व तोटे आपण लिहून काढू या.''

मग मी लेटरहेड घेतले. मधोमध एक रेष काढली आणि दोन कॉलम्स करून फायदे व तोटे असा वर मथळा लिहिला.

फायदे या मथळ्याखाली मी लिहिले की, बॉलरूम फुकट! ''तुम्हाला हा फायदा आहे की, बॉलरूम तुम्ही डान्ससाठी केव्हाही भाड्याने देऊ शकता. व्याख्यानांसाठी हॉल जेवढे कमावणार त्यापेक्षा अधिक पैसे हॉल डान्ससाठी भाड्याने दिला, तर मिळतील. जर मी बॉलरूमशी वीस रात्रींसाठी टायअप केले, तर मात्र तुमचा फार मोठा धंदा तोट्यात जाईल.

''आता आपण तोट्यांचा विचार करू. सगळ्यात महत्त्वाची गोष्ट म्हणजे तुम्ही माझ्याकडून अधिक फायदा मिळवू पाहत आहात, पण मी तुम्हाला तेवढे भाडे देऊच शकत नाही, त्यामुळे मला माझी क्लासची जागा बदलावी लागेल.

''तुम्हाला यामुळे दुसरा तोटा होईल तो असा की, माझ्या व्याख्यानांना समाजातील उच्चभ्रू, सुशिक्षित वर्ग येतो. साहजिकच त्यामुळे तुमच्या हॉटेलची जाहिरात होते. हो ना? खरेतर वर्तमानपत्रात पाच हजार डॉलर्स खर्च करून जाहिरात देण्यानेसुद्धा एवढ्या लोकांचे पाय तुमच्या हॉटेलकडे वळणार नाहीत, जेवढे माझ्या व्याख्यानांमुळे वळतात. यामुळे हॉटेलची योग्यता वाढते. हे खरे ना?''

बोलत असतानाच तोटे या सदरात मी हे दोन मुद्दे लिहिले आणि तो कागद मॅनेजरच्या हातात दिला आणि त्याचा अंतिम निर्णय काय ठरतो ते कळवण्यास सांगितले.

दुसऱ्या दिवशी मला त्यांचे पत्र मिळाले की, माझे भाडे जे पूर्वी त्यांनी तीनशे टक्क्यांनी वाढवले होते ते रद्द करून आता ते पन्नास टक्क्यांनी वाढवले होते.

लक्षात घ्या, मला ही सवलत मिळवण्यासाठी मला काय हवे आहे याबद्दल

एक अक्षरही बोलण्याची गरज पडली नाही. मी सतत हेच बोलत राहिलो की, त्याला काय हवे आहे आणि ते तो कसे मिळवू शकतो!

कल्पना करा, सामान्य मानवी स्वभावानुसार मी जर वागलो असतो, म्हणजे चिडून एखाद्या वादळाप्रमाणे त्यांच्या ऑफिसमध्ये जाऊन धडकलो असतो आणि म्हणालो असतो, 'तुम्ही माझे भाडे तीनशे टक्क्यांनी वाढवले याचा अर्थ मी काय समजायचा? तिकिटे छापली गेली आहेत आणि जाहिरात करून झाली आहे, हे तुम्हाला माहिती असतानाही तुम्ही हे कसे केले? तीनशे टक्के? वेडबिड लागले आहे की काय? मी एवढे पैसे मुळीच देणार नाही.'

मग काय घडले असते? जोरजोरात वादावादी झाली असती. मग खडाजंगी झाली असती, धुमारे फुटले असते. बराच वेळ फुरफुरणे झाले असते आणि तुम्हाला माहिती आहे की, वादावादीचा शेवट काय होतो? जरी मी त्याला कितीही पटवून दिले असते की, तो कसा चूक आहे, तरी त्याच्या स्वाभिमानामुळे त्याला शरण येणे अवघड झाले असते.

मानवी नातेसंबंधांबद्दल आत्तापर्यंत दिल्या गेलेल्या सल्ल्यांपैकी हेन्री फोर्डने दिलेला हा सर्वांत महत्त्वाचा सल्ला आहे की, 'कोणत्याही यशाचे रहस्य एका गोष्टीत दडलेले असते. ते म्हणजे समोरच्याच्या दृष्टिकोनातून आणि त्याच वेळी स्वतःच्या दृष्टिकोनातून एखाद्या घटनेकडे बघण्याची क्षमता.'

हे विधान किती मोलाचे आहे! मला त्याचा पुनरुच्चार करण्याचा मोह होतो आहे;

'कोणत्याही यशाचे रहस्य एका गोष्टीत दडलेले असते. ते म्हणजे समोरच्याच्या दृष्टिकोनातून आणि त्याच वेळी स्वतःच्या दृष्टिकोनातून एखाद्या घटनेकडे बघण्याची तुमची क्षमता.'

ज्याला हे जमते, तो यशस्वी होतो.

हे किती साधे आणि सोपे आहे की, प्रत्येकाने सत्याची कास धरावी, सत्य शोधण्याचा प्रयत्न करावा; पण या पृथ्वीवरचे नव्वद टक्के लोक नव्वद टक्के वेळा या गोष्टीकडे दुर्लक्ष करतात.

उदाहरण हवे आहे का? उद्या सकाळी तुमच्या टेबलावर जी पत्रे येऊन पडतील ती उघडा व वाचा. तुमच्या असे लक्षात येईल की, बहुतांशी पत्रांमध्ये या नियमाचे पूर्णतः उल्लंघन केलेले असते. वानगीदाखल मी तुम्हाला खालील पत्र वाचायला देतो. हे लिहिले आहे रेडिओमधील जाहिरात विभागाच्या प्रमुखाने! ज्यांची अनेक अनेक कार्यालये देशभर पसरली आहेत. प्रत्येक स्थानिक रेडिओ स्टेशनच्या मॅनेजरला हे पत्र पाठवले गेले. (कंसात माझ्या प्रतिक्रिया आहेत.)

मि. जॉन ब्लॅक,
ब्लॅकव्हिले,
इंडिआना

प्रिय मि. ब्लॅक :

... या कंपनीची अशी इच्छा आहे की, त्यांच्या जाहिरातीचे वितरण रेडिओ क्षेत्रात असेच चालू राहू द्यावे.

(तुझ्या कंपनीची काय इच्छा आहे याची कोणाला पडलीय? आमच्यापुढे आमच्या समस्या आहेत. बँकेने माझे घरावरील तारण काढून घ्यायचे ठरवले आहे. माझ्या घरातील शोभेच्या झाडाला किडे कुरतडतायत. काल शेअर मार्केट पार गडगडले. सकाळी सव्वा आठची ट्रेन चुकली. काल रात्री जोन्सकडे डान्सपार्टीला मला बोलावले नव्हते. डॉक्टरांनी मला सांगितले आहे की, माझे ब्लडप्रेशर वाढले आहे. मला न्युरायटीस झाला आहे आणि माझ्या डोक्यातील कोंडापण वाढला आहे. त्यामुळे आज सकाळी ऑफिसमध्ये येताना मी फार उदास होतो. माझी पत्राची पेटी उघडली, तर कसले हे पत्र! म्हणे त्यांच्या कंपनीला असे हवे आहे! काय वैताग आहे! असली पत्रे कधी पाठवायची असतात का? खरेतर असली माणसे जाहिरातीच्या क्षेत्रातून बाहेर फेकण्याच्याच लायकीची असतात.)

आमच्या ह्या जाहिरात कंपनीचे नेटवर्क संपूर्ण देशात पसरले आहे. आम्ही रेडिओवर जास्तीतजास्त काळासाठी जाहिराती देत असतो, म्हणूनच वर्षानुवर्षे आम्ही नं. एकवर आहोत.

(वा! वा! तुम्ही मोठे श्रीमंत, तुम्ही हुशार, तुमचे सगळेच बरोब्बर! आहात कोण तुम्ही? कोणीही असलात, तरी आम्हाला काय फरक पडतो? तुम्ही जनरल मोटर्स इतके बलाढ्य आहात की जनरल इलेक्ट्रीकल्स आणि यू. एस. आर्मीच्या जनरल स्टाफइतके मोठे आहात की त्या सगळ्याचे मिश्रण आहात तुम्ही? तुम्हाला गुणगुणणाऱ्या माशीच्या निम्मी जरी हुशारी असती ना, तरी तुमच्या हे लक्षात आले असते की, मला मी किती मोठा आहे यामध्ये स्वारस्य आहे. तुम्ही किती मोठे आहात यामध्ये नाही. तुमच्या या प्रचंड यशामुळे सतत माझ्या मनाला मी लहान आणि कमी महत्त्वाचे असल्यासारखे वाटते.)

आमची अशी इच्छा आहे....

(तुमची इच्छा! सतत तुमची इच्छा! तू एक निर्बुद्ध गाढव आहेस. तुझी काय इच्छा आहे किंवा अमेरिकेच्या प्रेसिडेंटची काय इच्छा आहे

यामध्ये मला मुळीच स्वारस्य नाही. मी तुला एकदाच आणि आता हे शेवटचे सांगतो की, माझ्या इच्छेतच मला स्वारस्य आहे आणि तुझ्या या संपूर्ण वायफळ पत्रात एक अक्षरसुद्धा याबद्दल नाही.)

...म्हणून तुम्ही आमच्या कंपनीला तुमच्या निवडक यादीत समाविष्ट कराल का? त्यासाठी तुमच्याकडे कोणती वेळ आमच्यासाठी आहे आणि त्याचे आरक्षण कधी करायचे याबद्दल तपशीलवार आम्हाला कळवा.

(निवडक यादी म्हणे! काही अक्कल आहे का? सतत तुमच्या कंपनीबद्दल बोलून तुम्ही आम्हाला हीन लेखत आहात आणि पुन्हा मला निवडक यादीत तुम्हाला समाविष्ट करायला सांगत आहात. साधे 'प्लीज' म्हणण्याचा शिष्टाचारसुद्धा तुम्ही पाळत नाही. याला विनंती तरी कसे म्हणावे?)

...तुमचा काय निर्णय ठरला याचे पत्र उलट टपाली ताबडतोब पाठवावे. परस्परांना ते योग्य होईल.

(काय मूर्ख माणूस आहे! तू मला कसले घाणेरडे पत्र पाठवलेस! ग्रीष्म ऋतूतील पानगळ जशी सर्वदूर पसरते, तसे अस्ताव्यस्त पसरलेले हे पत्र आहे. मी आधीच माझ्या विवंचनेत व्यग्र आहे. घराचे कर्ज, माझे इन डोअर प्लाण्ट, माझे ब्लडप्रेशर! स्वत:बद्दल एक ओळ लिहायला फुरसत नाही आणि तू मला म्हणतोस 'ताबडतोब'! समजतोस काय तू स्वत:ला? 'ताबडतोब' शब्दाचा अर्थ समजतो का तुला? तुझ्याइतकाच मीपण व्यग्र आहे. निदान स्वत:बद्दल तसा विचार करणे मला आवडते हं! आणि मला हुकूम सोडण्याचा अधिकार तुला कोणी दिला? शेवटी तू 'परस्परांना सोयीचे होईल' म्हणालास, तेवढे मात्र बरे केलेस. निदान माझापण विचार केलास, पण त्यात माझा काय फायदा आहे, याबद्दल संदिग्धता आहे.)

तुझाच विश्वासू
जॉन डो
मॅनेजर – रेडिओ विभाग

ता. क. – ब्लॅकव्हिले जर्नलची एक प्रत तुमच्यासाठी पाठवत आहे. तुम्हाला हवी असल्यास तुमच्या स्टेशनवर प्रक्षेपित करू शकता.

(हुश्श! अखेरीस तू असे काहीतरी सांगितलेस ज्यामुळे माझी एकतरी समस्या सुटली. तू तुझ्या पत्राची सुरुवात अशी का नाही केलीस? पण जाऊ दे. आता त्याचा काय उपयोग? तुझ्यासारखा जाहिरातक्षेत्रातील

माणूस जेव्हा अशी चूक करतो, तेव्हा त्याच्या डोक्यातच काहीतरी बिघाड असतो. तुला आमच्या पत्राची गरज नाही, तर गरज आहे ती तुझ्या थायरॉइड ग्रंथीमध्ये जास्त आयोडीन असण्याची!)

आता लक्षात घ्या, ज्यांची आयुष्ये जाहिरातक्षेत्राला वाहिलेली आहेत आणि जे लोकांना एखादी गोष्ट विकत घेण्यास भाग पाडण्यासाठी प्रसिद्ध आहेत, ते जर अशी पत्रे लिहू शकतात, तर आपण एखाद्या खाटकाकडून किंवा फिटरकडून किंवा बेकरीवाल्याकडून कशा पत्रांची अपेक्षा करू शकतो.

इथे मी आणखी एका पत्राचा नमुना देतो. हे एका सुपरिटेंडंटने एडवर्ड व्हर्मिलेन नावाच्या त्याच्या विद्यार्थ्याला लिहिले आहे. ज्याला हे पत्र लिहिले आहे त्याच्यावर या पत्राचा काय परिणाम होईल? तुम्ही स्वत: वाचा आणि मग मी तुम्हाला सांगतो.

अे झिरेंगाज सन्स
२८ फ्रंट स्टेशन,
ब्रुकलिन एन. वाय. ११२०१,
अटेन्शन : मि. एडवर्ड व्हर्मिलेन

आदरणीय महोदय,

आमच्या रेडिओ रिसीव्हिंग स्टेशनवरील कामकाज काही सामान वेळेवर पोहोचू न शकल्यामुळे बंद पडले आहे. ते सामान आज दुपारी फार उशिरा पोहोचले, त्यामुळे कोंडी झाली आहे. त्याचा परिणाम असा झाला की, आमच्या कामगारांना अधिक वेळ काम करावे लागले. ट्रक्सपण उशिरा आले आणि काही मालवाहू ट्रक्सपण उशिरा पोहोचल्या. १० नोव्हेंबरला तुमच्या कंपनीकडून ५१० पीसेस आम्हाला मिळाले. ते दुपारी सुमारे ४.२०ला मिळाले.

मालवाहू ट्रक्सच्या उशिरा येण्यामुळे जी काही अनिष्ट परिस्थिती निर्माण झाली होती, त्याच्यावर मात करण्यास तुम्ही आम्हाला जी मदत केली त्याबद्दल आम्ही तुमचे ऋणी आहोत. मी तुम्हाला असे विचारू शकतो का की, जो माल आम्हाला १० नोव्हेंबरला मिळाला तो माल आमच्यापर्यंत पोहोचवणारे ट्रक्स यापेक्षा लवकर पोहोचण्याची व्यवस्था होऊ शकते का किंवा मालवाहू जहाजातून काही सामान सकाळी पाठवता येईल का?

अशी काही जलद गतीची व्यवस्था केल्यास तुम्हाला फायदा होईल.

आपला विश्वासू,
एक्स. वाय. झेड.
सुपरिंटेंडट

हे पत्र वाचून झाल्यावर मि. व्हर्मिलेन यांनी (जे झिरेंगाज सन्सचे मॅनेजर होते) ते माझ्याकडे पाठवले व त्यावर खालील टिप्पणी केली –

''या पत्रामुळे उलटा वाईट परिणाम झाला, कारण उद्देश वेगळा होता. या पत्राची सुरुवातच स्टेशनला कोणत्या अडचणी येतात हे सांगून केली आहे, ज्यामध्ये आम्हाला स्वारस्य नाही. आमच्या सहकार्याची मागणी केली आहे, पण त्यामुळे आमची कोणती गैरसोय होणार आहे याचा विचार केलेला नाही आणि सगळ्यात शेवटच्या परिच्छेदात जे आम्ही करायचे आहे ते सांगितले आहे की, जर आम्ही सहकार्य केले, तर फार जलद गतीने माल उतरवता येईल आणि आम्हाला खात्री देण्यात आली आहे की, त्यामुळे मालवाहू ट्रक्स ज्या दिवशी डिलिव्हरी देतील त्याच दिवशी पुढे जाऊ शकतील.

''साध्या शब्दांत सांगायचे झाले, तर ज्यामध्ये आम्हाला स्वारस्य आहे ते अगदी शेवटी सांगितले आहे. त्यामुळे योग्य तो परिणाम साधत नाही. कुठलेही सहकार्य करावे असे आम्हाला वाटत नाही.''

आपण असे बघू या की, या पत्रात आणखी काही सुधारणा करून लिहिता येईल का? आपण आपल्या समस्येबद्दल बोलण्यात वेळ घालवायला नको. हेन्री फोर्ड जसे म्हणतो, आपण एखाद्या घटनेकडे आपल्या दृष्टिकोनातून बघतो त्याच वेळी दुसऱ्याच्याही दृष्टिकोनातून बघायला शिकावे.

आपण याच पत्रात दुरुस्ती करून ते पुढीलप्रमाणे लिहू शकतो. अर्थात हेही पत्र काही आदर्श नव्हे, पण निदान त्यात सुधारणा नक्की आहे.

मि. एडवर्ड व्हर्मिलेन
अे झिरेंगाज सन्स,
२८ फ्रंट स्ट्रीट,
ब्रुकलिन एन. वाय. ११२०१,

प्रिय व्हर्मिलेन

गेल्या चौदा वर्षांपासून तुमची कंपनी आमच्या प्रतिष्ठित ग्राहकांपैकी एक आहे. साहजिकच तुमच्या या सातत्यासाठी आम्ही तुमचे आभारी

आहोत आणि आमच्याकडूनही तुम्हाला जलद आणि उत्कृष्ट सेवा मिळावी (जी मिळणे तुमचा हक्क आहे) अशी आमची इच्छा आहे, पण हे सांगण्यास खेद होतो की, अशी सेवा देणे अशक्य झाले आहे, कारण कामासाठी लागणारे सामान घेऊन येणारे तुमचे ट्रक्स आमच्याकडे दुपारी उशिरा पोहोचतात. त्यानंतर सामान उतरवले जाते, त्यामुळे संध्याकाळी एकच गडबड उडते. वाहतुकीची कोंडी होते. १० नोव्हेंबरला अगदी हेच झाले. त्या दिवशी इतरही अनेक ट्रक्स उशिरा आल्या. तुमचे ट्रक्स ट्रॅफिकजाममध्ये फसले व धक्क्यावर अडकले. कदाचित तुमचे मालवाहू जहाजही त्यामुळे उशिरा निघू शकते.

हे सगळे आपल्याला त्रासदायक आहे, पण आपण ते टाळू शकतो. जेव्हा तुम्हाला शक्य असेल तेव्हा सकाळच्या वेळी धक्क्यावर तुमचे सामान पोहोचेल अशी व्यवस्था तुम्ही करू शकलात, तर तुमच्या ट्रक्सपण वेळेत परत जाऊ शकतील आणि आमचे कामगारसुद्धा त्यांच्या घरचे रुचकर मॅकरॉनी आणि नूडल्स खायला घरी जाऊ शकतील.

अर्थात जेव्हा कधीही तुमचे सामान येईल तेव्हा नेहमीच आम्ही कार्यतत्पर असू व तुम्हाला वेळेवर योग्य ती सेवा देऊ.

तुम्ही कामात व्यग्र असाल, तर पत्राचे उत्तर पाठवण्याची तसदी घेतली नाही तरी चालेल.

तुमचा विश्वासू
एक्स. वाय. झेड.
सुपरिंटेंडंट

बार्बरा ॲण्डरसन नावाची, न्यूयॉर्कला बँकेत काम करणारी महिला आमच्या कोर्समध्ये येत होती. तिच्या मुलाच्या तब्येतीच्या कारणासाठी तिला फिनिक्स ॲरिझोना येथे राहायला जाण्याची वेळ आली. कोर्समध्ये पत्र लिहिण्याची कला ती शिकली होती. तिने नोकरीसाठी फिनिक्समधील बारा बँकांना पत्र पाठवले, ते असे :

महाशय,

तुमच्यासारख्या यशस्वी वाटचाल करणाऱ्या बँकेला माझा बँकिंगमधील दहा वर्षांचा अनुभव नक्कीच लाभदायी वाटेल.

न्यूयॉर्कमधील 'बँकर्स ट्रस्ट कंपनी'मध्ये अनेक पदांवर काम केल्यामुळे हळूहळू मी ब्रँच मॅनेजर झाले. ग्राहकमित्र, कर्ज, तारणे, व्यवस्थापन अशा सगळ्याच आघाड्या मी कौशल्याने सांभाळल्या आहेत. मी फिनिक्समध्ये

३ एप्रिलपासून राहायला येत आहे आणि तुमची ध्येये पूर्ण करण्याच्या कामात तुम्ही मलाही सहभागी करून घेतले, तर मला खूप आनंद होईल!

आपली विश्वासू,

बार्बरा एल. अ‍ॅण्डरसन

तुम्हाला काय वाटते? बार्बराच्या पत्राला प्रतिसाद मिळाला का? होय, बारापैकी अकरा बँकांनी तिला मुलाखतीसाठी आमंत्रित केले आणि कोणती बँक निवडायची, हा पर्याय तिला होता. का? कारण मिसेस अ‍ॅण्डरसनने तिला काय हवे होते, हे लिहिले नव्हते, तर ती त्यांना कशी मदत करू शकेल, हे लिहिले होते आणि त्यांच्या गरजांवर प्रकाशझोत टाकला होता; तिच्या नव्हे!

विक्री क्षेत्रातील हजारो लोक आज दिवसभर काम करून थकलेले, भागलेले, निराश झालेले आणि फारच कमी पैसे मिळवणारे दिसतात. असे का? कारण ते फक्त त्यांना काय हवे आहे याचा विचार करतात. तुम्हाला आणि मला काय खरेदी करायचे आहे, याचा विचार ते करत नाही. खरेतर आपल्याला काहीच खरेदी करायचे नसते. जर करायचे असते, तर आपण स्वत: बाहेर जाऊन खरेदी करू; पण तुम्ही आणि मी सतत आपल्या समस्या सोडवण्यात व्यग्र असतो. जर विक्री क्षेत्रातील लोकांनी आपल्याला पटवून दिले की, आपल्या समस्या ते सोडवू शकतात, तर त्यांना आपल्याला काही विकायची गरज पडत नाही. आपण स्वत:च ते विकत घेतो आणि ग्राहकांना स्वत: हौसेने काही विकत घेणे आवडते. उगीच कोणीतरी काहीतरी गळ्यात मारलेले आवडत नाही.

मी विक्री क्षेत्रातील अशी अनेक माणसे पाहिली की, ज्यांची आख्खी आयुष्ये या क्षेत्रात जातात, पण तरीही ते ग्राहकांच्या नजरेतून बघू शकत नाहीत. उदाहरणच द्यायचे झाले, तर मी फॉरेस्ट टील या परिसरात गेली अनेक वर्षे राहतो आहे. ग्रेटर न्यूयॉर्कच्या मध्यभागी वसलेली ही एक छोटीशी टुमदार वसाहत आहे. एक दिवस मी घाईघाईने स्टेशनकडे निघालो होतो, तेवढ्यात मला रिअल इस्टेटच्या खरेदी-विक्री क्षेत्रात काम करणारा ओळखीचा एक माणूस भेटला, जो या भागात अनेक वर्षांपासून काम करत होता. त्याला फॉरेस्ट टील हा भाग चांगला माहिती होता म्हणून मी घाईघाईत त्याला विचारले, ''माझ्या सिमेंटने प्लास्टर केलेल्या या घरात नेमके काय वापरले आहे? आतमध्ये लोखंडी फ्रेम आहे की नुसतेच पोकळ आहे?'' यावर तो म्हणाला, ''मला माहिती नाही.'' आणि जे मला आधीच माहिती होते, ते त्याने मला सांगितले – ''एखाद्या आर्किटेक्टला बोलवा.'' त्यानंतर पुन्हा दुसऱ्या दिवशी त्याचे पत्र मला आले. त्यात त्याने मला काही माहिती दिली का? तर नाहीच. खरेतर एखादा फोन करून साठ सेकंदांच्या आत तो ही माहिती मिळवू

शकला असता, पण त्याने तसे केले नाही. पुन्हा त्याने मला तीच माहिती सांगितली, जी मी फोनवर सहज मिळवू शकलो असतो. त्यात त्याने मी त्याच्याकडून इन्शुरन्स काढावा असे सुचवले.

मला मदत करण्यात त्याला काहीच स्वारस्य नव्हते. स्वत:चे भले करण्यापलीकडे दुसरे विचार त्याच्या मनातही आले नाहीत.

अलाबामा, बिरमिंगहॅम येथील जे होवर्ड ल्युकास याने विक्री क्षेत्रातसुद्धा दोन प्रकारचे लोक समान परिस्थिती वेगवेगळ्या प्रकारे हाताळू शकतात असे सांगितले आहे. तो म्हणतो, 'काही वर्षांपूर्वी मी एका छोट्या कंपनीमध्ये व्यवस्थापनाच्या ग्रुपमध्ये होतो. आमच्या हेडक्वार्टरजवळ एका इन्शुरन्स कंपनीचे मोठे ऑफिस होते. त्यांच्या एजंट्सना ठरावीक प्रदेश वाटून दिला होता आणि आमची कंपनी दोन एजंट्सच्या कार्यक्षेत्रात येत होती. त्या दोघांना मी इथून पुढे कार्ल आणि जॉन असे म्हणणार आहे.

''एके दिवशी सकाळी कार्ल आमच्या ऑफिसवरून जात असताना सहजच तो आत डोकावला आणि त्याने आम्हाला सांगितले की, त्याच्या कंपनीने अधिकारी वर्गासाठी एक नवीन लाइफ इन्शुरन्स पॉलिसी सुरू केली होती आणि त्याच्या मते ती आमच्यासाठी फायद्याची ठरली असती. तो मुद्दामच परत येईल आणि नंतर आणखी माहिती देईल, असेही त्याने सांगितले.

त्याच दिवशी दुपारी कॉफी ब्रेकच्या वेळी जॉनने आम्हाला बाहेर पडताना पाहिले आणि तो जोरात ओरडला, ''ए, ल्युक! थांब, थांब!! माझ्याकडे तुमच्या सगळ्यांसाठी एक आनंदाची बातमी आहे.'' तो अतिशय उत्तेजित झाला होता. घाईघाईने जवळ येऊन त्याने आम्हाला उच्च अधिकारी वर्गासाठी त्याच्या कंपनीने नवीनच ओळख करून दिलेल्या इन्शुरन्स पॉलिसीबद्दल सांगितले. (ही तीच पॉलिसी होती, ज्याबद्दल सकाळी आम्हाला कार्लने सांगितले होते.) आम्ही ती घेणारे पहिले असावे असा त्याचा आग्रह होता. त्याने त्या पॉलिसीच्या कव्हरेजबद्दलच्या अनेक महत्त्वाच्या गोष्टी सांगितल्या. 'मी माझ्या ऑफिसमधील कोणालातरी तुमच्याकडे पाठवतो, म्हणजे तो तुम्हाला अधिक माहिती देईल.' असेही त्याने सांगितले. त्याच्यामधील सळसळत्या उत्साहामुळे आमच्यामध्येसुद्धा ती पॉलिसी घ्यायलाच हवी अशी प्रबळ इच्छा निर्माण झाली. त्याने अर्जसुद्धा बरोबर आणले होते. त्याने आम्हाला अर्ज दिले आणि सह्या करायला सांगितल्या. अजूनही आम्हाला पुरेसा तपशील कळला नव्हता, तरी आम्ही पॉलिसी घेऊन मोकळे झालो होतो. अर्थात नंतर आम्हाला समजले की, जॉनने जे काही सांगितले ते बरोबर होतेच, पण कव्हरेज त्याने सांगितल्यापेक्षाही जास्त होते.

कार्लला हेच ग्राहक मिळू शकले असते, पण आमच्यामध्ये पॉलिसी घेण्याची

इच्छा निर्माण होण्यासाठी त्याने कोणतेच कष्ट घेतले नाहीत.

खरोखरच हे जग अशा अनेक लोकांनी भरलेले आहे, जे संधीचा फायदा घेत असतात व स्वत:ला अजमावत असतात. म्हणूनच या जगात नि:स्वार्थीपणाने इतरांची सेवा करणारे लोक दुर्मीळ आहेत. त्यांना स्पर्धेला फारसे तोंड द्यावे लागत नाही. ओवेन डी यंग हा प्रसिद्ध वकील आणि मोठा उद्योजक एकदा म्हणाला, ''जे लोक इतरांच्या जागी जाऊन विचार करतात, इतरांच्या मनात काय चालले आहे याचा वेध घेतात त्यांना भविष्यात आपल्यासाठी काय वाढून ठेवले आहे याची चिंता करण्याची गरज पडत नाही.''

हे पुस्तक वाचल्यामुळे तुम्हाला एवढे जरी कळले की, इतरांच्या दृष्टिकोनातूनही बघायचे असते, तरी तुमच्या भावी उज्ज्वल आयुष्याची ही सुरुवात असेल.

इतरांच्या दृष्टिकोनातून एखाद्या गोष्टीकडे पाहणे आणि त्याच्यामध्ये एखादी गोष्ट करण्याची ऊर्मी निर्माण करणे याला लबाडी म्हणता येणार नाही, कारण त्यामधून आपण फक्त आपला फायदा व त्याला नुकसान होईल असे पाहत नसतो, तर त्या व्यवहारातून दोघांनाही काहीतरी फायदा होणार असतो. आत्तापर्यंत आपण जी उदाहरणे पाहिली – म्हणजे उदाहरणादाखल मि. व्हर्मिलेनच्या पत्रांमधून काय दिसले, तर पत्र पाठवणारा आणि ज्याला लिहिले गेले तो अशा दोघांनाही त्या सूचनांचा फायदा होणार होता. मिसेस ॲण्डरसनच्या पत्रांमुळे बँकेला एक लायक कर्मचारी मिळाला आणि मिसेस ॲण्डरसनला सोयीस्कर नोकरी मिळाली. मि. जॉनने मि. ल्युकासला इन्शुरन्स पॉलिसी विकल्यामुळे त्या दोघांनाही फायदा झाला.

आणखी एक उदाहरण देतो, ज्यामध्ये समोरच्या माणसात प्रबळ इच्छा निर्माण केल्यामुळे कसा फायदा झाला हे दिसून येईल. ऱ्होडे आयलंड येथील मायकेल व्हिडन हा शेल ऑइल कंपनीचा प्रादेशिक विक्रेता होता. माइकला त्याच्या जिल्ह्यात नंबर एकचा विक्रेता व्हायचे होते, पण त्याच्या सगळ्या सर्व्हिस स्टेशन्सपैकी एक सर्व्हिस स्टेशन तेवढेसे चांगले चालत नव्हते. ते एका प्रौढ गृहस्थाकडून चालवले जात होते. ते सर्व्हिस स्टेशन सुस्थितीत नव्हते, त्याचा आकार चांगला नव्हता, रंगरंगोटी चांगली नव्हती, इतरही कोणत्या सुविधा नव्हत्या, त्यामुळे त्या स्टेशनवर विक्री चांगली होत नव्हती.

माइकने आतापर्यंत कितातरी विनंत्या केल्या होत्या. तरी ते ज्येष्ठ मॅनेजर ऐकणाऱ्यांपैकी नव्हते. कितीतरी वेळा सुचवून, समजावून सांगून आणि अगदी मनापासून कळकळीने सांगूनही त्यांच्यामध्ये काही फरक पडत नव्हता. मग माइकने एक शक्कल लढवली. माइकने त्या मॅनेजरला शेल कंपनीच्या नवीन सर्व्हिस स्टेशनच्या उद्‌घाटनाला बोलावले.

तो मॅनेजर जेव्हा आला, तेव्हा ते नवीन, चकचकीत सर्व्हिस स्टेशन, तेथे

असलेल्या सुविधा पाहून भारावून गेला; पण काही बोलला नाही; पण माइक जेव्हा पुढच्या वेळेला त्याच्या सर्व्हिस स्टेशनवर गेला तेव्हा त्या सर्व्हिस स्टेशनचा कायापालट झाला होता आणि त्याची विक्रीपण विक्रमी झाली होती. त्यामुळे माइकचे आता त्या प्रदेशातील कुशल विक्रेता म्हणून नंबर एकवरचे स्थान निश्चित झाले होते. मॅनेजरच्या मतपरिवर्तनासाठी त्याने केलेल्या चर्चा, सूचना व्यर्थ ठरल्या होत्या, पण माइकने जेव्हा आधुनिक सर्व्हिस स्टेशन त्या मॅनेजरला दाखवले तेव्हा त्यायोगे त्याच्यामध्ये आपलेही सर्व्हिस स्टेशन असे असावे, अशी प्रबळ इच्छा निर्माण झाली आणि त्याचे ध्येय पूर्ण झाले. फायदा तर दोघांनाही झाला. माइकला आणि मॅनेजरलासुद्धा!

अनेक लोक कॉलेजमध्ये शिक्षण घेतात. तेथे व्हर्जिल वाचतात, पण स्वत:च्या मेंदूचे कार्य कोणत्या पद्धतीने चालले आहे, याचा जराही विचार करत नाहीत. उदाहरणादाखल मी एकदा तरुण पदवीधर मुलांसाठी 'प्रभावी बोलणे' या विषयीचा एक कोर्स घेतला होता. ही मुले प्रसिद्ध एअर कंडिशनर्सचे उत्पादक 'कॅरिअर कार्पोरेशन'साठी मुलाखतीला जाणार होती. त्यांपैकी एका मुलाला मोकळ्या वेळेत बास्केट बॉल खेळण्यासाठी इतर मुलांना राजी करायचे होते. म्हणून तो असे म्हणाला, "मला असे वाटते की, तुम्ही सगळ्यांनी बास्केटबॉल खेळायला यावे. मला बास्केटबॉल खेळायला खूप आवडतो, पण मागील काही वेळेस मी जेव्हा जिमखान्यात गेलो तेव्हा तेथे फारसे कोणी नव्हते. आम्ही दोघे-तिघेच जमलो. मग आम्ही बास्केटबॉल खेळलो, पण दोघंतिघांमध्ये खेळण्यात कशी रंगत येणार? माझा तर डोळाच बॉलच्या फटक्याने काळा झाला. उद्या रात्री तुम्ही सगळे खाली आलात, तर बरे होईल, कारण मला बास्केटबॉल खेळायचा आहे."

तुम्हाला काय पाहिजे याबद्दल तो काही बोलला का? कदाचित तुमच्यापैकी कोणालाच जिम्नॅशिअममध्ये जाण्याची इच्छा नसेल. आहे का? आणि त्याला काय हवे आहे त्याची पर्वा करण्याची तुम्हाला काय गरज आहे? तुम्हाला विनाकारण तुमचा डोळा सुजवून घ्यायचा नाही.

तुम्ही जिम्नॅशिअमचा वापर करून तुम्हाला काय आवडेल ते तुम्ही मिळवू शकाल हे त्याने इतरांना पटवून दिले का? त्याला त्याची गरजच वाटली नाही. तो नक्कीच हे सांगू शकला असता की, बास्केटबॉल हा खेळ किती आनंददायी आहे! किती स्फूर्तिदायक आहे! त्यामुळे शरीर व मन किती प्रफुल्लित होते वगैरे.

प्रो. ओव्हरस्ट्रीटचे विधान पुन्हा उद्धृत करावेसे वाटते : *'आधी समोरच्याच्या मनात त्या गोष्टींविषयी आसक्ती निर्माण करा. जो हे करू शकेल, त्याच्याबरोबर सगळे जग असेल आणि जो हे करू शकणार नाही, त्याचा मार्ग एकला असेल.'*

आमच्या प्रशिक्षण शिबिरातील एक विद्यार्थी खूप काळजीत होता, कारण

त्याचा मुलगा नीट खात-पीत नव्हता व त्याचे वजनही वयाच्या मानाने खूप कमी होते. त्याच्या पालकांनी जुनीच पारंपरिक पद्धत वापरली. ते त्याला रागावले. त्यांनी त्याची मनधरणी केली, 'आईला असे वाटते म्हणून तू ते खावे.', 'बाबाला असे वाटते म्हणून तू ते खाऊन धष्टपुष्ट व्हावे.' वगैरे वगैरे सांगून झाले.

त्या मुलाने त्या पालकांच्या विनंत्यांकडे लक्ष दिले का? त्याने त्यांच्या विनंत्या धुडकावून लावल्या.

त्या दोघांच्याही मनाला अशी कल्पनासुद्धा शिवली नाही की, त्या मुलाला काय वाटते? तीन वर्षांच्या मुलाला तीस वर्षाच्या बापाचा दृष्टिकोन कसा समजेल? पण त्याच्या वडिलांना नेमके तेच हवे होते. त्यांची अशी अपेक्षा होती की, त्यांच्या मनातली गोष्ट तीन वर्षांच्या मुलाला समजायला पाहिजे. हा शुद्ध वेडेपणा होता, पण शेवटी या बापाच्या ही गोष्ट लक्षात आली. मग तो स्वत:शी म्हणाला, 'मुलाला काय हवे आहे? मला जे हवे तेच त्याला हवे असण्यासाठी काय करावे लागेल?'

एकदा त्या दिशेने विचार करायला सुरुवात केल्यावर पुढचे सगळे सोपे झाले. त्या मुलाला 'जॉन' म्हणू या आपण! जॉनकडे एक तीन चाकी सायकल होती. त्याला ती खूप आवडायची. तिच्यावर बसून तो घरासमोरून थोडा पुढे जात असे! काही घरे सोडून थोडेसे पुढे एका घरात त्याच्यापेक्षा थोडा मोठा, जाडजूड असा एक मुलगा राहत होता. तो जॉनची वाटच पाही! जॉन त्याच्या घराजवळ आला की, तो त्याला सायकलवरून खाली ढकलून स्वत: त्याच्या सायकलवर बसत असे.

साहजिकच जॉन किंचाळत आईकडे येई. मग तिला दारातून बाहेर यावे लागे. त्या धष्टपुष्ट मुलाला बाजूला सारून जॉनला पुन्हा सायकलवर बसवून घरी आणावे लागे. असे जवळजवळ रोजच होई.

जॉनला काय हवे होते? हे समजण्यासाठी शेरलॉक होम्सला विचारण्याची गरज नाही! त्याचा अभिमान, त्याचा संताप, त्याची इच्छा आणि त्याचा आत्मसन्मान या सगळ्याच तीव्र बलाढ्य भावना जागृत होऊन त्या मुलाच्या नाकावर एक जोरदार ठोसा लावावा असेच त्याला वाटले असणार ना! पण नेमके त्याच वेळी त्याच्या वडिलांनी त्याला हे समजावून सांगितले की, जर जॉनने रोज व्यवस्थित जेवण केले; पालेभाज्या, अंडी, चिकन, मटण, फळे, दूध असा चौरस आहार घेतला, तर तो त्या जाडजूड मुलाच्या नाकावर सहज ठोसा मारू शकतो. जेव्हा त्याच्या वडिलांनी त्याला वचन दिले की, योग्य आहार घेतल्याने थोड्याच दिवसांत तो त्या मुलाला धडा शिकवू शकेल व त्याचा पुन्हा अपमान होणार नाही. तेव्हाच जॉनने सगळे जेवण जेवण्यास सुरुवात केली.

ही समस्या सोडवण्यात यश आल्यानंतर त्यांच्यापुढे आणखी एक समस्या उभी राहिली. जॉनला एक लाजिरवाणी सवय होती. ती म्हणजे बिछाना ओला करण्याची!

जॉन त्याच्या आजीबरोबर झोपायचा. सकाळी जेव्हा त्याची आजी उठायची व तिचा बिछाना ओला लागायचा, तेव्हा ती म्हणायची, ''जॉन, अरे परत काल रात्री तू तेच केलेस.''

त्यावर जॉन म्हणायचा, ''छे! हे मी नाही केले, तूच केलेस.''

रागावणे, मारणे, जिव्हारी लागेल असे बोलणे, पुन्हा पुन्हा तेच ते सांगणे या कशानेही पालकांना हवे असलेले मुलगा करत नव्हता. त्यामुळे पालकांनी आता स्वत:ला प्रश्न केला, 'या मुलालाच स्वत:ला बिछाना कोरडा ठेवावा असे वाटण्यासाठी काय करावे बरे?'

त्याच्या इच्छा काय होत्या? पहिली गोष्ट म्हणजे त्याला त्याच्या बाबांसारखा पायजमा घालायचा होता. त्याच्या आजीसारखा नाइट गाउन घालायचा नव्हता आणि दुसरे म्हणजे त्याला आजीचा पलंग नको होता. त्याला त्याचा स्वतंत्र पलंग हवा होता. आजी तर त्याच्या रात्रीच्या खोड्यांना कंटाळलीच होती. त्यामुळे दोन्ही गोष्टींना तिने आनंदाने परवानगी दिली.

त्याची आई त्याला ब्रुकलीनमधील मोठ्या डिपार्टमेंटल स्टोअरमध्ये घेऊन गेली आणि त्या विक्रेतीला डोळ्यांनी इशारा करून म्हणाली, ''इथे एक लहानसे सभ्य गृहस्थ आले आहेत आणि त्यांना स्वत:साठी काही खरेदी करायची आहे.''

त्या विक्रेतीनेपण या नाटकात सहभागी व्हायचे ठरवले. त्याला खूप महत्त्वाचे वाटावे म्हणून त्याच्याशी ती अदबीने बोलली. म्हणाली, ''हे तरुणा, मी तुझी काय सेवा करू शकते?''

त्याबरोबर टाचा उंच करत जॉन म्हणाला, ''मला स्वत:साठी एक पलंग खरेदी करायचा आहे.''

जेव्हा जॉनला पलंग दाखवले जात होते, तेव्हा जो पलंग त्याच्या आईला आवडला होता, त्याकडे इशारा करून तिने त्या विक्रेतीला खूण केली. मग विक्रेतीने जॉनचे मतपरिवर्तन करून तोच पलंग त्याला घेण्यास त्याला भाग पाडले.

दुसऱ्या दिवशी पलंग घरपोच पाठवला गेला आणि त्या रात्री जेव्हा वडील घरी आले तेव्हा जॉन दारापर्यंत ओरडत गेला, ''डॅडी, डॅडी! वरती या आणि मी खरेदी केलेला पलंग पाहा.''

वडिलांनी तो पलंग पाहिला तेव्हा त्यांनी चार्ल्स स्क्वॅबनी दिलेल्या शिकवणीचे तंतोतंत पालन केले. त्यांनी अत्यंत हृद्य शब्दांत त्याची प्रशंसा केली आणि मुक्तपणे, सढळपणे स्तुती केली.

''तू आता हा बिछाना ओला करणार नाहीस, हो ना?'' वडील म्हणाले.

''छे! छे!! मुळीच नाही! मी हा बिछाना कधीच ओला करणार नाही.'' जॉनने त्याचे वचन पाळले, कारण ते त्याच्या स्वाभिमानाशी निगडित होते. तो त्याने स्वत:,

स्वत:साठी विकत घेतला होता आणि आता तो छोट्या पुरुषाप्रमाणे पायजमा वापरत होता. आता त्याला पुरुषाप्रमाणे वागायचे होते आणि त्याने तसेच केले.

आमच्या क्लासमध्ये येणाऱ्या आणखी एका वडिलांची कथा ऐका. त्यांचे नाव के. टी. डशमॅन. ते टेलिफोन इंजिनिअर होते. त्यांची तीन वर्षांची मुलगी नाश्ता न करण्याचा हट्ट धरत असे. नेहमीचे रागावणे, मनधरणी करणे, आर्जवे करणे असे सगळे प्रकार करून झाले; पण व्यर्थ! मग पालकांनी स्वत:लाच प्रश्न विचारला, 'तिला तिच्या मनानेच आपण नाश्ता करायला पाहिजे असे वाटण्यासाठी काय करावे लागेल?'

त्या छोट्या मुलीला आईची हुबेहूब नक्कल करायला खूप आवडायचे. त्यामुळे तिला आपण मोठे झालो आहोत असे वाटायचे. म्हणून एके दिवशी सकाळी त्यांनी तिला जेवणाच्या टेबलावर स्वतंत्र खुर्चीत बसवले. टेबलावर सगळे अन्न मांडलेले होते. तोच मानसिक क्षण त्यांनी पकडला. जेव्हा वडील टेबलाजवळ आले तेव्हा त्या मुलीने पेज चमच्याने ढवळली व म्हणाली, ''बघा डॅडी! मी आज सकाळी पेज बनवली.''

तिने स्वत:च स्वत:साठी दोन वेळा पेज बनवली. आज तिची कोणालाही त्यासाठी मनधरणी करावी लागली नाही, कारण तसे करण्यात तिला आनंद वाटत होता. तिला काहीतरी महत्त्वाचे स्थान मिळाले होते. तिला तसे करण्यात स्वत:ला व्यक्त करण्याचा आनंद मिळत होता.

विल्यम विंटरने एकदा एक छान विधान उद्धृत केले. तो म्हणतो, ''स्वत:ला व्यक्त करणे ही मानवी स्वभावाची सगळ्यात मोठी गरज आहे.'' आपण हीच मानसिकता व्यवसायात का नाही अमलात आणत? जर आपण आपल्या काही बुद्धिमान कल्पना लोकांच्या गळी उतरवून त्या त्यांच्याच आहेत असे भासवले, तर त्या त्यांना खूप आवडतील आणि मग त्या नवीन कल्पनेला त्यांचा विरोध होणार नाही, कारण त्या त्यांना त्यांच्या वाटतील आणि मग त्यातून विधायक कार्य घडू शकेल.

लक्षात ठेवा : सगळ्यात महत्त्वाची गोष्ट म्हणजे समोरच्या माणसाच्या मनात एखाद्या गोष्टीबद्दल आसक्ती निर्माण करावी लागते. जो हे करू शकतो, त्याच्याबरोबर सगळे जग असते. जो हे करू शकत नाही, त्याचा मार्ग एकला असतो.

तत्त्व ३:

समोरच्या माणसाच्या मनात आसक्ती निर्माण करा.

या प्रकरणाच्या गाभ्यात काय आहे?

लोकांना कौशल्याने हाताळण्याबद्दलची मूलभूत तत्त्वे

तत्त्व १: टीका करू नका, निंदा करू नका, तक्रार करू नका.
तत्त्व २: दुसऱ्याचे कौतुक प्रामाणिकपणे करा. त्यात हातचे राखून ठेवू नका.
तत्त्व ३: समोरच्या माणसाच्या मनात आसक्ती निर्माण करा.

भाग दोन

लोकांना तुमच्याशी सहमत करून घेण्याचे सहा मार्ग

१

हे करा! म्हणजे सर्वत्र तुमचे स्वागत होईल!

मित्रांना जिंकून घेण्यासाठी हे पुस्तक वाचायची काय गरज आहे? संपूर्ण जगाला माहिती असलेल्या एका जगन्मित्राकडूनच आपण ती कौशल्ये का नाही संपादन करत? तो कोण आहे असे विचारताय? उद्या तुम्ही रस्त्यावर खाली उतरलात की, तो तुम्हाला भेटेल. तुम्ही त्याच्यापासून फक्त दहा फूट अंतरावर असलात, तरी तो तुमच्याकडे शेपटी हलवत येईल. तुम्ही थांबलात आणि त्याला थोपटले, तर तो आनंदाने उड्या मारेल आणि तुम्हाला दाखवेल की, तुम्ही त्याला किती आवडता! आणि तुम्हाला हे माहितीच आहे की, त्याच्या या प्रेमप्रदर्शनामागे काहीही वाईट हेतू दडलेले नसतात. त्याला काही तुम्हाला एखादी जागाही विकायची नाही किंवा त्याला तुमच्याशी लग्नही करायचे नाही!

तुमच्या मनात आत्तापर्यंत कधी हा विचार आला का की, फक्त कुत्रा हा एकच पाळीव प्राणी असा आहे, ज्याला जगण्यासाठी काम करावे लागत नाही. कोंबडीला अंडी द्यावी लागतात, गायीला दूध द्यावे लागते, कॅनरी पक्ष्याला गावे लागते; पण कुत्रा फक्त प्रेम करून जगतो. प्रेमाव्यतिरिक्त त्याला दुसरे काही करावे लागत नाही.

मी जेव्हा पाच वर्षांचा होतो तेव्हा माझ्या वडिलांनी एक पिवळ्या रंगाच्या केसांचे कुत्र्याचे छोटे पिल्लू पन्नास सेण्ट्सना आणले. त्याचे नाव आम्ही टीपी ठेवले. माझ्या बालपणीचा तो एक स्वर्गीय आनंद होता. रोज दुपारी साडेचार वाजता तो आमच्या अंगणातील दारात त्याच्या सुंदर डोळ्यांनी रस्त्याकडे पाहत माझी वाट बघायचा आणि माझा आवाज ऐकला किंवा मला पाहिले की, त्याच्या अंगात जसेकाही वारे भरायचे. तो दोन पाय हवेत उचलून गिरकी घ्यायचा, माझ्याभोवती उड्या मारायचा, माझ्या अंगावर चढायचा, जणूकाही डोंगर चढतोय आणि अत्यानंदाने चीत्कारायचा!

सुमारे पाच वर्षांनंतर टीपी माझा जिवाभावाचा सखा होता आणि नंतर एके रात्री ती दुर्घटना घडली. ती मी कधीच विसरणार नाही. तो माझ्यापासून अवघ्या दहा

फुटांवर असताना त्याच्या अंगावर वीज पडून तो मेला. माझ्या बालपणावर दु:खी ठसा उमटवणारी घटना म्हणजे टीपीचा अकस्मात मृत्यू!

टीपी, तू कधीही मानसशास्त्राचे पुस्तक वाचले नसशील, पण तुला ही दैवी देणगी होती की, केवळ दोन महिन्यांत इतर लोकांमध्ये स्वारस्य दाखवून अनेक मित्र तू जोडू शकत होतास. इतरांना लोकांनी त्यांच्यात स्वारस्य दाखवण्यासाठी दोन वर्षे मेहनत घ्यावी लागते. मला हे पुन्हा सांगायचे आहे की, 'केवळ दोन महिन्यांत इतर लोकांमध्ये स्वारस्य दाखवून तू अनेक मित्र जोडलेस. इतरांना लोकांनी त्यांच्यात स्वारस्य दाखवण्यासाठी दोन वर्षे मेहनत घ्यावी लागते.'

तुम्हाला आणि मला असे अनेक लोक माहिती आहेत, जे संपूर्ण आयुष्यभर अविचाराने वागूनही इतर लोकांनी आपल्यामध्ये स्वारस्य दाखवावे, अशी इच्छा बाळगून घोडचूक करतात. अर्थात, लोक तुमच्यातही रुची घेत नाहीत, ना ते माझ्यात घेतात. ते अगदी तिन्ही त्रिकाळ फक्त स्वत:मध्ये रुची घेतात! सकाळी, दुपारी, रात्री जेवणानंतरसुद्धा!

एकदा न्यूयॉर्क टेलिफोन कंपनीने सखोल अभ्यास करून टेलिफोनवरील संभाषणाचा सर्व्हे केला तेव्हा त्यांनी असा निष्कर्ष काढला की, संभाषणात सगळ्यात जास्त वेळा कोणता शब्द वापरला जात असेल, तर तो प्रथम पुरुषी एकवचन म्हणजे, 'मी'. टेलिफोनवरील पाचशे संभाषणे रेकॉर्ड केली असता ३९०० वेळा 'मी' हा शब्द वापरण्यात आलेला त्यांना आढळून आला.

तुम्ही जेव्हा तुमचा एखादा ग्रुप फोटो पाहता तेव्हा तुम्ही त्यामध्ये आधी काय शोधता? स्वत:लाच ना?

तुम्ही जर केवळ लोकांनी तुमच्यात इंटरेस्ट घ्यावा या हेतूने त्यांच्यावर छाप टाकायचा प्रयत्न केलात, तर तुम्हाला खरे प्रामाणिक मित्र कधीच मिळणार नाहीत, कारण मैत्री अशी होत नसते.

नेपोलियनने असे केले होते. जोसेफाइनबरोबरच्या त्याच्या शेवटच्या भेटीत तो म्हणाला, "जोसेफाईन, या पृथ्वीवरचा मी सगळ्यात भाग्यवान माणूस आहे, कारण या क्षणाला तूच एक अशी व्यक्ती आहेस जिच्यावर मी विश्वास टाकू शकतो." आणि तरीही इतिहासकारांना संशय आहे की, नेपोलियन तिच्यावरतरी विश्वास टाकू शकला की नाही!

अल्फ्रेड ॲडलर हा एक व्हिएन्नामधील थोर मानसशास्त्रज्ञ होऊन गेला. त्याने 'व्हॉट लाइफ गुड मिन टू यू' नावाचे एक पुस्तक लिहिले. त्यात त्याने म्हटले आहे, 'ज्या व्यक्तीला आपल्या साथीदारांमध्ये रस नाही, तिला या जगात अनेक संकटांना तोंड द्यावे लागते आणि एवढेच नाही, तर ती इतरांनासुद्धा दुखापत करते आणि अशा माणसांमुळेच मानवी अपयश उदयाला येते.'

तुम्ही मानसशास्त्रावरची कितीही पांडित्यपूर्ण पुस्तके वाचलीत, तरीही ॲडलरच्या खालील पंक्तींमध्ये केलेल्या विधानाचे महत्त्व समजून घेतल्याशिवाय आपले ज्ञान अपूर्णच राहील म्हणून मी पुन्हा त्या ओळी पुढे देत आहे –

'ज्या व्यक्तीला आपल्या साथीदारांमध्ये रस नाही, तिला या जगात अनेक संकटांना तोंड द्यावे लागते आणि एवढेच नाही, तर ती इतरांनासुद्धा दुखापत करते आणि अशा माणसांमुळेच मानवी अपयश उदयाला येते.'

मी एकदा न्यूयॉर्क विद्यापीठात कथा-लेखनाच्या प्रशिक्षणाला प्रवेश घेतला. त्या प्रशिक्षणात एका प्रसिद्ध मासिकाचे संपादक आमच्या वर्गात बोलत होते. ते म्हणाले, ''माझ्या टेबलावर डझनभर तरी अशा कथा रोज येऊन पडतात की, मी ज्यांचे काही परिच्छेद वाचल्यावर मला असा प्रश्न पडतो की, या लेखकांना माणसे आवडतात की नाही?'' ते पुढे म्हणाले, ''जर लेखकाला माणसे आवडली नाहीत, तर वाचकांनासुद्धा त्या लेखकाच्या कथा आवडत नाहीत.''

जर ही गोष्ट कथा-लेखनाच्या बाबतीत सत्य असेल, तर तीच गोष्ट आपल्या भोवताली वावरणाऱ्या माणसांच्या बाबतीतसुद्धा सत्य असते.

हॉबर्ट थर्सटन हा अतिशय प्रसिद्ध असा जादूगारांचा जादूगार होता. गेल्या चाळीस वर्षांपासून तो जगभर आपले प्रयोग करत फिरतो आहे. त्याचे प्रयोग हे आश्चर्यकारक, भ्रम निर्माण करणारे, गूढ, मती गुंग करणारे होते. इतके की, त्याचा प्रेक्षकवर्ग आश्चर्याने तोंडाचा आ वासून बसलेला असे. साठ लाखांपेक्षा अधिक लोकांनी त्याचे प्रयोग पाहिले आणि या प्रयोगांमधून त्याने दोन लाख डॉलर्सपेक्षाही अधिक फायदा कमावला.

मी थर्सटनला एकदा विचारले की, त्याच्या एवढ्या मोठ्या यशाचे रहस्य काय? त्याच्या शालेय दिवसांचा याच्याशी नक्कीच काही संबंध नसावा, कारण तो अगदी लहान मुलगा होता तेव्हाच घरातून पळून गेला होता. इकडून तिकडे भटकत मिळेल ते काम करत होता. कोणत्याही वाहनांमधून प्रवास करत होता. झोपडीत झोपत होता. दारोदार भीक मागत होता आणि स्टेशनवरील पाट्या वाचत वाचत शिकत होता.

मग त्याला जादूविषयी काही विशेष ज्ञान होते का? नाही. तो मला म्हणाला की, हातचलाखीवर शंभरएक पुस्तके तरी लिहिली गेली आहेत आणि त्याला जेवढे माहिती आहे तेवढे तर शेकडो लोकांनाही माहिती आहे, पण इतरांकडे नसलेल्या दोन विशेष गोष्टी त्याच्याकडे होत्या. मुख्य म्हणजे त्याच्याकडे अशी क्लृप्ती होती की, फूटलाइट्सच्या उजेडात तो सावलीद्वारे त्याचे व्यक्तिमत्त्व बदलू शकायचा. तो एक फार मोठा कलाकार होता. मानवी स्वभावाचे बारकावेही त्याला माहिती होते. त्याने केलेली प्रत्येक गोष्ट म्हणजे चर्येवरील हावभाव, आवाजातील

बदल, भुवईचे उंचावणे या सगळ्याची रंगीत तालीम आधीच झालेली असायची आणि तंतोतंत अचूक वेळेचे गणित तो जमवायचा. त्याच्या हालचाली इतक्या वेगवान असायच्या की, डोळ्याचे पाते लवते न लवते तोच त्याने कार्यभाग साधलेला असायचा. हे सगळे तर होतेच, पण याशिवाय त्याचा आणखी एक गुण असा होता की, त्याला लोकांमध्ये प्रचंड इंटरेस्ट होता. त्याने मला सांगितले की, अनेक जादूगारांची ही सवय असते की, प्रेक्षकांकडे पाहायचे व मनात म्हणायचे की, 'या कोपऱ्यात सगळे बुद्धूच बसलेले दिसतात. बरे झाले. यांच्यामुळे माझे प्रयोग यशस्वी होतील. मी त्यांना मूर्ख बनवू शकेन.' पण थर्सटनची पद्धत पूर्णपणे वेगळी होती. त्याने सांगितले की, प्रत्येक वेळी जेव्हा तो स्टेजवर पाऊल ठेवत असे तेव्हा स्वत:शी म्हणत असे, 'हे लोक माझा प्रयोग पाहायला येथे जमले म्हणून मी त्यांचा कृतज्ञ आहे. त्यांच्यामुळेच माझे आयुष्य मी चांगल्या प्रकारे घालवू शकतो. म्हणूनच मला त्यांना जेवढे जास्त देणे शक्य होईल तेवढे मी देण्याचा प्रयत्न करेन.'

त्याने हेसुद्धा जाहीररीत्या सांगितले की, तो कधीही फूटलाइट्सच्या समोर 'माझे माझ्या प्रेक्षकांवर प्रेम आहे' असे म्हटल्याशिवाय जात नसे. तुम्हाला काय वाटते, हे मूर्खपणाचे आहे? तुम्हाला तसे वाटत असेल तर तुमची मर्जी! एखाद्या गृहिणीची एखादी पाककृती असावी, तशीच एवढ्या मोठ्या प्रसिद्ध जादूगाराची ही पाककृती माझे कोणतेही मत न नोंदवता तुमच्याकडे मी सुपूर्द करत आहे.

पेनिसिल्व्हानिया येथील जॉर्ज डाइक याने तीस वर्षे सर्व्हिस स्टेशनवर काम केल्यानंतर बळजबरीने त्याच्याकडून काम काढून घेण्यात आले, कारण हायवेच्या रस्तारुंदीच्या पट्ट्यामध्ये ती जागा गेली. अशा या सक्तीच्या निवृत्तीमुळे त्याला खूप कंटाळवाणे वाटू लागले. मग आता या रिकाम्या वेळेचे काय करायचे? मग तो त्याच्या जुन्या फिडल्वर गाणे वाजवायला लागला. मग हळूहळू तो संगीत ऐकण्यासाठी सगळीकडे प्रवास करू लागला. त्या प्रवासात त्याला अनेक यशस्वी फिडल्स वाजवणारे भेटले. त्याच्या नम्र आणि मनमिळाऊ स्वभावामुळे तो इतरांच्या संगीत शिकण्याच्या पार्श्वभूमीबद्दल जाणून घेऊ लागला. जरी तो स्वत: फार मोठा फिडल् वादक नव्हता, तरी त्या क्षेत्रातील अनेक मित्र त्याने जोडले. अनेक संगीत जलशांना उपस्थित राहिल्यामुळे थोड्याच दिवसात तो म्युझिक फॅन क्लबचा 'अंकल जॉर्ज' म्हणून प्रसिद्ध झाला. त्या वेळी त्याचे वय बहात्तर वर्षांचे होते आणि आयुष्याचा प्रत्येक क्षण तो आनंदाने उपभोगत होता. अशा प्रकारे इतर लोकांमध्ये रुची दाखवून त्याने स्वत:चे नवीन आयुष्य उभे केले. विशेषत: ज्या वयात लोकांना आपण आता निरुपयोगी झालो आहोत असे वाटते त्या वयात!

थिओडर रूझवेल्टला इतकी आश्चर्यजनक लोकप्रियता कशी मिळाली या

मागचे गुपितसुद्धा हेच आहे. त्याचे नोकरसुद्धा त्याच्यावर प्रेम करायचे. त्याचा वैयक्तिक नोकर जेम्स अमोस याने रूझवेल्टबद्दल एक पुस्तक लिहिले आहे. त्या पुस्तकाचे नाव – 'थिओडर रूझवेल्ट - हिरो टू हिज व्हॅलेट'. या पुस्तकात अमोसने एक अत्यंत हृदयस्पर्शी घटना लिहिली आहे.

एके दिवशी माझ्या पत्नीने प्रेसिडेंट यांना 'बॉब व्हाइट' या प्राण्याबद्दल विचारले होते. तिने आत्तापर्यंत तो प्राणी कधीच पाहिला नव्हता, म्हणून प्रेसिडेंटने तिला वर्णन करून तो कसा असतो ते सांगितले. त्यानंतर काही दिवसांनी आमच्या घरातील टेलिफोन वाजला. (अमोस आणि त्याची बायको ऑयस्टर बे येथील रूझवेल्ट इस्टेटमधील एका झोपडीत राहत असत.) माझ्या बायकोने फोन उचलला. आश्चर्य म्हणजे फोनवर रूझवेल्ट स्वत: होते. त्यांनी तिला मुद्दाम फोन केला होता. याचे कारण असे होते की, तिच्या खिडकीबाहेर बॉब व्हाइट आला होता, हे त्यांना तिला सांगायचे होते. म्हणजे ती त्याला बघू शकली असती. लहान माणसांच्यासुद्धा लहानसहान गोष्टी लक्षात ठेवण्याचे रूझवेल्ट यांचे वैशिष्ट्य होते. जेव्हा कधी ते आमच्या झोपडीवरून जात असत तेव्हा आम्हाला त्यांनी मारलेली हाक ऐकू येई, 'अे ॲनी...' किंवा 'अेऽऽ जेम्स'. इतके जिव्हाळ्याचे संबंध रूझवेल्ट जपत असत.

असा मालक नोकरांना आवडणार नाही असे होणे शक्य आहे का? अशा माणसावर प्रेम करण्यापासून कोणी कोणाला थांबवू शकेल का?

रूझवेल्टला एकदा व्हाइट हाउसमध्ये बोलावले होते. त्या वेळी प्रेसिडेंट व मि. टॅफ्ट बाहेर गेले होते. रूझवेल्टला नम्र माणसे खूप आवडत आणि जेव्हा तो व्हाईट हाउसमधल्या जुन्या नोकर माणसांना भेटत असे तेव्हा तो त्यांना नावाने हाक मारत असे.

एकदा त्याने ॲलिसला म्हणजे स्वयंपाकिणीला पाहिले तेव्हा तो तिला म्हणाला, ''तू अजून कॉर्न ब्रेड बनवतेस का?'' त्यावर ॲलिस म्हणाली की, ती नोकर माणसांसाठी काही वेळा बनवते, पण वरिष्ठ मंडळी मात्र काही खात नाहीत.

त्यावर रूझवेल्ट मिस्कीलपणे म्हणाला, ''त्यांना चवीने कसे खावे तेच समजत नाही. थांब, आता प्रेसिडेंट मला भेटले की, त्यांना मी कॉर्न ब्रेडबद्दल सांगतो.''

ॲलिसने रूझवेल्टसाठी एका प्लेटमध्ये एक तुकडा घालून दिला. तो खात खात रूझवेल्ट ऑफिसपर्यंत पोहोचला. वाटेत भेटणाऱ्या माळ्यांना, कामगारांना

शुभेच्छा देत देत तो पुढे जात होता.

प्रत्येक माणसाला तो नावानिशी हाक मारत होता आणि पूर्वीसारखाच त्यांच्याशी बोलत होता. हुव्हर नावाचा एक नोकर व्हाईट हाउसमध्ये प्रत्येकाला आपली जागा दाखवण्यासाठी नेमला होता व तो ते काम गेली चाळीस वर्षे करत होता. तो डोळ्यात पाणी आणून म्हणाला, ''दोन वर्षांनी आज रूझवेल्ट साहेब आलेत. आजचा दिवस सोनियाचा दिवस आहे. या दिवसाच्या बदल्यात आम्हाला कोणी दोनशे डॉलर्स जरी दिले, तरी आम्ही ते घेणार नाही.''

आणखी असाच एक अनुभव तुम्हाला सांगतो. अगदी नगण्य लोकांनाही जमेत धरणे विक्री कौशल्यासाठी किती उपयोगी ठरू शकते! न्यू जर्सीमधील एडवर्ड स्काईंग हा 'जॉन्सन अँड जॉन्सन' कंपनीचा विक्रेता म्हणून काम करत होता. त्याच्याकडे मॅसच्युसेट्स व आसपासचा भाग सोपवला होता. तो सांगतो, ''अनेक वर्षांपूर्वी मी हिंगाम येथील औषधाच्या दुकानात गेलो. ते आमचे नेहमीचे ग्राहक होते. जेव्हा जेव्हा मी त्या दुकानात जात असे तेव्हा तेव्हा मी त्या दुकानातील सोडा क्लार्क व सेल्स क्लार्क यांची आपुलकीने चौकशी करत असे आणि नंतरच त्या दुकानाच्या मालकाकडे जात असे. एके दिवशी मी त्या मालकाकडे गेलो असताना त्याने मला स्पष्ट शब्दांत सांगितले, ''आम्हाला इथून पुढे जॉन्सन अँड जॉन्सन कंपनीची उत्पादने नको आहेत, कारण तुमचे सगळे लक्ष आता खाद्यपदार्थांवर व सवलतीच्या केंद्रांवर केंद्रित झाले आहे आणि त्यामुळे आमच्यासारख्या छोट्या औषध-दुकानदारांना त्याची हानी पोहोचते. त्यामुळे तुम्ही जाऊ शकता.'' मी अचानक झालेल्या या माऱ्यापुढे अवाक् झालो आणि शेपूट घालून तेथून बाहेर पडलो. नंतर कित्येक तास मी त्या शहरात भटकत राहिलो. शेवटी मी परत त्या दुकानाच्या मालकाकडे जायचे ठरवले व आमची बाजू त्याला समजावून सांगण्याचे ठरवले.

''मी त्या दुकानात परत गेलो व सोडा क्लार्क आणि सेल्स क्लार्कला नेहमीप्रमाणे 'हॅलो' म्हणालो. मग मी मालकाकडे गेलो. तो माझ्याकडे बघून हसला व त्याने माझे चांगले स्वागत केले. नंतर त्याने मला नेहमीच्यापेक्षा दुप्पट उत्पादनांची ऑर्डर दिली. मला आश्चर्याचा धक्का बसला व मी त्याला विचारले, ''केवळ काही तासांमध्ये असे काय घडले?'' सोडा फाउंटनजवळ उभ्या असलेल्या तरुणाकडे बोट दाखवून तो म्हणाला, ''तुम्ही गेल्यानंतर हा मुलगा आत आला व म्हणाला की, कोणतेच औषध-विक्रेते आमची दखल घेत नाहीत व आम्हाला 'हॅलो'सुद्धा म्हणत नाहीत. जे काही थोडे विक्रेते आम्हालाही प्रेम लावतात, त्यांपैकी तुम्ही एक आहात आणि जर धंदा वाढवण्याची पात्रता कोणात असेल, तर ती तुमच्यामध्येच आहे. मला ते सगळे पटले.'' आणि त्यानंतर तो आमचा

कायमस्वरूपी असा निष्ठावान ग्राहक बनून राहिला. ती गोष्ट मी कधीच विसरणार नाही. जर विक्रेत्यामध्ये कोणता गुण असणे गरजेचे असेल, तर ते म्हणजे कोणत्याही परिस्थितीत लहानातल्या लहान माणसाच्या उपस्थितीची त्याने नोंद घ्यायला हवी.''

मी माझ्या वैयक्तिक अनुभवांवरून या विचारापर्यंत आलो आहे की, जो कोणी सभोवतालच्या माणसांबद्दल आस्था दाखवेल, त्याची आपुलकीने चौकशी करेल तो त्याचे लक्ष, वेळ व सहकार्य मिळवू शकतो.

काही वर्षांपूर्वी मी ब्रुकलिन इन्स्टिट्यूट आर्ट्स अँड कॉमर्स येथे कथा-लेखनाबद्दलच्या प्रशिक्षणाचा कोर्स घेतला होता आणि या कोर्समध्ये आम्हाला कॅथलिक नॉरीस, फॅनी हर्स्ट, इडा तारबेल, अलबर्ट पेसन, रूचर्ट ह्युजेस यांच्यासारखी ख्यातनाम मातब्बर मंडळी हवी होती म्हणून आम्ही त्यांना पत्र लिहिले की, त्यांनी त्यांचे वैयक्तिक अनुभव आमच्या विद्यार्थ्यांबरोबर शेअर करावेत. आम्हाला त्यांचे लेखन खूप आवडते आणि त्यामुळे त्यांच्या अनुभवांचा व विचारांचा आम्हाला आमच्या भावी आयुष्यात यशस्वी होण्यासाठी उपयोग होईल.

ही सगळी पत्रे आमच्या दीडशे विद्यार्थ्यांच्या सह्यांनी तयार केली गेली, पण मग आमच्या लक्षात आले की, लेखक मंडळी त्यांच्या कामात खूप व्यग्र असतात, त्यामुळे त्यांचा व्याख्यान तयार करण्यात खूप वेळ जाईल. म्हणून आम्ही एक प्रश्नावली तयार केली व त्यात त्यांच्या कामाच्या पद्धतीवरील प्रश्न टाकले व ती प्रत्येक पत्रासोबत पाठवली. त्या सगळ्या लेखकांना ही पद्धत आवडली. कोणाला नाही आवडणार? ते ताबडतोब राजी झाले व आम्हाला मदत करण्यासाठी येण्यास सज्ज झाले.

अगदी हीच पद्धत वापरून मी थिओडर रूझवेल्टच्या मंत्रिमंडळात खजिनदार म्हणून कार्यरत असलेला सचिव लेस्की शॉ याचे मन वळवले. तसेच ॲटर्नी जनरल ब्रायन, फ्रँकलिन रूझवेल्ट वगैरेंसारख्या मान्यवर लोकांनाही भाषणाला बोलावले आणि अर्थात ही पद्धत वापरून मी माझ्या जाहीर भाषणकलेच्या कोर्ससाठीही अशा अनेक मोठमोठ्या लोकांना विद्यार्थ्यांशी बोलायला बोलवले.

आपल्यापैकी सगळ्यांनाच, मग ते कारखान्यात काम करणारे कामगार असोत, ऑफिसमध्ये काम करणारे कारकून असोत किंवा अगदी सिंहासनावर बसलेला राजा असू दे सगळ्यांनाच जी माणसे आपले कौतुक करतात ती आवडतात. जर्मन कैसरचेच उदाहरण घ्यायचे झाले, तर पहिले महायुद्ध संपण्याच्या सुमारास कैसर हा संपूर्ण जगाच्या दृष्टीने अत्यंत निर्दयी आणि तिरस्करणीय माणूस होता. त्याचा देशसुद्धा त्याच्या विरोधात होता. स्वत:चा जीव वाचवण्यासाठी तो हॉलंडला पळून गेला. त्याच्याबद्दल लोकांच्या मनात इतका संताप खदखदत होता की, शक्य

असते, तर लोकांनी त्याला उभा चिरला असता आणि जाळून टाकला असता. या सगळ्या रणधुमाळीमध्ये एका छोट्या मुलाने कैसरला एक पत्र लिहिले. पत्र अतिशय साधे, पण मनापासून आणि कुठलाही हेतू मनात न बाळगता लिहिले होते. त्या पत्रात कैसरबद्दल आदर व कौतुक ओतप्रोत भरलेले होते. तो मुलगा पत्रात म्हणाला, ''लोकांना काहीही वाटले, तरी माझ्या राजावर मी नेहमीच प्रेम करीत राहीन.'' या पत्रामुळे कैसर अंतर्बाह्य हेलावला व त्याने त्या छोट्या मुलाला भेटीसाठी निमंत्रण पाठवले. तो मुलगा आईबरोबर आला आणि कैसरने त्या मुलाच्या आईबरोबर लग्न केले. तुम्हाला काय वाटते, त्या छोट्या मुलाने कधी 'हाउ टू विन फ्रेण्ड्स' पुस्तक वाचले होते का? त्याला हे त्याच्या अंतर्मनातून समजले!

जर आपल्याला मित्र जोडायचे असतील, तर आपल्याला लोकांसाठी काहीतरी करावे लागते. त्यांच्यासाठी झीज सोसावी लागते. त्यासाठी गरज असते, ती वेळेची, ऊर्जेची, नि:स्वार्थी भावाची आणि वैचारिक प्रगल्भतेची. जेव्हा ड्युक ऑफ विण्डसर हा प्रिन्स ऑफ वेल्स होता तेव्हा त्याने दक्षिण अमेरिकेला जाण्याचा बेत केला. तेव्हा जाण्यापूर्वी काही महिने आधी त्याने स्पॅनिश भाषा शिकण्यावर खूप मेहनत घेतली, कारण त्याला तेथे स्पॅनिश भाषेमध्ये जाहीर भाषण करायचे होते आणि त्याने तसे केले, म्हणूनच दक्षिण अमेरिकेतील लोकांचा तो खूप लाडका झाला.

गेली काही वर्षे मी माझ्या मित्रमंडळींच्या वाढदिवसाच्या तारखा नोंदण्याचे काम करत आहे. कसे? माझा ज्योतिषशास्त्रावर खरेतर अजिबात विश्वास नाही, परंतु तरीही मी समोरच्या माणसाला विचारतो की, 'जन्मतारखेशी माणसाच्या स्वभावाचा काही संबंध आहे, यावर तुझा विश्वास आहे का?' मग पुढे मी त्याला किंवा तिला विचारतो, 'सांग बरे, तुझा जन्मदिवस आणि महिना?' मग ती किंवा तो जर म्हणाला की, 'नोव्हेंबर, २४', तर मग मी मनाशी दोन-तीन वेळा घोकतो २४ नोव्हेंबर, २४ नोव्हेंबर आणि त्या व्यक्तीची पाठ वळली की, लिहून ठेवतो आणि मग नाव आणि तारीख माझ्या स्पेशल वाढदिवसाच्या डायरीत लिहून ठेवतो. प्रत्येक वर्षाच्या प्रारंभी मी माझ्या कॅलेंडरवर त्या तारखांपुढे नावे लिहून ठेवतो. त्यामुळे आपोआपच त्या-त्या व्यक्तीचा वाढदिवस माझ्या लक्षात राहतो. मला विसर पडत नाही आणि मग नाताळचा दिवस येतो तेव्हा माझ्यावरपण शुभेच्छांचा भडिमार होतो. मला कोणीच विसरू शकत नाही.

जर आपल्याला मित्र जोडायचे असतील, तर आपण लोकांशी खूप उत्साहाने व चैतन्याने बोलले पाहिजे. जेव्हा तुम्हाला कोणी फोन करते तेव्हा हेच मानसशास्त्र वापरले पाहिजे. तुमचा 'हॅलो' असा उच्चारला गेला पाहिजे की, समोरच्याला हे

जाणवले पाहिजे की, तुम्हाला त्याच्या फोनमुळे किती आनंद झाला आहे. अनेक कंपन्यांच्या टेलिफोन ऑपरेटरला चैतन्यपूर्ण आणि मार्दवतेने बोलण्यासाठी विशेष प्रशिक्षण दिले जाते. त्या टेलिफोन ऑपरेटरशी बोलल्यावर ग्राहकाला असे वाटले पाहिजे; नव्हे त्याची खात्री पटली पाहिजे की, या कंपनीला आपल्याबद्दल आत्मीयता वाटते. उद्या फोनवर बोलताना आपण हे नक्कीच लक्षात ठेवू.

समोरच्यामध्ये प्रामाणिकपणे रुची दाखवली, तर तुम्हाला फक्त मित्रच मिळतात, असे नव्हे, तर तुमच्या कंपनीला निष्ठावान ग्राहकसुद्धा मिळतात. न्यूयॉर्कमधील नॅशनल बँकेने जो अंक प्रसिद्ध केला, त्यामध्ये मॅडोलिन रोझडेल नावाच्या एका ठेवीदाराने खालील पत्र प्रकाशित केले –

'मला तुम्हाला हे मनापासून सांगावेसे वाटते की, मी तुमच्या स्टाफचे खूप कौतुक करते. प्रत्येक जण अगदी अदबीने वागतो आणि मदतीला सदैव तत्पर असतो. हे खरोखरच किती आनंददायी आहे की, रांगेत खूप वेळ उभे राहिल्यानंतर कर्मचाऱ्यांकडून इतकी प्रेमळ वागणूक मिळते!

'गेल्या वर्षी माझी आई हॉस्पिटलमध्ये पाच महिने ॲडमिट होती, तेव्हा वारंवार मला बँकेत यावे लागत असे. मी सहसा मेरी पेट्रसेलोकडे जात असे. तिला माझ्या आईबद्दलही इतकी आत्मीयता वाटत असे की, ती नेहमी माझ्या आईच्या तब्येतीची चौकशी करत असे.'

मिसेस रोझडेल कधीतरी तिचे खाते दुसऱ्या बँकेत उघडेल, असे वाटते का तुम्हाला?

न्यूयॉर्क शहरातील एका मोठ्या बँकेतील कर्मचारी चार्ल्स आर. वॉल्टर्स. त्याच्यावर एका कार्पोरेशनचा गुप्त अहवाल तयार करण्याची कामगिरी सोपवली होती. याबद्दलची अचूक माहिती देऊ शकेल असा फक्त एकच माणूस त्याला माहिती होता आणि वॉल्टर्सकडे तर जास्त वेळ नव्हता. त्याने मि. वॉल्टर्सला प्रेसिडेंटच्या ऑफिसमध्ये नेऊन बसवले. नेमकी त्याच वेळी एक तरुण स्त्री आत डोकावली व तिने प्रेसिडेंटला सांगितले की, त्या दिवशी त्याला द्यायला तिच्याकडे तिकिटे नव्हती.

"मी माझ्या बारा वर्षाच्या मुलासाठी तिकिटे गोळा करत आहे." प्रेसिडेंटने मि. वॉल्टर्सला खुलासा केला.

मग मि. वॉल्टर्सने त्याच्यावर सोपवलेल्या कामाबद्दल सांगितले आणि तो प्रेसिडेंटला प्रश्न विचारू लागला. मात्र प्रेसिडेंट अगदीच थातूरमातूर उत्तरे देत होता. त्याची उत्तरे अगदीच सर्वसामान्य व अस्पष्ट होती. त्याला काही बोलायची इच्छा नव्हती आणि स्पष्टच दिसत होते की, तो कशानेच बधणार नव्हता. मुलाखत अत्यंत अपुरी व निष्फळ ठरली.

मि. वॉल्टर्स म्हणाले, ''खरे सांगायचे, तर आता पुढे काय करावे तेच मला समजत नव्हते.'' क्लासमध्ये ही गोष्ट सांगताना ते पुढे म्हणाले, ''मग मला आठवले की, त्याची सेक्रेटरी स्टॅम्प्सबद्दल त्याच्याशी काय बोलत होती. त्याचा बारा वर्षांचा मुलगा त्यासाठी हवे असलेले स्टॅम्प्स... आणि मग मला आठवले की, आमच्या परदेश विभागाकडे होणाऱ्या पत्रव्यवहारामुळे आमच्याकडे अनेक वेगवेगळे स्टॅम्प्स होते; अगदी सातासमुद्रापलीकडचे!

''दुसऱ्या दिवशी दुपारी मी पुन्हा प्रेसिडेंटला फोन केला व त्याला सांगितले की, माझ्याकडे त्याच्या मुलाला हवी असणारी अनेक तिकिटे आहेत. मग मला खूप प्रेमाने आत बोलावले गेले. अगदी प्रेमाने! त्याने माझा हात खूप उत्साहाने हातात घेऊन 'शेकहँड' केले. त्याच्या चेहऱ्यावर हसू बरसत होते आणि हृदयात ओलावा! ''माझ्या जॉर्जला हे खूप आवडेल.'' असे म्हणत त्याने माझ्या हातातून तिकिटे लगबगीने घेतली व म्हणाला, ''केवढा मोठा खजिनाच जणू माझ्या हाती लागला आहे!

''आम्ही सुमारे अर्धा तास फक्त तिकिटांबद्दलच बोललो. मी मुलाचे फोटोही पाहिले आणि मग मात्र एक तास त्याने मला हवी असलेली माहिती देण्यात खर्च केला आणि आश्चर्याची गोष्ट म्हणजे त्या वेळी मी त्याला तसे करण्याबद्दल एकदाही सुचवले नाही. त्याला जेवढे काही माहिती होते, तेवढे सगळे त्याने मला स्वत:हून सांगितले. त्याने मला काही प्रश्नही विचारले. त्याने त्याच्या काही साहाय्यकांनाही फोन्स लावले. त्याने त्याच्या म्हणण्याला दुजोरा देणारे अहवाल, आकडेमोडीचे पेपर्स, पत्रव्यवहार सगळेकाही माझ्या हाती सोपवले. अशा प्रकारे खूप मोठे घबाड माझ्या हाती लागले.''

आणखी एक उदाहरण बघा.

सी. एम. नाफळे हे फिलाडेल्फियामधील एक गृहस्थ आमच्या क्लासमध्ये दाखल झाले होते. अनेक वर्षांपासून ते एका फार मोठ्या संस्थेला इंधन पुरवण्याचे कंत्राट मिळवण्याच्या प्रयत्नात होते, पण ती संस्था नेहमीच त्यांना हुलकावण्या देऊन दुसऱ्या शहरातून इंधन खरेदी करत होती. एके दिवशी रात्री क्लासमध्ये नाफळे यांच्या मनातील संताप बाहेर पडला व त्यांनी दुकानांच्या साखळी-पद्धतीला खूप शिव्या घातल्या व या संस्था म्हणजे देशाला कलंक आहे वगैरे वगैरे सांगितले; पण तरीही एका गोष्टीचे त्यांना आश्चर्य वाटत होते की, तो त्यांना इंधन का विकू शकत नव्हता?

मग मी त्यांना सुचवले की, आता आपण काही वेगळ्या युक्त्या वापरून पाहू. थोडक्यात, आम्ही असा प्लॅन केला की, आम्ही स्टेजवर एक वादविवाद स्पर्धा आयोजित केली. अर्थात ती फक्त कोर्समधील विद्यार्थ्यांसाठी होती. विषय होता,

'जगभर पसरलेली दुकानांची साखळी पद्धत देशासाठी विधायक आहे की विघातक?'

माझ्या सूचनेप्रमाणे नाफळे यांनी नकारात्मक बाजू मांडायचे ठरवले आणि मग सरळ दुकानांच्या साखळी-पद्धतीच्या संस्थेच्या उच्च अधिकाऱ्याकडे ते गेले. ते त्यांना म्हणाले, ''आज मी तुमच्याकडे इंधन विकायला आलेलो नाही, पण मला तुमची जरा मदत हवी आहे.'' मग त्यांनी त्यांच्या वादविवाद स्पर्धेबद्दल सांगितले आणि ''तुमच्याशिवाय अधिक चांगले माहीतगार कोण असू शकेल? मला ही वादविवाद स्पर्धा जिंकायची आहे आणि जर तुम्ही मला मदत केलीत, तर मी तुमचा शतशः ऋणी राहीन'' असे सांगितले.

मि. नाफळेच्या तोंडून पुढची गोष्ट ऐका –

> मी त्या माणसाला ''मला फक्त एक मिनिट वेळ दे'' असे विनवले. मग तो मला भेटणार एवढेच फक्त निश्चित झाले. जेव्हा मी त्याला माझे म्हणणे सांगितले तेव्हा त्याने मला खुर्चीवर बसवले आणि तो माझ्याशी एक तास सत्तेचाळीस मिनिटे बोलला. नंतर त्याने आणखी एका उच्चपदस्थाला बोलावले, ज्याने दुकानांच्या साखळी-पद्धतीवर पुस्तक लिहिले होते. नंतर त्या अधिकाऱ्याने लगेचच 'नॅशनल चेन स्टोअर असोसिएशन'ला पत्र लिहिले व त्या पुस्तकाची एक कॉपी माझ्या स्पर्धेच्या तयारीला मदत होण्याच्या दृष्टीने पाठवायला सांगितली. त्याच्या मते दुकानांची साखळी-पद्धत म्हणजे मानवतेच्या दृष्टिकोनातून निष्काम सेवाभावी पद्धत होती आणि त्याला त्याच्या या कार्याबद्दल ज्वलंत अभिमान होता. बोलताना ते तेज त्याच्या डोळ्यांमधून ओसंडून वाहत होते आणि खरेतर कबुली द्यायला पाहिजे की, ते माझ्याही डोळ्यात अंजन होते, कारण मी चेन स्टोअरकडे या दृष्टिकोनातून कधीच पाहिले नव्हते. त्या अधिकाऱ्याने माझा संपूर्ण दृष्टिकोनच बदलून टाकला.
>
> माझे बोलणे संपल्यावर मी जायला निघालो, तर तो माझ्याबरोबर दारापर्यंत आला. त्याने त्याचा हात माझ्या खांद्यावर ठेवला. मला स्पर्धेसाठी शुभेच्छा दिल्या आणि 'मला पुन्हा भेटायला ये व स्पर्धेचा निकाल काय लागतो ते सांगायला ये' असे म्हणाला. नंतर जाता जाता म्हणाला, ''आता तू मार्च महिन्यात मला भेट. कारण त्या वेळी मी तुला इंधनाची ऑर्डर देऊ शकेन.''
>
> माझ्यासाठी तो एक चमत्कार होता. ज्या दिवशी एका शब्दानेही मला ऑर्डर देण्याविषयी मी त्याला सुचवले नव्हते त्या दिवशी त्याने मला ऑर्डर देण्याबद्दल सांगितले. मी त्याच्यामध्ये, त्याच्या कामामध्ये जेव्हा प्रामाणिक

स्वारस्य दाखवले, त्याच्यासमोरील समस्यांची आपुलकीने दखल घेतली, तेव्हाच त्याने माझ्यामध्ये व माझ्या उत्पादनांमध्ये स्वारस्य दाखवले.

मि. नाफळे, तुम्ही सांगितलेली ही गोष्ट नवी नाही. ख्रिस्ताच्या जन्माच्या शंभर वर्षे आधी प्रसिद्ध रोमन कवी सायरस याने पुढील विधान लिहून ठेवले आहे, 'आपण इतरांमध्ये रुची दाखवतो तेव्हा इतर लोक आपल्यात रुची दाखवतात.'

इतर मानवी नात्यांप्रमाणेच परस्परांमध्ये रस घेणे हे अत्यंत प्रामाणिकपणाचे असले पाहिजे. जी व्यक्ती समोरच्यामध्ये, त्याच्या सुख-दुःखामध्ये स्वारस्य दाखवते तिलासुद्धा समोरच्या व्यक्तीकडून असाच प्रतिसाद मिळतो; म्हणजे मिळायला हवा. हा दुहेरी मार्ग असतो. दोन्हीही पक्ष लाभार्थींचे असतात.

न्यूयॉर्कमधील लाँग आयलंड येथे आमच्या कोर्समध्ये दाखल झालेल्या मार्टीन गिन्सबर्गच्या आयुष्यावर एका नर्सचा खोलवर प्रभाव कसा पडला व त्यामुळे तिने त्याच्यामध्ये विशेष रस कसा दाखवला त्याची गोष्ट ऐका –

'मी दहा वर्षांचा होतो आणि तो 'थँक्स गिव्हिंग डे' होता. मी शहरातील एका हॉस्पिटलमध्ये बिछान्यावर पडून होतो. माझ्यावर दुसऱ्या दिवशी मोठी शस्त्रक्रिया होणार होती. मला माहिती होते की, आता पुढचे दोन महिने वेदनेने विव्हळत मला बिछान्यावरच पडून राहावे लागणार होते! माझे वडील पूर्वीच वारले होते. माझी आई आणि मी एका छोट्या घरात राहत होतो आणि लोकांच्या दयेस पात्र होतो. माझी आई त्या दिवशी मला भेटायला येऊ शकणार नव्हती.

जसजसा दिवस पुढे सरकू लागला तसतसा मी माझ्या एकाकीपणाच्या, निराशेच्या आणि भयाच्या भावनेने ग्रासून गेलो. मला माहिती होते की, माझी आई एकटीच घरी काळजी करत बसली असणार. तिच्याबरोबर जेवायला कोणी नसणार आणि तिच्याकडे तेवढे पैसेपण नव्हते की, तिला 'थँक्स गिव्हिंग डे'चे जेवण बाहेर घेणे परवडले असते.

माझ्या डोळ्यांमध्ये अश्रूंचा महापूर साठू लागला. तो दिसू नये म्हणून मी उशीत डोके खुपसले आणि माझ्या अश्रूंना मोकळी वाट करून दिली. मी मूकपणे रडत होतो, पण त्यामुळेच माझ्या गात्रांमध्ये कडवटपणा साठून माझे सगळे शरीर वेदनेने ठसठसत होते.

एक तरुण शिकाऊ नर्स हे सगळे दुरून पाहत होती. ती माझ्याजवळ आली. तिने माझ्या तोंडावरची उशी ओढून दूर केली आणि तिने मला सांगितले की, तीपण माझ्यासारखीच एकाकी होती, कारण तिला दिवसभर काम करायचे होते. त्यामुळे तीपण घरी जाऊ शकत नव्हती. मग तिने मला विचारले, "आपण दोघांनी जेवण बरोबर घ्यायचे का?" मग तिने जेवणाचे दोन ट्रे आणले. त्यामध्ये टर्कीच्या

स्लाइसेस होत्या. कुस्करलेला बटाटा होता. कॅनबेरी सॉस होता, आइस्क्रीम होते. आणखीनही गोड पदार्थ होते. ती माझ्याशी बोलत राहिली आणि माझ्या भीतीच्या, एकाकीपणाच्या भावना पळवत राहिली. खरेतर तिची ड्युटी दुपारी चार वाजता संपत होती, पण ती माझ्यासाठी रात्री अकरा वाजेपर्यंत थांबून राहिली. आम्ही काही खेळ खेळलो. शेवटी मला झोप लागल्यावरच ती गेली.

त्यानंतर आयुष्यात अनेक 'थँक्स गिव्हिंग डे' आले आणि गेले, पण एकदाही मला तिची आठवण आल्यावाचून राहिली नाही. त्या दिवशीच्या माझ्या एकाकीपणाच्या, नैराश्याच्या, भयाच्या भावनांना एका परक्या व्यक्तीच्या उबदार प्रेमाच्या भावनेने पळवून लावून माझे जगणे सुसह्य केले होते.

जर इतरांनी तुमच्यावर प्रेम करावे असे तुम्हाला वाटत असेल आणि तुमची त्यांच्याशी मैत्री व्हावी असे तुम्हाला वाटत असेल, तर तुम्ही स्वत:ला जशी मदत करता तशीच इतरांनाही मदत करा. खालील तत्त्व कायम लक्षात ठेवा.

तत्त्व १:
इतरांच्या सुखदु:खांशी समरस व्हा.

२

प्रथमदर्शनी छाप पाडण्याची सोपी युक्ती

न्यूयॉर्क शहरात एक मोठी पार्टी चालू होती. निमंत्रितांपैकी एक स्त्री गर्भश्रीमंत होती. ती प्रत्येकावर आपली छाप पाडण्याचा प्रयत्न करत होती. तिने तिची संपत्ती प्रामुख्याने उंची वस्त्रे, हिरे आणि मोती यांच्यावर उधळली होती, पण तिच्या चेहऱ्याचे मात्र ती काहीच करू शकली नाही. त्या चेहऱ्यावर प्रचंड रूक्षता आणि स्वार्थीपणा ओसंडून वाहत होता. सामान्यत: प्रत्येकालाच माहिती असलेल्या गोष्टीची जाणीव तिला नव्हती. ती म्हणजे तुमच्या कपड्यांपेक्षा आणि तुमच्या दागदागिन्यांपेक्षा तुमच्या चेहऱ्यावरील मृदू, मैत्रीपूर्ण भावच तुमच्या व्यक्तिमत्त्वाला झळाळी देतात.

चार्ल्स स्क्वॅबनेच मला एकदा सांगितले की, पूर्वी तो अजिबात हसत नसे. पण मग त्याला हे सत्य समजले की, हसण्यात केवढी जादू दडली आहे! स्क्वॅबचे व्यक्तिमत्त्व, लोकांनी त्याच्यावर प्रेम करावे ही त्याची क्षमता यामध्येच त्याच्या असामान्य यशाचे रहस्य दडले आहे आणि त्याच्या आनंदी व्यक्तिमत्त्वामधील लक्ष वेधून घेणारा गुण म्हणजे त्याचे मंत्रमुग्ध करणारे हसू!

कृती ही शब्दांपेक्षा अधिक बोलकी असते. म्हणजे तुमच्या एका हास्याचा अर्थ होतो, 'मला तू आवडतोस/तुला भेटून मला आनंद झाला/तू मला सुखी केलेस.'

म्हणूनच जगभर लोकांना कुत्रे आवडतात. कुत्र्यांना आपल्याला पाहून इतका आनंद होतो की, ती आपल्या अंगावर उड्या मारतात. साहजिकच आपल्यालाही त्यांना पाहून आनंद होतो.

लहान बाळाचे हास्यसुद्धा फार आल्हाददायी असते.

तुम्ही डॉक्टरांच्या वेटिंग रूममध्ये बसून इतर पेशंट्सचे निरीक्षण कधी केले आहे का? सगळे जण अत्यंत गंभीर चेहऱ्याने डॉक्टरांना भेटण्यासाठी अगतिक झालेले असतात. मिसुरीतील रे टाउन या शहरातील एका प्राण्याच्या डॉक्टरांची डॉ.

स्टिफन यांनी वसंत ऋतूतील एका वैशिष्ट्यपूर्ण दिवसाची मला आठवण सांगितली. त्या दिवशी त्यांची वेटिंग रूम प्राण्यांना रोगप्रतिबंधक लस देण्यासाठी जमलेल्या लोकांनी व त्यांच्या प्राण्यांनी खच्चून भरलेली होती. कोणीही कोणाशी बोलत नव्हते. प्रत्येक जण आपल्याच विचारात गढून गेले होते. डॉ. स्टिफन पुढे म्हणाले, "आता सहा किंवा सात पेशंट्स उरले होते. तेवढ्यात एक तरुण स्त्री आपल्या नऊ महिन्याच्या बाळाला आणि एका छोट्या कुत्र्याच्या पिल्लाला घेऊन आली. ती एका सभ्य प्रौढ गृहस्थांशेजारी बसली. ते गृहस्थ इतका वेळ बसावे लागल्यामुळे अत्यंत वैतागलेले होते. तेवढ्यात त्या छोट्या नऊ महिन्यांच्या बाळाने त्या आजोबांकडे पाहून असे काही बोळके पसरून हास्य दिले की, आजोबांनाच काय, त्या जागी अगदी दुसरे कोणीही असते, तरी त्याला हसण्यावाचून गत्यंतरच राहिले नसते. मग लगेच त्या आजोबांनी बाळाच्या आईबरोबर बाळाविषयी व त्यांच्या नातवंडांविषयी संभाषण सुरू केले आणि त्या हॉलमधली सगळी माणसेच त्यामध्ये सहभागी झाली आणि मग सगळे ताणतणाव, कंटाळा आपोआपच नाहीसा झाला आणि हॉल आनंदाने व उत्साहाने भरून गेला.

खोटे खोटे हसू! नाही! अशा खोट्या हसण्याने तुम्ही सगळ्यांना मूर्ख बनवू शकत नाही. खोटे हसू किती यांत्रिक असते आणि आपल्याला त्याची किती चीड येते हे आपल्याला माहिती आहे. ज्या हास्यामुळे समोरच्याच्या मनात आनंदलहरी उमटतील अशा खऱ्याखुऱ्या, अगदी हृदयातून उमटणाऱ्या हास्याबद्दल मी बोलतो आहे.

प्रोफेसर जेम्स मॅक्कोनेल हे मिशिगन विद्यापीठातील प्रसिद्ध मानसशास्त्रज्ञ 'हास्य' या संकल्पनेबद्दल असे म्हणतात की, 'जे लोक हसू शकतात ते चांगले व्यवस्थापक असतात, उत्तम शिक्षक असतात आणि त्यांचे विक्रीकौशल्य विशेष उल्लेखनीय असते. ते मुलांनासुद्धा चांगल्या पद्धतीने वाढवतात. दुसऱ्याकडे पाहून नाक मुरडण्यापेक्षा समोरच्याला एक सुहास्य दिले, तर त्यामधून अनेक चांगल्या भावनांचा उगम होतो आणि म्हणूनच शिक्षा करण्यापेक्षा प्रोत्साहन देणे हीच उत्तम शिकवण आहे.'

न्यूयॉर्कमधील एका मोठ्या डिपार्टमेंटल स्टोअरची एम्प्लॉयमेंट मॅनेजर मला एकदा म्हणाली, "जर मला शक्य झाले, तर जिचे शालेय शिक्षणसुद्धा पूर्ण झाले नाही, पण जिच्या चेहऱ्यावर उत्साहवर्धक हसू असेल, अशा व्यक्तीला मी गंभीर चेहऱ्याच्या पीएच.डी. झालेल्या व्यक्तीपेक्षा पसंत करेन."

जरी अनेकदा आपले हसू दिसत नसले, तरी आपल्या चेहऱ्यावरील हास्याचा होणारा परिणाम हा अतिशय प्रभावशाली असतो. जे लोक टेलिफोन त्यांची उत्पादने वा त्यांच्या सेवा विकण्यासाठी वापरतात अशा लोकांसाठी अमेरिकेत

'फोन पॉवर' नावाचा एक अभिनव उपक्रम केला गेला. या उपक्रमात त्यांना असे सांगण्यात आले की, तुमच्या बोलण्यातून तुमचे हास्य समोरच्या व्यक्तीला समजायला हवे आणि याचा त्यांच्या विक्रीवर चांगला परिणाम झाल्याचे लक्षात आले.

रॉबर्ट क्रायर हा ओहियो, सिनसिनाटी येथील कंपनीमध्ये संगणक विभागाचा व्यवस्थापक होता. त्याने अभिमानाने सांगितले की, त्यांच्या कंपनीसाठी लायक कॉम्प्युटर इंजिनिअरची नेमणूक त्याने किती अचूकपणे केली होती. तो सांगतो :

मी माझ्या कंपनीसाठी एक चांगला हुशार, कॉम्प्युटर सायन्समध्ये पीएच.डी. केलेला उमेदवार शोधत होतो. कंपनीला अशा माणसाची ताबडतोब गरज होती. शेवटी परड्यु युनिव्हर्सिटीमध्ये पदवी घेतलेला, उत्तम क्वालिफिकेशन असलेला उमेदवार मी निवडला. त्याच्याशी अनेक वेळा फोनवर संभाषण केल्यानंतर माझ्या असे लक्षात आले की, त्याला अनेक कंपन्यांकडून बोलावणे आले होते. त्यांपैकी काही कंपन्या तर आमच्यापेक्षा मोठ्या आणि नावाजलेल्या होत्या. त्याने जेव्हा आमची कंपनी स्वीकारली तेव्हा मला आनंद झाला. जेव्हा तो कामावर रुजू झाला तेव्हा मी त्याला विचारले की, त्याने इतरांना डावलून आम्हाला का निवडले? तो एक क्षणभर थांबला व विचारपूर्वक म्हणाला, ''मला असे वाटते की, माझ्याशी ज्या इतर मॅनेजर्सचे संभाषण झाले ते माझ्याशी अत्यंत थंडपणे व व्यावहारिक बोलले, जणूकाही मला वाटले की, ते माझ्याशी काहीतरी सौदा करत आहेत, पण तुमचा आवाज मला फार आश्वासक वाटला व तुमच्या आवाजात तुम्ही मला आमंत्रित करत आहात, तुम्हाला माझे बोलणे ऐकायचे आहे आणि तुमच्या संस्थेचा एक भाग म्हणून तुम्हाला मी हवा आहे असे मला जाणवले.'' मग मी त्याला सांगितले, ''तू निश्चिन्त राहा. मी फोनवर नेहमीच हसून बोलतो.''

अमेरिकेतील एका खूप मोठ्या रबर कंपनीच्या बोर्ड ऑफ डायरेक्टर्सच्या अध्यक्षाने मला असे सांगितले की, त्याच्या निरीक्षणानुसार कोणतेही काम लोक जेव्हा हसून-खेळून करतात तेव्हाच ते त्यामध्ये यशस्वी होतात. हा औद्योगिक पुढारी जुन्या काळातील असला, तरी फक्त काबाडकष्ट हीच यशाचे दार उघडण्याची जादूची किल्ली नव्हे, असे मानणाऱ्यातला होता. तो म्हणतो, ''मला अशी यशस्वी माणसे माहिती आहेत की, ज्यांनी त्यांचा व्यवसाय अत्यंत आनंदाने केला आहे आणि मी अशीही माणसे पाहिली आहेत की, ज्यांनी मौजमजा विसरून फक्त काम केले आहे; पण मग त्यांच्या व्यवसायात त्यांना मंदी आली, त्यांचा आनंद लुप्त झाला आणि ते अयशस्वी ठरले.''

जर लोकांनी तुमच्याबरोबर आनंदात वेळ घालवावा अशी तुमची अपेक्षा असेल, तर तुम्हीसुद्धा लोकांना तसाच आनंद दिला पाहिजे.

माझ्या क्लासमध्ये येणाऱ्या हजारो व्यावसायिकांना, धंदेवाल्यांना मी नेहमी

सांगतो – एक आठवडाभर तुम्ही सातत्याने प्रत्येक तासाला कोणालातरी 'स्माइल' द्या आणि मग इथे येऊन त्याचे काय परिणाम झाले ते सांगा. हे कसे शक्य होते? चला, बघू या. आत्ता इथे न्यूयॉर्कमधील एका स्टॉक ब्रोकरचे पत्र आले आहे. त्याची केस अगदीच काही वेगळी किंवा विचित्र नाही. खरेतर शंभरात अशी एखादी केस असतेच.

मि. स्टेनहार्ड लिहितात, 'माझे अठरा वर्षांपूर्वी लग्न झाले आणि अठरा वर्षांच्या काळात मी माझ्या पत्नीकडे पाहून क्वचितच हसलो असेन किंवा सकाळी उठल्यापासून ते ऑफिसला जाईपर्यंत दोन डझन शब्दसुद्धा मी रोज तिच्याबरोबर बोलत नाही. मी फक्त सतत कुरकुरत असे. मी कधी तिच्याबरोबर सिनेमालासुद्धा गेलो नाही.

पण जेव्हा तुम्ही मला 'हसून बोलण्याचा' सल्ला दिलात व तो अनुभव कथन करण्यास सांगितलात तेव्हा मी मनाशी विचार केला की, मी आठवडाभर प्रयत्न करून पाहीन. म्हणून दुसऱ्या दिवशी सकाळी माझे केस विंचरत असताना आरशात मी माझ्या खिन्न, आंबट चेहऱ्याकडे पाहिले व स्वतःला बजावले, 'बिल तू आता चेहऱ्यावर हसू आणणार आहेस आणि आता या क्षणापासूनच तू हसणार आहेस. मी नाष्ट्याच्या टेबलवर बसलो व बायकोला हसून 'गुड मॉर्निंग' म्हणालो.

तुम्ही मला इशारा दिला होता की, ती आश्चर्यचकित होईल; पण कार्नेगी साहेब, तुम्ही चुकलात. तुमच्या अपेक्षेपेक्षा वेगळे घडले. ती भयभीत झाली. तिला प्रचंड मानसिक धक्का बसला, पण मी आता तिच्या मनाची तयारी केली आहे की, भविष्यात माझ्याकडून अशा स्मितहास्याची अपेक्षा तू रोजच करायला हरकत नाही.

आणि खरोखरच त्या दिवसापासून अवघ्या दोनच महिन्यांनी आमचे घर सुखासमाधानाने न्हाऊन निघाले.

मी जेव्हा ऑफिसला जाण्यासाठी घर सोडले तेव्हा आमच्या लिफ्ट ऑपरेटरलासुद्धा मी 'गुड मॉर्निंग' असे हसून म्हणत असे. मी ऑफिसमधील दरवानालासुद्धा हसून अभिवादन करू लागलो. माझ्या वाटेवर भेटणाऱ्या कॅशिअरने माझ्याकडे सुट्टे पैसे मागितले तेव्हासुद्धा मी त्याच्याकडे पाहून हसलो. मी स्टॉक एक्स्चेंजच्या दरवाजात उभे राहून तेथे जमलेल्या लोकांकडे पाहून हसलो. यापूर्वी त्यांनी माझे हसणे कधीच पाहिले नव्हते.

थोड्याच दिवसांत माझ्या लक्षात आले की, प्रत्येक जण माझ्या सुहास्याला हसून प्रतिसाद देत होता. जे माझ्याकडे काही तक्रारी घेऊन आले किंवा ज्यांनी टीका केली त्यांचे म्हणणेसुद्धा मी काळजीपूर्वक ऐकून घेतले व त्यावर आनंदाने उपाय सुचविले आणि माझ्या आणखी एक गोष्ट लक्षात आली की, तडजोडीने अनेक समस्या सुटतात. निदान सोप्या वाटतात. मला हेसुद्धा जाणवले की, हास्य

माझ्याकडे संपत्ती खेचून आणते आहे.

माझ्या ऑफिसमध्ये माझा एक मित्र माझा भागीदार होता. त्याच्या स्टाफपैकी त्याचा एक क्लार्क मला फार आवडायचा. फारच उमद्या स्वभावाचा होता तो! आणि मी जगाकडे बघण्याच्या माझ्या दृष्टिकोनात बदल केल्यामुळे मला खूप फायदे होत होते. त्याबद्दल त्याला सांगावे असे मला वाटले म्हणून मी त्याला माझे जीवनाबद्दलचे नवीन तत्त्वज्ञान सांगितले. तेव्हा त्याने माझ्याकडे प्रांजळपणे कबुली दिली की, जेव्हा तो या ऑफिसमध्ये आला तेव्हा माझ्याबद्दल त्याचे मत म्हणजे, 'महाभयानक, खडूस प्राणी' असे होते, जे आता पूर्णपणे बदलले होते.

मी माझ्या कामाच्या पद्धतींमधून टीका पूर्णपणे हद्दपार केली. मी आता रागवण्याऐवजी कौतुक आणि स्तुती करू लागलो. मला काय पाहिजे आहे याबद्दल सांगणे मी बंद केले. मी आता समोरच्या व्यक्तीच्या दृष्टिकोनातून त्या घटनेकडे पाहू लागलो आणि खरे सांगायचे, तर या सगळ्या गोष्टींमुळे माझ्या आयुष्यात क्रांती घडली. मी आता पहिल्यापेक्षा खूप वेगळा झालो. अधिक आनंदी, अधिक श्रीमंत. हो! मित्रांच्या बाबतीतली श्रीमंती! आणि खरेतर हीच संपत्ती अधिक टिकाऊ असते.

तुम्हाला हसावेसे वाटत नाही का? ठीक आहे, हरकत नाही. दोन गोष्टी करा. पहिली म्हणजे स्वत:वर हसण्याची बळजबरी करा. तुम्ही एकटे आहात? मग बळजबरीने शिट्टी वाजवा किंवा एखाद्या गाण्याची ओळ गुणगुणा. मग आपोआपच तुम्हाला आनंद होईल. असे नाटक करा की, जणूकाही तुम्ही आधीपासूनच आनंदी आहात आणि नेमकी हीच गोष्ट तुम्हाला आनंदी करेल. विल्यम जेम्स – प्रसिद्ध मानसशास्त्रज्ञ व तत्त्ववेत्ता काय म्हणतो ते पाहा :

'आपल्याला वरवर पाहता असे दिसते की, भावनेच्या मागोमाग कृती जाते; पण वास्तवात तसे नाही. कृती आणि भावना या एकमेकींच्या हातात हात घालून जातात. म्हणूनच आपल्या कृतीला आपण नियंत्रणात आणून भावनांवरसुद्धा नियंत्रण ठेवू शकतो, कारण कृती ही प्रत्यक्षपणे करणे-न करणे आपल्या मर्जीवर अवलंबून असते, पण भावनांवर आपले नियंत्रण नसते.'

अशा प्रकारे आपला आनंद आपण मिळवणे हे सर्वस्वी आपल्या हाती असते. जर आपण आनंदी झालो नाही, तर त्याला जबाबदारसुद्धा आपणच असतो. म्हणून आनंदी वागा, आनंदी बोला आणि मग आनंदच आनंद असेल!

या जगात आपण दु:खी असावे असे कोणाला तरी वाटेल का? प्रत्येकालाच आपण आनंदी असावे असे वाटते. तुमच्या विचारांवर नियंत्रण ठेवून तुम्ही आनंदी होऊ शकता. आनंद हा बाह्य गोष्टींवर अवलंबून नसतोच मुळी! तो तुमच्या अंतरंगातच दडलेला असतो.

तुम्ही कोण आहात? किंवा तुम्ही काय आहात? तुम्ही कोठे आहात? किंवा तुम्ही आनंदी किंवा दुःखी राहण्यासाठी काय करता हे महत्त्वाचे नसते. सगळ्यात महत्त्वाचे असते, ते म्हणजे तुम्हाला स्वत:बद्दल काय वाटते! उदाहरणार्थ, दोन माणसे एकाच ठिकाणी, एकाच प्रकारचे काम करत असतात. दोघांनाही त्याचा मोबदला, मान-मरातब सारखाच मिळत असतो. तरी एक जण सुखी असतो, तर दुसरा दुःखी असतो. याचे कारण काय? तर दोघांची वेगवेगळी मानसिकता. मी शहरापासून अगदी दूरवर, शेतामध्ये त्यांची जुनीच अवजारे घेऊन घाम गाळत शेतात आनंदाने राबणारे शेतकरी पाहिले आहेत. तसेच न्यूयॉर्क, शिकागो आणि लॉस एंजेलिस येथे अद्ययावत एअरकंडिशन्ड ऑफिसमध्ये दुर्मुखलेल्या चेहऱ्याने काम करणारी माणसेसुद्धा पाहिली आहेत.

शेक्सपिअरसुद्धा म्हणतो, 'जगात चांगले आणि वाईट असे काहीच नाही. आपले विचारच त्यांना चांगले वा वाईट ठरवत असतात.'

आणि लिंकनने एकदा असे सांगितले, "जर माणसाने मनाचा निश्चय केला की, मी आनंदीच राहीन, तरच तो आनंदी राहू शकतो." ॲबी म्हणतो, "हे खरे आहे. मी स्वत: अशा सत्याचा सामना केला आहे. एकदा मी लाँग आयलंड, न्यूयॉर्क येथील रेल्वे स्टेशनच्या कडेने चाललो होतो. तेवढ्यात माझ्या पुढ्यात तीस ते चाळीस अपंग मुले कुबड्या आणि काठ्या घेऊन अवतरली. ती जिना चढण्याचा अशक्यप्राय प्रयत्न करत होती, पण त्यांना उचलून वर ठेवावे लागले; पण त्या मुलांच्या हसण्याने आणि गलबल्याने मी आश्चर्यचकित झालो. याबद्दल मी त्या मुलांना जे गृहस्थ घेऊन आले होते त्यांच्याशी बोललो. तेव्हा ते म्हणाले, "होय! तुम्ही म्हणता ते खरे आहे. जेव्हा मुलाला प्रथम समजते की, त्याला आता अपंग म्हणून जगावे लागणार आहे, तेव्हा त्याला सुरुवातीला खूप मोठा धक्का बसतो; पण हळूहळू तो त्यातून बाहेर येतो आणि हे आपले नशीब आहे असे मानून सत्याचा स्वीकार करतो आणि मग दुसऱ्या कोणत्याही सर्वसाधारण मुलाइतकाच तोपण आनंदी राहतो."

खरोखरच त्या मुलांपुढे नतमस्तक व्हावे असे मला वाटले. त्यांनी मला आयुष्यातला इतका मोठा धडा शिकवला की, तो मी कधीच विसरणार नाही.

एखाद्या बंदिस्त खोलीत एकट्यानेच सगळे काम करत बसल्याने फक्त एकाकीच वाटते असे नाही, तर त्यामुळे इतर सहकाऱ्यांशी मैत्री करण्याची संधीही आपण गमावतो. सिनोरा मारीया ही मेक्सिकोमध्ये राहणारी तरुणी जेथे नोकरी करत होती तेथे ती अशीच एकटी, एकाकी बसत असे. त्या ऑफिसमध्ये तिचे इतर सहकारी जवळ-जवळच्या टेबलवर बसत. ते हसत-खेळत, गप्पा मारत काम करत, याचा तिला खूप हेवा वाटे. जेव्हा सुरुवातीच्या दिवसांत तिला त्यांच्याजवळून

जावे लागे तेव्हा ती संकोचाने मान इकडे-तिकडे वळवत असे.

काही आठवड्यांनंतर ती स्वत:ला म्हणाली, 'मारीया, या बायका तुझ्याकडे बोलायला येतील अशी अपेक्षा तू धरू नकोस. तुलाच तुझ्या जागेवरून उठून त्यांना भेटायला जावे लागेल.' पुढच्या वेळेस ती जेव्हा वॉटर कूलरकडे पाणी प्यायला गेली तेव्हा तिने चेहऱ्यावर रुंद हसू पसरवले आणि म्हणाली, "हाय! कशा आहात तुम्ही सगळ्या?" मग ती प्रत्येकाशीच असे बोलली. त्याचा चांगला परिणाम ताबडतोब दिसायला लागला. सगळे तिच्याकडे पाहून हसले. सगळ्यांनी तिला उत्तम प्रतिसाद दिला. त्यामुळे तिला ऑफिसमधले वातावरण हलके-फुलके वाटू लागले व तिचे काम ती अधिक आनंदाने करू लागली. हळूहळू ओळखीचे रूपांतर मैत्रीमध्ये होऊ लागले. तिचे काम आणि तिचे आयुष्य जगण्यास अधिक सुकर झाले. तिला ते आवडू लागले.

खाली संतसाहित्यामधील एक निवडक परिच्छेद दिला आहे. त्यामधील उपदेश अत्यंत काळजीपूर्वक वाचा, पण फक्त वाचून काही होणार नाही. तुम्ही जर हे आचरणात आणले, तर तुमचे काहीतरी भले मात्र नक्कीच होईल. (निबंधकार अल्बर्ट हुबार्ड) –

> जेव्हा कधी तुम्ही घराबाहेर पडाल तेव्हा चेहऱ्यावर प्रसन्नता आणा. समोर बघा आणि तुमच्या फुफ्फुसात जास्तीतजास्त ताजी हवा भरून घ्या. सूर्यप्रकाश डोळ्यांत साठवून घ्या. तुमच्या मित्रमैत्रिणींना सुहास्य वदनाने अभिवादन करा. चांगल्या गोष्टींचे मनापासून टाळ्या वाजवून स्वागत करा. तुमच्याबद्दल कोणी काही गैरसमज करून घेईल अशी भीती बाळगू नका. तुमच्या शत्रूंचा एक मिनिटही विचार करू नका. तुम्हाला आता काय करायला आवडेल याचे पक्के नियोजन मनाशी करा. म्हणजे मग कोणत्याही प्रलोभनाला बळी न पडता तुम्ही तुमच्या ध्येयापर्यंत येऊन पोहोचाल. ज्या उदात्त आणि महान गोष्टी तुम्हाला करायच्या आहेत त्याच्यावर तुमचे लक्ष केंद्रित करा आणि असेच काही दिवस गेले की, अगदी तुमच्या नकळतपणे तुमच्या इच्छा पूर्णत्वाकडे जात आहेत याची तुम्हाला जाणीव होईल. तुमच्या मनात तुमच्याबद्दल जी प्रतिमा होती की, तुम्ही परोपकारी असावे, उत्साही असावे, तुमच्यामध्ये अनेक क्षमता असाव्यात इ. तुमच्या स्वप्नातले तुमचे ते चित्र प्रत्यक्षात उतरलेले तुम्हाला दिसेल. विचार हेच सर्वश्रेष्ठ असतात. योग्य मानसिक दृष्टिकोन जपा. त्यात धाडसी वृत्ती, मनमोकळेपणा, आनंदी वृत्ती हे सगळे असू द्या. योग्य दिशेने विचार करणे म्हणजेच नवनिर्मिती. प्रबळ आंतरिक इच्छेने सगळेच साध्य होते आणि प्रत्येक

प्रामाणिक प्रार्थना देवाकडून ऐकली जाते. आपल्या हृदयात जे असते तसेच आपण बनतो.

प्राचीन चायनीज लोक खरोखर खूप शहाणे होते. जगरहाटी त्यांना चांगली समजत होती. त्यांची एक अत्यंत जुनी म्हण होती, जी तुम्ही आणि मी आपल्या आरशावर चिकटवली पाहिजे. 'ज्या माणसाच्या चेहऱ्यावर हसू येत नाही, त्याने कधीच दुकान उघडू नये.'

तुमचे हास्य तुमच्या सदिच्छांचे दूत असतात. जे तुमचे हसू पाहतील त्यांची आयुष्ये उजळून निघतील. जेव्हा एखादी व्यक्ती जगाच्या तिरस्काराला कंटाळलेली असते तेव्हा तुमचे हसू एखाद्या काळोख्या ढगाच्या आडून प्रकटलेल्या सूर्यकिरणांसारखे सुटते. जेव्हा एखादी व्यक्ती तिच्या बॉसच्या तणावाखाली असेल किंवा एखादा दुकानदार त्याच्या गिऱ्हाइकाच्या तणावाखाली असेल किंवा विद्यार्थी शिक्षकांच्या किंवा पालकांच्या तणावाखाली असतील, अशा वेळी एखादी हास्याची लकेरसुद्धा त्यांना सुखावून जाते. त्यांना सांगून जाते की, सगळेच संपलेले नाही. जगात अजूनही आनंद शिल्लक आहे.

काही वर्षांपूर्वी न्यूयॉर्क शहरातील एका डिपार्टमेंटल स्टोअरमध्ये नाताळमधील गर्दीच्या तणावामुळे त्यांच्या विक्रेत्यांना आलेली मरगळ झटकण्यासाठी खालील तत्त्वज्ञान लिहून ठेवले होते.

नाताळातील मौल्यवान हसू

यासाठी पैसे पडत नाही, पण ते खूप काही देऊन जाते.
ज्याला हे मिळते तो अधिक समृद्ध होतो, पण जो ते देतो त्याचे काहीच कमी होत नाही.
हे एका क्षणात घडते, पण त्याच्या गोड स्मृती आयुष्यभर दरवळत राहतात.
कोणाचीही श्रीमंती हास्यावाचून अपुरीच असते आणि कोणत्याही गरिबाला याचा फायदा मिळाल्यास तो गरीब राहत नाही.
हास्यामुळे घरात आनंदीआनंद पसरतो. व्यवसाय-धंद्यात बंधुभाव निर्माण होतो आणि मित्रांमध्ये घट्ट मैत्री होते.
थकलेल्यांना हास्यामुळे विश्रांती मिळते. निरुत्साही झालेल्यांना ते टॉनिक असते. दु:खी झालेल्यांना हास्यामुळे नवीन पहाट उगवली असे वाटते. कोणत्याही संकटावर हास्य हा निसर्गाने निर्माण केलेला उतारा आहे.
तरीही ते विकत मिळत नाही. त्यासाठी याचना करावी लागत नाही. ते उसने मिळत नाही किंवा ते कोणी चोरूनसुद्धा घेऊ शकत नाही. उलट,

दुसऱ्याला देण्याने आपल्यालाही काहीतरी मिळते.

आणि आता नाताळच्या या तोबा गर्दीत आमचे विक्रेते इतके थकले आहेत की, त्यांनी तुम्हाला हसू दिले नाही, तर आम्हीच तुम्हाला तुमचे हसू त्यांच्यासाठी सोडून जाण्याची विनंती करतो.

ज्यांच्याकडे आता हसू उरले नाही, त्यांनाच हसू देण्याची जास्त गरज आहे!

तत्त्व २:
'हसा!'

३

जर तुम्ही हे केले नाही, तर विनाकारण तुम्ही त्रास ओढवून घ्याल

इ. स. १८९८मध्ये न्यूयॉर्कमधील रॉकलँड शहरात एक दुर्घटना घडली. एक लहान मुलगा मृत्यू पावला आणि त्याचे शेजारी त्याच्या अंत्ययात्रेस जाण्याच्या तयारीत होते. त्याच वेळी जिम फेअरले त्याच्या घोड्याला घेऊन धान्याच्या कोठाराकडे निघाला होता. जमिनीवर सर्वत्र बर्फ होते. हवा प्रचंड थंड होती. घोड्यालाही बरेच दिवसांत फिरवला नव्हता आणि जेव्हा त्याच्या पाणी पिण्याच्या अरुंद टाकीकडे त्याला नेण्यात आले तेव्हा त्याच्या असे काही अंगात आले की, त्याने त्याचे दोन्ही पाय हवेत जोरात उसळवले. आणि त्याचा जोर इतका होता की, जिम फेअरले तत्काळ खाली पडून मृत्युमुखी पडला. त्यामुळे त्या आठवड्यात स्टोनी पॉइंट या खेड्यात दोन मृत्यू घडले.

जिम फेअरलेच्या मागे त्याची विधवा पत्नी, तीन मुले आणि इन्शुरन्सचे काही पैसे उरले.

त्याचा सगळ्यात मोठा मुलगा जिम दहा वर्षांचा होता. तो वीटभट्टीमध्ये कामाला जात असे. माती मळायचा, ती विटांच्या साच्यात घालायची आणि त्या विटा भाजायच्या अशी कामे तो करीत असे. जिमला लहानपणी शाळेत जास्त शिकण्याची संधी मिळाली नाही, पण त्याच्यात नैसर्गिकरीत्या म्हणा की दैवी देणगी म्हणा असा एक गुण होता की, लोक त्याच्यावर प्रेम करायचे, म्हणून तो राजकारणात शिरला आणि हळूहळू त्याने तिथे आपला जम बसवला. इतरांमध्ये फारशी नसलेली एक विलक्षण क्षमता त्याच्या अंगी होती व ती म्हणजे तो लोकांना नावानिशी लक्षात ठेवायचा.

त्याने उच्च माध्यमिक शाळा आतून पाहिली नव्हती, पण वयाच्या एकोणपन्नासाव्या वर्षापूर्वीच त्याला चार कॉलेजसने डिग्री प्रदान केली होती आणि तो डेमोक्रॅटिक

नॅशनल कमिटीचा अध्यक्ष आणि युनायटेड स्टेट्सचा पोस्ट मास्तर जनरल झाला होता.

मी एकदा जिम फेअरलेची मुलाखत घेतली होती आणि त्याला त्याच्या यशाबद्दल विचारले होते. तेव्हा तो म्हणाला, ''काबाडकष्ट!'' त्यावर मी म्हणालो, ''माझी चेष्टा करतोस का?''

त्यावर त्याने मलाच विचारले की, मला काय वाटते की, त्याच्या यशाच्या मागे काय कारण असेल? मी उत्तरलो, ''मला असे वाटते की, तुम्हाला दहा हजार लोकांची पहिली नावे माहिती आहेत.''

''नाही! तू चुकतो आहेस. मला पन्नास हजार लोकांची पहिली नावे माहिती आहेत.''

अर्थातच अशी चूक मी परत करणार नाही. या जेम्सच्या विलक्षण क्षमतेमुळेच तर फ्रँकलिन डी रूझवेल्टला त्याने व्हाईट हाउसमध्ये नेऊन बसवले. १९३२ साली फेअरलेने त्याचा प्रचार केला होता.

जिप्समचा विक्रेता म्हणून फेअरले जेव्हा गावागावांतून फिरत असे आणि स्टोनी पॉइंटसारख्या खेड्यातील ऑफिसमध्ये क्लार्क म्हणून काम करत असे. तेव्हासुद्धा माणसांना त्यांच्या नावानुसार लक्षात ठेवण्याची त्याची स्वत:ची एक यंत्रणा होती.

सुरुवातीला हे सगळे फारच साधे होते. जेव्हा कधी त्याची नवीन कोणाशी ओळख होई तेव्हा तो त्याच्या किंवा तिच्याबद्दल सगळी माहिती गोळा करत असे. तो त्याचे/तिचे संपूर्ण नाव, पत्ता, त्यांच्या सवयी, त्यांची कौटुंबिक पार्श्वभूमी, त्यांचे नोकरी, धंदा, व्यवसाय, त्यांची राजकारणाबद्दलची मते हे सगळे माहिती करून घेत असे आणि त्याच्या मनात त्या व्यक्तीच्या चित्रासह ही सगळी माहिती नोंदवून ठेवत असे. पुढच्या वेळेस ती व्यक्ती त्याला जेव्हा केव्हा भेटत असे म्हणजे अगदी एक वर्षानेसुद्धा तेव्हा तो त्या व्यक्तीची अगदी बारकाईने चौकशी करत असे. त्यात तो अगदी तिच्या परसदारातील 'हॉलीहॉक' या झाडाचीसुद्धा चौकशी करी.

रूझवेल्टच्या प्रेसिडेंटपदाच्या निवडणुकीपूर्वी साधारण काही महिने प्रचार मोहीम सुरू झाली तेव्हा जेम्स फेअरले याने पश्चिमेकडील आणि उत्तर-पश्चिमेकडील देशांमधील लोकांना रोज शंभर या हिशोबाने पत्रे लिहिली. नंतर फक्त नव्वद दिवसांमध्ये ट्रेनमधून, घोडागाडीतून, गाड्यांमधून आणि बोटींमधून मिळेल त्या वाहनांमधून जमेल तसा प्रवास करून वीस देश आणि सुमारे बावीस हजार मैलांचा प्रदेश पालथा त्याने घातला. तो एखाद्या शहरात जात असे. तेथील लोकांना चहा, नाष्टा, लंच, डिनर या वेळात भेटत असे आणि त्यांच्याशी थेट हृदयस्पर्शी संबंध प्रस्थापित करे आणि पुन्हा पुढच्या प्रवासाला सज्ज होई.

नंतर तो जेव्हा पूर्वेकडे परत येत असे तेव्हा भेटलेल्या गावांतील एका माणसाला तरी पुन्हा पत्र पाठवत असे व तो ज्या ज्या लोकांशी बोलला असे त्यांची यादी मागवून घेत असे. त्याची अंतिम यादी जेव्हा तयार होई तेव्हा त्याच्यात हजारो लोकांची नावे असत आणि त्या प्रत्येकावर स्तुतिसुमने उधळणारी पत्रे फेअरलेकडून जात असत. या पत्रांची सुरुवात 'डिअर बिल' किंवा 'डिअर जेन' अशी असे आणि पत्रांखाली 'जिम' अशी सही असे.

जिम फेअरले याला अगदी लहानपणीच हे वास्तव समजले होते की, सर्वसामान्यपणे प्रत्येक माणूस इतर कोणाच्याही नावापेक्षा स्वत:च्या नावाबद्दल फार जागरूक असतो. त्याला त्यामध्येच रुची असते. तुम्ही त्याचे नाव लक्षात ठेवले आणि त्याला त्या नावाने अचूकपणे संबोधले, तर तुम्हाला त्याच्याकडून फार हृद्य प्रतिसाद मिळतो, पण तुम्ही जर ते नाव विसरलात किंवा चुकीचे उच्चारलेत, तर लक्षात ठेवा, तुम्ही स्वत:साठी खड्डा खणत असाल! उदाहरणादाखल तुम्हाला सांगतो की, मी एकदा पॅरीसमध्ये अमेरिकन रहिवाशांसाठी जाहीर भाषणकलेसंबंधीचा कोर्स ठेवला होता आणि त्यासाठी त्यांना फॉर्म्स पाठवले होते. तेथे जे फ्रेंच टाइपिस्ट होते त्यांना इंग्रजी भाषा विशेष अवगत नव्हती. त्यामुळे त्यांच्याकडून टायपिंग करताना काही नावे चुकली. तेव्हा त्या वेळी पॅरीसमधील एका खूप मोठ्या अमेरिकन बँकेच्या मॅनेजरने मला पत्र लिहून खूप वाईट पद्धतीने फटकारले होते.

विशेषत: ज्या नावांचा उच्चार कठीण असतो ती नावे लक्षात ठेवणे खूप अवघड जाते. सहसा लोक ते नाव उच्चारण्याचे किंवा लक्षात ठेवण्याचे कष्टही घेत नाहीत. त्याऐवजी एखाद्या टोपण नावानेच काम भागवतात. सिड लेव्हीच्या एका गिऱ्हाइकाचे नाव निकोडेनस पॅपॅडौलस असे होते. लोक त्याला 'निक' म्हणत. लेव्हीने मला सांगितले, ''ते नाव लक्षात ठेवण्यासाठी मला विशेष कष्ट घ्यावे लागले. त्याला मोठ्याने हाक मारण्यापूर्वी अनेकदा मनातल्यामनात मला रंगीत तालीम करावी लागायची. त्यानंतर मी जेव्हा त्याला अभिवादन करून त्याचे पूर्ण नाव घेतले आणि म्हणालो, ''गुड आफ्टरनून मि. निकोडेनस पॅपॅडौलस!'' तेव्हा त्याला खूप मोठा धक्का बसला, कारण काही मिनिटे तरी तो स्तब्धच होता. त्याच्या तोंडून शब्दसुद्धा फुटत नव्हता. नंतर तो बोलला तेव्हा त्याच्या डोळ्यांमधून गालांवर अश्रू ओघळत होते. ''मि. लेव्ही, गेल्या पंधरा वर्षांपासून मी या पेशात आहे, पण आजपर्यंत कोणीही माझे संपूर्ण नाव योग्य रीतीने उच्चारण्याचा प्रयत्नही केला नाही.''

आता कळले ना तुम्हाला ॲण्ड्र्यू कार्नेगीच्या यशामागे कोणते सत्य दडले आहे?

ज्याला स्टील किंग असे म्हटले जायचे, पण खरे सांगायचे तर स्टीलच्या उत्पादनाबद्दल त्याला स्वत:ला फारच थोडी माहिती होती त्याच्याकडे शेकडो लोक काम करत होते, ज्यांना त्याच्यापेक्षा अधिक माहिती होती.

पण लोकांशी कसे वागावे हे त्याला माहिती होते आणि त्यामुळेच तो एवढा श्रीमंत झाला होता. आयुष्यात त्याने फार लहानपणापासूनच संघटन कौशल्य, नेतृत्वगुण दाखवले होते. तो फक्त दहा वर्षांचा होता तेव्हाच स्वत:च्या नावाचे लोकांना किती अप्रूप असते, ते त्याला समजले होते आणि सहकार्य मिळवण्यासाठी त्याने या गोष्टीचा उपयोग करून घेतला होता. त्याची एक गंमतशीर आठवण आहे. तो जेव्हा स्कॉटलंडमध्ये राहणारा एक लहान मुलगा होता, तेव्हा त्याने एक सशीण आणली! ती गरोदर होती. थोड्याच दिवसात तिचे खुराडे छोट्या छोट्या सशांनी भरून गेले. इतक्या पिल्लांना खायला घालायला छोट्या ॲण्ड्र्यूकडे काहीच नव्हते, पण त्याच्या डोक्यात एक नामी कल्पना आली. त्याने त्याच्या सगळ्या छोट्या मित्र-मैत्रिणींना सांगितले की, त्यांच्यापैकी जे कोणी बाहेर जाऊन या सशांसाठी चारापाणी, गवत वगैरे आणेल त्या प्रत्येकाचे नाव त्यांच्या सन्मानार्थ सशाला देण्यात येईल.

आणि जादूची कांडी फिरवावी तशी ॲण्ड्र्यूची समस्या चुटकीसरशी सुटली!

त्याने अनेक वर्षांनंतरसुद्धा याच युक्त्या वापरून आणि याच मानसशास्त्राचा आधार घेऊन लाखो रुपये कमावले. उदाहरण द्यायचे झाले, तर एकदा कार्नेगीला पेनिसिल्व्हानिया रेलरोडला स्टील विकायचे होते. थॉम्पसन हा त्या पेनिसिल्व्हानिया रेलरोडचा प्रेसिडेंट होता. मग कार्नेगीने पिट्सबर्गमध्ये एक स्टील उत्पादनाचा भव्य कारखाना उभारला आणि त्या कारखान्याला, 'एड्गार थॉम्पसन स्टील वर्क्स' असे नाव दिले.

आता मी तुम्हाला एक कोडे घालतो. बघा तुम्हाला उत्तर सापडते का? जेव्हा पेनिसिल्व्हानिया रेलरोडला स्टील हवे होते. तेव्हा तुम्हाला काय वाटते? थॉम्पसनने ते कुठून विकत घेतले असेल? सिअस रीबक यांच्याकडून? छे! छे! कसे शक्य आहे? तुम्ही चुकलात.

कार्नेगी आणि जॉर्ज पुलमन स्लिपींग कार बनवण्याच्या श्रेष्ठत्वावरून भांडत असताना कार्नेगीला म्हणजे स्टील किंगला पुन्हा आपल्या बालपणीच्या सशांची आठवण झाली.

ॲण्ड्र्यू कार्नेगीच्या ताब्यात असलेल्या 'दि सेंट्रल ट्रान्सपोर्टेशन कंपनी'चे पुलमनच्या मालकीच्या कंपनीशी भांडण चालू होते. दोघेही जण स्लिपींग कारचा उद्योग मिळवण्यासाठी प्रयत्नांची पराकाष्ठा करत होते. हे कॉण्ट्रॅक्ट युनियन पॅसिफिक रेलरोडकडून मिळवायचे होते. ते त्यासाठी कमी किमतीचे टेंडर भरणे,

लांगूलचालन करणे, एकमेकांच्या चहाड्या सांगणे असले काही प्रकार करत होते. नंतर पुलमन व कार्नेगी दोघेही युनियन पॅसिफिकच्या बोर्ड ऑफ डायरेक्टर्सना भेटण्यासाठी न्यूयॉर्कला गेले. त्या वेळी निकोलस हॉटेलमध्ये ते दोघे एकमेकांसमोर आले. कार्नेगी म्हणाला, ''मि. पुलमन, गुडमॉर्निंग! तुम्हाला असे वाटत नाही का की, आपण दोघेही स्वत:ला मूर्ख सिद्ध करत आहोत?''

पुलमन म्हणाला, '' म्हणजे? मला समजले नाही!''

त्यावर कार्नेगीने त्याच्या मनात काय आहे ते स्पष्टपणे सांगितले. त्याच्या मते दोन्ही कंपन्यांनी एकत्रितपणे काम करणे इष्ट होते. एकमेकांच्या विरोधात काम करण्यापेक्षा एकमेकांच्या साथीने काम केल्यास दोन्ही कंपन्यांचा किती जास्त फायदा होईल याचे अत्यंत आकर्षक चित्र त्याने पुलमनसमोर उभे केले. पुलमन अत्यंत काळजीपूर्वक ऐकत होता, पण अजूनही त्याला ते संपूर्णपणे पटले नव्हते. शेवटी त्याने विचारले, ''आपल्या या नवीन कंपनीचे नाव काय असेल?'' कार्नेगीने त्यावर तत्काळ उत्तर दिले, ''त्यात विचार काय करायचा? 'दि पुलमन पॅलेस कार कंपनी' असेच असेल.''

पुलमनचा चेहरा प्रफुल्लित झाला तो म्हणाला, ''माझ्या खोलीत ये. आपण यावर बोलू.'' आणि त्या दिवशीच्या त्या संभाषणाने एक औद्योगिक इतिहास घडवला.

लोकांना वैयक्तिक पातळीवर जाणून घेणे आणि त्यांच्या सन्मानार्थ काही करणे ही कार्नेगीची जी हातोटी होती. त्यामुळेच कार्नेगी इतका यशस्वी झाला आणि म्हणूनच त्याला लोकांनी पुढारीपण न मागता बहाल केले. तो त्याच्या कामगारांना त्यांच्या पहिल्या नावाने हाक मारत असे आणि याचा त्याला रास्त अभिमान होता. तसेच तो हेसुद्धा नेहमी अभिमानाने सांगत असे की, जोपर्यंत तो वैयक्तिकरित्या सूत्रधार होता तोपर्यंत त्याच्या कारखान्यात एकदाही संप झाला नव्हता.

टेक्सास येथील कॉमर्स बँक शेअर्सचे बेंटॉन लव्ह हे अध्यक्ष होते. त्यांच्या मते, जितकी कंपनी मोठी तितकी अलिप्तता जास्त. ते सांगतात, ''अशा ठिकाणी वातावरण अधिक उबदार ठेवण्याचा एक मार्ग म्हणजे लोकांना त्यांच्या पहिल्या नावाने ओळखणे. जेव्हा एखादा अधिकारी मला म्हणतो की, मला एखाद्या कामगाराचे नाव आठवत नाही तेव्हा त्याला त्याच्या धंद्यातील महत्त्वाचा भाग आठवत नाही असे मी समजतो आणि त्याचे कामही निसरड्या पृष्ठभागावर चालले आहे असे समजावे.''

कारेन क्रिश ही कॅलिफोर्निया येथे TWA या एअरवेची फ्लाइट अटेंडंट होती. तिने एक निश्चय केला होता की, ती तिच्या केबीनमधील जास्तीतजास्त प्रवाशांची शक्य तितक्या वेळेस नावे लक्षात ठेवण्याचा प्रयत्न करेल. त्याचे चांगले फळ असे मिळाले की, वैयक्तिकरीत्या तिला व तिच्या कंपनीला अनेकदा शुभेच्छा मिळाल्या,

आशीर्वाद मिळाले. एका प्रवाशाने लिहिले, 'मी यापूर्वी TWAमधून प्रवास केला नव्हता, पण आता इथून पुढे मी TWAशिवाय दुसऱ्या कशानेच प्रवास करणार नाही. तुम्ही माझ्या वैयक्तिक गरजांकडे लक्ष पुरवले आणि माझ्या दृष्टीने ते सगळ्यात महत्त्वाचे आहे.'

लोकांना त्यांच्या नावाचा इतका अभिमान असतो की, ते चिरकाल, निरंतर टिकावे यासाठी ते कितीही किंमत मोजायला तयार असतात. पी. टी. बारनम हा प्रख्यात कलाकार अत्यंत बढाईखोर व कठोर हृदयाचा म्हणून प्रसिद्ध होता, पण आपले नाव लावणारे मुलगे आपल्याला नाहीत म्हणून तो अतिशय निराश होता. तेव्हा त्याने त्यासाठी त्याचा नातू सी. एच. सीले याला स्वत: बारनम सीले हे नाव लावण्यासाठी पंचवीस हजार डॉलर्स देऊ केले.

गेली अनेक शतके गर्भश्रीमंत मंडळी विद्वान लोकांना, कलाकारांना, लेखकांना, संगीतकारांना आश्रय देत आली आहेत ते अशासाठी की, त्यांची निर्मिती, कलाकृती त्यांनी या लोकांच्या नावे अर्पण करावी.

वाचनालये आणि संग्रहालये या ठिकाणी तर शतकानुशतके अशा महान, विद्वान कलाकारांचा, लेखकांचा आणि त्यांच्या महान कार्याचा कधीही विसर पडू देणार नाही, अशी व्यवस्थाच केलेली असते. न्यूयॉर्क पब्लिक लायब्ररीमध्ये ॲस्टर आरि लेनॉक्सचा सुंदर संग्रह आहे. मेट्रोपॉलिटिअन म्युझियममध्ये बेंजामिन अल्टमॅन आणि जे. पी. मॉर्गन यांच्या कार्याचा गौरव केला आहे. प्रत्येक चर्चमध्ये खास फलक बनवलेले असतात, ज्यांच्यावर देणगीदारांची नावे लिहिलेली असतात. विद्यापीठाच्या परिसरातील प्रत्येक इमारतीवर त्या इमारतीसाठी ज्या कोणी पैशाची मदत केली असेल, त्याचे नाव दिलेले असते.

अनेक लोकांना नावे आठवत नाहीत. याचे अगदी साधे कारण हे असते की, नावे लक्षात ठेवण्यासाठी लागणारा वेळ व ऊर्जा खर्च करण्याची त्यांची इच्छा नसते. नाव पुन्हा पुन्हा उच्चारण्याचे श्रम ते घेत नाहीत. खरे म्हणजे ते अशी खोटीच कारणे सांगतात की, ते कामात खूप व्यग्र असल्यामुळे नावे त्यांच्या लक्षात राहत नाहीत.

पण तुम्हीच सांगा, ते फ्रँकलिन डी. रूझवेल्टपेक्षा अधिक व्यग्र असू शकतील का? जर रूझवेल्ट वेळ काढून नावे लक्षात ठेवतो, अगदी त्याच्या संबंधात आलेल्या मेकॅनिकचे नावही त्याला आठवते, तर आपल्याला का नाही आठवत?

तुम्हाला हे सप्रमाण सिद्ध करणारी खरी घडलेली घटना सांगतो. मि. रूझवेल्ट यांचे दोन्ही पाय पॅरालाईज्ड झाल्यामुळे सर्वसामान्य गाडी ते चालवू शकत नव्हते. म्हणून क्रिसलर कंपनीने मि. रूझवेल्ट यांच्यासाठी स्पेशल कार बनवली.

मि. चेंबरलेन स्वत: एका मेकॅनिकला घेऊन व्हाईट हाउसमध्ये ती गाडी घेऊन

आले. या अनुभवाचे कथन करणारे स्वत: चेंबरलेनने लिहिलेले पत्र माझ्या टेबलावर पडलेले आहे. तो म्हणतो, ‘मी प्रेसिडेंट रूझवेल्ट यांना ती स्पेशल गाडी कशी हाताळायची हे शिकवले, कारण सामान्य गाडीपेक्षा त्यात खूप वेगळ्या गोष्टी होत्या, पण प्रेसिडेंटने मला माणसांना कसे कौशल्यपूर्ण पद्धतीने हाताळायचे ते शिकवले.

‘जेव्हा मला व्हाईट हाउसमध्ये बोलावले गेले’, मि. चेंबरलेन लिहितात, ‘तेव्हा प्रेसिडेंटने अत्यंत आनंदाने व उत्साहाने आमचे स्वागत केले. त्यांनी मला माझ्या नावाने हाक मारली. त्यामुळे मला खूप मोकळे वाटले आणि माझी मुख्यत: खात्रीही पटली की, ज्या गोष्टी मी त्यांना सांगणार आहे किंवा दाखवणार आहे त्यात त्यांना मनापासून रस आहे. ती गाडी अशा पद्धतीने तयार केली गेली होती की, ती वापरायला पायांची गरज नव्हती. ती पूर्णपणे हातांनी चालवता येणार होती. ती गाडी पाहण्यासाठी खूप गर्दी जमली, तेव्हा प्रेसिडेंट रुझवेल्ट म्हणाले, ‘‘मला असे वाटते की, ही सर्वोत्तम गाडी आहे. तुम्हाला फक्त काय करायचे आहे, तर बटणाला स्पर्श करायचा आहे. बाकी तुम्हाला काहीच कष्ट घ्यावे लागणार नाहीत. मला ही गाडी खूप आवडली आहे. ती कशी बनवली हे मला माहिती नाही, पण त्या गाडीच्या आत नेमके काय आहे ते जाणून घेणे मला आवडेल.

‘जेव्हा रूझवेल्टच्या मित्रांनी आणि साहाय्यकांनी गाडीच्या मशीनचे कौतुक केले तेव्हा त्यांच्यासमोरच प्रेसिडेंट म्हणाले, ‘मि. चेंबरलेन तुम्ही ही गाडी बनवण्यासाठी जे कष्ट घेतले व जो वेळ दिला त्याची मी सदैव आठवण ठेवेन. खरोखरच तुम्ही हे फार उत्तम काम केले आहे!’ त्यांनी रेडिएटरचे कौतुक केले. मागचे पाहण्याच्या आरशाचे कौतुक केले. घड्याळाचे, स्पॉट लाइट्सचे, सीट कव्हर्स व कार्पेटचे, ड्रायव्हर सीटचे आणि खास पद्धतीने बनवलेल्या त्या छोट्या सुटकेसेसचे आणि त्यावरील त्याच्या नावाच्या आद्याक्षरांचे; असे सगळ्याचे कौतुक केले. वेगळ्या शब्दात सांगायचे, तर मी त्यांच्यासाठी केलेल्या प्रत्येक गोष्टीची त्यांनी दखल घेतली. त्यांनी या सगळ्या बारीकसारीक गोष्टी मिसेस रूझवेल्टला आणि मिस पर्कीन्सला म्हणजे त्यांच्या सेक्रेटरीलासुद्धा समजावून सांगितल्या. त्यांनी त्यांच्या व्हाईट हाउसमधल्या हमालालासुद्धा या प्रसंगात सामावून घेतले. ते म्हणाले, ‘‘जॉर्ज आता गाडीतील या सुटकेसेसची काळजी तुलाच घ्यायची आहे.’’

‘जेव्हा प्रेसिडेंटची शिकवणी पूर्ण झाली तेव्हा ते माझ्याकडे वळले व म्हणाले, ‘‘अच्छा मि. चेंबरलेन, एक बोर्ड मीटिंग अर्ध्या तासापासून थांबवून ठेवली आहे. त्यामुळे मला आता तिकडे गेलेच पाहिजे.’’

‘मी माझ्याबरोबर तो मेकॅनिक व्हाईट हाउसमध्ये नेला होता. त्याचीही मी रूझवेल्ट यांच्याबरोबर ओळख करून दिली होती. तो त्यांच्याशी फारसे बोलला

नव्हता आणि रूझवेल्टनीसुद्धा त्याचे नाव एकदाच ऐकले होते. तो मेकॅनिक अत्यंत लाजाळू होता. तो शांतपणे सगळे ऐकत होता, पण निघण्यापूर्वी रूझवेल्टनी या मेकॅनिकचीसुद्धा दखल घेतली होती. त्याच्याबरोबर हस्तांदोलन केले होते. त्याला त्यांनी नावाने हाक मारली होती आणि वॉशिंग्टनला येण्याबद्दल त्याचे आभारही मानले होते. रूझवेल्ट यांनी जे मनात आले ते त्यांनी केले आणि ते मनापासून केले. उगीच घाईघाईने उरकून टाकल्यासारखे त्यांचे वागणे नव्हते, हे मला जाणवले.

'न्यूयॉर्कहून परत आल्यानंतर काही दिवसांत मला रूझवेल्ट यांनी सही केलेला एक फोटोग्राफ आणि माझ्या मदतीबद्दलचे आभाराचे चार शब्द असलेले पाकीट मिळाले. रूझवेल्ट यांना एवढे सगळे करायला वेळ कसा मिळतो याचे मला खूप आश्चर्य वाटले.'

फ्रँकलिन डी. रूझवेल्टला हे माहिती होते की, लोकप्रियता मिळवण्याचा सगळ्यात सोपा, खात्रीचा आणि महत्त्वाचा मार्ग म्हणजे लोकांची नावे लक्षात ठेवणे आणि त्यांना महत्त्व देणे, पण आपल्यापैकी किती लोक हे करतात?

कित्येकदा जेव्हा आपली नवीन कोणाशी ओळख होते तेव्हा आपण थोडा वेळ गप्पा मारतो आणि गुडबाय म्हणण्यापूर्वीच त्याचे किंवा तिचे नाव विसरूनसुद्धा जातो.

राजकारणी व्यक्तीने हे लक्षात ठेवले पाहिजे की, आपल्या मतदारांची नावे लक्षात ठेवणे हे मुत्सद्दीपणाचे लक्षण आहे आणि त्यांची नावे विसरल्यास तो स्मृतिभ्रंश समजावा.

तुमच्या उद्योगधंद्यात आणि सामाजिक जीवनात नावे लक्षात ठेवणे जितके महत्त्वाचे आहे, तितकेच ते राजनीतीमध्येसुद्धा महत्त्वाचे आहे.

तिसरा नेपोलियन हा फ्रांसचा राजा होता आणि 'नेपोलियन दि ग्रेट'चा पुतण्या होता. तो नेहमी अभिमानाने सांगत असे की, राज्यकारभाराच्या कर्तव्याखेरीज तो त्याला भेटलेल्या सगळ्या लोकांची नावे लक्षात ठेवे.

त्याची काय युक्ती होती? एकदम सोप्पी! त्याला जर ते नाव स्पष्ट ऐकू आले नाही, तर तो म्हणायचा, 'माफ करा! मी नीट ऐकले नाही.' आणि जर ते नाव जरा विचित्र वाटले, तर तो म्हणायचा, 'तुम्ही त्याचे स्पेलिंग काय करता?'

आणि त्याच संभाषणात तो पुन्हा पुन्हा अनेकदा ते नाव उच्चारून मनातल्या मनात त्या माणसाचा आणि नावाचा संदर्भ जोडून ठेवत असे. त्याचे हावभाव, त्याचे व्यक्तिमत्त्व यांचीही नोंद ठेवत असे.

जर ती व्यक्ती विशेष महत्त्वाची असेल, तर तो आणखी विशेष कष्ट घेत असे. जेव्हा तो एकटा असे तेव्हा तो एखादा कागद घेऊन त्यावर ती नावे लिहीत असे. ती पुन्हा काळजीपूर्वक वाचत असे. त्या अक्षरांवर लक्ष केंद्रित करत असे आणि

मनामध्ये त्या नावाची पक्की खूणगाठ बांधत असे आणि मग तो कागद तो फेकून देई. अशा प्रकारे तो ती नावे डोळ्यांमध्ये आणि कानांमध्ये साठवून ठेवत असे.

इमर्सन म्हणतो, 'या सगळ्यामध्ये बराच वेळ जात असे, पण चांगल्या सवयी लावून घेण्यासाठी छोटे-छोटे त्याग करावेच लागतात.'

आपल्या संबंधात येणाऱ्यांची नावे लक्षात ठेवून त्याचा योग्य वेळी वापर करणे हे काही फक्त राजे किंवा उच्च अधिकाऱ्यांसाठी उपयोगी ठरते असे नव्हे, तर सगळ्यांनाच त्याचा कधी न कधी उपयोग होतो. केन नॉटिंगहॅम हा इंडियाना येथील जनरल मोटर्समध्ये काम करणारा एक कामगार होता. सहसा त्या परिसरातील हॉटेलमध्येच तो दुपारी जेवण घ्यायचा. एका काउंटरमागे जी स्त्री सँडविचेस बनवायची तिचा चेहरा खूप रागीट होता व तिच्या कपाळावर सदोदित आठ्या असायच्या. ती कोणाचीच फारशी दखल घेत नव्हती. तो म्हणाला, ''मी जेव्हा तिला मला काय पाहिजे ते सांगितले तेव्हा तिने एका छोट्या तराजूवर हॅमचे माप केले आणि एक लेट्यूसचे पान आणि बटाट्याच्या चकत्या घालून मला सँडविच दिले.

''दुसऱ्या दिवशी तेथेच मी रांगेत उभा होतो. तीच स्त्री! त्याच आठ्या! फक्त फरक हा होता की, आज तिच्या गळ्यात तिच्या नावाचा टॅग होता. मी ते वाचले व तिला म्हणालो, ''हॅलो युनिस!'' आणि काय पाहिजे ते तिला सांगितले. आज ती तराजू विसरली. तिने हॅमची चळत आणि तीन लेट्यूसची पाने माझ्या सँडविचमध्ये घातली आणि प्लेटमधून उतू जातील एवढे बटाट्याचे चिप्स घातले.''

म्हणूनच मी पुन्हा सांगतो, नावात किती जादू आहे ते समजावून घ्या आणि ज्या माणसांच्या आपण सहवासात येतो, त्या-त्या प्रत्येक माणसाचे स्वत:चे असे एक खास वेगळेपण असते, वैशिष्ट्य असते, वेगळे व्यक्तिमत्त्व असते ते जाणवून घ्या आणि त्याचा स्वीकार करा. नावच त्या वेगळेपणाला लेबल लावते. आपण एखाद्याचे नाव घेऊन जेव्हा एखादी विनंती करतो किंवा त्याच्याबद्दल विशेष माहिती गोळा करतो तेव्हा त्या विशिष्ट परिस्थितीत आपले काम होण्याची शक्यता निर्माण होते, अन्यथा नाही.

अगदी एखाद्या वेट्रेसपासून ते उच्चपदस्थ अधिकाऱ्यापर्यंत नावातच सगळी जादू असते.

तत्त्व ३:

लक्षात ठेवा, अगदी कोणत्याही भाषेत प्रत्येक माणसाला त्याचे नाव हेच सगळ्यात जास्त महत्त्वाचे वाटते व ऐकण्यास सर्वांत गोड असा तोच एक शब्द आहे, असे त्याचे मत असते.

४

उत्तम संभाषणकला आत्मसात करण्याचा सोपा मार्ग

काही वर्षांपूर्वी मी ब्रिज खेळणाऱ्यांच्या एका पार्टीला गेलो होतो. मला ब्रिज खेळता येत नाही आणि तेथे आणखी एक स्त्री बसली होती, तिलाही कदाचित ब्रिज खेळता येत नव्हते. तिला असे माहिती होते की, पूर्वी मी लॉवेल थॉमसचा मॅनेजर होतो आणि मी त्याच्याबरोबर युरोपभर खूप प्रवास केला होता व त्याची भाषणे तयार करण्यासाठी मदत केली होती. म्हणून ती म्हणाली, ''मि. कार्नेगी तुम्ही आत्तापर्यंत इतक्या प्रेक्षणीय स्थळांना भेट दिली, त्या सगळ्या ठिकाणांचे वर्णन मला प्रत्यक्ष तुमच्याकडून ऐकायचे आहे.''

आम्ही जेव्हा सोफ्यावर बसलो तेव्हा सहजच तिने असे सांगितले की, ती व तिचे पती नुकतेच आफ्रिकेतून परतले होते. ''आफ्रिका!'' मी जोरात चीत्कारलो, ''किती छान! मला तर खूप दिवसांपासून आफ्रिकेला जाण्याची इच्छा आहे, पण मी अजून जाऊ शकलो नाही. मी फक्त एकदाच चोवीस तासांसाठी अल्जायर्सला गेलो होतो. मला तुझ्या आफ्रिकेच्या ट्रीपबद्दल सांग ना! तू किती भाग्यवान आहेस! मला खरोखर तुझा हेवा वाटतो.''

मी असे म्हटल्यावर सुमारे पंचेचाळीस मिनिटे ती बोलत राहिली. तिने मला नंतर काहीही विचारले नाही की, मी कुठे कुठे जाऊन आलो किंवा मी काय काय केले. तिला खरेतर माझ्या प्रवासाबद्दल ऐकायचेच नव्हते. तिला फक्त काय हवे होते, तर एक उत्तम श्रोता. त्यामुळे तिची अहंमन्यता आणखी वाढीस लागली होती.

तिचे ते वागणे विचित्र होते का? नाही. अनेक लोक असेच असतात.

आणखी एक उदाहरण देतो. मला एक खूप प्रख्यात वनस्पतीशास्त्रज्ञ भेटला. न्यूयॉर्कमधील एका प्रकाशकाने रात्री पार्टी आयोजित केली होती. त्यामध्ये तो आला तेव्हा यापूर्वी मी कधीच वनस्पतीशास्त्रज्ञाशी बोललो नव्हतो, पण त्याच्याशी बोलणे मला खूप आवडले. मी त्याचे बोलणे अगदी मन लावून ऐकू लागलो. तो

दूरदेशीच्या अनेक झाडांबद्दल आणि रोपट्यांवरील नवीन प्रयोगांबद्दल, तसेच घरातील बगिच्याबद्दल मला माहिती देत होता. त्याने मला 'नम्र बटाटे' यांच्याबद्दलसुद्धा गमतीशीर माहिती दिली. माझ्या घरातही स्वत:चीच एक छोटीशी बाग होती. त्याने त्याबद्दलच्या माझ्या समस्यांवरसुद्धा उपाय सांगितले.

मी आधीच सांगितले की, ती एक डिनर पार्टी होती. तेथे आणखीही डझनभर पाहुणे होते, पण मी सगळे शिष्टाचाराचे नीती-नियम धुडकावून लावले. दुसऱ्या कोणाशीही बोललो नाही. कितीतरी तास मी फक्त वनस्पतीशास्त्राज्ञाशीच बोलत राहिलो.

मध्यरात्र झाली. मग मी प्रत्येकाला गुडनाइट केले आणि घरी निघालो. नंतर त्या वनस्पतीशास्त्रज्ञाने मला जेवायला बोलावले आणि त्याने माझे खूप खूप कौतुक केले. माझ्याशी गप्पा मारण्याने तो किती खूश झाला वगैरे आणि मी असा चांगला आहे आणि तसा चांगला आहे वगैरे वगैरे. आणि शेवटी तर तो म्हणाला, आत्तापर्यंत त्याने ज्यांच्याशी गप्पा मारल्या होत्या त्या सर्वांपेक्षा मी अधिक चांगला संवादकुशल होतो.

संवादकुशल? कसा काय बुवा? कारण मी तर चार-पाच वाक्यांशिवाय दुसरे काहीच बोललो नव्हतो. माझी इच्छा असती, तरी मी काही बोलू शकलो नसतो. कारण वनस्पतीशास्त्राबद्दल मला काहीच माहिती नव्हती. तसेच मला प्राणिशास्त्राबद्दलही माहिती नव्हती. ना मी कबुतरांविषयी बोलू शकलो असतो; पण मी एकच केले, तो जे बोलत होता ते मी शांतपणे ऐकून घेतले. आणि मी ते ऐकले, कारण मला त्या विषयात प्रामाणिकपणे स्वारस्य होते आणि तेच तर त्याला भावले. साहजिकच त्यामुळे तो प्रफुल्लित झाला. अशा प्रकारे दुसऱ्याचे ऐकणे म्हणजे त्याचा उचित गौरव करणे होय. जॅक वुडफोर्डने 'स्ट्रेंजर्स इन लव्ह'मध्ये असे लिहिले आहे की, 'फार थोडे मानव प्राणी दुसऱ्याची स्तुती मन लावून ऐकतात.' मी तर त्याच्याही पुढे गेलो होतो. मी त्याची अगदी अंत:करणापासून प्रशंसा केली. त्याचे बोलणे तल्लीन होऊन ऐकले आणि मुक्त कंठाने त्याचे कौतुकही केले.

मी त्याला सांगितले की, त्याच्या बोलण्याने माझे मनोरंजन तर झालेच, पण मला उपयुक्त सूचनाही मिळाल्या आणि खरेच मिळाल्या होत्या. मी त्याला सांगितले की, त्याचे ज्ञान मला मिळावे आणि खरेच मला मिळाले. मी त्याला म्हणालो की, त्याच्याबरोबर शेतात भटकणे मला आवडेल आणि खरेच मी भटकलो. मी त्याला म्हणालो, मला कुत्र्याला पुन्हा भेटणे आवडेल आणि खरेच भेटलो.

त्यामुळेच त्याला मी उत्तम संभाषण करणारा वाटलो. वास्तवात मी फक्त एक श्रोता होतो. असा श्रोता की, ज्याच्यामुळे त्याला बोलण्यास प्रोत्साहन मिळाले.

व्यापारातील मुलाखती यशस्वी करण्यासाठी काय करावे लागेल? यशस्वी बिझिनेस मीटिंगमागे विशेष रहस्य असे काहीच नसते. इलिअट म्हणतो, "फक्त तुमच्याशी जो बोलतो आहे, त्याचे बोलणे तुम्ही लक्षपूर्वक ऐका. समोरच्याला याव्यतिरिक्त खूश करणारे दुसरे काहीही नसते."

इलिअट स्वत: पूर्वी उत्तम श्रोता होता. ती कला त्याला चांगली अवगत होती. अमेरिकेतील मोठा कादंबरीकार हेन्री जेम्सला ते चांगले आठवते, तो सांगतो, 'डॉ. इलिअटचे लक्षपूर्वक ऐकणे म्हणजे फक्त मौन नव्हते, तर क्रियाशीलतेचा तो एक वेगळा प्रकार होता. तो पाठीच्या कण्याच्या शेवटच्या टोकावर अगदी ताठ मांडी घालून बसत असे, हाताची घडी घालून ती मांडीवर टेकवी. बाकी कुठलीही हालचाल नाही. फक्त हाताचा अंगठा गोलाकार फिरवीत असे. कधी जोरात, तर कधी हळूहळू. जी व्यक्ती त्याच्याशी संभाषण करत असे, तिच्याकडे तोंड करून तो बसत असे. डोळे त्याच्यावर रोखलेले असत. तो संपूर्ण चित्त एकाग्र करून समोरच्याचे बोलणे ऐकत असे. बोलणाऱ्याचे बोलून झाले की, त्याला जे काही सांगायचे असे, ते संपूर्णपणे सांगून झाल्याचे समाधान त्याच्या चेहऱ्यावर स्पष्ट दिसत असे.'

सारे कसे सुस्पष्ट! हो की नाही? त्यासाठी तुम्हाला हॉवर्डमध्ये चार वर्षे घालवायची गरज नाही. आपल्याला असे काही मोठे दुकानदार माहिती आहेत, जे खूप मोठे भाडे देऊन मोठी जागा घेतात. खूप घासाघीस करून कमीतकमी किमतीत वस्तू मिळवतात. दुकान आकर्षक रीतीने सजवतात. हजारो डॉलर्स जाहिरातींवर खर्च करतात आणि असे विक्रेते नोकरीवर ठेवतात, ज्यांच्यामध्ये ऐकून घेण्याचे कौशल्य नसते. असे विक्रेते, जे लोकांना बोलूही देत नाहीत, त्यांच्याशी वादविवाद करतात, त्यांना त्रास देतात आणि शेवटी त्यांना दुकानातून बाहेर घालवतात.

शिकागोमधील एक डिपार्टमेंटल स्टोअर एकदा हजारो डॉलर्स वर्षाला खर्च करणारा आपला ग्राहक गमावण्याच्या बेतात होते. याचे कारण म्हणजे त्यांचा विक्रेता उद्धट होता. ऐकून घेण्याचे कौशल्य त्याच्यात नव्हते. मिसेस डगलस शिकागोमध्ये आमचे क्लासेस घ्यायच्या. त्यांनी एकदा एका सेलमधून कोट विकत घेतला. जेव्हा त्या कोट घेऊन घरी आल्या तेव्हा त्यांच्या लक्षात आले की, कोटाच्या अस्तराला एक भोक होते. दुसऱ्या दिवशी त्या पुन्हा त्या दुकानात आल्या व त्या विक्रेत्यास त्यांनी कोट बदलून देण्यास सांगितले. त्या विक्रेत्याने त्यांच्या तक्रारीकडे दुर्लक्ष करून नकार दर्शवला. तो म्हणाला, "हा तुम्ही खास सेलमधून विकत घेतला आहे." आणि जवळच भिंतीवर लावलेला बोर्ड त्याने दाखवला, "एकदा विकलेला माल परत बदलून मिळणार नाही." आणि म्हणाला, "एकदा

तुम्ही जे काही विकत घ्याल, ते तुम्हाला परत करता येणार नाही. हा कोट तुम्ही शिवून वापरू शकता.''

मिसेस डगलस म्हणाल्या, ''पण फाटका माल तुम्ही विक्रीस ठेवलाच कसा?'' त्या विक्रेत्याने त्यांना पुरते बोलूही दिले नाही. तो म्हणाला, ''मग काय झाले? हे असेच आहे.''

मिसेस डगलस संतापाने निघून जाण्याच्या बेतात होत्या आणि मनाशी पुन्हा पुन्हा बजावत होत्या, 'आता पुन्हा या दुकानात पाय ठेवायचा नाही.' तेवढ्यात त्या दुकानाचा मॅनेजर आला. तो त्यांना फार पूर्वीपासून ओळखत होता. मिसेस डगलसने त्यांना काय घडले ते सांगितले.

त्या मॅनेजरने त्यांचे म्हणणे लक्षपूर्वक ऐकून घेतले. त्या कोटाची काळजीपूर्वक तपासणी केली व म्हणाला, 'प्रत्येक वर्षाअखेरीस आम्ही जो स्पेशल सेल लावतो, त्यात विकलेला माल परत घेत नाही; पण हे तत्त्व सदोष वस्तूंसाठी लागू पडत नाही. आम्ही तो कोट तुम्हाला त्याचे अस्तर नीट करून किंवा दुसरे लावून नक्कीच परत देऊ किंवा तुम्हाला हवे असतील, तर तुमचे पैसे परत देऊ.''

विक्रेत्याच्या आणि व्यवस्थापकाच्या वागण्यात किती फरक आहे बघा! जर तो मॅनेजर तेथे आला नसता, तर त्या दुकानाची सर्वांत जुनी आणि एकनिष्ठ ग्राहक ते गमावून बसले असते.

'लक्षपूर्वक ऐकणे' हे जसे घरगुती आघाड्यांवर उपयुक्त ठरते, तसेच ते व्यापारी जगतातसुद्धा उपयोगी असते. न्यूयॉर्कमध्ये राहणाऱ्या मिसेस एस्पोसिटोने जेव्हा केव्हा तिच्या मुलांना तिच्याशी बोलावेसे वाटेल तेव्हा हातातले काम सोडून त्यांचे ऐकायचे, असा चंगच बांधला होता. एका संध्याकाळी ती तिच्या मुलाबरोबर, रॉबर्टबरोबर डायनिंग टेबलावर बसली होती. त्यांच्या थोड्याशाच गप्पा झाल्या, तेवढ्यात रॉबर्टच्या मनात अचानक काय आले कोणास ठाऊक! पण तो एकदम तिला म्हणाला, ''मॉम, मला माहिती आहे की तुझे माझ्यावर खूप प्रेम आहे.''

मिसेस एस्पोसिटो या बोलण्याने हेलावून गेली व म्हणाली, ''अर्थातच! माझे तुझ्यावर खूप प्रेम आहे. तुला काही शंका आहे का?'' ''नाही.'' रॉबर्ट म्हणाला, ''मला खरेच असे वाटते, कारण जेव्हा कधी मी तुझ्याशी काही बोलायला येतो, तेव्हा तू हातातले काम थांबवून माझे बोलणे काळजीपूर्वक ऐकतेस.''

कायमच दुसऱ्यांना दूषणे देणारा एखादा सराईत टीकाकारसुद्धा जर त्याच्या समोर शांतपणे लक्षपूर्वक ऐकणारा श्रोता मिळाला, तर नमते घेतो. असा श्रोता की, जो महाविषारी कोब्रा नागासारखे सतत फूत्कार टाकणाऱ्या टीकाकाराचेही सगळे विष सहजी पचवून टाकेल. याबाबतीत एक घडलेली सत्य घटना मोठी गंमतशीर आहे. न्यूयॉर्क टेलिफोन कंपनीच्या काही वर्षांपूर्वी असे लक्षात आले की, त्यांचा

एक अत्यंत वाईट ग्राहक आहे, जो त्यांच्या सेवेला सतत शिव्या देत असतो. तो त्यांच्याशी उद्धटपणाने वागतो. तो 'फोन मुळापासून उपटून टाकीन' अशा धमक्या देतो. तो त्याला आलेली 'बिले चुकीची आहेत' असे सांगून बिले भरायला नकार देतो. तो वर्तमानपत्रात त्यांच्याविरुद्ध पत्रे लिहितो. पब्लिक सर्व्हिस कमिशनकडे अनेक तक्रारी करतो आणि टेलिफोन कंपनीच्या विरोधात कोर्टात केसेस दाखल करतो.

शेवटी कंपनीतलाच एक 'संकट विमोचन हनुमान' असलेला अधिकारी त्या खट्याळ ग्राहकाकडे पाठवला गेला. या अधिकाऱ्याने त्याचे सगळे म्हणणे शांतपणे ऐकले. त्याला जेवढी आग ओकायची तेवढी ओकू दिली. त्याला ही आग ओकताना जो आनंद मिळत होता तो त्याने त्याला खुशाल उपभोगू दिला. एवढेच नाही, तर त्याच्या सगळ्या मतांशी 'होला हो' करून तो सहमत झाला.

तो 'संकट विमोचन हनुमान' आमच्या क्लासमध्ये आला तेव्हा तो स्वत:चा त्याचा हा अनुभव कथन करत होता. तो म्हणाला, ''तो सुमारे तीन तास आग ओकत होता आणि मी काळजीपूर्वक ऐकत होतो. मग मी पुन्हा त्याच्याकडे गेलो आणि पुन्हा सगळे तसेच ऐकून घेतले. अशा प्रकारे मी त्याची चार वेळा मुलाखत घेतली आणि मग चौथ्या भेटीनंतर मी त्याने जी ग्राहकांचे हित जपणारी संस्था सुरू केली होती तिचा सभासद झालो. त्याने त्या संस्थेचे नाव ठेवले होते, 'टेलिफोन सबस्क्रायबर्स प्रोटेक्टिव्ह असोसिएशन.' अजूनही मी त्या संस्थेचा सभासद आहे आणि माझ्या माहितीप्रमाणे मी आणि मि. एक्स वाय झेड याशिवाय या जगात दुसरा कोणीच या संस्थेचा सभासद नाही.

''जवळपास त्याच्या प्रत्येक मुद्यावर मी त्याच्याशी सहमत झालो होतो. मी सहानुभूतिपूर्वक त्याच्या म्हणण्याकडे लक्ष दिले होते. त्याला यापूर्वी त्याच्याशी सहानुभूतीने बोलणारा आमच्या कंपनीचा कोणताच प्रतिनिधी भेटला नव्हता. त्यामुळे माझ्याशी त्याची चांगली मैत्री झाली. मी ज्या कारणासाठी त्या माणसाला भेटायला गेलो होतो तो विषय मी पहिल्या भेटीत काढला नाही. तो दुसऱ्या किंवा तिसऱ्या भेटीतही निघाला नाही आणि अखेरीस चौथ्या भेटीनंतर मात्र त्याने पूर्ण टेलिफोन बिल भरले आणि टेलिफोन कंपनीच्या इतिहासातही प्रथमच अशी घटना घडली की, त्या नाठाळ ग्राहकाने पब्लिक सर्व्हिस कमिशनमधून आमच्या विरुद्ध केलेल्या सगळ्या केसेस मागे घेतल्या.''

मि. एक्स वाय झेड स्वत:ला शूर धर्मयोद्धा समजत होता याबद्दल शंका नाही. तो लबाड संस्थेविरुद्ध त्याचे सार्वजनिक हक्कमागत होता, असे त्याचे मत होते; पण प्रत्यक्षात त्याला काय हवे होते, तर त्याला मोठेपण हवे होते, महत्त्व हवे होते. तो किती महत्त्वपूर्ण होता याची जाणीव त्याने प्रथम कंपनीविरुद्ध तक्रार करून

दिली, पण जेव्हा टेलिफोन कंपनीच्या प्रतिनिधीनेच त्याला खूप महत्त्व दिले, त्याच्या मतांची कदर केली, त्याच्या तक्रारींकडे सहानुभूतिपूर्वक पाहिले, तेव्हा त्याच्याकडून त्याला महत्त्व बहाल झाले आणि मग त्याच्या तक्रारींचे बुडबुडे हवेत विरून गेले.

फार वर्षांपूर्वी एके सकाळी एक रागावलेला ग्राहक ज्युलियन डेटमरच्या ऑफिसमध्ये एखाद्या वादळाप्रमाणे शिरला. ज्युलिअन डेटमर हा डेटमर वुलन कंपनीचा संस्थापक होता. ही कंपनी पुढे संपूर्ण जगाला टेलरिंग व्यवसायात वुलन पुरवणारी सगळ्यात मोठी कंपनी झाली.

मि. डेटमरने मला सांगितले, ''या ग्राहकाकडे आमची काही बाकी होती, पण त्याने ती नाकारली. आम्हाला माहिती होते की, तो खोटे बोलत होता. त्यामुळे आमच्या क्रेडिट विभागाने त्याने पैसे दिलेच पाहिजे असा आग्रह धरला. अशा अर्थाची त्याला बरीच पत्रे पाठवल्यानंतर मग एक दिवस त्यानेही मनाशी काहीतरी ठरवून शिकागोचा रस्ता धरला आणि घाईघाईने माझ्या ऑफिसमध्ये आला आणि सांगितले की, तो एक छदामही आम्हाला देणार नाही आणि एवढेच नाही, तर इथून पुढे तो डेटमर वुलन कंपनीकडून एका पैशाचेही काही सामान विकत घेणार नाही.

''त्याला जे काही म्हणायचे होते, ते आम्ही शांतपणे ऐकून घेतले. मला कित्येकदा मध्ये बोलण्याचा मोह झाला होता, पण तो मी आवरला, कारण त्यामुळे परिस्थिती आणखी बिघडण्याची शक्यता होती. म्हणून त्याला जे काही बोलायचे होते ते मी त्याला बोलू दिले. शेवटी बोलून बोलून थकल्यावर जेव्हा तो काही ऐकण्याच्या मन:स्थितीत आला तेव्हा मी शांतपणे म्हणालो, ''मी प्रथम तुमचे आभार मानतो की, शिकागोला येऊन तुम्ही आमच्यावर उपकार केले आहेत. कारण आमच्या क्रेडिट विभागावर तुम्ही रागावले असाल, तर इतरही आमचे चांगले ग्राहक रागावू शकतात आणि हे आमच्यासाठी हितावह नाही. माझ्यावर विश्वास ठेवा, मला सगळे तुमच्या तोंडून ऐकायला फार आवडेल.''

''आणि मी चक्क त्याला हवी असलेलीच गोष्ट देऊ केली. कुठल्यातरी छोट्याशा क्षुल्लक कारणावरून तो नाराज झाला होता आणि त्याबद्दलच तो मला सांगण्यासाठी खास शिकागोपर्यंत आला होता. आणि इथे मी त्याची मुस्कटदाबी करण्याऐवजी त्याच्याशी आश्वासक स्वरात बोलत होतो व काही आगळीक झाली असल्यास ती विसरून जाण्यास सांगत होतो. शिवाय त्याचे म्हणणे अधिक खरे असण्याची शक्यता होती, कारण त्याला फक्त स्वत:चेच अकाऊंट बघायचे होते. आमच्या क्लार्क्सना अशी हजारो अकाऊंट्स सांभाळावी लागतात, असेही मी त्याला सांगितले.

''शिवाय मी त्याला हेही सांगितले की, त्याला त्याला त्या वेळी नेमके काय

वाटत होते, याचीसुद्धा मला जाणीव होती. शिवाय मी जर त्याच्या जागी असतो, तर त्याने जे केले होते, तेच मीसुद्धा केले असते, असेही मी त्याला सांगितले. त्याला आता आमच्याकडून काही घ्यायचे नसल्यास मी त्याला इतर काही दुकानांची नावे सुचवली.

''या पूर्वी तो जेव्हा शिकागोला येत असे त्या वेळी आम्ही दुपारचे जेवण एकत्र घेत असू म्हणून त्या दिवशीसुद्धा मी त्याला जेवायला बोलावले. त्याने ते आमंत्रण काहीसे नाराजीनेच स्वीकारले, पण जेव्हा आम्ही बाहेरून जेवून आलो तेव्हा त्याने मला पूर्वीपेक्षाही मोठी ऑर्डर दिली. तो अतिशय चांगल्या मन:स्थितीत घरी परत गेला आणि संबंध पूर्वीसारखेच ठेवण्याची इच्छा त्याने प्रकट केली. घरी जाऊन त्याने पुन्हा एकदा बिले व चेक्स तपासले आणि एका बिलाबद्दल चूक झाल्याचे मान्य करून क्षमा मागून त्याचा चेक आम्हाला पाठवला.

''नंतर त्याला जेव्हा मुलगा झाला तेव्हा त्याने त्याच्या मुलाला डेटमरचे मधले नाव दिले आणि त्यानंतर बावीस वर्षे म्हणजे त्याच्या मृत्यूपर्यंत मित्र आणि ग्राहक म्हणून तो कायम डेटमरच्या संबंधात राहिला.''

काही वर्षांपूर्वी एक गरीब परदेशी मुलगा एका बेकरीच्या काचा पुसून पैसे मिळवून ते कुटुंबाला देत असे. त्याच्या घराची परिस्थिती अतिशय वाईट होती. तो रोज बास्केट घेऊन बाहेर पडत असे व जेथे कोळशाच्या वॅगन्स थांबवून कोळसे उतरवतात तेथील गटारांमध्ये पडलेले तुकडे वेचून आणून तो आपल्या घरातील इंधनाची गरज भागवत असे. त्या मुलाचे नाव एडवर्ड बॉक. त्याने शाळेच्या सहा इयत्तासुद्धा शिक्षण घेतले नव्हते. पुढे तो अमेरिकन वृत्तपत्राच्या इतिहासात गौरवलेल्या यशस्वी संपादकांपैकी एक म्हणून प्रसिद्ध झाला. हे त्याला कसे शक्य झाले? ती एक मोठी कथा आहे, पण त्याच्या या करिअरची सुरुवात त्याने या प्रकरणातील तत्त्वे वापरून कशी केली हे थोडक्यात सांगतो.

तो जेव्हा तेरा वर्षांचा होता तेव्हा त्याने शाळा सोडली आणि तो वेस्टर्न युनियनमध्ये ऑफिसातील शिपाई झाला; पण तरीही त्याला शिक्षणाचा एक मिनिटासाठीही विसर पडला नाही. उलट त्याने स्वत:च्या मनाने अभ्यास करायला सुरुवात केली. तो त्याचे भाड्याचे पैसे वाचवत असे. काही वेळेस तर अर्धपोटी राहत असे. असे करून त्याने मोठमोठ्या अमेरिकन माणसांच्या चरित्रांचा ज्ञानकोश विकत घेण्याइतके पैसे जमवले आणि नंतर त्याने कधी कोणी ऐकल्याही नसतील अशा काही गोष्टी केल्या. त्याने त्यातील मोठ्या माणसांच्या जीवनाविषयी वाचले व त्यांना पत्रे लिहून त्याव्यतिरिक्त त्यांची अधिक माहिती जाणून घेतली. तो एक उत्तम श्रोता होता. त्याने जनरल जेम्स गारफिल्डला पत्र लिहिले. तो त्या काळचा प्रेसिडेंट होता. त्याने त्याला विचारले, 'मी जे वाचले की, आपण लहानपणी

कॅनॉलवर टो-बॉय म्हणून काम केले, हे खरे का?' गारफिल्डने त्याला पत्र लिहून त्या पत्राचे उत्तर दिले. त्यानंतर त्याने जनरल ग्रांटला काही विशिष्ट लढायांबद्दल विचारले आणि ग्रांटने स्वत: त्याला नकाशे काढून सगळे समजावून सांगितले आणि या अवघ्या चौदा वर्षांच्या मुलाला जेवायला बोलावले आणि एक संध्याकाळ त्याच्याबरोबर घालवली.

थोड्याच दिवसांत या वेस्टर्न युनियन ऑफिसच्या शिपायाने अनेक प्रसिद्ध व्यक्तींबरोबर संपर्क साधायला सुरुवात केली – राल्फ वॉल्डो इमर्सन, ऑलिव्हर वेंनडेल होम्स, लाँगफेलो, मिसेस अब्राहम लिंकन, लुईसा मे अलकॉट, जनरल शर्मन आणि जेफरसन डेव्हिस. त्याने या मोठमोठ्या हस्तींबरोबर फक्त पत्रव्यवहारच केला असे नाही, तर दर सुट्टीत तो त्यांना भेटायला जात असे व त्याचे तेथे यथेच्छ स्वागत होत असे. त्याच्या या अनुभवांमुळे त्याच्यात प्रचंड आत्मविश्वास निर्माण झाला. त्याचीसुद्धा समाजात काहीतरी किंमत आहे, याची त्याला जाणीव झाली. ह्या सगळ्या सन्माननीय स्त्री-पुरुषांनी त्याच्यात जिद्द जागवली, महत्त्वाकांक्षा निर्माण केली आणि त्याच्या आयुष्याला आकार दिला आणि मी तुम्हाला पुन्हा एकदा तेच सांगतो की, आपण या प्रकरणात ज्या तत्त्वांची चर्चा करतो आहोत तीच तत्त्वे आचरणात आणून एडवर्ड बॉकला हे यश मिळाले होते.

आयझॅक मॅरेकोसन हा एक पत्रकार होता. त्याने शेकडो ख्यातनाम व्यक्तींच्या मुलाखती घेतल्या. तो असे म्हणतो की, अनेक लोक आपली चांगली छाप पाडण्यात अयशस्वी ठरतात. याचे कारण असे की, ते नीट लक्ष देऊन ऐकत नाहीत. आता यावर आपण काय बोलायचे आहे, हा विचार त्यांच्या मनात घोळत असतो, त्यामुळे त्यांचे कान उघडे नसतात. खूप मोठ्या व्यक्तींनी मला हे सांगितले आहे की, चांगले बोलणाऱ्या लोकांपेक्षा चांगले ऐकणारे लोकच त्यांना पसंत आहेत; पण ऐकण्याची क्षमता असणे इतर चांगल्या गुणांप्रमाणेच दुर्मीळ आहे.

आणि फक्त महत्त्वाच्या मोठ्या लोकांनाच उत्तम श्रोते आवडतात असे नाही, तर सामान्य लोकांनासुद्धा श्रोतेच आवडतात. रीडर्स डायजेस्टमध्येही एकदा म्हटले होते की, 'जेव्हा लोकांना श्रोते हवे असतात, तेव्हा ते डॉक्टरांना बोलावतात.'

सिव्हिल वॉर जेव्हा चालू होते त्या वेळी सगळ्यात वाईट दिवसांमध्ये लिंकनने स्प्रिंगफिल्ड (इलिऑनिस) येथे राहणाऱ्या एका जुन्या मित्राला पत्र लिहिले की, 'वॉशिंग्टनला काही दिवसांसाठी राहायला ये, कारण मला माझ्या काही समस्यांवर चर्चा करायची आहे.' तो लिंकनचा जुना शेजारी होता. त्याला व्हाईट हाउसमध्ये बोलावले गेले आणि लिंकन कित्येक तास त्याच्याशी बोलत राहिला. गुलामांच्या मुक्ततेचा जाहीरनामा या विषयावर बोलणे चालू होते. लिंकन स्वत:च या जाहीरनाम्याचे समर्थन करणारे व विरुद्ध बाजूचे असे दोन्ही परस्परविरोधी मुद्दे मांडून एकटाच

वादविवाद करत होता. नंतर त्याने काही पत्रे, काही वर्तमानपत्रातील कात्रणे वाचून दाखवली, ज्यामध्ये त्याची निंदा केली होती. काहींना गुलामांच्या मुक्ततेविषयी भीती वाटत होती, तर काही लिंकन गुलामांना मुक्त करत नाही म्हणून निंदा करत होते. असे कित्येक तासांपर्यंत बोलून झाल्यानंतर लिंकनने त्याच्याशी हस्तांदोलन केले आणि आपल्या जुन्या शेजाऱ्याला 'गुडनाइट' म्हणून पाठवून दिले. त्याचे मतसुद्धा विचारले नाही. लिंकन स्वत: एकटाच बोलत होता, जणूकाही तो त्याच्या मनाला त्याच्या वागण्याची सफाई देत होता. तो जुना मित्र म्हणाला, "या बोलण्यानंतर त्याला खूप बरे वाटले. लिंकनला कोणाचाही सल्ला नको होता. त्याला फक्त सहानुभूतिपूर्वक, मित्रत्वाच्या नात्याने त्याचे ऐकणारा एक श्रोता हवा होता. त्याच्याजवळ त्याला त्याचे मन हलके करायचे होते. जेव्हा आपण एखाद्या संकटात असतो तेव्हा आपल्या सगळ्यांनाही हेच हवे असते. त्रस्त ग्राहकांनासुद्धा हेच हवे असते, असमाधानी मालकाला आणि दुखावलेल्या मित्रालासुद्धा याचीच गरज असते."

आधुनिक काळातील सगळ्यात उत्तम श्रोता कोण असेल, तर सिगमंड फ्रॉईड. एकदा एक माणूस फ्रॉईडला भेटला तेव्हा तो इतका भारावून गेला की, त्याने त्याचे वर्णन पुढीलप्रमाणे केले आहे. तो म्हणतो, "माझी व त्याची भेट इतकी संस्मरणीय होती की, मी ती कधीही विसरू शकणार नाही. इतर कोणातही नसलेले काही सद्‌गुण फ्राईडमध्ये मला दिसले. चित्त एकाग्र करून समोरच्याचे ऐकताना त्याचे डोळे अगदी शांत असतात. आवाज अत्यंत हळू व दयाळू असतो. चेहऱ्यावर फारसे हावभाव नसतात; पण त्याचे माझ्याकडे संपूर्ण लक्ष होते. मी जे बोललो ते विशेष चांगले नव्हते, तरीसुद्धा त्याचे त्याने कौतुक केले. तुम्हाला कल्पनाही करता येणार नाही की, असे लक्षपूर्वक ऐकणे म्हणजे काय असते ते!"

तुम्हाला हे जाणून घ्यायचे आहे का की, तुमच्या पाठीमागे लोक तुमची कशी टिंगल करतात किंवा तुम्हाला कसे टाळतात किंवा तुमचा कसा तिरस्कार करतात! तर इथे मी तुम्हाला त्याची कृती सांगतो. कुणाचेच काहीही ऐकू नका. स्वत:बद्दल अव्याहतपणे बडबडत राहा. जर समोरचा माणूस काही बोलत असतानाच तुमच्या डोक्यात एखादी कल्पना आलीच, तर त्याचे बोलणे संपायची वाट पाहण्याची काही गरज नाही. त्याचे वाक्य मध्येच तोडून सरळ तुमच्या तोंडातील गरळ ओकून टाका.

तुम्हाला अशी माणसे माहिती आहेत का? दुर्दैवाने, मला ती माहिती आहेत आणि आश्चर्याची गोष्ट म्हणजे ही माणसे तशी ख्यातनाम आहेत.

फार कंटाळवाणी असतात अशी माणसे! त्यांची अहंमन्यता आणि स्वत:चे मोठेपण यामुळे ते समोरच्याला नको-नकोसे करतात.

जे लोक फक्त स्वत:बद्दल बोलतात ते फक्त स्वत:चाच विचार करतात. डॉ. निकोलस प्रदीर्घ काळापर्यंत कोलंबिया विद्यापीठाचे प्रेसिडेंट होते. ते म्हणतात, ''जे लोक फक्त स्वत:चाच विचार करतात ते मूर्ख व अशिक्षित असतात. त्यांना मध्येमध्ये कितीही टोकले, तरी त्यांचे 'मी मी' संपतच नाही.''

म्हणून तुम्हाला जर उत्तम संभाषणकला साधायची असेल, तर आधी उत्तम श्रोता व्हा. लोकांनी तुमच्यात रुची दाखवावी असे वाटत असेल, तर तुम्ही लोकांमध्ये रुची दाखवा. लोकांना असेच प्रश्न विचारा ज्यांची उत्तरे देणे त्यांना आवडेल. लोकांना त्यांच्याबद्दल बोलण्यास, त्यांच्या यशाबद्दल बोलण्यास प्रोत्साहन द्या.

कायम हे लक्षात ठेवा की, तुमच्याशी बोलणाऱ्या माणसांना तुमच्यामध्ये किंवा तुमच्या समस्यांमध्ये फारशी रुची नसते, तर त्यांना स्वत:मध्ये व स्वत:च्या समस्यांमध्ये अधिक स्वारस्य असते. चीनमधील दुष्काळात लाखो लोक मेले, पण त्यापेक्षाही कुठल्याही माणसाला स्वत:ची दातदुखी अधिक महत्त्वाची वाटत असते. एखाद्याच्या मानेवरचे गळू हे आफ्रिकेतील चाळीस भूकंपांच्या धक्क्यांपेक्षा त्याच्या दृष्टीने अधिक महत्त्वाचे असते. पुढील वेळेस तुम्ही जेव्हा कोणाशी संभाषण साधाल तेव्हा ही गोष्ट लक्षात ठेवा.

तत्त्व ४:

उत्तम श्रोता बना. इतरांना स्वत:बद्दल बोलण्यास प्रोत्साहन द्या.

५

लोकांना स्वारस्य वाटेल असेच वागा

जो जो कोणी थिओडर रूझवेल्टकडे कधी पाहुणा म्हणून जात असे, तो प्रत्येक जण त्याच्या विविध क्षेत्रांतील नेत्रदीपक ज्ञानामुळे चकित होत असे. कधी त्याचा पाहुणा काऊबॉय असे, तर कधी रोग रायडरसारखा न्यूयॉर्कमधील राजकारणी धुरंधर असे; पण रूझवेल्टला कोणाशी काय बोलावे याचे अचूक ज्ञान होते आणि हे रूझवेल्टला कसे साध्य होत असे? उत्तर फार सोपे आहे. ज्या दिवशी एखादा पाहुणा भेटायला येत असे, त्याच्या आदल्या रात्री तो त्या पाहुण्याची कुंडली मांडून बसत असे. म्हणजे त्याचे कामाचे क्षेत्र, त्याची पार्श्वभूमी, त्याचे शिक्षण, त्याच्या आवडी निवडी वगैरे वगैरे.

इतर सगळ्या नेत्यांप्रमाणेच रूझवेल्टलाही हे माहिती होते की, समोरच्या माणसाच्या हृदयाला भिडणारा राजमार्ग हा त्याला किंवा तिला प्रिय असणाऱ्या गोष्टींविषयी बोलण्यातूनच जातो.

विल्यम फेल्प्स हा एक अत्यंत मनमिळाऊ निबंधकार येल विद्यापीठातील साहित्याचा प्रोफेसर होता. तो हा धडा आयुष्यात फार लवकर शिकला.

फेल्प्सने 'ह्युमन नेचर' या त्याच्या एका निबंधात असे लिहिले आहे की, 'मी जेव्हा आठ वर्षांचा होतो आणि माझ्या शाळेला सुट्टी लागली म्हणून स्ट्रॅटफोर्डमध्ये राहणाऱ्या माझ्या आत्याकडे गेलो, तेव्हा तेथे एक मध्यमवयीन गृहस्थ यायचे. माझ्या आत्याशी थोडीफार चेष्टा-मस्करी झाली की, ते माझ्याकडे त्यांचे लक्ष वळवायचे. त्या वेळी मला बोटींविषयी फार आकर्षण वाटायचे आणि ते सद्‌गृहस्थसुद्धा फक्त बोटींविषयीच बोलायचे. जणूकाही त्यांनासुद्धा त्याच विषयात रस होता. ते गेल्यावर एकदा मी माझ्या आत्याकडे त्यांचे खूप कौतुक केले. मी म्हणालो, "किती छान माणूस आहे!" तेव्हा माझ्या आत्याने मला त्यांच्याबद्दल अधिक माहिती सांगितली की, ते न्यूयॉर्कमधील एक मोठे वकील होते आणि त्यांचा बोटींशी वगैरे काहीच संबंध नव्हता. बोटींमध्ये त्यांना रससुद्धा नाही. मला आश्चर्य

वाटले. मी म्हणालो, ''मग इतका वेळ ते माझ्याशी बोटींबद्दल का बोलले?''

''कारण ते सद्गृहस्थ आहेत. त्यांच्या असे लक्षात आले की, तुला बोटींमध्ये स्वारस्य आहे. म्हणून तुला खूश करण्यासाठी ते तुझ्या आवडीच्या विषयावर बोलले. त्यांनी स्वत:ला तुझ्याशी सहमत करून घेतले.''

आणि पुढे विल्यम फेल्प्स म्हणतात : ''माझ्या आत्याने त्या वेळी केलेले तिचे मतप्रदर्शन मी आयुष्यात कधीच विसरलो नाही.''

मी जेव्हा हे प्रकरण लिहायला घेतले तेव्हा माझ्या टेबलावर खलिफ नावाच्या व्यक्तीचे एक पत्र येऊन पडले होते. तो मुलांच्या स्काउटमध्ये विशेष कार्यरत होता.

त्याने त्या पत्रात लिहिले होते – 'एके दिवशी मला असे जाणवले की, मला मदतीची गरज आहे, कारण स्काउटची एक मोठी रॅलीच युरोपमध्ये येऊन धडकली होती आणि अमेरिकेतील एवढ्या मोठ्या कार्पोरेशनच्या प्रेसिडेंटकडून यातील एका मुलाचा तरी युरोप ट्रीपचा खर्च भागवला जावा, अशी माझी अपेक्षा होती.'

सुदैवाने नेमका मी जेव्हा त्या प्रेसिडेंटकडे जायला निघालो तेव्हाच मी त्याच्याबद्दल असे ऐकले की, त्याने आत्तापर्यंत लाखो डॉलर्सचे चेक्स मदतीसाठी फाडले आहेत आणि जो चेक रद्द झाला तो फ्रेम करून लावला आहे.

म्हणून जेव्हा मी त्याच्या ऑफिसमध्ये प्रवेश केला तेव्हा मला तो चेक पाहायचा आहे असे सांगायचे असे मी ठरवले. लाखो डॉलर्सचा चेक! मी त्याला सांगितले की, आत्तापर्यंत कोणीच एवढा मोठा चेक लिहिला नव्हता आणि म्हणूनच माझ्या स्काउटच्या मुलांना मला हे सांगायचे आहे की, एवढ्या मोठ्या आकड्याचा चेक मी प्रथमच पाहिला आहे. त्याबरोबर प्रेसिडेंटने आनंदाने तो चेक मला दाखवला. मी त्याचे खूप कौतुक केले व मी पुन्हा त्याला त्या चेकबद्दल अधिक माहिती विचारली.'

तुमच्या लक्षात आले का की, मि. खलिफने संभाषणाची सुरुवात स्काउट बॉईजपासूनही केली नाही किंवा युरोपमध्ये आलेल्या त्याच्या रॅलीपासूनही केली नाही. त्या माणसाला ज्याच्यात रस होता त्या विषयालाच त्याने हात घातला. त्याचा परिणाम काय झाला ते पाहा.

तो प्रेसिडेंट आता स्वत:च म्हणाला, ''अरे हो, तुम्ही मला भेटायला का आलात त्याबद्दल बोलाल का?'' मग खलिफने त्याला सारे सांगितले.

मि. खलिफ पुढे म्हणाले, ''मला आश्चर्याचा धक्काच बसला. मी ज्याबद्दल गळ घातली, ती माझी मागणी त्याने ताबडतोब मान्य केली. एवढेच नाही, तर मी त्याला फक्त एका मुलाच्या युरोप ट्रीपच्या खर्चाबद्दल विचारले, तर त्याने स्वत:हून पाच मुलांचा ट्रीपचा खर्च दिला. शिवाय माझासुद्धा ट्रीप-खर्च दिला आणि एक हजार डॉलर्सचे क्रेडिट दिले आणि युरोपमध्ये सात आठवडे राहायला परवानगी

दिली. शिवाय निरनिराळ्या ठिकाणी ओळखीची पत्रे दिली. शिवाय तो स्वत: आम्हाला पॅरीसला भेटेल व सर्व शहर दाखवेल असे आश्वासन दिले. त्यानंतर आमच्या ज्या मुलांची आर्थिक परिस्थिती वाईट होती त्यांना नोकरीसुद्धा दिली आणि अजूनही आमच्या या ग्रुपशी तो संबंध ठेवून आहे.

''जर त्याला कशात रुची आहे हे मला आधी समजले नसते व मी संभाषणाची सुरुवात त्यापासून केली नसती, तर कदाचित आत्ता जे मिळाले त्याच्या एक दशांशसुद्धा मिळाले नसते.''

व्यवसायातसुद्धा हे तंत्र वापरणे फायद्याचे आहे का? हो ना! चला, आपण बघू या! आपण हेन्री दुवेनरॉय यांचे उदाहरण पाहू. 'दुवेनरॉय अॅण्ड सन्स' ही न्यूयॉर्कमधील घाऊक मालाची बेकरी होती. मि. दुवेनरॉय हे न्यूयॉर्कमधील एका विशिष्ट हॉटेलला ब्रेड विकण्याचा प्रयत्न करत होते. ते तेथील मॅनेजर ज्या-ज्या सार्वजनिक ठिकाणी कार्यक्रमाला जात, तेथे-तेथे हेतुपुरस्सर जात असत. आपल्याला अधिक धंदा मिळावा यासाठी तो मॅनेजर ज्या हॉटेलमध्ये उतरत असे, तेथेसुद्धा दुवेनरॉयने राहून पाहिले; पण व्यर्थ! यश मिळाले नाही.

मि. दुवेनरॉय नंतर म्हणाले, ''मग मी मानवी नातेसंबंधांचा अभ्यास केला व हे कुलूप उघडायला वेगळ्या किल्ल्या वापरायला हव्यात, हे माझ्या लक्षात आले. मग मी हे शोधून काढले की, या माणसाला नेमके कशात स्वारस्य आहे?

''आणि माझ्या लक्षात आले की, 'हॉटेल ग्रीटर्स ऑफ अमेरिका' ही हॉटेल-व्यवसायातील उच्च अधिकाऱ्यांची जी सोसायटी आहे तिचा हा सभासद होता. तो नुसता सभासदच नव्हता, तर त्याच्या अमाप उत्साहामुळे तो त्या सोसायटीचा प्रेसिडेंटसुद्धा होता आणि फक्त अमेरीकेतीलच नव्हे, तर आंतरराष्ट्रीय ग्रीटर्सचासुद्धा तो प्रेसिडेंट होता! त्या सोसायटीच्या संबंधात जे-जे काही असेल, तेथे तो जातीने हजर राहत असे.

''म्हणून दुसऱ्या दिवशी जेव्हा तो मला भेटला तेव्हा मी साहजिकच माझ्या संभाषणाचा रोख 'ग्रीटर्स'कडे वळवला आणि मग मला जो काही प्रतिसाद मिळाला त्याबद्दल काय सांगू! तो माझ्याशी ग्रीटर्सबद्दल अर्धा तास बोलला. त्याच्या बोलण्यातून उत्साह ओसंडून वाहत होता. थोड्याच वेळात माझ्या लक्षात आले की, ही सोसायटी म्हणजे त्याची निव्वळ आवड नव्हती, तर ते त्याच्या जीवनाचे ध्येय होते. मी त्याचे ऑफिस सोडण्यापूर्वी त्या सोसायटीचे सभासदत्व त्याने मला विकले होते.

''मग या सगळ्या काळात मी त्याच्याशी ब्रेडबद्दल एक शब्दही बोललो नाही, पण थोड्याच दिवसात त्याच्या एका आचाऱ्याचा मला फोन आला की, माझ्या ब्रेडचे सॅंपल किमतीसह घेऊन त्याने मला त्याच्या ऑफिसमध्ये बोलावले होते.

''त्या आचाऱ्यालापण माझे खूप कौतुक वाटले, कारण तो म्हणाला, ''मला कळत नाही की, तू या माणसावर काय जादू केलीस! पण तू नक्की जिंकलास!''

''विचार करा, ही गोष्ट घडवून आणण्यासाठी मी चार वर्षे या माणसाचा पिच्छा पुरवला होता, पण उपयोग झाला नव्हता. जर मी हे शोधून काढले नसते की, त्याला कशात रुची होती आणि त्याला कशाबद्दल बोलणे आवडत होते, तर मी आजही यशस्वी झालेलो दिसलो नसतो.''

एडवर्ड हॅरीमन हा मेरीलँडमधील एक निवृत्त मिलिटरी ऑफिसर होता आणि त्याने आपली नोकरी संपल्यावर कंबरलँड येथील सुंदर खोऱ्यात राहायचे ठरवले. दुर्दैवाने त्या काळात फारशा नोकऱ्या उपलब्ध नव्हत्या. थोडासा तपास केल्यावर त्याच्या असे लक्षात आले की, त्या भागातील जवळपास सगळ्या कंपन्या या एकतर फंकहाउझर नावाच्या माणसाच्या मालकीच्या तरी होत्या किंवा त्याच्या ताब्यात तरी होत्या. हा माणूस अत्यंत गरिबीतून आपल्या मेहनतीवर श्रीमंत झाला होता. हे ऐकल्यावर हॅरीमनला त्याचे अधिकच आकर्षण वाटू लागले, पण हा फंकहाउझर कोणा बेकार माणसांना भेटत नसे. हॅरीमन लिहितो :

'मी बऱ्याच लोकांना भेटलो व फंकहाउझरला कशात रुची आहे हे जाणून घेतले तेव्हा त्याला त्याने मोठ्या कष्टाने मिळवलेल्या पैशामध्ये व सत्तेमध्ये रुची आहे असे दिसले. लोकांना त्याच्यापासून दूर ठेवण्यासाठी त्याने एक कडक, तुसड्या स्वभावाची सेक्रेटरी ठेवली होती. ती माझ्यासारख्या लोकांना त्याच्यापासून दूर ठेवत असे. मी तिचीही ध्येये, आवडीनिवडी यांचा अभ्यास केला आणि मुद्दामच आधी वेळ न ठरवता सरळ त्या सेक्रेटरीला जाऊन भेटलो. पंधरा वर्षांपासून ती त्याची डायरी व इतर वैयक्तिक कामे सांभाळत होती. जेव्हा मी तिला सांगितले की, माझ्याकडे फंकहाउझरसाठी आर्थिक फायद्याचे व सत्तेचे राजकारण करणारी एक योजना आहे, तेव्हा ती उत्साहाने माझे बोलणे ऐकू लागली. मी तिला तिच्या फायद्याच्याही चार गोष्टी सांगितल्या. आमचे असे संभाषण झाल्यावर तिने माझी फंकहाउझरबरोबरची भेट निश्चित केली.

'मी त्याच्या भव्य आणि दिमाखदार ऑफिसमध्ये जाऊन पोहोचलो. अर्थात मी मनाशी ही पक्की खूणगाठ बांधली होती की, मी माझ्या नोकरीबद्दल एक चकार शब्दही काढणार नाही. फंकहाउझर एका मोठ्या, शिसवी कोरीवकाम केलेल्या टेबलमागे बसला होता आणि तो माझ्यावर जोरात बरसला, ''हं! बोला! काय म्हणणे आहे तुमचे?'' त्यावर मी म्हणालो, ''मि. फंकहाउझर, माझा असा विश्वास आहे की, मी तुम्हाला अधिक पैसे मिळवून देईन.'' मग त्याने मला आणखी एका उच्चासनावर स्वत:च्या जवळ बसवून घेतले. मी माझ्या डोक्यात असलेल्या सगळ्या योजना त्याला सांगितल्या. तसेच माझी गुणवत्ताही त्या ओघात

कथन केली आणि या योजनांमुळे त्याला व्यावसायिक यश कसे निश्चित मिळेल ते पटवून दिले.

'आता तो मला नावाने ओळखत होता म्हणून लगेच म्हणाला, "आर जे, चल, तुला आजपासून नोकरीवर ठेवले." आणि त्या दिवसापासून आजतागायत वीस वर्षे मी त्याच्याकडेच काम करतो आहे आणि आम्ही दोघांनीही भरपूर पैसा कमावला आहे.'

समोरच्या माणसाला ज्या विषयात स्वारस्य आहे त्या विषयी बोलून बोलणारा व ऐकणारा अशा दोघांनाही फायदा होता. हॉवर्ड हरसिंग नावाचा एक यशस्वी उद्योजक आहे. तो उत्तम संवादकर्ताही आहे. तो नेहमी हे तत्त्व पाळतो. जेव्हा त्याला असे विचारण्यात आले की, हे तत्त्व पाळून तुला विशेष असे काय बक्षीस मिळाले? तेव्हा हॉवर्ड म्हणाला, "प्रत्येक माणसाकडून वेगवेगळे बक्षीस मला प्रत्येक वेळी तर मिळालेच, पण त्याचबरोबर प्रत्येक वेळी इतरांशी त्यांना प्रिय असलेल्या गोष्टी बोलत राहिल्यामुळे मला दीर्घायुष्य लाभले."

तत्त्व ५:

प्रियम् वदः। समोरच्याला जे प्रिय आहे तेच बोला.

६

लोकांना तुम्ही आवडावे म्हणून....

मला एक पत्र रजिस्टर पोस्टाने पाठवायचे होते म्हणून मी पोस्ट ऑफिसमध्ये रांगेत उभा होतो. ते न्यूयॉर्कमधील तेहेतिसाव्या रस्त्यावरील पोस्ट ऑफिस होते. माझ्या असे लक्षात आले की, त्या खिडकीतील कारकून तेच तेच काम करून म्हणजे पाकिटाचे वजन करणे, त्याप्रमाणे तिकिटे काढणे, ती त्यावर चिकटवणे, सुट्टे पैसे देणे, पावती देणे या त्याच त्या कामांनी खूप कंटाळला होता. वर्षानुवर्षे तो हेच काम करत होता. म्हणून मी मनातल्या मनात म्हणालो, 'त्या क्लार्कला मी आवडावे म्हणून काहीतरी खास प्रयत्न करायला हवे. अर्थातच मी काहीतरी छान बोलले पाहिजे. स्वत:बद्दल नाही, त्याच्याबद्दल!' मग मी स्वत:ला विचारले, 'या क्लार्कचे प्रामाणिकपणे कौतुक करावे असे त्याच्यात काय आहे?' परक्या, अनोळखी लोकांच्या बाबतीत हा खरोखर गंभीर प्रश्न उद्भवतो, पण या माणसाच्या बाबतीत इतके सोपे होते की मला त्याचे कौतुक करणे सहज शक्य झाले.

तो माझ्या पाकिटाचे वजन करत असतानाच मी उत्साहाने त्याला म्हणालो, ''मलासुद्धा तुमच्या केसांसारखे केस मिळाले असते, तर किती बरे झाले असते!''

त्याने वर पाहिले. तो काहीसा चकित झाला, पण त्याचा चेहरा हास्याने उजळून निघाला. ''खरे सांगू का? पूर्वी माझे केस यापेक्षाही चांगले होते.'' तो नम्रपणे म्हणाला. मी त्याला पुन्हा आश्वासक स्वरात म्हणालो की, जरी त्याचा केशसंभार आता पूर्वीइतका घनदाट नसला, तरी अजूनसुद्धा त्याचे केस इतरांपेक्षा निश्चितच चांगले होते. तो अतिशय खूश झाला. नंतर आम्ही बराच वेळ आनंदाने गप्पा मारल्या आणि शेवटी जाताना तो मला पुन्हा म्हणाला, ''खूप लोक माझ्या केसांचे कौतुक करतात.''

मी तुम्हाला पैजेवर सांगतो की, त्या दिवशी दुपारी जेवायला जाताना तो हवेत तरंगत असणार. मी खात्रीने सांगतो की, रात्री घरी गेल्यावर त्याने बायकोला हा प्रसंग सांगितला असणार. मी तुम्हाला पैजेवर सांगतो की, घरी गेल्यावर आरशासमोर

उभे राहून तो म्हणाला असणार, ‘खरेच! अजूनही माझे केस चांगले आहेत.’

मी एकदा ही गोष्ट सार्वजनिक ठिकाणी सांगितली, तेव्हा एका माणसाने मला विचारले, “यातून तुम्हाला काय मिळाले?”

मी त्यातून काय मिळवायचा प्रयत्न केला? काय बरे मी त्यातून मिळवले असेल?

आपण इतकेही स्वार्थाने आंधळे नसावे की, एखाद्याचे प्रामाणिकपणे कौतुक करून त्याला मिळणाऱ्या आनंदाचे पडसाद आपल्या चेहऱ्यावर उमटू नयेत! जर आपले मन एखाद्या कडू ॲपल-क्रॅबच्या फळाइतके छोटे असेल, तर आपल्याला आयुष्यात अपयशच मिळेल! आणि आपली तीच लायकी असेल.

मग मी त्या माणसाला सांगितले, “हो, मला त्या माणसाकडून काहीतरी पाहिजे होते, पण जे मला पाहिजे होते त्याचे मूल्य पैशात नाही ठरवता येणार! मला हवे होते ते मला मिळाले. मी त्याच्यासाठी काहीतरी निरपेक्ष बुद्धीने केले. त्यातून मिळणारे समाधान मला हवे होते. समाधानाची ही भावना तो प्रसंग घडून गेल्यानंतरही चिरकाल आनंद देणारी असते.”

मानवी वर्तणुकीबद्दल सर्वसाधारणपणे एक अत्यंत महत्त्वाचा नियम आहे. जर आपण तो नियम पाळला, तर आपण कधीच संकटात सापडणार नाही आणि खरेतर आपल्याला असंख्य मित्र मिळतील आणि अद्वितीय असा आनंद मिळेल; पण ज्या क्षणी आपण तो नियम तोडू त्या क्षणी आपल्यावर अनेक संकटे येतील. तर हा नियम असा आहे : *‘नेहमी दुसऱ्याला मोठेपण द्या.’* आपण पाहिले की, जॉन ड्युवे म्हणतो, ‘मनुष्य-स्वभावाची सगळ्यात मोठी निकड कोणती असते, तर- आपण कोणीतरी महत्त्वपूर्ण आहोत ही भावना.’ विल्यम जेम्सही म्हणतो की, ‘मनुष्य-स्वभावाचे वैशिष्ट्यपूर्ण तत्त्व म्हणजे आपले सगळ्यांनी कौतुक करावे ही त्याची अपेक्षा.’ आणि मी हे आधीच सांगितले आहे की, मनुष्यप्राण्याची ही गरजच त्याला इतर प्राण्यांपेक्षा वेगळे व सर्वश्रेष्ठ बनवते. अर्थात ही गरजच त्याच्या सुसंस्कृतपणालाही कारणीभूत ठरते.

हजारो वर्षांपूर्वी तत्त्ववेत्त्यांनी मानवी नातेसंबंधांचा बारकाईने अभ्यास केला होता आणि त्यांच्या तर्कानुसार एकच महत्त्वाचा निष्कर्ष निघाला. तो नवीन नाही. तो अगदी इतिहासाइतकाच जुना आहे. सोरोस्टरने पार्शियामध्ये त्याच्या शिष्यांना ही गोष्ट पंचवीसशे वर्षांपूर्वी शिकवली. कन्फ्युशिअसने ही गोष्ट चीनमध्ये चोवीसशे वर्षांपूर्वी शिकवली. टाओइझमचा संस्थात्मक लाओत्से याने हॅनच्या खोऱ्यात ही गोष्ट त्याच्या शिष्यांना सांगितली. बुद्धाने तर गंगा नदीच्या तीरावर ही गोष्ट येशू ख्रिस्ताच्या जन्मापूर्वी पाचशे वर्षे आधी सांगितली. हिंदू धर्माच्या अध्यात्माविषयीच्या पुस्तकांमध्ये हजारो वर्षांपूर्वी ही गोष्ट लिहिली गेली. १९ शतकांपूर्वी जिझसनेसुद्धा

एकच महत्त्वाचा मंत्र दिला, 'इतरांनी तुमच्याशी जसे वागावे असे तुम्हाला वाटते तसेच तुम्ही इतरांशी वागा.'

भेटणाऱ्या प्रत्येक माणसाकडून तुम्हाला मान्यता हवी असते. तुमची खरी योग्यता लोकांना समजावी अशी तुमची प्रामाणिक इच्छा असते. तुमच्या छोट्याशा जगात तुम्हीच केंद्रबिंदू असावे ही तुमची इच्छा असते. अर्थात, म्हणून तुम्हाला खोटी, आपमतलबी स्तुती नको असते, पण प्रामाणिकपणे केलेले कौतुक मात्र तुम्हाला हवे असते. तुम्हाला तुमच्या मित्र व सहकाऱ्यांकाडून चार्ल्स स्क्वॅब जशी म्हणतो तशी, 'अंत:करणापासून केलेली प्रशंसा आणि मुक्त कंठाने केलेली स्तुती हवी असते.' सगळ्यांची हीच इच्छा असते.

म्हणून आजपासून आपण सुविचार पाळू. इतरांनी आपल्याला जे द्यावे असे वाटते, ते आपण इतरांना देऊ.

कसे? केव्हा? कोठे? उत्तर आहे – कधीही आणि कुठेही!

आमच्या क्लासमधील डेव्हिड स्मिथने एकदा अत्यंत नाजूक स्थिती कशी हाताळली हे क्लासमध्ये सांगितले. कशी ते बघा :

त्याला एका धर्मादाय कार्यक्रमातील अल्पोपाहार वाटण्याच्या काउंटरचे मुख्य बनवण्यात आले होते. तेव्हा काय घडले ते तो सांगतो, "त्या कार्यक्रमाच्या रात्री मी उद्यानात आलो तेव्हा दोन प्रौढ बायका माझ्या जागेवर उभ्या होत्या. ते मला अप्रशस्त वाटले. कोणालाही पाहताना असे वाटले असते की, या कार्यक्रमाच्या त्याच मुख्य आहेत. मला आता काय करावे हे कळेना. तेवढ्यात त्या कमिटीची एक सदस्या आली व तिने माझ्या हातात कॅश बॉक्स दिले आणि या काउंटरची सूत्रे हातात घेतल्याबद्दल माझे आभार मानले. नंतर तिने त्या दोन बायकांची नावे रोझ आणि जेन आहेत व त्या माझ्या मदतनीस आहेत अशी त्यांची ओळख करून दिली.

"क्षणभर त्या सुन्न झाल्या. कॅश बॉक्स माझ्या हातात दिला याचा अर्थ सर्व सूत्रे माझ्यावर सोपवली होती, हे त्यांच्या लक्षात आले. मग मी ती कॅशबॉक्स रोझच्या हाती देऊन तिला सांगितले की, कदाचित मला ते पैसे काही नीट सांभाळता येणार नाहीत म्हणून तिनेच ते ताब्यात घेतले, तर मला बरे वाटेल. मग मी जेनला असे सुचवले की, स्वयंसेवक म्हणून आलेल्या दोन शोडश मुलांना तिने सोडा मशीन कसे चालवायचे त्याचे प्रात्यक्षिक करून दाखवावे आणि या प्रोजेक्टची तेवढी जबाबदारी मी तिच्यावर सोपवली.

"आणि माझी ती संध्याकाळ संस्मरणीय ठरली, कारण रोझ माझ्या वतीने पैशांचा हिशोब ठेवत होती, तर जेन सगळ्या कामांवर लक्ष ठेवत होती आणि मी त्या जलशाची मजा लुटत होतो."

तुम्हाला कोणी फ्रान्सचा राजदूत नेमेल आणि मग तुम्ही या क्लृप्त्या वापराल किंवा तुम्हाला कोणी क्लॅमबेक कमिटीचा चेअरमन करेल, मग तुम्ही अक्कलहुशारीने वागाल अशी वाट बघण्याची काही गरज नाही. समोरच्याला कौतुकाची पावती देण्यासाठी कोठले पंचांग पाहण्याचीसुद्धा गरज नाही. तुम्ही हे जादूचे प्रयोग अगदी रोजसुद्धा करू शकता.

जर आपण एखाद्या हॉटेलमध्ये जाऊन फ्रेंच फ्राइडची ऑर्डर दिली आणि वेट्रेसने जर उकडलेले बटाटे आणले, तर असे म्हणा, ''माफ करा! मी तुम्हाला त्रास देतोय, पण यापेक्षा मला फ्रेंच फ्राइडच आवडेल.'' ती नक्कीच असे म्हणेल, ''नाही नाही! त्रास कसला त्यात?'' आणि आत जाऊन आनंदाने ती डिश बदलून आणेल, कारण आपण तिला सन्मानाने वागवले होते.

छोटी छोटी वाक्ये जशी, 'माफ करा, मी तुम्हाला त्रास देतोय.' किंवा 'तुम्ही हे करून माझ्यावर कृपा कराल का?', 'तुम्हाला असे करण्याने त्रास होणार नाही ना?' किंवा 'आभारी आहे' यामुळे कुरकुरणाऱ्या नातेसंबंधांना चांगले वंगण मिळते आणि मग ती नाती पुढे खूप काळपर्यंत सुरक्षित चालू राहतात आणि आयुष्यातील एकसूत्रीपणा, मरगळलेपणा जाऊन नवचैतन्य निर्माण होते.

आपण आणखी एक उदाहरण पाहू. हॉल केनच्या कादंबऱ्या 'दि ख्रिश्चन', 'दि डिमसर', 'दि मॅन्क्समॅन' या सगळ्या त्या काळात बेस्ट सेलर ठरल्या. या शतकाच्या (म्हणजे एकोणिसाव्या शतकाच्या) सुरुवातीच्या काळात लाखो लोकांनी त्या वाचल्या. हॉल केन हा एका लोहाराचा मुलगा होता. त्याचे शिक्षण आठव्या इयत्तेच्या पुढे झाले नव्हते, तरीही जेव्हा त्याचा मृत्यू झाला तेव्हा त्याच्या काळातील तो सर्वांत श्रीमंत साहित्यिक होता.

त्याचे असे झाले की, हॉल केनला काव्यातील 'सुनीत' आणि 'पोवाडे' हे प्रकार फार आवडत. रोझेटीच्या काव्याचे रसग्रहण करणारे निबंधसुद्धा त्याने लिहिले होते. जेव्हा रोझेटीने ते वाचले तेव्हा त्याला खूप आनंद झाला. बहुधा रोझेटीने असा विचार केला की, 'जो तरुण माझ्या काव्याचा इतका गाढा अभ्यासक आहे, जो माझी क्षमता जाणतो तो नक्कीच खूप हुशार असला पाहिजे.' म्हणून रोझेटीने या लोहाराच्या मुलाला लंडनला आपल्या घरी बोलावले आणि सेक्रेटरी म्हणून कामावर घेतले आणि हाच हॉल केनच्या आयुष्याचा 'टर्निंग पॉइंट' ठरला, कारण या नवीन ठिकाणी साहित्यिक वर्तुळातील अनेक दिग्गज त्याला भेटले. त्यांच्या उपदेशामुळे, मार्गदर्शनामुळे आणि त्यांच्या प्रोत्साहनामुळे त्याच्या लेखनकलेला एक उत्तम वळण मिळाले आणि जगभर त्याची कीर्ती पसरली.

जगाच्या कानाकोपऱ्यातून येणाऱ्या पर्यटकांसाठी त्याचे मॅन बेटावरील 'ग्रीबा कॅसल' नावाचे हे घर मक्का-मदिना यांसारखे पवित्र ठरले आणि आपल्या मृत्यूनंतर

तो लाखो डॉलर्सची संपत्ती मागे सोडून गेला. कोणी सांगावे, जर त्याने रोझेटीचे कौतुक करणारा तो निबंध लिहिला नसता, तर तो कदाचित गरिबीतच मृत्यू पावला असता! त्याचे नावही मागे उरले नसते.

अगदी अंत:करणापासून केलेल्या प्रशंसेमध्ये इतकी जबरदस्त ताकद असते! रोझेटी स्वत:ला खूप महत्त्वपूर्ण मानत असे. त्यात चुकीचे असे काही नव्हते. जवळपास प्रत्येक जणच स्वत:ला महत्त्वपूर्ण समजत असतो. खूप खूप महत्त्वपूर्ण!

अनेकदा असे घडते की, जर एखाद्या व्यक्तीच्या पाठीवर योग्य वेळी कौतुकाची थाप पडली, तर त्याचे किंवा तिचे संपूर्ण आयुष्य बदलून जाते. आमच्या कॅलिफोर्नियाच्या क्लासमध्ये रोनॉल्ड रोलँड नावाचा एक हस्तकौशल्य-विषयक शिक्षक होता. त्याने त्याच्या ख्रिस नावाच्या एका विद्यार्थ्याबद्दल पुढीलप्रमाणे लिहिले आहे :

> माझ्या वर्गात एक ख्रिस नावाचा अत्यंत शांत आणि लाजाळू मुलगा होता. त्याच्यात आत्मविश्वास नव्हता आणि बरेचदा त्याला जी योग्यता मिळण्याची पात्रता होती ती त्याला दिली जात नव्हती. मी तेथेच एक असा (ॲडव्हान्स) कोर्स घेत होतो की, काही ठरावीक मुलांमधील चांगले गुण शोधून काढून त्यांची जोपासना करून त्यांना अधिक प्रोत्साहन देता यावे. एका बुधवारी ख्रिस आळसल्याप्रमाणे काहीतरी करत त्याच्या डेस्कवर बसला होता. मला त्याला पाहिल्यावर असे जाणवले की, त्याच्या आतमध्ये काहीतरी करून दाखवण्याची प्रचंड जिद्द आहे. म्हणून मी ख्रिसला विचारले की, त्याला ॲडव्हान्स कोर्सला येणे आवडेल का? असे विचारल्याबरोबर त्या चौदा वर्षांच्या लाजाळू मुलाच्या डोळ्यात असेकाही भाव उमटले की, ते अवर्णनीय होते. त्याच्या डोळ्यात अश्रू उभे राहिले. त्याने विचारले, ''कोण मी? मि. रोलंड, मी खरेच तेवढा चांगला आहे का?''
>
> ''होय ख्रिस! तू चांगलाच आहेस.'' मी म्हणालो.
>
> आणि ते बोलणे तेवढ्यावर सोडून मी परत निघालो, कारण आता माझेच डोळे अश्रूंनी डबडबले होते. त्या दिवशी वर्गातून बाहेर पडताना ख्रिसची उंची मला दोन इंचांनी वाढल्यासारखी दिसली. त्याच्या निळ्या डोळ्यांमध्ये मला विश्वास दिसत होता. माझ्याकडे पाहत तो म्हणाला, ''मि. रोलंड, मी तुमचा आभारी आहे.''
>
> ख्रिसने मला जो धडा शिकवला, तो मी कधीच विसरलो नाही. आपल्या प्रत्येकाची ही तीव्र इच्छा असते की, आपण इतरांसाठी खूप महत्त्वाचे आहोत. मग मी एका कागदावर अशी अक्षरे लिहिली, 'तुम्ही महत्त्वाचे आहात' मी हा फलक मुद्दामच प्रवेशद्वारात लावला. अशासाठी

की, लोकांना तर तो दिसावाच, पण मीसुद्धा ते कधी विसरू नये.

निर्लेप सत्य हे आहे की, तुम्हाला भेटणाऱ्या जवळपास सगळ्याच लोकांना असे वाटत असते की, काही असले तरी ते तुमच्यापेक्षा श्रेष्ठ आहेत आणि तेवढ्यानेही भागत नसते, तर त्यांचे श्रेष्ठत्व तुम्हाला जाणवून तुम्ही त्यांना महत्त्व दिले पाहिजे, असेही त्यांना वाटत असते.

इमर्सन काय म्हणाला ते आठवा, 'मला भेटणारा प्रत्येक माणूस कोणत्या ना कोणत्या प्रकारे माझ्यापेक्षा श्रेष्ठच होता आणि मी ते त्याला तसे जाणवून दिले.'

पण याच गोष्टीची दुःखद बाजू अशी की, यातली बहुसंख्य माणसे थोड्याशा स्तुतीमुळे हरभऱ्याच्या झाडावर चढून बसतात व इतरांना 'ते हलके आहेत' असे पावलोपावली जाणवून देतात, तेव्हा त्यांचा उबग येतो. शेक्सपिअरने हे पुढील शब्दात मांडले आहे: '...गर्विष्ठ माणूस आपल्या तोकड्या कपड्यात विशाल आकाशाखाली असली काही कामे करतो की, ते पाहून देवदूतसुद्धा रडतात.'

माझ्या क्लासमधील व्यावसायिकांनी हेच तत्त्व वापरून स्वतःचा कसा उत्कर्ष करून घेतला आहे, हे मी तुम्हाला सांगतो. कनेक्टीकटमधील एका वकिलाची केस आपण पाहू. नाव सांगत नाही, कारण त्याची तशी इच्छा आहे.

कोर्समध्ये प्रवेश केल्यानंतर काही दिवसांतच मि. एक्स हे लाँग आयलंड येथे आपल्या पत्नीबरोबर तिच्या काही नातलगांना भेट द्यायला गेले होते. तेथे त्यांची पत्नी त्यांना तिच्या एका म्हाताऱ्या मावशीबरोबर सोडून स्वतः तरुण नातेवाइकांबरोबर गप्पा मारायला निघून गेली. तेवढ्यात त्यांच्या लक्षात आले की, त्यांना एके ठिकाणी एक भाषण द्यायचे होते. त्या भाषणाचा विषय होता 'कौतुक करणे.' त्यामुळे त्यांना वाटले, आपण या संधीचा फायदा घ्यावा, कारण त्यामुळे त्या म्हाताऱ्या बाईबरोबर बोलताना त्यांना काही नवीन अनुभव येईल. त्यांनी इकडे-तिकडे पाहून घराचे निरीक्षण केले. ज्यामुळे ते प्रामाणिकपणे कौतुक करू शकतील. त्यांनी तिला विचारले, "हे घर सुमारे १८९०च्या सुमारास बांधले गेले असावे. हो ना?" ती उत्तरली, "हो, अगदी बरोबर! त्याच वेळेस."

तो म्हणाला, "या घरात आल्यावर मला माझ्या त्या घराची आठवण झाली जेथे माझा जन्म झाला. हे घर फार छान आहे. अतिशय हवेशीर आहे. हल्ली अशी घरे कोणी बांधत नाही. नाही का?"

ती म्हातारी स्त्री म्हणाली, "अगदी बरोबर बोललास तू. हल्लीच्या तरुण पिढीला छान घरांचे आकर्षणच उरलेले नाही. त्यांना छोटे छोटे फ्लॅट्स आवडतात आणि त्यांना आकर्षण असते, ते फक्त नवीन नवीन गाड्यांचे."

आता ती तिच्या रम्य आठवणींच्या मोहजालात पुरती फसली होती. ती

म्हणाली, ''हे घर म्हणजे माझे स्वप्न होते. हे घर आम्ही फार प्रेमाने बांधले होते. मी आणि माझ्या पतींनी हे घर बांधण्यापूर्वी दहा वर्षे हे स्वप्न बघितले होते. आम्ही या घरासाठी कोणा रचनाकाराची नियुक्ती केली नव्हती. या सगळ्या योजना आमच्या स्वत:च्याच आहेत.''

मग तिने मि. एक्सला संपूर्ण घर फिरून दाखवले. तिचा उत्साह ओसंडून वाहत होता. तिने आयुष्यात जेवढ्या सहली केल्या होत्या तिथून प्रत्येक ठिकाणाहून काही ना काही सुंदर गोष्टी आणून तिने घर सजवले होते. त्या सगळ्या गोष्टी बारकाईने पाहून मि. एक्सने त्याचे कौतुक केले होते. म्हणजे पेस्ली शाली, जुना इंग्लिश टी सेट, चायनातले वेजवुड फ्रेंच पलंग आणि खुर्च्या, इटलीतील तैलचित्रे, सिल्कचे कपडे आणि भिंतीवर टांगलेले एका फ्रेंच राजवाड्याचे चित्र!

संपूर्ण घर फिरून दाखवल्यावर मि. एक्सला ती गॅरेजमध्ये घेऊन गेली. तेथे जॅकवर ठोकळे लावून चढवलेली एक जुनी खास बनवलेली पॅकार्ड गाडी होती.

ती म्हणाली, ''माझ्या नवऱ्याने त्याच्या मृत्यूपूर्वी फारच थोडे दिवस आधी ही गाडी माझ्यासाठी खरेदी केली होती.'' तिचे स्वर आता भावनेने ओथंबलेले होते. ''माझे पती गेल्यापासून मी या गाडीत बसलेसुद्धा नाही. तुला सुंदर गोष्टींची पारख आहे. तू रसिक दिसतोस म्हणून ही कार मी तुला भेट देते.''

मि. एक्स म्हणाला, ''कशाला आंटी? नको! तुम्ही माझे उगाच कौतुक करत आहात. अर्थात तुमच्या औदार्याचे मला खूप कौतुक वाटते, पण मी ही गाडी स्वीकारू शकत नाही. मी तुमचा नातेवाईकसुद्धा नाही. माझ्याकडे माझी स्वत:ची नवी गाडी आहे आणि तुम्हाला खूप नातेवाईक आहेत. त्यांच्यापैकी कोणालाही पॅकार्ड गाडी नक्की आवडेल.''

''नातेवाईक?'' आता तिचा स्वर चिरका झाला, ''खरेय बाबा! मला खूप नातेवाईक आहेत, पण ते सगळे माझ्या मृत्यूची वाट पाहत आहेत. म्हणजे त्यांना माझी गाडी मिळेल. ते तर टपूनच बसले आहेत.''

''तुम्हाला जर त्यांना ही गाडी द्यायची नसेल, तर तुम्ही ती सहज विकू शकता. एखाद्या जुन्या गाड्यांच्या डीलरकडे चौकशी केली पाहिजे.'' त्याने तिला सांगितले.

''विकून टाकू!'' ती तार स्वरात ओरडली. ''तुला काय वाटते, मी ती गाडी विकावी? तुला काय वाटते, कोणीतरी ऐऱ्या-गैऱ्याने माझ्या गाडीत बसून रस्त्यावरून फिरलेले मी पाहू शकेन? कदापि नाही! ही गाडी माझ्या पतीने मला बक्षीस दिली आहे. मी स्वप्नातसुद्धा ती गाडी विकणार नाही. मी ही गाडी तुलाच देणार कारण तू अशा गोष्टींचा भोक्ता आहेस.''

त्याने त्या प्रसंगातून बाहेर पडण्याचा पुष्कळ प्रयत्न केला, पण तिच्या भावना

दुखावणे त्याला जमत नव्हते.

ही स्त्री तिच्या त्या भव्य घरामध्ये एकटीच तिच्या पेस्ली शालींना, फ्रेंच वस्तूंना आणि जुन्या आठवणींना उराशी कवटाळून बसली होती आणि या तिच्या वस्तूंना आणि आठवणींना कोणीतरी गोंजारायची गरज होती. एके काळी तीपण तरुण आणि सुंदर होती. तिने अत्यंत प्रेमाने एक सुंदर घर बांधले होते आणि युरोपातील उत्तमोत्तम वस्तूंनी ते सजवले होते. आता वृद्धापकाळाच्या संध्याछाया तिला भिववत होत्या आणि या एकाकीपणात तिला उबदार मानवी प्रेमाची आस लागली होती. तिला थोडे, पण प्रामाणिक कौतुक हवे होते; पण एवढी छोटीशी गोष्टही तिला लोकांकडून मिळत नव्हती आणि जेव्हा तिला मि. एक्स भेटले तेव्हा ओसाड वाळवंटात झऱ्याचा शोध लागावा तसे तिला झाले. तिची लाडकी पेकार्ड कार मि. एक्सला देऊ करणे म्हणजे कृतज्ञता व्यक्त करणेच होते.

आपण आता दुसरी केस घेऊ : ही केस आहे डोनाल्ड मॅकमॅहोनची. तो 'लॅवीस अॅन्ड व्हॅलेण्टाइन' या न्यूयॉर्क येथील एका नर्सरीच्या कंपनीत आर्किटेक्ट म्हणून काम करत होता.

तो सांगतो, ''नुकतेच मी 'हाउ टू विन फ्रेण्ड्स अॅन्ड इन्फुलअन्स पीपल' या विषयावरील भाषण ऐकले होते. तेव्हा मी एका मोठ्या जज्जसाहेबांच्या घराचा नकाशा बनवण्यात गुंतलो होतो. त्यांच्या बागेत कुठे काय करायचे व बाग कशामुळे अधिक प्रसन्न दिसेल यावर माझा खल चालू होता. इतक्यात घराचा मालक बाहेर आला आणि कोणती रोपे कोठे लावायची याबद्दल सूचना करू लागला.

मी म्हणालो, ''जज्जसाहेब, खरोखर तुम्हाला ही जी आवड आहे ती फार छान आहे. मी तुमच्या देखण्या कुत्र्यांबद्दल बोलतो आहे. श्वान प्रदर्शनात तुम्हाला या कुत्र्यांमुळे नक्कीच मॅडीसन स्केअर गार्डनमध्ये बक्षिसे मिळत असतील.''

या छोट्याशा कौतुकाच्या पोचपावतीचा योग्य तो परिणाम झाला.

''होय.'' जज्जसाहेब म्हणाले, ''मी माझ्या कुत्र्यांबरोबर वेळ खूप मजेत घालवतो. तुला माझे केनेल (कुत्र्यांचे घर) पाहायचे आहे का?''

मग त्यांनी मला जवळपास एक तासभर त्यांचे सगळे कुत्रे आणि त्यांनी मिळवलेली बक्षिसे दाखवली. नंतर त्यांनी त्यांच्या कुत्र्यांच्या उच्च जातकुळीचे वर्णन केले व असे सौंदर्य आणि अशी बुद्धिमत्ता प्राप्त होण्यास त्यांचे उच्च खानदान कसे कारणीभूत ठरते ते सांगितले.

शेवटी माझ्याकडे वळून ते म्हणाले, ''तुला लहान मुले आहेत का?''

मी म्हणालो, ''हो, मला एक लहान मुलगा आहे.''

मग जज्जसाहेबांनी विचारले, ''त्याला कुत्र्याचे पिल्लू आवडेल का?''

''हो, त्याला अत्यानंद होईल.'' मी म्हणालो.

मग त्यांनी कुत्र्याच्या पिल्लाला काय भरवायचे ते सांगितले. मग ते क्षणभर थांबले व म्हणाले, ''मी आता तुला हे सांगितले, तर तू विसरून जाशील.'' मग ते पुन्हा घरात गेले. त्यांनी टाइपरायटर काढला. कागदावर त्या कुत्र्याची जात आणि त्याच्या आहाराबद्दल लिहिले आणि काही शेकडो डॉलर्सचा कुत्रा व एक तास पस्तीस मिनिटे त्यांनी मला बहाल केले. खरेतर जज्जसाहेबांचा वेळ अमूल्य होता, पण मी त्यांच्या छंदाचे व त्यांच्या यशाचे प्रामाणिकपणे कौतुक केले होते म्हणून त्यांनी मला अमूल्य गोष्टी बहाल केल्या.''

कोडॅक फेमचा जॉर्ज इस्टमन याने अशी पारदर्शक फिल्म तयार केली ज्यामुळे हलणारी चित्रे शक्य झाली. ती लाखो डॉलर्सला विकली गेली आणि या पृथ्वीवरचा सर्वांत प्रसिद्ध व्यावसायिक म्हणून त्याने नावलौकिक मिळवला. एवढे मोठे व्यावसायिक यश मिळवूनसुद्धा त्याला तुमच्या आणि माझ्याइतकेच कोणीतरी त्याचे कौतुक करावे याची आस होती.

त्याचे असे झाले, ईस्टमन त्या वेळी 'इस्टमन स्कूल ऑफ म्युझिक' आणि 'किलबोर्न हॉल' बांधत होता. त्या वेळचे सुपिरिअर सिटींग कंपनीच्या न्यूयॉर्कमधील अध्यक्षांना त्या हॉलमधील खुर्च्यांची ऑर्डर पाहिजे होती म्हणून मि. ॲडमसन यांनी मि. इस्टमनची भेट नियोजित केली.

जेव्हा ॲडमसन तेथे पोहोचला तेव्हा तेथील एक आर्किटेक्ट त्याला म्हणाला, ''मला माहिती आहे की, तुला ऑर्डर पाहिजे आहे; पण तू जर इस्टमनचा पाच मिनिटांपेक्षा अधिक वेळ घेतलास, तर तुझे होणारे काम बिघडेल. तो अत्यंत कडक शिस्तीचा आहे. तो त्याच्या कामात व्यग्र असतो. तुझे काय म्हणणे आहे ते थोडक्यात सांग आणि चालू लाग.''

ॲडमसनसुद्धा त्याच तयारीत होता. जेव्हा ॲडमसन इस्टमनच्या केबिनमध्ये आला तेव्हा इस्टमन फाइलींच्या चळतीमध्ये तोंड खुपसून बसला होता. तेवढ्यात इस्टमनने वर पाहिले, त्याने त्याच्या डोळ्यावरचा चष्मा काढला आणि ॲडमसन व त्या आर्किटेक्टकडे तो चालत गेला आणि म्हणाला, ''सुप्रभात! सज्जनहो, मी तुमच्यासाठी काय करू शकतो?''

त्या आर्किटेक्टने ॲडमसनची ओळख करून दिली तेव्हा ॲडमसन म्हणाला, ''मि. इस्टमन, बाहेर वेटिंगरूममध्ये मी तुमची वाट पाहत बसलो होतो तेव्हा तुमच्या ऑफिसचे बारकाईने निरीक्षण करीत होतो. मला हे ऑफिस फार आवडले. इथे बसून कित्येक तास काम करणे मला आवडेल. माझा अंतर्गत सजावटीचा व्यवसाय आहे. माझा लाकूडकामाच्या बाबतीत हातखंडा आहे आणि इतके सुंदर ऑफिस मी माझ्या आत्तापर्यंतच्या आयुष्यात कधीच पाहिले नव्हते.''

जॉर्ज इस्टमन म्हणाला, ''मी ज्या गोष्टी विसरलो होतो त्याची तू मला आठवण करून दिलीस. खरेच, माझे ऑफिस सुंदर आहे, नाही का? जेव्हा मी हे नुकतेच बनवून घेतले होते तेव्हा मला या ऑफिसचा खूप अभिमान वाटायचा, पण आता माझे काम इतके वाढले आहे की, आता माझे त्याकडे लक्षच नसते.''

ॲडमसन त्या खोलीभर फिरला. एका लाकडी फळीवर बोट घासून म्हणाला, ''हे इंग्लिश ओक आहे, हो ना? इटालियन ओकपेक्षा याचा पोत वेगळा असतो.'' ''होय.'' इस्टमन म्हणाला, ''हे इम्पोर्टेड इंग्लिश ओक आहे. माझा एक मित्र या विषयातला जाणकार आहे. त्यानेच माझ्या ऑफिससाठी या लाकडाची निवड केली होती.''

मग इस्टमनने फिरून या खोलीची अनेक वैशिष्ट्ये सांगितली. रंगांबद्दल बोलला, हातांनी केलेल्या कोरीव कामाबद्दल बोलला, प्लॅनविषयी बोलला.

असे ऑफिसबद्दल भरभरून बोलत असतानाच तो एका खिडकीसमोर थांबला आणि त्याचा आवाज अगदी हळुवार झाला. मग त्याने तेथून दिसणाऱ्या काही संस्थांकडे बोट दाखवले, ज्या संस्थांना तो मानवतेच्या भूमिकेतून मदत करत होता. त्यामध्ये रोलेस्टर विद्यापीठ होते, जनरल हॉस्पिटल होते. होमिओपॅथिक मेडिकल हॉस्पिटल होते. लहान मुलांचे हॉस्पिटल होते. ॲडमसन हे सगळे ऐकून थक्क झाला व अत्यंत प्रामाणिक शब्दांत त्याने इस्टमनचे अभिनंदन केले व तो ज्या पद्धतीने त्याच्या संपत्तीचा विनियोग करत होता ते किती आदर्श होते, हे त्याने त्याला खुल्या दिलाने सांगितले. त्यावर इस्टमनने एक काचेची पेटी उघडली आणि त्यातून कॅमेरा बाहेर काढला. तो त्याच्या जवळचा पहिला कॅमेरा होता, जो त्याने एका इंग्लिश माणसाकडून विकत घेतला होता.

ॲडमसनने त्याला आपुलकीने विचारले की, व्यवसायाच्या सुरुवातीच्या काळात त्याने कोणत्या अडचणींना तोंड दिले? त्या वेळी इस्टमनने त्याला अगदी मोकळ्या मनाने सांगितले की, त्याने लहानपणी अत्यंत दारिद्र्याला तोंड दिले होते. त्याची आई विधवा होती. कसाबसा संसार चालवत होती. तो एका इन्शुरन्स कंपनीत कारकुनी करत होता. दिवस-रात्र पैशाची चिंता सतावत होती आणि त्याच्या आईला काम करावे लागू नये म्हणून पुरेसा पैसा मिळवण्यासाठी तो धडपडत होता. मग ॲडमसनने त्याला पुढचे प्रश्न विचारले आणि त्याचे बोलणे तो काळजीपूर्वक ऐकू लागला. त्याच्यात तो अगदी रंगून गेला, विशेषत: जेव्हा त्याने ड्राय फोटोग्राफिक प्लेट्सची गोष्ट सांगितली तेव्हा! त्याने त्याला हेसुद्धा सांगितले की, तो त्या काळात दिवसभर कसा ऑफिसमध्ये काम करत असे आणि काही वेळेस तर रात्रीसुद्धा प्रयोग करत असे. काही रासायनिक प्रक्रिया घडण्यास जो वेळ लागत असे तेवढ्या काळात तो छोटीशी डुलकी घेई. काही वेळेस तर तो

सलग बहात्तर तास काम करत असे आणि तेही त्याच कपड्यांमध्ये!

वास्तविक जेम्स ॲडमसन इस्टमनच्या ऑफिसमध्ये घाईघाईने सव्वा दहा वाजता शिरला होता आणि त्याला कडक शब्दांत इशारा देण्यात आला होता की, पाच मिनिटांपेक्षा त्याने तेथे थांबता कामा नये; पण आता एक तास उलटून गेला, मग दोन तास उलटून गेले; पण अजूनही त्यांचे बोलणे संपत नव्हते.

शेवटी जॉर्ज इस्टमन उठला आणि ॲडमसनकडे वळून म्हणाला, ''गेल्या वेळेस मी जपानला गेलो होतो तेव्हा मी काही खुर्च्या आणल्या होत्या व मुद्दामच अंगणात उन्हात ठेवल्या होत्या, पण उन्हामुळे त्यांचा रंग उडाला. मग मी स्वत: शहरात गेलो आणि रंग विकत आणला व तो त्या खुर्च्यांना दिला. मी कसा रंग दिला ते बघायला येतोस का? चल माझ्या घरी आणि जेवायलाच चल माझ्याबरोबर. मी तुला खुर्च्याही दाखवतो.''

जेवणानंतर मि. इस्टमनने ॲडमसनला त्या जपानहून आणलेल्या खुर्च्या दाखवल्या. त्या फारच सामान्य खुर्च्या होत्या, पण आता कोट्यधीश असणाऱ्या जॉर्ज इस्टमनला स्वत: रंगवलेल्या त्या खुर्च्यांचा किती अभिमान होता!

खुर्च्यांची नव्वद हजार डॉलर्सची ऑर्डर कुणाला मिळाली असेल? तुम्हाला काय वाटते? जेम्स ॲडमसनला की त्याच्या प्रतिस्पर्ध्याला?

या घटनेनंतर थेट इस्टमनच्या मृत्यूपर्यंत ॲडमसन व इस्टमन अगदी जीवश्च कंठश्च मित्र होते.

फ्रान्समधील क्लाऊडे मरायस या एका हॉटेल-मालकानेसुद्धा हेच तत्त्व वापरून आपल्या हॉटेलच्या एका उपयुक्त महिला कामगाराला गमावण्यापासून वाचवले. खरेतर ही महिला कामगार म्हणजे त्याच्या एकवीस कामगारांमधील आणि त्याच्यातील महत्त्वाचा दुवा होती. जेव्हा या कामगार बाईकडून त्याला 'राजीनामा देत आहे' असे सांगणारे पत्र आले तेव्हा त्याला धक्का बसला.

एम. मरायस म्हणतो, 'मला खूप आश्चर्य वाटले आणि त्याहीपेक्षा जास्त निराशा वाटली, कारण माझी अशी समजूत होती की, मी तिच्याशी खूप चांगले वागतो आणि तिच्या अडचणी लक्षात घेतो. जरी तिच्याशी माझी चांगली मैत्री असली, तरी शेवटी ती माझी नोकर होती आणि मी तिला जरुरीपेक्षा जास्त गृहीत धरले होते आणि इतर कामगारांपेक्षा मी तिच्या बाबतीत जरा अधिकच मागणीखोर होतो.

'अर्थातच काहीतरी स्पष्टीकरण तिच्याकडून दिले गेल्याशिवाय मी हा राजीनामा स्वीकारणे शक्य नव्हते. मी तिला बाजूला घेऊन म्हटले, ''पॉलेट, तुला समजायला हवे की, मी तुझा राजीनामा स्वीकारणार नाही. तू माझ्यासाठी व माझ्या कंपनीसाठी खूप महत्त्वाची आहेस आणि या रेस्टॉरंटचे यश व भवितव्य माझ्याइतकेच

तुझ्यावरही अवलंबून आहे !'' मी मुद्दामच हे इतर कामगारांसमोर म्हणालो आणि तिला आत्मविश्वास परत मिळावा म्हणून मी माझ्या कुटुंबाच्या उपस्थितीत तिला घरी बोलावले.

'पॉलेटने तिचा राजीनामा मागे घेतला आणि आज मी पूर्णपणे तिच्यावर विसंबून राहू शकतो. ती जे काही माझ्यासाठी करते त्याबद्दल मी कृतज्ञता व्यक्त करतो आणि ती माझ्यासाठी किती महत्त्वपूर्ण आहे हे दर्शवतो.'

डिझारेली हा अत्यंत धूर्त माणूस. त्याने ब्रिटिश साम्राज्यावर राज्य केले. तोसुद्धा म्हणतो, ''लोकांशी त्यांच्याबद्दल बोला, तरच ते तासन्‌तास तुमचे ऐकून घेतील.''

तत्त्व ६:

इतर लोकांना ते तुमच्यासाठी किती महत्त्वाचे आहेत हे जाणवून द्या आणि तेही सच्चेपणाने!

या प्रकरणाच्या गाभ्यात काय आहे?

तुम्ही लोकांना आवडावे म्हणून अवलंबण्याचे सहा मार्ग

तत्त्व १:	लोकांमध्ये मनापासून स्वारस्य दाखवा.
तत्त्व २:	स्मितहास्य
तत्त्व ३:	कायम लक्षात ठेवा, प्रत्येक व्यक्तीला स्वत:चे नाव सर्वांत महत्त्वाचे व सर्वांत गोड वाटते; मग ते कुठल्याही भाषेतील असले तरी!
तत्त्व ४:	उत्तम श्रोते व्हा. इतरांना त्यांच्याबद्दल बोलू द्या.
तत्त्व ५:	इतरांना ज्या विषयात रुची असेल तेच बोला.
तत्त्व ६:	इतर लोकांना ते तुमच्यासाठी किती महत्त्वाचे आहेत हे दिसू द्या आणि तेही प्रामाणिकपणे!

भाग तीन

लोकांना जिंकून घेण्याचा मूलमंत्र

१

तुम्ही वादविवादात कधीच जिंकू शकत नाही

पहिल्या महायुद्धाचा नुकताच शेवट झाला होता तेव्हा मी लंडनमध्ये होतो. त्या रात्री आयुष्यात मी एक अमूल्य असा धडा शिकलो. सर रॉस स्मिथचा मॅनेजर म्हणून मी काम करत होतो. त्या वेळेस रॉस हा पॅलेस्टाईनमधील ऑस्ट्रेलियाचा प्रख्यात वैमानिक होता. युद्धानंतर शांती जाहीर झाल्यावर अवघ्या तीस दिवसांत एक प्रदक्षिणा पूर्ण करून त्याने संपूर्ण जगाला चकित करून सोडले होते. यापूर्वी असा पराक्रम कोणीच केला नव्हता, त्यामुळे या घटनेने मोठी खळबळ माजली. ऑस्ट्रेलियन सरकारने त्याला पन्नास हजार डॉलर्सचे बक्षीस जाहीर केले. इंग्लंडच्या राजाने त्याला सरदारकी बहाल केली आणि इंग्लंडच्या राष्ट्रध्वजाखाली असलेला तो सर्वांत जास्त बहुचर्चित आणि मोठा माणूस होता. सर रॉसच्या या पराक्रमाप्रीत्यर्थ त्या रात्री एक मोठी मेजवानी आयोजित केली होती आणि तेथे मी गेलो होतो. तेथे माझ्याशेजारी बसलेल्या एका माणसाने एक विनोदी गोष्ट सांगायला सुरुवात केली, जी एका सुविचारावर आधारलेली होती. तो सुविचार म्हणजे 'या जगात अशी एक दैवी शक्ती असते, जी आपले आयुष्य घडवत असते, त्याला आकार देत असते.'

तो जो गोष्ट सांगणारा होता त्याने सांगितले की, हे उद्धृत केलेले वाक्य तर बायबलमधले आहे. तो हे चुकीचे सांगत होता. मला खात्रीशीर माहिती होते. त्याबद्दल जराही शंका नव्हती आणि म्हणूनच मी स्वत:ला त्याच्यापेक्षा किती शहाणा आहे हे दाखवण्यासाठी जोरकसपणे सांगितले, "नाही. हे वाक्य शेक्सपिअरचे आहे." "काय?" तो किंचाळला, "शेक्सपिअर? शक्य नाही. हे वाक्य बायबलमधलेच आहे. मला माहिती आहे."

गोष्ट सांगणारा माझ्या उजव्या बाजूला बसला होता आणि माझा जुना मित्र फ्रँक गॅमंड माझ्या डाव्या बाजूला बसला होता. मि. गॅमंडने त्याचे आयुष्य शेक्सपिअरला अभ्यासण्यात वेचले होते, म्हणून मी व त्या गोष्ट सांगणाऱ्याने

'गॅमंड जे सांगेल ते बरोबर मानायचे असे ठरवले.' गॅमंडने टेबलाखालून मला पायाने ढकलले व म्हणाला, "डेल, तुझे चुकीचे आहे. हे सद्‌गृहस्थ सांगतात ते बरोबर आहे. ते वाक्य बायबलमधलेच आहे."

रात्री घरी परतताना मी गॅमंडला म्हणालो, "फ्रँक, तुला माहिती होते की, ते विधान शेक्सपिअरचे आहे."

तो म्हणाला, "होय! निश्चितच! ते हॅम्लेट नाटकातील पाचव्या अंकातील दुसऱ्या प्रवेशात आहे; पण माझ्या मित्रा, आपण त्या समारंभात पाहुणे म्हणून गेलो होतो. तो माणूस कसा चुकीचा होता, हे सिद्ध करण्याने काय होणार आहे? अशाने त्याला तू आवडशील का? त्यापेक्षा त्याला त्याचा मोठेपणा मिरवू दे. त्याने तुझे मत विचारले का? त्याला ते नको आहे. मग कशाला विनाकारण वाद घालायचा? कुठलीही टोकाची भूमिका घेणे टाळावे." ज्या माझ्या मित्राने मला हे सांगितले त्या मित्राने मला त्या रात्री फार मोलाचा धडा शिकवला, जो मी आयुष्यात कधीच विसरलो नाही. मी त्या गोष्ट सांगणाऱ्याशी मतभेद करून फक्त त्यालाच अस्वस्थ केले नव्हते, तर माझ्या मित्रालापण अडचणीत आणले होते. जर मी त्या रात्री वाद घातला नसता, तर किती बरे झाले असते!

खरोखर, मला हे शिकण्याची फार गरज होती, कारण मी त्या काळात सतत वाद घालत असे. माझ्या तरुणपणी तर मी माझ्या भावाशी सतत विनाकारण वादविवाद करत असे. मी जेव्हा कॉलेजमध्ये गेलो तेव्हा तर तर्कशास्त्र आणि वादविवाद हे माझे अभ्यासाचेच विषय होते. अनेक वादविवाद स्पर्धेत मी भाग घेत असे. सांगायचेच झाले, तर मी मिसुरीमधला आहे. म्हणजे अगदी जन्मापासून! ते मला लोकांना दाखवायचे असे! नंतर मी न्यूयॉर्कमध्ये वादविवाद कला शिकवत असे आणि आता मला सांगायलाही लाज वाटते की, या विषयांवर पुस्तक लिहिण्याचाही माझा मनसुबा होता. त्यानंतर मी अनेक वादविवाद काळजीपूर्वक ऐकू लागलो, पाहू लागलो आणि त्यांच्या परिणामांचा अभ्यास करू लागलो आणि आता मी या निर्णयाला आलो आहे की, या जगात वादविवादामध्ये जिंकण्याचा एकच खात्रीचा मार्ग आहे; आणि तो म्हणजे वादविवाद टाळणे! तुम्ही जसे विषारी सापांना आणि भूकंपाला टाळता तसाच वादविवाद टाळला पाहिजे.

दहापैकी नऊ वादविवादांमध्ये प्रत्येक स्पर्धकाला असे वाटते की, माझेच बरोबर आहे.

तुम्ही वादविवाद कधी जिंकूच शकत नाही. मी असे म्हणतो, कारण तुम्ही वादविवादात हरलात, तर ती तुमची हार असते आणि तुम्ही जिंकलात, तरीही ती तुमची हार असते. असे का? तर असे बघा, तुम्ही एखाद्यावर शाब्दिक प्रहार केले आणि तुमच्या शब्दरूपी शस्त्राने त्याला छिन्नविछिन्न केले तरीसुद्धा पुढे काय?

तुम्हाला तात्पुरते बरे वाटेल, पण पुढे काय? तुम्ही त्याला कमी लेखले हे शल्य त्याच्या उरात रुतून बसेल. त्याचा अहंकार दुखावला जाईल. तुमच्या विजयाचा तो लगेच बदला घेईल आणि....

एखाद्या माणसाला त्याच्या मर्जीविरुद्ध काही पटवण्याचा प्रयत्न करणे म्हणजे त्याचे मत आहे तेच ठेवणे.

काही वर्षांपूर्वी माझ्या क्लासमध्ये पॅट्रीक जे ओहैरे नावाचा एक माणूस दाखल झाला. त्याचे शिक्षण फारसे झाले नव्हते आणि त्याला भंगार मालाची फार आवड होती. एके काळी तो शोफर म्हणूनसुद्धा काम करत होता आणि तो माझ्याकडे आला होता, कारण त्याला त्याच्या व्यवसायात यश मिळत नव्हते. त्याच्या ट्रक्स विकल्या जात नव्हत्या. थोड्या प्रश्नोत्तरानंतर माझ्या असे लक्षात आले की, तो ज्या लोकांबरोबर खरेदी-विक्रीचा व्यवहार करत होता त्यांच्याशीच शत्रूत्व निर्माण करत होता. जर एखादे गिऱ्हाईक त्याच्या ट्रकबद्दल काही वाईट बोलले किंवा त्याने त्यातील दोष दाखवला, तर तो लगेच उसळत असे. तो रागाने लाल होत असे व वेडेवाकडे बोलत असे. त्या काळात पॅट्रीक खूप तोंडसुख घेऊन समोरच्याला गप्प करत असे. नंतर त्यानेच त्याच्या शब्दांत मला असे सांगितले, ''मी अनेकदा असे म्हणत ऑफिसमधून बाहेर पडलो आहे की, 'तरी मी त्या मूर्खाला सांगितले होते...' हे खरे की, मी काहीतरी सुनावत असे, पण मी ट्रक कधीच विकू शकलो नव्हतो.''

अशा वेळी मी पॅट्रीकला 'काय बोल' हे शिकवणे चुकीचे ठरले असते. त्यापेक्षा मी त्याला बोलण्यापासून रोखायला पाहिजे होते आणि शाब्दिक चकमकी टाळायला शिकवायला पाहिजे होते.

त्यानंतर मात्र पॅट्रीक ओहैरे हा न्यूयॉर्कमधील व्हाइट मोटार कंपनीचा सर्वोत्तम विक्रेता बनला. हे कसे शक्य झाले? त्याच्याच शब्दांत ही कथा ऐका, ''मी आता विक्रीकौशल्य प्राप्त केले होते. मी जेव्हा एखाद्या गिऱ्हाइकाच्या ऑफिसमध्ये प्रवेश करत असे तेव्हा तो म्हणे, ''काय? व्हाईट ट्रक? छे: छे: त्या चांगल्या नाहीत! मी तुमच्याकडून ती अजिबात घेणार नाही. मी हूज-इट ट्रक विकत घेणार आहे.'' त्यावर मी म्हणत असे, ''हो! हूज-इट ट्रक्स चांगल्याच आहेत. त्या नावाजलेल्या कंपनीकडून बनवल्या जातात आणि चांगल्या लोकांकडून विकल्या जातात.''

''यावर तो काय बोलणार? तो नि:शब्द होत असे, कारण आता वादविवाद करायला जागाच उरत नसे. जर तो म्हणाला, हूज-इट सगळ्यात उत्तम आहे तर मीही म्हणे हो नक्कीच! अशा वेळी त्याला थांबावेच लागे. तो संपूर्ण दुपारभर पुन्हा पुन्हा तेच ते बोलू शकत नसे, कारण मी एकदाच कबुलीजबाब देऊन टाके. मग तो हूज-इट विषय बंद करी आणि मग मी व्हाईट ट्रकची गुणवैशिष्ट्ये सांगायला

सुरुवात करी.

"एक काळ असा होता की, त्या गिऱ्हाइकाचे संभाषणाचे पहिलेच वाक्य मला लाल-निळे करणारे होते. मी जर पूर्वीचा असतो, तर मी हूज-इटच्या विरोधात वाईट-साइट बोलायला सुरुवात केली असती. मी जितके हे रबर ताणले असते, तितके हूज-इट गाडीचे पारडे जड होत गेले असते आणि मग नक्की त्याने हूज-इटच खरेदी केली असती.

"आता जेव्हा मी माझ्या भूतकाळाकडे मागे वळून बघतो तेव्हा मी माझ्या आयुष्याची किती महत्त्वाची वर्षे वितंडवादात वाया घालवली याचा मला पश्चात्ताप होतो. आता मात्र मी माझे तोंड बंद ठेवतो आणि त्याचा मला फायदा होतो."

हुशार म्हाताऱ्या बेन फ्रँकलिननेसुद्धा म्हटले आहे:

जर तुम्ही एखाद्याशी वितंडवाद घातलात, त्याच्या दुःखावर डागण्या दिल्यात, त्याला विरोध केलात, तर तुम्हाला कधीतरी विजय मिळतो; पण तो विजय पोकळ असतो, कारण मग समोरच्याचे आशीर्वाद तुम्हाला कधीच मिळत नाहीत.

म्हणून तुम्हीच तुमच्या मनाशी हिशोब लावा. तुम्हाला नाटकी विजय पाहिजे की एखाद्या व्यक्तीचे तुमच्याबद्दलचे चांगले मत पाहिजे? फारच क्वचित तुम्हाला दोन्ही गोष्टी मिळतील.

बोस्टनमध्ये एके ठिकाणी अशा काही ओळी कोरून ठेवल्या होत्या –

'विल्यम जेचे शव इथे पडले आहे

ज्या विल्यम जेने आयुष्यभर तो कसा बरोबर आहे हेच लोकांना पटवून दिले.

तो बरोबरच होता, हे अचूकतेचे ओझे घेऊन तो इतक्या भरधाव वेगाने धावला की...

त्याची ही चूक हाच त्याचा मृत्यू होता.'

तुमचे कदाचित बरोबर असते; नव्हे तुम्ही बरोबरच असता आणि मग त्याच धुंदीत तुम्ही वादविवाद करता हे ठीक आहे, पण जेव्हा दुसऱ्याचे मतपरिवर्तन करण्याचा प्रश्न येतो तेव्हा तुमची सगळी मते कुचकामाची ठरतात. जणूकाही ती चुकीची आहेत.

फ्रेडरीक पारसन्स हा एक इन्कम टॅक्स सल्लागार होता. त्याची एकदा

इन्कमटॅक्स अधिकाऱ्याबरोबर तासभर वादावादी व खडाजंगी झाली. मुद्दा नऊ हजार डॉलर्सचा होता. मि. पारसन्सचे म्हणणे होते की, हे नऊ हजार डॉलर्स हे कर्ज होते. ते कधीच नफ्यात मानण्याजोगे नव्हते आणि म्हणून त्याच्यावर टॅक्स बसवू नये; पण तो इन्स्पेक्टर पण इरेला पेटला होता. ''खोटे आहे! याच्यावर टॅक्स बसणारच.'' असे तो म्हणाला.

हा इन्स्पेक्टर अत्यंत थंड डोक्याचा, उद्धट आणि न ऐकणारा असा होता. मि. पारसन्सने जेव्हा ही गोष्ट आमच्या क्लासमध्ये सांगितली तेव्हा तो म्हणाला, ''मी जे सांगत होतो त्यामागची कारणे, वास्तव या सगळ्याचा काहीच प्रभाव पडत नव्हता. म्हणून मी ठरवले की, आता अधिक वाद घालायचा नाही. मी विषय बदलला आणि त्याचे कौतुक करायला सुरुवात केली.

''मग मी म्हणालो, ''मला असे वाटते की, रोज तुमच्यापुढे येणारी प्रकरणे यापेक्षा खूप जास्त अवघड, किचकट आणि महत्त्वाची असतात. त्या मानाने हे प्रकरण फारच किरकोळ आहे. मी स्वत: करविषयक अभ्यास केला आहे, पण माझे हे सगळे ज्ञान पुस्तकी आहे. तुमचे ज्ञान मात्र प्रत्यक्ष अनुभवांवर आधारलेले आहे. मलासुद्धा कधीकधी वाटते की, मला तुमच्यासारखी नोकरी असती, तर किती बरे झाले असते. त्यामुळे मलाही खूप शिकायला मिळाले असते.'' यातील प्रत्येक शब्द मी प्रामाणिकपणे उच्चारत होतो.

'' ''ठीक!'' असे म्हणून तो इन्स्पेक्टर खुर्चीतच ताठ होऊन बसला. मग पाठीमागे टेकला आणि खूप वेळ स्वत:च्या कामाबद्दल बोलत बसला आणि आत्तापर्यंत किती आर्थिक घोटाळे त्याने स्वत:च्या अक्कल हुशारीने उघडकीस आणले ते सांगू लागला. त्याचा आवाज आता हळूहळू मैत्रीपूर्ण होऊ लागला. मग तो मला त्याच्या मुलांबद्दल सांगायला लागला. मग जाताना तो म्हणाला की, तो माझ्या समस्येवर पुन्हा विचार करेल आणि काही दिवसांनी निर्णय देईल.

''त्यानंतर तीन दिवसांनी त्याने मला ऑफिसमध्ये बोलावले व सांगितले की, जसे मी अर्जात लिहिले होते तशी मला कराची रक्कम परत मिळेल.''

या टॅक्स इन्स्पेक्टरच्या रूपात सामान्यपणे आढळणाऱ्या मानवी दुबळेपणाचे दर्शन घडते. त्या इन्स्पेक्टरला खूप महत्त्व द्यावे एवढीच त्याची आंतरिक इच्छा होती. जोपर्यंत मि. पारसन्स त्याच्याशी वाद घालत होते तोपर्यंत त्याच्या सार्वभौमत्वाला कोणीतरी आवाहन देत आहे, असे त्याला वाटत होते, पण ज्या क्षणी त्याचे सार्वभौमत्व मान्य करून टाकले गेले त्या क्षणी वादविवाद संपला. त्याचा अहम् कुरवाळला गेला आणि मग तो त्या प्रकरणाकडे सहानुभूतिपूर्ण आणि मानवतेच्या भूमिकेतून पाहायला लागला.

गौतम बुद्ध म्हणतात, ''द्वेष, तिरस्कार याचा अंत द्वेष, तिरस्काराने कधीच

होत नाही, तर तो फक्त प्रेमानेच होतो आणि गैरसमज वादविवाद घालून कधीच दूर करता येत नाहीत, तर ते गोड बोलून, युक्त्या लढवून, सामोपचाराने व सहानुभूतिपूर्वकच दूर करावे लागतात. त्यासाठी समोरच्या माणसाचा दृष्टिकोन समजावून घ्यावा लागतो.''

लिंकन एकदा त्याच्या सैन्यातील तरुण अधिकाऱ्यावर खूप रागावला, कारण त्याने त्याच्या सहकाऱ्याबरोबर खूप मोठे भांडण केले. तो म्हणाला, ''ज्या माणसाला आयुष्यात काहीतरी भव्यदिव्य करून दाखवायचे आहे, त्याला असे वैयक्तिक हेवेदावे ठेवून चालणारच नाही. मनाचा तोल घालवून आणि आत्मसंयम बिघडवून ध्येयाच्या जवळ जाण्याऐवजी आपण ध्येयापासून परावृत्त होण्याची शक्यता असते, त्यामुळे अशा व्यक्तीला असे वागणे परवडतच नाही. समानतेच्या अधिकारापेक्षा अधिक भव्य असे या जगात बरेचकाही आहे. त्याला तुम्ही शरण जा. स्वत:च्या मनाचा कौल घ्या. आपल्या हक्कासाठी झगडताना कुत्र्याकडून चावून घेण्यापेक्षा कुत्र्याला रस्ता करून द्या आणि कुत्रा चावलाच, तरी त्या कुत्र्याला ठार मारून काही तुमची जखम बरी होणार नसते.''

'बिट्स आणि पीसेस' नावाच्या एका अग्रलेखात तुमचे छोटे छोटे मतभेद वादविवादात बदलू नयेत, म्हणून काही सूचना दिल्या आहेत.

छोट्या छोट्या मतभेदांचे स्वागत करा :

एक घोषणा नेहमी लक्षात ठेवा, 'जर तुमच्या पालकांमध्ये मतभेद नसतील, तर त्यांपैकी एकाची गरज नाही.' जर एखाद्या मुद्याकडे तुमचे लक्ष गेले नसेल आणि कोणी जर तो तुमच्या लक्षात आणून दिला, तर त्याचे आभार माना. कदाचित फार गंभीर चुका तुमच्या हातून होण्यापूर्वी मतभेद ही तुम्हाला मिळालेली एक चांगली संधी असेल, ज्यामुळे तुम्ही तुमच्यामध्ये सुधारणा घडवू शकता.'

आधीच्या मतांवर अविश्वास :

तुमचे पूर्वीचे जे काही मत असेल त्यावर जरा अविश्वास तर दाखवून बघा! कदाचित आधी नापसंत असलेली घटना ही आपला बचावात्मक पवित्रा असण्याची पावती असू शकते. जरा शांत राहून आत्मपरीक्षण करा की, आपली पहिली प्रतिक्रिया ही आपण मनाच्या वाईट अवस्थेत दिली असण्याची शक्यता असते; चांगल्या नाही!

तुमच्या रागावर नियंत्रण :

लक्षात ठेवा, कोणत्याही स्त्रीचे किंवा पुरुषाचे आयुर्मान त्याच्या रागावर नियंत्रण ठेवण्याच्या क्षमतेवरून मोजता येते.

आधी ऐकून घ्या :

तुमच्या विरोधकाला आधी बोलण्याची संधी द्या. त्याचे बोलणे पूर्ण होऊ द्या. त्याला विरोध करू नका. स्वत:ची बाजू सावरू नका किंवा वादही घालू नका. यामुळे फक्त अडथळेच निर्माण होतात. सामंजस्याचे पूल बांधायला शिका. गैरसमजाचे अधिक मोठे अडथळे स्वत:च निर्माण करू नका.

सहमत कोठे होता येईल हे बघा :

जेव्हा तुम्ही तुमच्या विरोधकाचे पूर्णपणे ऐकून घ्याल तेव्हा त्यातील कोणत्या मुद्द्यांशी आपण सहमत आहोत हे आधी लक्षात ठेवा.

प्रामाणिक राहा :

कोठे तुम्ही तुमची चूक मान्य करू शकता ते बघा व ते सांगण्याचे धारिष्ट्य दाखवा. आपल्या चुकांबद्दल क्षमा मागा. यामुळे तुमच्या विरोधकांची शस्त्रे गळून पडतील आणि त्यांचा बचावात्मक पवित्राही गळून पडेल.

तुमच्या विरोधकांनी जी रुची दाखवली त्याबद्दल त्यांचे आभार माना :

ज्याच्याबरोबर तुमचे मतभेद होतात, त्याच्या व तुमच्या आवडी-निवडी सहसा सारख्या असतात. तुम्हाला मदत करायला तत्पर असणाऱ्या अशा लोकांचा विचार करा आणि तुमच्या विरोधकांनाही तुम्ही तुमचे मित्र बनवा.

एखादी कृती लांबणीवर टाका :

एखाद्या समस्येवर दोघांनाही विचार करायला वेळ मिळावा लागतो. अशा वेळी तुम्हीच सुचवा की, दुसऱ्या दिवशी आपण पुन्हा मीटिंग घेऊ, जेव्हा सगळ्याच गोष्टी समोर येण्याची शक्यता असते. या मीटिंगची तयारी करताना स्वत:ला काही अवघड प्रश्न विचारून पाहा. जसे :

माझा विरोधकच बरोबर आहे का? की तो काहीच प्रमाणात बरोबर आहे? त्याच्या वादविवादात काही तथ्य आहे का? किंवा तो आता ज्या परिस्थितीत आहे त्या परिस्थितीत असे वागणे बरोबर आहे? माझ्या या प्रतिक्रियेने समस्या सुटेल का? की त्यामुळे फक्त नैराश्यच वाढेल? या माझ्या प्रतिक्रियेमुळे माझा विरोधक माझ्यापासून आणखी दूर जाईल की माझ्या जवळ येईल? ज्या चांगल्या लोकांचे माझ्याबद्दल जे काही मत आहे ते अधिक चांगले होईल की वाईट होईल? मी जिंकेन का हरेन? जरी मी जिंकलो, तरी मला त्याची काय किंमत मोजावी लागेल? जर मी शांत राहिलो, तर मतभेद अधिक गहिरे होतील का? ही वाईट परिस्थिती

माझ्यासाठी संधी बनून आली आहे का?

ऑपेरा टेनर डॉन पिअर्स याने लग्नानंतर पन्नास वर्षांनी मला असे सांगितले, ‘‘माझ्या बायकोने आणि मी फार पूर्वी एक शपथ घेतली होती. ती आम्ही शेवटपर्यंत पाळली. ती अशी की, जेव्हा एक जण रागाने ओरडत असेल तेव्हा दुसऱ्याने ते शांतपणे ऐकायचे, कारण जेव्हा दोघेही ओरडत असतात तेव्हा संवाद होऊ शकत नाही. त्याच्याने केवळ गोंधळ आणि दूषित वातावरणच तयार होत असते.’’

तत्त्व १ :

वादविवाद जिंकण्याचा फक्त एकच मार्ग आहे आणि तो म्हणजे तो (वादविवाद) टाळणे!

२

या मार्गाने तुम्ही नक्कीच शत्रू निर्माण कराल, हे कसे टाळाल?

जेव्हा थिओडर रूझवेल्ट व्हाईट हाउसमध्ये होता तेव्हा त्याने असे कबूल केले की, जर तो पंचाहत्तर टक्के वेळा बरोबर असेल, तर त्याच्या आयुष्यातील जास्तीतजास्त मोठे ईप्सित त्याच्या दृष्टीने पूर्ण झालेले असेल.

विसाव्या शतकातील अत्यंत नावाजलेल्या व्यक्तीचे जर हे अपेक्षित ध्येय असेल, तर तुमचे आणि माझे काय?

जर तुमची खात्री असेल की, तुम्ही पंचावन्न टक्के वेळा बरोबर असाल, तर तुम्ही वॉल स्ट्रीटला जाऊन दिवसभरात लाखो डॉलर्स खर्च करायला हरकत नाही आणि जर तुम्हाला तुम्ही पंचावन्न टक्के वेळासुद्धा बरोबर नाही, याची खात्री असेल, तर इतर लोकांना ते चूक आहेत हे सांगण्याचा तुम्हाला काय अधिकार पोहोचतो?

तुम्ही लोकांना ते कसे चुकीचे आहेत ते त्यांच्याकडे एक तशी नजर फेकून किंवा हावभावावरून किंवा 'छे!' असे काहीसे उद्‌गार काढून किंवा शब्दांमधून दर्शवता आणि मग तुम्ही असे दर्शविल्यानंतर अशी अपेक्षा असते की, त्यांनी तुमच्याशी सहमत व्हावे? पण तसे होणे कदापि शक्य नाही, कारण तुम्ही अशा वेळी सरळ सरळ त्यांच्या आत्मसन्मानावर, त्यांच्या आकलनावर हल्ला चढवलेला असतो. त्या हल्ल्यावर प्रतिहल्ला ते करणारच ना! पण त्यांचे मतपरिवर्तन होणे शक्य नसते. मग तुम्ही त्यांच्यावर प्लेटोचे किंवा इमॅन्युएल कांटचे तर्कट दगड मारल्यासारखे फेकता! पण तरीही तुम्ही त्यांचे मत बदलू शकत नाही, कारण तुम्ही त्यांच्या भावना दुखावलेल्या असतात.

कधीही बोलण्याची सुरुवात अशी करू नका की, 'मी आता तुम्हाला हे सिद्ध करून दाखवतो...' हे अजिबात भल्याचे नाही, कारण त्याचा उघड उघड असा अर्थ होतो की, 'मी तुझ्यापेक्षा अधिक हुशार आहे आणि मी तुला आता अशा एक-दोन

गोष्टी सांगणार आहे की, ज्यामुळे तुझे मत बदलेल.'

हे म्हणजे रणांगणावर शंख फुंकण्यासारखे आहे. हे आव्हान देणे आहे. याच्यामुळे संघर्ष निर्माण होतो आणि अजून जरी तुम्ही युद्धाला सुरुवात केलेली नसली, तरी तुमच्या अशा बोलण्यामुळे समोरचा त्याचे शस्त्र उपसून तयार होतो.

अगदी सौम्य परिस्थितीतसुद्धा लोकांचे मतपरिवर्तन करणे अवघड असते. मग ते आणखी कठीण का करायचे? स्वत:ला अपंग का बनवायचे?

जरी तुम्ही काहीतरी सिद्ध करायला निघालात, तरी इतरांना ते कळू देऊ नका. हे इतके हळुवारपणे करा, इतके चातुर्याने करा की, तुम्ही हे करत आहात हे कोणालाच कळणार नाही. हेच अलेक्झांडर पोपने कसे सांगितले ते बघा :

> *पुरुषांना अशा पद्धतीने शिकवले पाहिजे की, त्यांना कोणी काही शिकवते आहे हे त्यांना समजायला नको.*

जवळपास तीनशे वर्षांपूर्वी गॅलिलिओ म्हणाला होता :

> *'तुम्ही कोणत्याच माणसाला शिकवू शकत नाही. तुम्ही फक्त त्याला त्याच्या अंतरंगात ते शोधायला मदत करू शकता.'*

लॉर्ड चेसरफील्ड त्याच्या मुलाला म्हणाला :

> *'शक्य असेल तर इतर लोकांपेक्षा अधिक शहाणा हो! पण त्यांना तसे सांगू मात्र नकोस.'*

अथेन्समध्ये सॉक्रेटीसनेही त्याच्या अनुयायांना पुन्हा-पुन्हा हेच सांगितले :

> *'मला फक्त एकच गोष्ट माहिती आहे आणि ती म्हणजे मला काहीच माहिती नाही.'*

असो! मीसुद्धा अशी आशा ठेवत नाही की, मी सॉक्रेटीसपेक्षा अधिक हुशार आहे. म्हणून मी लोकांना, 'ते चुकीचे आहेत.' हे सांगणे सोडून दिले आहे आणि मला असे वाटते की, तेच योग्य आहे.

जेव्हा एखादा माणूस असे विधान करतो की, 'तुला जे वाटते ते चुकीचे आहे.' तेव्हा असेलही कदाचित ते चुकीचे! पण तरीही अशी सुरुवात करायला

काय हरकत आहे? 'असे बघा, मला यापेक्षा वेगळे वाटते. कदाचित माझे चुकत असेलही. म्हणजे अनेकदा माझे चुकतेच आणि जर माझे चुकत असेल, तर मला तसे सांगा. मला माझी चूक सुधारायला आवडेल. आपण सत्य काय आहे हे पुन्हा तपासून पाहू.'

असे काही शब्द आहेत की, ज्यांच्यात जादू आहे, सकारात्मक परिणाम घडवण्याची क्षमता आहे. जसे, 'कदाचित माझे चुकत असेल', 'बरेचदा असे घडते.', 'आपण घटना पुन्हा एकदा तपासून पाहू.'

अगदी आकाशातील किंवा या पृथ्वीतलावरील किंवा समुद्रातील कोणीही असू दे. कोणीही तुम्हाला, 'कदाचित माझे चुकले असेल, आपण पुन्हा तपासून पाहू.' हे म्हणण्यापासून रोखणार नाही.

आमच्या क्लासमधील एक सभासद ज्याचे नाव हेरॉल्ड रेंक होते, तो डॉज गाड्यांचा व्यवहार बिलिंग्ज, मोंटाना येथे करत असे. त्याने त्याच्या व्यवसायात ही युक्ती वापरली. त्याने सांगितले की, ऑटोमोबाईल व्यवसायातील ताणतणावांमुळे अनेकदा तो खूप चिडिला येत असे. काही वेळेस त्याला ग्राहकांच्या तक्रारी सोडवताना लबाडीनेसुद्धा वागावे लागे. त्यामुळे त्याचा संताप होत असे. या अशा अप्रिय वातावरणामुळे त्याचा धंदासुद्धा बराचसा कमी झाला होता.

त्याने वर्गात असे सांगितले, "माझ्या असे लक्षात आले की, माझ्या अशा वागण्यामुळे माझी प्रगती खुंटली आहे. मग मी नवीन मार्गाने जायचे ठरवले. मी असे बोलायला सुरुवात केली, "आत्तापर्यंत आमच्या डिलरशीपने अनंत चुका केल्या आहेत आणि मला याची नेहमीच लाज वाटत आली आहे. कदाचित तुमच्याही बाबतीत काही चूक घडली असेल. मला त्याबद्दल सांगा."

"मी हा काही जो नवीन पवित्रा घेतला त्यामुळे शत्रू-पक्षाच्या हातातली शस्त्रे खाली गळून पडायची आणि मग तो ग्राहक जेव्हा त्याच्या भावना बोलून दाखवायचा तेव्हा तोसुद्धा सयुक्तिक विधाने करायचा व प्रकरण मिटवायला उत्सुक असायचा. खरे सांगायचे, तर अनेक ग्राहकांनी माझे आभार मानले, ते अशासाठी की, माझा दृष्टिकोन किती सामंजस्याचा होता! तक्रार करायला आलेल्या ग्राहकांपैकी दोघांनी नंतर त्यांच्या दोन नवीन मित्रांना नवीन गाड्या घेण्यासाठी आणले. अशा स्पर्धात्मक बाजारपेठेत आम्हाला अशाच प्रकारच्या ग्राहकांची नितांत गरज असते आणि आता माझा असा विश्वास आहे की, सगळ्याच ग्राहकांना सन्मानाने वागवले, त्यांच्या मतांना किंमत दिली आणि त्यांच्याशी गोड बोलले, सभ्यतेने वागले, तर स्पर्धेमध्ये आपण नक्कीच पुढे निघून जाऊ शकतो.

स्वत:ची चूक कबूल केली, तर तुम्ही कधीच अडचणीत येऊ शकत नाही. त्यामुळे सगळे वादविवाद मिटतात आणि तुमच्या विरोधकालासुद्धा न्याय्य बुद्धीने

वागण्याची स्फूर्ती मिळते आणि तुमच्याप्रमाणेच तेसुद्धा कूपमंडूक वृत्तीचे राहत नाहीत. कदाचित समोरच्यालासुद्धा आपली चूक कबूल करण्याचा मोह होतो.

जर तुम्हाला नक्की माहिती असेल की, समोरच्या व्यक्तीने चूक केली आहे आणि जर तुम्ही ते अगदी निर्दयतेने त्याला सांगायला गेलात, तर काय घडेल? थांबा, मी तुम्हाला उदाहरणासह सांगतो.

श्री. जेकब हे न्यूयॉर्कमधील एक प्रसिद्ध वकील होते. ते युनायटेड स्टेट्समधील सुप्रीम कोर्टात एका महत्त्वाच्या केसचे आर्ग्युमेंट करत होते. ती केस खूप मोठ्या रकमेबद्दलची होती आणि एक महत्त्वाचा कायदेशीर मुद्दा त्यामध्ये होता. आर्ग्युमेंट मध्येच थांबवून सुप्रीम कोर्टाचे जज त्यांना म्हणाले, ''आरमारावरील मुख्य अधिकाऱ्याची कचेरी फक्त सहा वर्षांसाठीच असते ना? असा 'स्टॅट्युट ऑफ लिमिटेशन्स इन ॲडमिराल्टी'चा कायदा आहे ना?''

ॲड. जेकब थांबले, जजकडे एका क्षणासाठी त्यांनी पाहिले आणि उद्धटपणे म्हणाले, ''जजसाहेब, आरमारामध्ये असा कोणताच लिमिटेशनचा कायदा नाही.''

''संपूर्ण कोर्टात शांतता पसरली.'' ॲड जेकब त्यांचा हा अनुभव क्लासमध्ये सांगत होते, ''आणि कोर्टाचे तापमान शून्य डिग्रीपेक्षाही खाली गेले. मी बरोबरच होतो. आता काय होणार होते? मी साक्षात जजला चुकीचे ठरवले होते, पण त्यामुळे नाते नक्कीच गढुळले जाणार होते. परिणाम वाईट होण्याची शक्यता होती. नाही! पण माझी अजूनही खात्री होती की, कायदा माझ्या बाजूने आहे आणि मला माहिती होते की, नेहमीपेक्षा आज मी अधिक परिणामकारक बोललो होतो; पण मी जजसाहेबांचे मन वळवले नव्हते. मी एक भलीमोठी घोडचूक केली होती की, एका फार मोठ्या प्रसिद्ध माणसाला हे सांगितले होते की, तो चुकीचा आहे.''

काही लोक खूप तर्कशुद्ध विचार करतात, पण आपल्यापैकी बरेचसे पूर्वग्रहदूषित आणि एकांगी विचार करणारे असतात. आपल्यापैकी बरेचसे जुन्या कल्पनांना ठामपणे चिकटून बसणारे असतात. जसे मत्सर, संशय, भीती, द्वेष आणि दुरभिमान इत्यादी. असेही अनेक नागरिक आहेत ज्यांना आपला धर्म बदलायचा नसतो, आपला हेअरकट बदलायचा नसतो, साम्यवाद बदलायचा नसतो आणि त्यांचे आवडते नट किंवा नटीसुद्धा फिक्स्ड असतात, म्हणून तुम्ही जर असा आग्रह धरून बसला की, 'तुम्ही चुकीचे आहात' तर त्यासाठी रोज सकाळी नाष्ट्यापूर्वी खालील परिच्छेद वाचा. हा परिच्छेद जेम्स हावे रॉबिन्सनच्या 'दि माइंड इन दि मेकिंग'मधून घेतला आहे.

> कधीकधी आपल्याला असे जाणवते की, कुठल्याही ताणतणावाशिवाय किंवा अवजड भावनांच्या ओझ्याशिवाय आपली मते हळूहळू बदलत

चालली आहेत; पण जर आपल्याला कोणी सांगितले की, 'तुझे चुकले' तर ते मात्र आपल्या काळजावर ओरखडा उमटवून जाते. आपला संताप होतो. आपले विश्वस्त, आपल्या श्रद्धा यांच्याबद्दल आपण अविश्वसनीयरीत्या बेपर्वा असतो; पण जर एखाद्याने त्यांना धक्का पोहोचवला किंवा आपली मैत्री तोडण्याची भाषा केली, तर मात्र त्या भावनांबद्दल आपला प्रचंड उद्रेक होतो. म्हणजे श्रद्धा, विश्वास या भावनांबद्दल आपल्याला प्रेम असते असे नाही, तर आपला अहम् आड येतो. 'माझे' हा दोन अक्षरी छोटाच शब्द आहे, पण तो फार महत्त्वाचा आहे. मानवी व्यवहारात त्याची गणना करणे शहाणपणाचे ठरेल. 'माझे जेवण', 'माझा कुत्रा', 'माझे घर' किंवा 'माझे वडील', 'माझा देश', 'माझा देव' या सगळ्या 'माझा'मध्ये मालकी हक्क आहे. आपल्याला 'आपले घड्याळ चुकीचे आहे किंवा आपली गाडी खराब आहे' ही वाक्ये फारशी जाचत नाहीत, पण 'अवकाशातील मंगळाबद्दलच्या आपल्या कल्पना चुकीच्या आहेत.' असे म्हटलेले सहन होत नाही. आपल्या ज्या खऱ्या किंवा भ्रामक समजुती आहेत, त्या तशाच पुढे चालू ठेवणे आपल्याला आवडते; पण या आपल्या समजुतींवर कोणी अविश्वास दाखवला, तर आपला राग उफाळून येतो आणि मग आपण पळवाटा शोधतो, आपले मुद्दे पटवून देण्याचा प्रयत्न करतो, वितंडवाद घालतो; पण आपला गैरसमज दूर करण्याचा प्रयत्न करत नाही.

कार्ल रोजर्स हा प्रसिद्ध मानसशास्त्रज्ञ होऊन गेला. त्याच्या 'ऑन बिकमिंग अ पर्सन' या पुस्तकातून खालील परिच्छेद घेतला आहे.

'जेव्हा समोरच्या माणसाला समजून घेण्याची मी स्वत:ला परवानगी दिली तेव्हा माझ्यासाठी ते खूप मौल्यवान होते.' ज्या पद्धतीने मी हे वाक्य मांडले आहे ते वाचून तुम्हाला कदाचित विचित्र वाटेल. दुसऱ्याला समजावून घेण्यासाठी स्वत:ला परवानगी देणे गरजेचे असते का? हो! मला वाटते की, ते तसेच असते. अनेक विधानांना आपली पहिली प्रतिक्रिया ही तशी टीकात्मकच असते. त्यामागचा अर्थ जाणून घेण्याचा आपण प्रयत्न करत नाही. जेव्हा कोणीतरी काही भावना, दृष्टिकोन किंवा विश्वास व्यक्त करते तेव्हा आपली सहजप्रवृत्ती काय असते की, आपण ताबडतोब 'अगदी खरे आहे' किंवा 'काय हा मूर्खपणा?', 'ते विचित्रच आहे', 'ते अयोग्य आहे', 'ते चुकीचे आहे', 'ते बरोबर नाही' अशीच प्रतिक्रिया देतो. फार क्वचित आपण स्वत:ला त्या विधानाचा अर्थ जाणून घेण्याची परवानगी देतो.

एकदा मी पडद्यांच्या दुकानदाराकडे गेलो व त्याला माझ्या घरासाठी पडदे बनवण्याची ऑर्डर दिली. मी पडदे विकत घेतले, पण जेव्हा बिल समोर आले तेव्हा माझे डोळे पांढरे झाले.

काही दिवसांनी एक मैत्रीण माझ्याकडे आली आणि तिने पडद्यांना हात वगैरे लावून पाहिला. मग किंमत विचारली आणि मग मी फसवला गेल्याच्या आनंदात ती चीत्कारली, ''काय? भयंकरच आहे! त्याने तुला पडद्यात चांगलेच गुंडाळले!''

हे खरे होते का? हो खरे होते! पण फारच थोड्या लोकांना खरे मान्य करण्याची इच्छा असते. कारण ते कटू असते. मीसुद्धा एक मनुष्यप्राणीच आहे. तिची टीका मला सहन न होऊन मी स्वत:चा बचाव करू लागलो. मी तिला कापडाची उच्च प्रत दाखवली, शिवाय शिलाईमधली सफाई दाखवली आणि शेवटी सांगितले की, उच्च अभिरुचीच्या गोष्टी या महागच असतात आणि त्यांच्या किमतीत घासाघीस होत नाही, वगैरे वगैरे.

दुसऱ्या दिवशी दुसरा एक मित्र आला. त्याने पडद्यांची खूप तारीफ केली. खूप उत्साहाने पडद्यांचे निरीक्षण केले आणि ''मला जर असे महागडे पडदे घेणे परवडले असते, तर मीसुद्धा घेतले असते.'' असे तो म्हणाला. आता माझी प्रतिक्रिया पहिल्यापेक्षा पूर्णपणे वेगळी होती. मी म्हणालो, ''तसे नाही! खरे सांगायचे तर मलासुद्धा हे पडदे परवडणारे नाहीत. मी जरा जास्तच पैसे दिले. या पडद्यांची ऑर्डर देऊन मला खरेतर पश्चात्तापच झाला.''

जेव्हा आपण चुकतो तेव्हा आपण ते स्वत:शी कबूल करतो आणि जर समोरच्याने आपल्याशी आपुलकीने व प्रेमाने वर्तन केले व तो कौशल्याने वागला, तर आपण तेसुद्धा कबूल करतो आणि स्वत:च्याच उदार अंत:करणाबद्दल आणि मोकळेपणाबद्दल स्वत:ची पाठ थोपटतो; पण एखाद्याने जर आपली खिल्ली उडवायचा प्रयत्न केला, तर आपण प्राणपणाने लढतो.

सिव्हिल वॉरच्या काळात होरेस ग्रीले नावाचा एक मोठा संपादक अमेरिकेत होऊन गेला. त्याला लिंकनच्या योजना अजिबात पटत नसत. त्याचा असा विश्वास होता की, लिंकनबरोबर वादावादी करून किंवा त्याची चेष्टा-मस्करी करून किंवा त्याची निंदा-नालस्ती करून तो लिंकनला त्याच्याशी सहमत व्हायला भाग पाडेल. त्याचे हे कटू युद्ध महिनोन् महिने, वर्षोन् वर्षे चालू राहिले. तो लिंकनवर अत्यंत अमानुषपणे कडवट पद्धतीने आणि उपहासात्मक लिहीत असे. म्हणजे लिंकनच्या अगदी शेवटच्या रात्रीपर्यंत म्हणजे बूथने ज्या रात्री त्याच्यावर गोळ्या झाडल्या तेथपर्यंत तो व्यक्तिश: लिंकनवर हल्ला करत राहिला होता; पण इतक्या कडवटपणानंतरसुद्धा लिंकन ग्रीलेशी सहमत झाला का? मुळीच नाही. चेष्टा आणि निंदा यांचा कधीच उपयोग होत नाही.

जर तुम्हाला लोकांशी कसे वागावे याबद्दलच्या उत्कृष्ट सूचना हव्या असतील आणि स्वत:चे व्यवस्थापन कसे करायचे हे शिकून घ्यायचे असेल आणि व्यक्तिमत्त्व-विकास करून घ्यायचा असेल, तर बेंजामिन फ्रँकलिनचे आत्मचरित्र वाचा. हे आत्मचरित्र म्हणजे अमेरिकन साहित्यात आत्तापर्यंत लिहिल्या गेलेल्या आत्मचरित्रांपैकी सर्वांत प्रभावशाली असे आत्मचरित्र होय. बेन फ्रँकलिनने स्वत:च त्यामध्ये सांगितले आहे की, त्याच्या फाजील चौकशी करून वादविवाद घालण्याच्या सवयीला त्याने कशी मुरड घातली व स्वत:ला अमेरिकन इतिहासातील सगळ्यात चतुर मुत्सद्दी म्हणून जगाला कशी ओळख करून दिली!

जेव्हा बेन फ्रँकलिन ऐन तारुण्यात होता, तेव्हा एक दिवस त्याचा एक जुना मित्र संधी साधून त्याच्याजवळ आला. त्याने त्याला बाजूला घेतले आणि त्याला काही कटू सत्ये सांगितली. ती पुढीलप्रमाणे होती:

> 'बेन, खरेच तुझ्याबरोबर राहणे अशक्य आहे. जो कोणी तुझ्या विरोधात बोलतो तेव्हा तू जी मते मांडतोस ती फार टोकाची असतात. तुझी मते इतकी आक्रमक आहेत की, कोणीच त्यांच्याकडे लक्ष देत नाही. तुझ्या मित्रांनासुद्धा जेव्हा तू त्यांच्याबरोबर नसतोस तेव्हा अधिक चांगले वाटते. तू इतका सर्वज्ञ आहेस की, त्यामुळे तुला कोणी काही सांगायच्या भानगडीत पडत नाही. कोणताच माणूस तसा प्रयत्नही करत नाही, कारण असा प्रयत्न करणे म्हणजे मन:स्ताप घेण्यासारखेच असते. त्यामुळे आत्ता तुला जेवढी माहिती आहे त्यामध्ये विशेष भर पडण्याची शक्यता नाहीच.'

बेन फ्रँकलिनमध्ये एक चांगली गोष्ट होती की, असले शाब्दिक आसुडाचे फटके तो सहज पचवत असे. तो मनाने मोठा होता आणि हुशारही होता. त्यामध्ये तथ्य आहे याची त्याला जाणीव होती. जेव्हा त्याच्या लक्षात यायचे की, आपला आता पराभव होत आहे आणि आता सामाजिक संकटांचा धोका उद्‌भवत आहे, अशा वेळी तो 'अबाऊट टर्न' करायचा. मग तो त्याची उद्धटपणाची मते बदलत असे.

फ्रँकलिन म्हणतो, 'मग मी माझ्यापुरता नियमच करून टाकला की, इतरांच्या भावना दुखवायच्या नाहीत. मी स्वत:ला बांध घातला की, कोणतेही आग्रही किंवा ठाम भूमिका बजावणारे शब्द वापरायचे नाहीत. जसे 'निश्चितच' किंवा 'नि:संशय' वगैरे वगैरे आणि त्याऐवजी मी 'मला वाटते', 'माझा असा समज आहे', 'माझी अशी कल्पना आहे' किंवा 'आत्ता तरी मला असे वाटते' असे बोलायला लागलो. जेव्हा समोरचा मला ठामपणे असे सांगायचा की, 'माझे चुकते' तेव्हा मी त्याला

खोडून काढण्याच्या आनंदापासून स्वत:ला वंचित ठेवू लागलो. तसेच त्याचे बोलणे मूर्खपणाचे आहे हे त्याला पटवून देण्याचा मोह आवरू लागलो. त्याला उत्तर देताना मनावर संयम ठेवून म्हणू लागलो की, काही विशिष्ट प्रकरणात किंवा परिस्थितीत त्याचे म्हणणे बरोबर असेलही, पण सध्याच्या परिस्थितीत तरी त्याचे व माझे विचार जुळत नाहीत आणि आश्चर्य म्हणजे ताबडतोब समोरच्या व्यक्तीच्या वर्तणुकीत व बोलण्यात मला फरक जाणवू लागे. आमच्यात अधिक चांगले संभाषण होऊ लागे. माझी बाजू मांडण्यातील माझ्या नम्रतेमुळे त्यांना ती स्वीकारणे सोपे होत असे. त्यामुळे त्यातील संघर्ष कमी होऊ लागला. माझे जरी काही चुकले, तरी माझी मानखंडना झाली नाही. त्यांनी माझा पाणउताराही केला नाही आणि त्यांचे जरी काही चुकले असेल, तरी चूक सुधारण्याची मी त्यांना आनंदाने संधी दिली आणि माझ्या मताशी सहमत करून घेतले.

'सुरुवातीच्या काळात माझ्या नैसर्गिक उपजत प्रवृत्तींमुळे माझ्या संभाषणाला जे हिंसक वळण लागत असे, ते आता माझ्या या नवीन दृष्टिकोनामुळे नाहीसे झाले आणि आता मला त्यांची इतकी सवय झाली की, गेली पन्नास वर्षे मला कोणी माझे दुराग्रही विचार मांडताना पाहिले नसेल. या गोष्टीचा मला माझ्या पुढील आयुष्यात फार उपयोग झाला. एखादी नवी संस्था सुरू करताना किंवा जुन्या संस्थामध्ये काही बदल करताना मी तेथे सभासद नसेन, तर या गोष्टीचे माझ्या मित्रमंडळींत खूप वजन पडू लागले. जरी मी रसाळ वाणीचा उत्तम वक्ता नसलो किंवा शब्दांची जुळवाजुळव करण्यास मला वेळ लागत असला आणि माझी भाषाशैली उत्तम नसली, तरीसुद्धा मी माझे मुद्दे पुढे नेण्यात यशस्वी ठरत असे.'

बेन फ्रँकलिनची ही पद्धत व्यावसायिकरीत्या कशी यशस्वी ठरत असे? याची दोन उदाहरणे आपण पाहू.

उत्तर कॅरोलिना, किंग्ज माउंटन येथे राहणाऱ्या कॅथरीनने काय सांगितले बघा. ती एका सूतगिरणीत इंडस्ट्रीयल इंजिनिअर म्हणून काम करत होती. सूत तयार करण्याचा तो प्रोजेक्ट होता. ती सुपरवायझर होती तेथे एक अत्यंत नाजूक समस्या उभी राहिली. तिचे निराकरण तिने या कोर्सला येण्यापूर्वी कसे करण्याचा प्रयत्न केला व हा कोर्स झाल्यानंतर तिच्या दृष्टिकोनात काय बदल झाला ते आपण तिच्याच शब्दांत वाचू.

ती म्हणते, ''माझ्या कार्यालयीन जबाबदारीचा एक भाग हापण होता की, आमच्या ऑपरेटर्सना ही सूतगिरणी उभारण्यात व चालवण्यात लाभांश किती द्यावा हे ठरवणे, ज्यामुळे आमचे कामगार अधिकाधिक सूत बनवण्यास उद्युक्त होतील. सध्या जी प्रणाली आम्ही वापरत होतो, ती फक्त दोन-तीन प्रकारच्या सूतनिर्मितीसाठी योग्य होती, पण नुकतीच आम्ही आणखी काही मशीन्समध्ये वाढ करून आमची

क्षमता वाढवली होती व आता आम्ही बारा वेगवेगळ्या प्रकारचे सूत काढत होतो. आत्ताची आमची जी प्रणाली होती, ती आमचे कामगार ज्या प्रमाणात काम करत होते त्या प्रमाणात त्यांचा लाभांश वाढवून देण्यास सक्षम नव्हती, म्हणून मी एक नवी प्रणाली शोधून काढली की, जी कामगारांना योग्य प्रकारे लाभांश देऊ शकेल. मी तयार केलेल्या नियोजनाची कागदपत्रे घेऊन मी मीटिंगला गेले आणि मनाशी ठरवले होते की, आपल्या व्यवस्थापनाला या प्रणालीचे फायदे पटवून द्यायचे. मी व्यवस्थापनाला सांगितले की, त्यांचे कसे व कोठे चुकत होते आणि त्यांना हव्या असलेल्या सर्व प्रश्नांची उत्तरे माझ्याकडे होती, पण सांगायला वाईट वाटते की, मी अपयशी ठरले. या नव्या प्रणालीमधील माझी बाजू पटवून देण्यातच माझी इतकी ऊर्जा कामी आली की, मी त्यांच्या समस्या जाणून घेतल्या नाहीत. परिणामी, बोलणी फिसकटली.

''पण मी या क्लासमध्ये दाखल झाल्यानंतर बरेचकाही शिकल्यावर मला मी कोणत्या चुका केल्या याची जाणीव झाली. मग मी पुन्हा एकदा मीटिंग बोलावली आणि त्या वेळेस त्यांना आधी विचारले की, त्यांच्या समस्या काय आहेत! त्या प्रत्येक मुद्यावर आम्ही चर्चा केली आणि प्रत्येक वेळी मी त्यांना त्यांचे मत विचारले. त्यानंतरच पुढील मुद्दा चर्चेला घेतला आणि हीच योग्य पद्धत होती. मी जो मसुदा तयार केला होता त्यामध्येच त्यांना त्यांच्या सूचना समाविष्ट करण्यास परवानगी दिली. त्यासाठी त्यांना पुरेशी मोकळीक दिली आणि शेवटी काय झाले, तर मी तयार केलेली प्रणालीच सादर झाली आणि अतीव उत्साहाने त्या कामगारांनी ती स्वीकारलीसुद्धा!

''आता माझी खात्री झाली आहे की, एखाद्या माणसाला ती किंवा तो कसे चुकीचे आहेत हे दाखवण्याने काहीच चांगले घडत नाही. नुकसान मात्र होते. दुसऱ्याला चुकीचे ठरवून तुम्ही त्याच्या आत्मसन्मानाला ठेच पोहोचवता आणि त्या संभाषणात तुम्ही फक्त अप्रियता मिळवता.'

आता आपण दुसरे उदाहरण पाहू आणि लक्षात घ्या, मी तुम्हाला इथे जी उदाहरणे देतो आहे, ती अक्षरश: हजारो लोकांनी अनुभवली आहेत. आर. व्ही. क्राउले हा न्यूयॉर्कमधील एका लाकूड कंपनीचा विक्रेता होता. क्राउलेने हे कबूल केले की, काही नाठाळ इन्स्पेक्टर्सना त्याने अनेकदा ते कसे चुकीचे होते, हे सांगितले आणि कित्येक वेळा असे वादविवाद त्याने जिंकलेले होते; पण त्यामुळे त्याचे काही भले झाले नाही, कारण हे इन्स्पेक्टर्स म्हणजे बेसबॉल खेळाच्या अंपायर्ससारखे असतात. एकदा एक निर्णय दिला की, ते तो बदलत नाहीत.

मि. क्राउलेच्या हे लक्षात आले की, तो जे वादविवाद जिंकत होता त्यामुळे त्याच्या कंपनीला हजारो डॉलर्सचा आर्थिक फटका बसत होता. म्हणून माझ्या

कोर्सला येऊन त्याने त्याची जीवनशैली बदलायची व वादविवादाचा त्याग करायचा असे ठरवले. परिणाम काय झाला म्हणता? त्याने स्वत:च आमच्या क्लासमध्ये त्याच्या सहकारी मित्रांना सांगितलेली गोष्ट वाचा.

"एकदा एके सकाळी माझ्या ऑफिसमधील फोन खणखणला. अत्यंत रागावलेला व त्रस्त झालेला माणूस पलीकडे होता आणि तो सांगत होता की, ज्या गाडीतून आम्ही त्याच्या कामाच्या ठिकाणी लाकूड पाठवले ते अत्यंत खराब निघाले होते. त्याच्या कंपनीने ते लाकूड उतरवून घेणे पूर्णपणे थांबवले होते. त्याच्या प्लॉटमधून ते लाकूड उतरवून झाल्यावर त्यांच्या इन्स्पेक्टरने त्यांना हे सांगितले होते की, आम्ही पाठवलेले लाकूड हे पंचावन्न टक्के कमी दर्जाचे असून अशा परिस्थितीत ते लाकूड स्वीकारणे त्यांनी नाकारले.

"मी ताबडतोब त्या माणसाचे जेथे काम चालू होते तेथे निघालो. रस्ताभर ही परिस्थिती कौशल्यपूर्णपणे कशी हाताळायची याचा मी विचार केला. मी जर पूर्वीचाच असतो, तर अशा परिस्थितीत मी स्थलांतराच्या नियमांवरून काथ्याकूट केला असता व स्वत:च्या बचावाचा पवित्रा घेतला असता. शिवाय मी त्या इन्स्पेक्टरलाही पटवून दिले असते की, लाकडाचा दर्जा उत्तम आहे; पण या वेळेस मी कार्नेगी कोर्समध्ये जे शिक्षण घेत होतो ती तत्त्वे वापरून पाहायचे ठरवले.

"जेव्हा मी त्या जागी पोहोचलो तेव्हा तिथला मालक व इन्स्पेक्टर माझ्याविषयी अद्वातद्वा बोलत होते, माझी खिल्ली उडवण्याच्या व भांडणाच्या चांगल्याच तयारीत होते. मी त्या ट्रकजवळ गेलो ज्यामधून काही लाकूड आधीच उतरवले गेले होते. मग मी त्यांना विनंती केली की, त्यांनी संपूर्ण लाकूड उतरवावे म्हणजे नेमके किती लाकूड खराब झाले होते, ते मला कळले असते. मग मी त्या इन्स्पेक्टरकडे वळलो व त्याला म्हणालो, "जे लाकूड खराब आहे ते वेगळे काढ आणि जे चांगले आहे त्याचा वेगळा ढीग कर."

"मग मी त्या इन्स्पेक्टरचे निरीक्षण करू लागलो, तेव्हा त्याचे इन्स्पेक्शन फारच कडक होते असे माझ्या लक्षात आले व लाकडाच्या दर्जाबद्दलच्या त्याच्या कल्पना चुकीच्या होत्या हेही मला जाणवले. मी तेथे पाठवलेले लाकूड हे 'व्हाईट पाइन' जातीचे होते, पण त्या इन्स्पेक्टरला बहुधा फक्त 'हार्ड वूड'बद्दलचीच माहिती होती. व्हाईट पाइनबद्दलचे फारसे ज्ञान व अनुभव त्याला नव्हता. व्हाईट पाइन हा तर माझ्या आवडीचा विषय होता; पण म्हणून मी त्याची अक्कल आत्ता या क्षणाला तरी काढू शकत नव्हतो. म्हणून मी गप्प बसून पाहत राहिलो. मग मी हळूहळू त्याला प्रश्न विचारायला सुरुवात केली की, त्याने हे बाजूला काढलेले लाकूड समाधानकारक का नाही? पण मी त्या वेळी एकदाही त्याला त्याचे चुकीचे होते, असे म्हटले नाही. मी यावर जास्त जोर दिला की, पुढील खेपेला त्यांना काय

आवडत नाही हे मला समजेल.

"अत्यंत मैत्रीपूर्ण नात्याने व सहकार्याने मी त्या इन्स्पेक्टरला प्रश्न विचारून त्याला आग्रहाने सांगत होतो की, त्यांचा हेतू योग्यच होता. आता त्याचेही मत माझ्याबद्दल चांगले होऊ लागले व आमच्यातला तणाव विरघळू लागला. मधूनच त्याचा एखादा शेरा मला हेपण सुचवून गेला की, खरेतर नाकारलेले काही लाकूड चांगलेपण असू शकते; पण त्याची मागणी यापेक्षा चांगल्या लाकडाची होती. तरीसुद्धा त्याच्या या विधानाकडे मी जाणीवपूर्वक दुर्लक्ष केले.

"हळूहळू त्याचा पूर्ण दृष्टिकोनच बदलला. मग त्यानेच माझ्याकडे हे कबूल केले की, व्हाईट पाइनबद्दल त्याला विशेष अनुभव नाही आणि मग प्रत्येक ओंडक्याची त्यानेच माझ्याकडे चौकशी केली. मी त्याला त्या लाकडाचा विशिष्ट दर्जा समजावून सांगितला. परत वर हेसुद्धा सांगितले की, जर हे लाकूड त्यांच्या मागणीप्रमाणे नसेल, तर त्यांनी ते घेऊ नये. मग त्याला त्याची चूक समजली व तो शरमिंदा झाला. नंतर त्याने हे कबूल केले की, त्यांना कोणत्या विशिष्ट दर्जाचे लाकूड हवे होते, ते त्यांनी त्यांच्या ऑर्डरफॉर्ममध्ये कोठेच लिहिले नव्हते.

"आणि या प्रकरणाचा शेवट असा झाला की, मी गेल्यावर त्याने पुन्हा लाकडे तपासली आणि संपूर्ण मालाचा स्वीकार केला आणि आम्हाला संपूर्ण मोबदला मिळाला.

"या प्रकरणात अगदी छोटीशी युक्ती वापरून आणि निग्रहाने समोरच्याला 'तू चुकला' असे म्हणण्याचा मोह टाळून मी माझ्या कंपनीला मोठ्या नुकसानीपासून वाचवू शकलो."

एकदा मार्टिन ल्यूथर किंगला असे विचारले गेले, "एक शांतिदूत म्हणून तुम्ही तत्कालीन एअर फोर्स जनरल डॅनियलचे, 'चॅपी' जेम्सचे, जो निग्रो ऑफिसर होता त्याचे चाहते कसे?" यावर डॉ. किंग म्हणाले, "मी लोकांचे त्यांच्या तत्त्वानुसार मूल्यमापन करतो; माझ्या नाही."

एकदा जनरल ली त्याचा प्रेसिडेंट जेफरसन डेव्हीसबरोबर त्याच्या एका ऑफिसरबद्दल खूप चांगले बोलला. ते ऐकणाऱ्या दुसऱ्या ऑफिसरला खूप आश्चर्य वाटले. तो म्हणाला, "तुम्हाला माहिती आहे ना, तुम्ही ज्याच्याबद्दल इतके चांगले बोलता त्याने तुम्हाला खाली खेचण्याची एकही संधी सोडली नव्हती." जनरल ली म्हणाला, "होय! पण प्रेसने माझे त्याच्याबद्दलचे मत विचारले. त्याचे माझ्याबद्दलचे नाही."

खरे सांगायचे, तर या प्रकरणात मी तुम्हाला कोणतीच नवीन गोष्ट सांगितली नाही. दोन हजार वर्षांपूर्वी जिझसने म्हटले आहे, 'तुमच्या शत्रूबरोबर पटकन सहमत व्हा.'

आणि त्याहीपूर्वी म्हणजे ख्रिस्त जन्मापूर्वी बावीसशे वर्षे इजिप्तच्या राजाने त्याच्या मुलाला अत्यंत चाणाक्षपणे सल्ला दिला होता की, मुत्सद्दी बन, त्याचाच तुला भविष्यात उपयोग होईल. आज त्याच सल्ल्याची गरज आहे.

वेगळ्या शब्दांत सांगायचे, तर तुमच्या ग्राहकांशी किंवा जोडीदाराशी किंवा तुमच्या शत्रूशी वाद घालू नका. 'त्यांचे चुकले' असे त्यांना कधीही सांगायला जाऊ नका. मुत्सद्दीपणाचे धोरण ठेवून वागा.

तत्त्व २:

समोरच्या व्यक्तीच्या मतांची कदर करा आणि 'तुमचे चुकले' असे त्याला कधीही म्हणू नका.

३

तुम्ही चुकलात? कबूल करा!

माझ्या घरापासून पायी चालण्याच्या एक मिनिटाच्या रस्त्यावर वर्दळ नसलेले एक छोटेसे जंगल आहे, जेथे वसंत ऋतूत ब्लॅकबेरीच्या फांद्या जणूकाही पांढऱ्या साबणाच्या फेसाप्रमाणे लगडलेल्या दिसतात. जेथे खारूताई आपली घरटी करून छोट्या पिलांना जन्म देतात आणि जेथे प्रचंड उंच गवत आहे; मात्र तेथे फारसा मानवी हस्तक्षेप अजूनतरी नाही. या छानशा जागेचे नाव आहे 'फॉरेस्ट पार्क.' पूर्वी ते फक्त जंगलच होते. म्हणजे कोलंबसने अमेरिकेचा शोध लावला तेव्हा अमेरिका कशी दिसत असेल, तसे! मी माझ्या 'रेक्स' नावाच्या कुत्र्याबरोबर नेहमी या पार्कमध्ये फिरायला येत असे. रेक्स हा माझा छोटासा बोस्टन बुलडॉग होता. तो प्रेमळ, निरुपद्रवी होता आणि या पार्कमध्ये सहसा कोणी येत नसे म्हणून मी रेक्सला तेथे गळ्यात पट्टा न बांधता व त्याच्या नाकातोंडाभोवती पिंजरा (मझल) न बांधता नेत असे.

एक दिवस आमचा सामना अचानक आमच्या पुढ्यात उभारलेल्या पोलिसाशी झाला. त्या पोलिसाला आपले सार्वभौमत्व दाखवण्याची खुमखुमी आली होती.

''तुम्ही खुशाल कुत्र्याच्या गळ्यात पट्टा न अडकवता त्याला पार्कमध्ये घेऊन फिरताय, याचा अर्थ काय?'' तो माझ्या अंगावर खेकसला. ''तुम्हाला माहिती नाही का की, हा कायद्याने गुन्हा आहे?''

मी सौम्य शब्दांत म्हणालो, ''हो! मला माहिती आहे, पण मला असे नाही वाटत की, हा छोटासा कुत्रा कुणाला उपद्रव करेल.''

''तुम्हाला वाटत नाही! तुम्हाला वाटत नाही!! कायदा तुम्हाला काय वाटते किंवा काय वाटत नाही याकडे लक्ष देत नाही. हा कुत्रा एखाद्या खारीला ठार मारू शकतो किंवा एखाद्या छोट्या मुलाचा चावा घेऊ शकतो. मी आत्ता तुम्हाला सोडून देतो, पण जर पुन्हा मी या कुत्र्याला असे येथे पट्ट्याशिवाय व मझलशिवाय पाहिले, तर तुम्हाला कोर्टातच येऊन त्याचे उत्तर द्यावे लागेल.''

मी बापडा यावर काय बोलणार? होय म्हणालो आणि खरेच मी माझे वचन अनेकदा पाळले, पण रेक्सला तोंडाभोवती मझल बांधून घेणे मान्य नव्हते आणि मलासुद्धा! म्हणून पुन्हा एकदा एका दुपारी मी रेक्सला पट्ट्याशिवाय व मझलशिवाय त्या टेकडीवर फिरायला नेले. आम्ही अगदी मजेत होतो. मी रेक्सबरोबर टेकडी उतरण्याची शर्यत लावली अन् तेवढ्यात माझ्या काळजात चर्र झाले! कारण समोर तोच कायद्याचा रक्षक उभा होता. रेक्स तर सरळ त्याच्या पुढ्यातच आला.

आता पुढे काय होणार हे मला समजत होते, म्हणून त्या पोलिसाने काही बोलायच्या आतच मी शरणागती पत्करली. मी हात जोडून त्याला म्हणालो, "ऑफिसर, तुम्ही मला प्रत्यक्ष गुन्हा करताना पकडले आहे. मी दोषी आहे. मला काही खोटे बहाणे करायचे नाहीत. तुम्ही मला यापूर्वी इशारा देऊनही मी ऐकले नाही, त्यामुळे मी आता क्षमेलाही लायक नाही. तुम्ही मागच्याच आठवड्यात मला सांगितले आहे की, जर मी मझलशिवाय या कुत्र्याला येथे आणले, तर तुम्ही मला दंड करणार!"

त्यामुळे आता तो पोलीस ऑफिसर खालच्या पट्टीत बोलू लागला, "ठीक आहे! अशा कुत्र्याला निर्जन ठिकाणी फिरायला घेऊन जाण्याचा मोह कुणालाही होईल."

मी म्हणालो, "खरे आहे साहेब! हा मोहच! पण हे बेकायदेशीर आहे ना?"

तो पोलीस ऑफिसर हलक्या स्वरात म्हणाला, "छे: हो! इतका छोटा कुत्रा कोणाला काय त्रास देणार?"

मी म्हणालो, "नाही, पण तो एखाद्या खारीला ठार मारू शकतो."

ऑफिसर म्हणाला, "हं! माझे पूर्वीचे बोलणे तुम्ही फार मनाला लावून घेतलेले दिसते. मी तुम्हाला सांगतो तसे करा. तुम्ही त्याला अशा ठिकाणी पळायला घेऊन जा जेथे तो मला दिसणार नाही आणि आपण हे सगळे विसरून जाऊ."

काय हवे होते त्या पोलीस अधिकाऱ्याला? एक माणूस म्हणून हवे असलेले फक्त मोठेपण, महत्त्व! म्हणूनच मी जेव्हा स्वत:ची निर्भर्त्सना करू लागलो तेव्हा स्व-आदर जपण्याचा एकच मार्ग त्याच्यासमोर खुला होता आणि तो म्हणजे मला दया दाखवण्याची त्याच्या मनाची विशालता!

पण असे समजा की, मी स्वत:चा बचाव करण्यासाठी काही वेडेवाकडे बोललो असतो तर? तुम्ही कधी कोणत्या पोलिसाशी वादविवाद केला आहे?

त्या अधिकाऱ्याशी युद्ध पुकारण्यापेक्षा मी कबूल केले की, तो संपूर्णपणे बरोबर होता आणि माझेच पूर्णपणे चुकलेले होते. हे मी ताबडतोब, खुल्या मनाने आणि कोणतीही नकारात्मक भावना चेहऱ्यावर दिसू न देता केले. मी त्याची बाजू

घेतली व त्याने माझी बाजू घेतली, त्यामुळे चित्र एकदम पालटले, त्यामुळे गेल्याच आठवड्यात ज्या पोलीस अधिकाऱ्याने मला कायद्याचा बडगा दाखवला होता त्याच पोलीस अधिकाऱ्याचा दयाळूपणा आता मात्र लॉर्ड चेस्टरफील्डपेक्षाही जास्त होता!

जर आपल्याला माहिती असेल की, आपल्या हातून काहीतरी आगळीक घडली आहे आणि त्याबद्दल आता आपल्याला कोणीतरी काहीतरी सुनावणार आहे तेव्हा दुसऱ्याकडून झोडपून घेण्यापेक्षा स्वत:च स्वत:ची चूक कबूल करून टाकणे अधिक चांगले. परक्यांनी आपली निंदा करण्यापेक्षा स्वत:च स्वत:ला दूषणे दिलेली चांगली नाही का? परक्यांच्या ओठातून निंदा ऐकणे वाईटच!

समोरचा माणूस तुमच्याबद्दल काय विचार करतो आहे, त्या सगळ्या निंद्य गोष्टी तो काही बोलायच्या आत तुम्हीच बोलून टाका. त्यामुळे काय होईल की, समोरच्या माणसाचा दृष्टिकोन निदान एक टक्का तरी उदारमतवादी आणि क्षमाशील होईल आणि तुमच्या चुका त्याला सौम्य वाटतील, जशा त्या पोलीस ऑफिसरला वाटल्या!

फर्डिनंड वॉरेन हा एक व्यावसायिक कलाकार होता. त्याने हे तत्त्व त्याच्या एका चिडखोर, त्रस्त गिऱ्हाइकाला जिंकून घेण्यासाठी वापरले.

मि. वॉरेन त्याची गोष्ट सांगताना म्हणाला, ''जाहिराती तयार करताना आधी त्याचे अचूक छोटेखानी ड्रॉईंग बनवणे फार महत्त्वाचे असते. जे या जाहिरातींचे संपादक असतात त्यांचा असा आग्रह असतो की, हे काम ताबडतोब व्हायला हवे आणि अशा वेळी काही छोट्या छोट्या चुका होणे अटळ असते. मला असा एक आर्ट डायरेक्टर माहिती आहे की, विशेष करून त्याला अशा छोट्या चुकांचा बाऊ करणे फार आवडत असे. अनेकदा मी त्याचे ऑफिस खेदाने सोडले आहे. म्हणजे टीकेला मी घाबरत नाही, पण ज्या पद्धतीने तो हल्ला चढवायचा ती पद्धत चुकीची असायची. नुकतेच त्या माणसाचे जाहिरातीचे काम मी केले आणि त्याने ताबडतोब मला ऑफिसमध्ये बोलावून घेतले. तो म्हणाला, ''काहीतरी चुकते आहे.'' मी जसे भाकीत केले होते तसेच घडत होते. तो रागाने बेभान झाला होता. तो आवाज चढवून माझ्याशी भांडू लागला. तो टीका करीत होता आणि मी असे केलेच कसे? याचे स्पष्टीकरण त्याला हवे होते. आता मला संधी मिळाली. मी स्वत:वरच टीका करायला सुरुवात केली, कारण मी हे कार्नेगी कोर्समध्ये नुकतेच शिकलो होतो. मी म्हणालो, ''मि. एक्स, जर तुम्ही म्हणत असाल ते खरे असेल, तर खरोखरच माझी चूक झाली आहे आणि खरेच ही चूक अक्षम्य आहे. मी तुमच्यासाठी अनेक वर्षांपासून चित्रे बनवत आलो आहे, हे तुम्हालाही माहिती आहे. मला स्वत:ची लाज वाटते.''

त्याबरोबर चमत्कार घडला. आता तोच माझी बाजू सावरायला लागला. तो

म्हणाला, ''तू म्हणतोस ते खरे आहे, पण ही चूक तशी काही खूप गंभीर नाही. हे फक्त...''

मग मीच त्याचे वाक्य तोडले व म्हणालो, ''चूक कशी का असेना, चूक ती चूकच! त्यामुळे मोठे नुकसान तर होतेच, पण त्रासही होतो.''

तो मला थांबवायला बघत होता, पण आता मी पुरता पेटलो होतो, कारण मला त्यामध्ये मजा येत होती. कारण आयुष्यात पहिल्यांदाच मी आत्मनिंदा करत होतो आणि ते मला आवडत होते.

मी तस्सेच चालू ठेवले, ''मी यापेक्षा अधिक काळजी घ्यायला हवी होती. तुम्ही मला आत्तापर्यंत खूप काम दिले, पण तुमची लायकी यापेक्षा अधिक चांगले मिळण्याची आहे म्हणून मी आता इतरत्र काम करीन.''

''नाही! नको!'' त्याने कडाडून विरोध केला. ''मला तुला त्रास द्यायचा नाही.'' मग तो माझ्या कामाचे कौतुक करू लागला आणि मला आश्वासक शब्दांत सांगू लागला की, त्याला फक्त किरकोळ बदल करून हवे होते आणि माझ्या या छोट्याशा चुकीमुळे त्यांच्या फर्मचे तसे काही मोठे नुकसान झालेले नव्हते आणि काळजीचे काही कारण नव्हते असेही त्याने सांगितले.

माझा आत्मनिंदा करण्याचा उत्साह पाहून त्याचा भांडणाचा पवित्रा एकदम विरघळून गेला. नंतर तो मला जेवणासाठी बाहेर घेऊन गेला आणि परतायच्या आधीच त्याने माझ्या हातावर माझ्या मोबदल्याचा चेक ठेवला व आणखी नवीन काम दिले.''

स्वत:ची चूक कबूल करण्यासाठी तुमच्यात काही प्रमाणात धाडस असावे लागते. त्यामुळे तुमची अपराधी भावना व हल्ला परतवण्याची वृत्तीच फक्त गळून पडते असे नाही, तर गैरसमजामुळे झालेल्या समस्यापण सुटतात.

न्यू मेक्सिको, अल्बुकर्क येथील ब्रुस हार्वेने एकदा चुकून एका कामगाराला तो सिक लीव्हवर असतानाही पूर्ण पगार दिला. जेव्हा त्याच्या हे लक्षात आले तेव्हा त्याने ही गोष्ट त्या कामगाराच्या लक्षात आणून दिली आणि त्याला समजावून सांगितले की, आता झालेली चूक दुरुस्त करण्यासाठी त्याला त्याच्या पुढील पगारातून जास्त दिलेली संपूर्ण रक्कम कापून घ्यावी लागेल. त्या कामगाराने खूप आर्जवे केली की, मग इतके थोडे पैसे त्याला महिनाभर कसे पुरतील? त्यावर हार्वेने त्याला समजावून सांगितले की, त्याला त्याच्या वरिष्ठांच्या आदेशाचे पालन करणे गरजेचे आहे. हार्वे पुढे म्हणतो, ''पुढे काय होणार याचे चित्र मला स्पष्ट दिसत होते. कारण माझा बॉस, बॉसच तो, कडाडणार! पण ही चूक माझी होती व ती अधिक चांगल्या प्रकारे कशी निस्तरावी या विचारात मी होतो. अर्थात मी माझ्या बॉसला जे काय घडले होते, ते खरे-खरे सांगून टाकणार होतो.

''मी माझ्या बॉसच्या ऑफिसमध्ये गेलो. माझ्याकडून झालेल्या चुकीबद्दल मी त्याला सगळे सांगितले. तो भयंकर चिडला व म्हणाला, ''ही पर्सोनल डिपार्टमेंटची चूक आहे.'' मी त्याला पुन्हा सांगितले, ''ही माझी चूक आहे.'' त्यावर तो पुन्हा म्हणाला, ''हा अकाऊंट्स डिपार्टमेंटचा बेजबाबदारपणा आहे.'' मी पुन्हा अजिजीने माझ्या बॉसला पटवण्याचा केविलवाणा प्रयत्न केला, ''ती माझी चूक आहे!'' त्यावर त्याने ऑफिसमधील इतर दोन लोकांना दोषी धरले, पण मी पुन्हा पुन्हा सांगत राहिलो की, ती माझी चूक होती! शेवटी तो माझ्याकडे पाहून म्हणाला, ''बरे! ठीक आहे. ही तुझी चूक आहे. मग आता ती सुधार.'' चूक सुधारली गेली आणि कोणालाच त्रास झाला नाही. मलासुद्धा खूप बरे वाटले, कारण इतकी गंभीर परिस्थिती, पण मी कोठेही खोटे न बोलता व्यवस्थित सावरली होती. तेव्हापासून माझ्या बॉसच्या मनातसुद्धा माझ्याबद्दल खूप आदर निर्माण झाला, तो आजतागायत आहे!''

आपल्या चुकांचे निराकरण करणे कोणत्याही मूर्ख माणसाला जमते आणि अनेक मूर्ख ते करतातसुद्धा, पण या मूर्खांच्या कळपात एखादा असा माणूस वेगळा उठून दिसतो जो स्वत:च्या चुका कबूल करतो. आपल्या मनाचे औदार्य दाखवतो. इतिहासात असे एक फार उल्लेखनीय उदाहरण होऊन गेले. रॉबर्ट लीने पिकेटच्या गेटीसबर्ग येथील युद्धाला स्वत:ला आणि फक्त स्वत:ला कारणीभूत मानले.

पाश्चिमात्य जगतामध्ये पिकेटची लढाई ही नि:संशयपणे सगळ्यात जास्त बुद्धिवादी ठरली. स्वत: जनरल जॉर्ज पिकेट हाच चित्र काढण्याजोगा होता. त्याचे केस एवढे लांब होते की, त्याच्या पिंगट केसांच्या बटा त्याच्या खांद्याला स्पर्श करीत. जणूकाही इटालियन छावणीतील नेपोलिअन असल्याप्रमाणे तो युद्धभूमीवरून अत्यंत कळकळीची प्रेमपत्रे रोज लिहीत होता आणि त्याचे सैन्य जणूकाही त्याचे भक्त असल्याप्रमाणे त्या जुलैमधील भर दुपारी आनंदाने जिवावर उदार झाले होते. पिकेटच्या डोक्यावरील टोपी विशिष्ट पद्धतीने त्याच्या उजव्या कानावर रेलली होती. संपूर्ण सैनिक त्याच्या मागोमाग उन्मादाने सरसावत होते. सैन्य जणू एकमेकांना चिकटलेले होते. त्यांच्या हातात झेंडे होते, फलक होते व ते सूर्यप्रकाशात चमकत होते. ते दृश्य मोठे विलोभनीय होते. त्यांच्या हिमतीची दाद द्यायला हवी होती. युनियन लाइन्सवरून पाहणाऱ्या लोकांच्या डोळ्यात कौतुकाचीच छटा होती.

पिकेटचे सैन्य फळांच्या बागांमधून, मक्याच्या शेतांमधून, गवतांच्या कुरणातून आणि नद्यांच्या पात्रांमधून पुढे झेपावत होते. शत्रूच्या तोफगोळ्यांचा मारा चुकवत त्यांची आगेकूच चालूच होती.

इतक्यात काय घडले? सिमेटरी रीजच्या दगडी भिंतीमागे दबा धरून बसलेले युनियन इन्फ्रंटीचे सैन्य मागून सरसावले व पिकेटच्या सैन्यावर हल्ला करायला

धावले. तेथील टेकडीवर ज्वाळांचा धूर उसळला. ती जागा जणू कत्तलखाना झाली. तळपत्या ज्वालामुखीचा जणू उद्रेक झाला. थोड्याच वेळात पिकेटच्या पाच हजार सैन्यांपैकी चार पंचमांश सैन्य धारातीर्थी पडले.

जनरल लुईस आर्मिस्टेड शेवटच्या तुकडीचा सेनापती होता. तो पुढे धावला व त्या दगडी भिंतीवर उभा राहिला. स्वत:च्या डोक्यावरची टोपी आणि तलवार हवेत हलवून जोरात ओरडला,

''माझ्या बांधवांनो, आता शस्त्रे चालवा.''

सेनापतीच तो! ताबडतोब आदेश अमलात आला. सगळे जण दगडी भिंतीवर उड्या मारून चढले. त्यांनी आपल्या संगिनी उपसल्या. एकेकाची मुंडकी कापत ते पुढे गेले. शत्रूला चारीमुंड्या चीत केले आणि सिमेटरी रीजवर झेंडा फडकवला.

काही क्षणांसाठी तेथे झेंडे फडकले, पण कॉनफेडरसीच्या पराजयाची खूण तेथे चिरंतन राहिली.

दक्षिणेचा पूर्ण पराभव झाला.

ली फार दु:खी झाला. त्याला मोठा धक्का बसला तो इतका की, त्याने लगेच राजीनामा पाठवून दिला आणि जेफरसन डेव्हीसला सांगितले (जो कॉनफेडरसीचा अध्यक्ष होता.) की, त्याच्याऐवजी त्याच्यापेक्षा तरुण आणि योग्य माणसाची नेमणूक करावी. जर लीला या दारुण पराभवाचा दोष दुसऱ्या कोणाला द्यायचा असता, तर त्याला शेकडो डोकी मिळाली असती. खरेतर त्याच्या काही कमांडर्सचेच ते अपयश होते. इन्फ्रंटीने जो हल्ला केला त्याला आधार द्यायला घोडदळ वेळेवर पोहोचू शकले नाही. इथेच चुकले होते आणि त्याचे भयानक परिणाम घडले होते.

पण ली इतका सभ्य होता की, त्याने कोणालाच दोष दिला नाही. जेव्हा पिकेटच्या सैन्याची दाणादाण उडाली होती व ते मागे फिरले तेव्हा ली एकटाच घोड्यावरून खाली उतरून त्यांच्याजवळ गेला होता आणि तेथे पडलेल्या प्रेतांचा खच पाहून त्याने स्वत:ची निर्भर्त्सनापण केली होती. आपण बेसावध होतो याचे त्याला वाईट वाटले व त्याने कबुली दिली, 'मी आणि फक्त मीच हे युद्ध हरलो आहे.'

जगाच्या इतिहासात फारच थोड्या जनरल्सनी चूक कबूल करण्याचे असे धारिष्ट्य दाखवले आहे.

मायकेल चुवाँग हा हाँगकाँगमधील आमच्या क्लासेसमध्ये शिकवायचा. त्याने सांगितले की, चायनीज संस्कृतीमुळे काही विशिष्ट समस्या कशा उभ्या राहतात आणि काही वेळेस हे ओळखणे किती गरजेचे असते की, जुन्या रूढी-परंपरा जपण्यापेक्षाही काही मूल्यांचा अवलंब करणे किती फायद्याचे ठरते! चुवाँगच्या क्लासमध्ये एक मध्यमवयीन गृहस्थ होते, जे आपल्या मुलापासून अनेक वर्षांपासून

दूर राहत होते. पूर्वी त्या वडिलांना तंबाखूचे जबरी व्यसन होत. चायनीज परंपरेत म्हाताऱ्या माणसाने शरण जायचे नसते, त्यामुळे वडिलांना असे वाटत होते की, आपल्या मुलानेच पुढाकार घेऊन आपल्याशी सामोपचाराची बोलणी करावी. त्यांच्या सुरुवातीच्या क्लासमध्ये या गृहस्थांनी हे सांगितले होते की, त्यांनी अजून त्यांच्या नातवंडांना बघितले नव्हते आणि त्यांना त्यांच्या मुलाच्या कुटुंबाबरोबर राहण्याची इच्छा होती. त्या क्लासमधले सर्व लोक चायनीज असल्यामुळे त्या गृहस्थांची इच्छा व पूर्वापार चालत आलेल्या रूढी व परंपरा यांच्यातील संघर्ष त्या सहाध्यायींना समजत होता. वडिलांना असे वाटणे योग्यच होते की, तरुणांनी मोठ्यांना मान दिलाच पाहिजे आणि त्यांनी शरण जाण्यापेक्षा मुलगा स्वत: येऊन त्यांना घेऊन जाण्याची वाट बघणेच योग्य होते.

क्लासच्या अंतिम टप्प्यात मात्र त्या वडिलांनी वर्गाला सांगितले, ''मी माझी समस्या सोडवली आहे. डेल कार्नेगी स्वत:च म्हणतात, 'जर तुमचे चुकत असेल, तर ताबडतोब आणि ठामपणे कबूल करा' आता ताबडतोब कबूल करायला तर फार उशीर झाला आहे, पण मी ठामपणे सांगू शकतो. मी माझ्या मुलाचा गुन्हेगार आहे. त्याने माझ्यापासून दूर राहणे हे योग्यच होते. कदाचित मी माझ्याहून लहान असणाऱ्याची क्षमा मागतो, हे लाजिरवाणे असेलही; पण माझ्याकडून चूक झाली आहे आणि ती कबूल करणे माझी जबाबदारी आहे.'' संपूर्ण क्लासने त्यांचे टाळ्या वाजवून स्वागत केले. मग पुढच्या वेळेस त्या वडिलांनी ते त्यांच्या मुलाकडे कसे गेले व त्यांनी कशी माफी मागितली आणि ती त्यांना कशी मिळाली आणि त्यांचे कुटुंब म्हणजे मुलगा, सून, नातवंडे परत कसे मिळाले याचे रसभरित वर्णन केले.

एलबर्ट हबार्ड हा एक अत्यंत कल्पक लेखक होऊन गेला, ज्याने आपल्या लेखणीने संपूर्ण देशाला हलवले होते. त्याची जहाल वक्तव्ये लोकांमध्ये प्रक्षोभ निर्माण करत असत, पण तरीही हबार्डमध्ये एक कौशल्य असे होते की, तो त्याच्या शत्रूंनासुद्धा अनेकदा मित्र बनवत असे.

उदाहरण द्यायचे झाले, तर जेव्हा एखादा त्रासलेला वाचक त्याला पत्र पाठवत असे की, त्याचा एखादा लेख त्याला आवडला नाही व त्या विचारांशी तो सहमत नाही व हबार्डला तो काही बाही लेबले चिकटवत असे, तेव्हा हबार्ड त्याला खालीलप्रमाणे पत्र लिहीत असे :

'माझ्याकडे एकदा या. आपण चर्चा करू. मीसुद्धा या लेखातील विचारांशी पूर्णपणे सहमत नाही. अनेकदा तर मीच काल लिहिलेले लेख आज मला पसंत पडत नाहीत, पण या विषयावर तुम्ही चिंतन केलेत याचा मला आनंद झाला. जवळपास आलात, तर जरूर घरी येऊन जा आणि मग

आपण हा विषय कायमचा संपवून टाकू. मी तुमची वाट पाहतो.'

आपला विश्वासू,

तुम्हाला जर एखाद्याने असे वागवले, तर तुम्ही अशा माणसाला काय म्हणाल?

जेव्हा आपले बरोबर असते तेव्हा लोकांना हळुवारपणे आपल्या मताशी सहमत व्हायला लावा आणि जेव्हा आपले चुकीचे असेल, (आणि आपण स्वत:शी प्रामाणिक असलो, तर अनेकदा ते तसे असते.) तर आपल्या चुका ताबडतोब आणि आनंदाने कबूल करा. हे तंत्र वापरले, तर आश्चर्यकारक चांगले परिणाम दिसून येतील. विश्वास ठेवा अगर ठेवू नका, पण बचावात्मक पवित्रा घेण्यापेक्षा चूक कबूल करण्यात अधिक मजा आहे.

जुनी म्हण लक्षात ठेवा, 'लढून तुम्हाला फारकाही मिळत नाही, पण शरणागती पत्करून तुमच्या अपेक्षेपेक्षा अधिक मिळते.'

तत्त्व ३:

जर तुमचे चुकत असेल, तर ताबडतोब आणि ठामपणे कबूल करा.

४

मधाचा एक थेंब

जर तुम्ही खूप रागावलात आणि समोरच्या व्यक्तीला तुम्ही काही दोन-चार गोष्टी सुनावल्यात, तर तुमच्या भावनांचा निचरा झाल्यामुळे तुम्हाला हलके वाटते. पण त्या समोरच्या व्यक्तीचे काय? आता तुम्हाला जो आनंद होतो त्यामध्ये ती व्यक्ती सहभागी होऊ शकेल का? तुमच्या या भांडखोर स्वरांमुळे आणि आक्रमक दृष्टिकोनामुळे ती तुमच्याशी कधीतरी सहमत होऊ शकेल का?

वुड्रो विल्सन म्हणतो, 'तुम्ही जर माझ्याकडे मुठी आवळत आलात, तर मला वाटते, मी हे शपथेवर सांगतो की, माझ्या मुठी तुमच्यापेक्षाही अधिक वेगाने आवळल्या जातील. त्यापेक्षा जर आपण एकत्र बसलो आणि सामोपचाराने बोलणी केली, तर त्यातून आपल्यातील मतभेदाचे मुद्दे कोणते हे आपल्याला समजेल. आपल्या असेही लक्षात येईल की, आपण एकमेकांपासून वैचारिक दृष्ट्या फार लांब नाही, कारण आपले मतभेदाचे मुद्दे कमी आणि सहमतीचे मुद्दे जास्त आहेत; पण हे समजणे कधी शक्य होईल? जेव्हा आपण संयम ठेवून आपले विचार प्रामाणिकपणे उघड करू आणि पुन्हा एकत्र येण्याची आस मनात ठेवू, तरच आपण पुन्हा एकत्र येऊ शकतो.'

वुड्रो विल्सनच्या वरील विधानांमधील सत्यता जॉन डी रॉकफेलरशिवाय दुसऱ्या कोणीच पडताळून पाहिली नाही. इ. स. १९१५मध्ये जॉन डी. रॉकफेलर हा कोलोराडोमधील सर्वांत अधिक तिरस्करणीय माणूस होता. अमेरिकन औद्योगिक क्षेत्राच्या इतिहासात सर्वांत मोठा लांच्छनीय संप त्याच्याच कारखान्यात घडून आला, ज्याचे भयंकर पडसाद दोन वर्षांपर्यंत टिकले आणि संपूर्ण देश या घटनेने हादरून गेला. रॉकफेलरचे व्यवस्थापन असलेल्या कोलोराडो फ्युएल आणि आयर्न कंपनीमधील त्रस्त कामगारांनी आपले म्हणणे स्पष्टपणे मांडले व संप केला. कंपनीच्या मालमत्तेची मोठ्या प्रमाणात नासधूस झाली, सैन्याला पाचारण करावे लागले, रक्ताचे पाट सांडले, संपकऱ्यांवर गोळ्या झाडल्या गेल्या, एवढेच नव्हे,

तर त्यांच्या मृतदेहांचीसुद्धा चाळणी करण्यात आली.

अशा परिस्थितीत सगळीकडे संतापाचे डोंब उसळत असताना रॉकफेलरला त्याच्या संपकरी कामगारांना त्याच्या बाजूने वळवायचे होते आणि ते त्याने कसे केले? त्याची एक उद्‌बोधक गोष्ट आहे. काही आठवडे मैत्रीपूर्ण वातावरणात घालवल्यानंतर रॉकफेलरने कामगारांच्या प्रतिनिधींना बोलावले आणि त्यांच्यासमोर एक भाषण केले. हे भाषण अप्रतिम सुंदर होते. ते अतिशय परिणामकारक ठरले. हे सगळेच आश्चर्यकारक होते. चिंताग्रस्त रॉकफेलरवर आदळणाऱ्या तिरस्काराच्या लाटांना या भाषणाने शांत केले आणि त्याचा प्रचंड तिरस्कार करणारे त्याचे कामगारच त्याचे गुणगान गाऊ लागले. ज्या पगारवाढीसाठी कामगारांनी संप केला होता त्याबद्दल अवाक्षरही न बोलता कामगार गुमान कामावर आले.

त्या उल्लेखनीय भाषणाची सुरुवात कशी होती बघा. ते भाषण अत्यंत मैत्रीपूर्ण होते. रॉकफेलर विसरला नव्हता की, आज तो ज्या लोकांशी बोलत होता, त्या लोकांचे हात थोड्याच दिवसांपूर्वी त्याला आंबट सफरचंदाच्या झाडाला लटकवून त्याचा शिरच्छेद करण्यासाठी आसुसले होते. त्याच्या भाषणामध्ये पुढील शब्दांची साखरपेरणी होती. तो म्हणाला, "मी आज येथे आलो, हे माझे भाग्यच म्हणायला हवे. तुमच्या घरांना मी भेट दिली, तुमच्या बायकामुलांना भेटलो हे माझे परमभाग्य आहे. आपण येथे मित्रत्वाच्या नात्याने भेटलो, परक्यासारखे नाही, ही आनंदाची गोष्ट आहे. आपल्या सगळ्यांच्याच हिताची गोष्ट अशी की, तुम्ही दाखवलेल्या सौजन्यामुळेच मी येथवर येऊन पोहोचू शकलो."

आता त्याने कोणत्या शब्दांत भाषणाला सुरुवात केली ते पाहा. रॉकफेलर म्हणाला –

'हा माझ्या आयुष्यातील सुवर्ण अक्षरांनी लिहून ठेवावा असा दिवस आहे. माझ्या या महान कंपनीच्या कामगारांच्या प्रतिनिधींना, ऑफिसर्सना व सुपरिटेंडंट्सना भेटण्याचे भाग्य यापूर्वी मला मिळाले नव्हते. आज आपण सगळे एकत्रितपणे जमलो ही फार चांगली गोष्ट आहे. मी तुम्हाला मनापासून सांगतो की, मी जोपर्यंत जिवंत आहे तोपर्यंत आपला हा आजचा मेळावा मी कधीच विसरणार नाही. जर ही मीटिंग दोन आठवड्यांपूर्वी घडली असती, तर तुमच्यापैकी सर्व लोकांना मी परका वाटलो असतो. कदाचित त्यांनी मला ओळखलेही नसते. मागच्या आठवड्यात 'साऊदर्न कोल फिल्ड'मध्ये मला यायची संधी मिळाली असती आणि तुमच्यापैकी प्रत्येकाशी व्यक्तीच: मला बोलायची संधी मिळाली असती आणि मी तुमच्या घरांना भेटी दिल्या असत्या, तुमच्या बायकामुलांना भेटलो असतो, तर आपल्यात सौहार्दपूर्ण नाते तयार झाले असते; पण आता उशिरा का होईना, आपण आपल्या हिताबद्दल, उज्ज्वल भविष्याबद्दल या भेटीमध्ये बोलू शकू, याचा मला आनंद आहे.

'आजची ही मीटिंग फक्त अधिकाऱ्यांची व कामगारांच्या प्रतिनिधींची आहे. केवळ तुमच्या सभ्यतेमुळे मी आज येथे आहे, नाहीतर मी स्वत: एवढा भाग्यवान नाही, पण तरीही मला असे वाटते की, तुमचे आणि माझे नाते जन्मजन्मांतरीचे आहे. मी येथे आज स्टॉक होल्डर्स व डायरेक्टर्स या दोघांचेही प्रतिनिधित्व करतो आहे.'

शत्रूंना मित्रांमध्ये बदलवणारी एक उत्कृष्ट कलाकृती म्हणजे हे भाषण होते, असे तुम्हाला नाही वाटत?

असा विचार करा की, रॉकफेलरने यापेक्षा वेगळा मार्ग निवडला असता, तर काय झाले असते? समजा त्याने त्या खाण-मालकांशी वादविवाद केला असता आणि त्यांच्यावर शब्दांचे आसूड ओढले असते, समजा त्याने त्यांना ते कसे चुकीचे आहेत ते पटवून दिले असते, तरी त्याच्याने काय झाले असते? त्याच्यामुळे अधिक जास्त राग, संताप, तिरस्कार आणि बंड एवढेच झाले असते. आणखी काही नाही.

जर एखाद्या व्यक्तीचे हृदय सतत मतभेदांनी व हेव्यादाव्यांनी तुमच्या प्रति भरून वाहत असेल, तर तुम्ही त्याला तुमच्या धार्मिक शिकवणीमधील तंत्रे वापरून तुमच्या बाजूने वश करून घेऊ शकत नाही. सतत रागावणारे पालक आणि दबाव आणणारे वरिष्ठ आणि नवरे आणि नाठाळ बायका या सगळ्यांनीच हे समजावून घेतले पाहिजे. कोणत्याच माणसाला स्वत:ला बदलण्याची इच्छा नसते. त्यांनी तुमच्याशी सहमत व्हावे म्हणून तुम्ही त्यांच्यावर बळजबरी करू शकत नाही, पण जर तुम्ही त्यांच्याशी हळुवारपणे बोललात, त्यांच्यापुढे मैत्रीचा हात ठेवलात, तर ते तुमच्याकडे बघू शकतात आणि मग तुमच्यात गाढ मैत्री होऊ शकते.

लिंकननेसुद्धा जवळपास शंभर वर्षांपूर्वी हेच म्हटले आहे. ते त्याच्या शब्दांत वाचू या :

हे अत्यंत जुने व खरे तत्त्वज्ञान आहे की, 'मधाचा एक थेंब स्वत:भोवती हजारो माश्या जमा करू शकतो, पण कडवट दूध भरलेल्या गॅलनकडे एक माशीही फिरकत नाही.' माणसांचेही तसेच असते. जरी तुम्ही एखाद्या माणसाला जिंकून घेतले, तरी त्याला अशी खात्री वाटू द्या की, तुम्ही त्याचे प्रामाणिक मित्र आहात. तुमच्यामध्ये अशी एक मधाची कुपी असू द्या की, त्याकडे त्याचे हृदय झेप घेईल आणि तरच तो तुमच्या इच्छेपुढे मान झुकवेल.

आता व्यावसायिकांच्या हे लक्षात आले आहे की, संपाला विरोध करून मोडून काढण्याऐवजी त्यांच्याशी मैत्रीचेच संबंध प्रस्थापित केले पाहिजेत. उदाहरण द्यायचे झाले, तर जेव्हा व्हाईट मोटार कंपनीमध्ये पगारवाढीसाठी व युनियन बनवण्यासाठी कामगारांनी संप केला तेव्हा त्या वेळचा कंपनीचा अध्यक्ष रॉबर्ट ब्लॅक याने जरासुद्धा

आपला तोल ढळू दिला नाही. ना त्याने निषेध केला, ना त्याने कामगारांना धमक्या दिल्या, ना जुलुमशहासारखा वागला, ना साम्यवादाची बोलणी केली. त्याने उलट संपकऱ्यांची प्रशंसाच केली. त्याने क्लीव्हलँड येथील स्थानिक पेपरांमध्ये संपकऱ्यांना शुभेच्छा दिल्या व त्यांनी 'हत्यारे खाली ठेवून' शांतिपूर्ण मार्गाने संप पुकारल्याबद्दल त्यांची वाहवा केली. संपाच्या काळात त्याचे कामगार रिकामे बसलेले पाहून त्याने दोन डझन बेसबॉल बॅट्स आणि हातमोजे खरेदी केले व कामगारांना बेसबॉल खेळण्यासाठी रिकाम्या जागेवर स्वत: आमंत्रित केले. ज्यांना बोलिंग करण्यात अधिक रस होता त्यांना बोलिंग अॅली भाड्याने मागवून दिल्या.

ब्लॅकच्या या मैत्रीपूर्ण वर्तनाचा परिणाम जसा मैत्रीचा फायदा होतो तसाच झाला. संपकरी कामगारांनी तर झाडू, कुंचे, टोपल्या, फावडे वगैरे सामान लोकांकडून उसने आणून त्या पटांगणावरील रिकाम्या काडेपेट्या, कागदाचे तुकडे, सिगरेटची थोटके, राख हे सगळे टोपल्यांत भरून कारखान्याचे आवार साफ केले. कल्पना करा, असे कामगार, जे वाढीव वेतनासाठी संप पुकारून बसले आहेत आणि ज्यांना युनियन स्थापन करायची आहे, ते लढता लढता फॅक्टरीचे आवार साफ करत आहेत. अशी घटना यापूर्वीही कधी कोणी ऐकली नव्हती व पुढेही कोणी ऐकेल अशी शक्यता वाटत नाही. अमेरिकेच्या औद्योगिक क्षेत्राच्या इतिहासातील ही एक अविस्मरणीय घटना होती. तो संप कोणतेही दुराग्रह व हाडवैर न ठेवता फक्त आठवड्याभरातच तडजोडीने व सामंजस्याने मिटला. हे तुम्हाला सांगायची गरज आहे का?

डॅनियल वेबस्टर हा देवासारखा दिसायचा आणि दैवी वाणी प्राप्त झाल्यासारखीच भाषा बोलायचा. तो एक यशस्वी वकील होता. तो जेव्हा कधी कोर्टात आपली कैफियत मांडत असे तेव्हाचे त्याचे ठसकेबाज बोलणेसुद्धा फार मैत्रीपूर्ण असे. त्याची वाक्ये उदा. – 'आता ज्युरींनीच त्याचा विचार करायचा आहे' किंवा 'कदाचित या गोष्टीचा विचार करणे महत्त्वाचे ठरेल' किंवा 'आत्ता मी जी काही सत्ये सांगितली ती तुम्ही नजरेआड करणार नाही, असा माझा विश्वास आहे', 'तुम्ही मानवतेच्या दृष्टीकोनातून या गोष्टीचे महत्त्व जाणाल.' उगाच आपले म्हणणे रेटायचे नाही, दुसऱ्यावर दबाव टाकण्याचे तंत्र नाही, आपली मते दुसऱ्यावर लादण्याचा प्रयत्न करायचा नाही, अशी त्याची पद्धत. वेबस्टर अत्यंत मृदुभाषी, शांत, मैत्रीपूर्ण रीतीने समोरच्याशी वागत असे आणि म्हणूनच तो इतका प्रसिद्ध झाला.

कदाचित तुमच्यावर कधीच संप मिटवण्याची किंवा कोर्टात अर्ग्युमेंट करण्याची वेळ येणार नाही, पण कदाचित तुमच्यावर तुमचे भाडे कमी करून मागण्याची वेळ येऊ शकते. अशा वेळी तुम्हाला तुमचा मैत्रीपूर्ण मार्गच उपयुक्त ठरेल. हो ना?

पुढील उदाहरण बघू या.

ओ. एल. स्ट्रॉंब नावाचा एक इंजिनिअर होता, ज्याला त्याचे भाडे कमी करून हवे होते; पण त्याला माहिती होते की, त्याचा मालक जरा भडक माथ्याचा होता. आमच्या क्लासमध्ये स्ट्रॉंबने भाषण दिले, तेव्हा त्याने सांगितले, ''मी माझ्या घरमालकाला पत्र लिहिले व कळवले की, माझ्या भाडेकराराप्रमाणे माझा कालावधी ज्या दिवशी संपतोय त्याच दिवशी मी घर खाली करत आहे. खरी परिस्थिती अशी होती की, मला अजिबात घर सोडायचे नव्हते. मला त्याच घरात राहायचे होते, पण मला भाडे कमी करून हवे होते; पण घरमालक त्याला तयार नव्हता, कारण इतर भाडेकरूंचे तसे प्रयत्न करून झाले होते. प्रत्येकाने मला हेच सांगितले होते की, त्या घरमालकाबरोबर संवाद साधणेच मुश्कील आहे; पण मी माझ्या मनाशी विचार केला की, मी सध्या संवाद-कौशल्याचे विशेष शिक्षण घेत आहे, त्यामुळे मी माझी कौशल्ये वापरून बघायला हवीत. बघू या कसे जमते ते!

''माझे पत्र मिळाल्याबरोबर तो व त्याचा सेक्रेटरी माझ्याकडे आले. मी त्याचे प्रेमाने स्वागत केले. मी त्यांच्याशी अत्यंत सौहार्दपूर्ण रीतीने वागलो. नंतर मी त्या घराची वारेमाप स्तुती केली. मी केलेली ही प्रशंसा अगदी अंत:करणापासून होती आणि स्तुती करतानासुद्धा मी शब्दांची मुक्त कंठाने उधळण केली. तो ज्या पद्धतीने त्या बिल्डिंगची देखभाल करत होता ती स्तुत्य होती, हेसुद्धा मी त्याला सांगितले. शिवाय हेसुद्धा सांगितले की, खरेतर त्याच जागेत राहण्याची माझी मनापासून इच्छा होती, पण आर्थिकदृष्ट्या ते मला परवडणारे नव्हते.

''कदाचित आजपर्यंत कोणत्याच भाडेकरूने त्याचे अशा पद्धतीने स्वागत केले नसेल. त्यामुळे तोही भारावून गेला व अशा परिस्थितीत कसे वागावे हे त्याला समजले नाही.

''मग त्याने मला त्याच्या अडचणी सांगण्यास सुरुवात केली. काही भाडेकरुंबद्दल तक्रारी केल्या. एका भाडेकऱ्याने तर त्याला चौदा पत्रे लिहिली होती. त्यातील काही अपमान करणारी होती. एका भाडेकरूने तर त्याला अशी धमकी दिली की, वरच्या मजल्यावर राहणाऱ्या भाडेकरूने त्याचे घोरणे थांबवले नाही, तर तो भाडे करार मोडेल. 'पण तुमच्यासारखा समाधानी भाडेकरू मिळणे म्हणजे माझे नशीबच म्हणावे लागेल.' असेही तो म्हणाला आणि मग मी 'भाडे कमी करा' अशी विनंती करण्यापूर्वीच त्याने थोडेसे भाडे कमी करण्याची तयारी दाखवली, पण मला यापेक्षा अधिक भाडे कमी करून हवे होते, म्हणून मी सरळ मला परवडणारा आकडा सांगितला आणि एक शब्दही न बोलता माझ्या घर मालकाने तो कबूल करून टाकला.

इतर भाडेकरूंनी जो मार्ग अवलंबला तोच मी अवलंबला असता, तर

कदाचित माझेही भाडे कमी झाले नसते. मी आशावादी होतो. माझ्या मैत्रीच्या, सहानुभूतीच्या, स्तुती करण्याच्या मार्गाचाच शेवटी विजय झाला.''

पेनिसिल्व्हानिया, पिट्सबर्ग येथील डीन वूडकॉक हा स्थानिक विद्युत्-कंपनीचा सुपरिटेंडंट होता. त्याच्या कामगारांना खांबावरील काही दुरुस्तीसाठी बोलावण्यात आले होते. अशा प्रकारचे काम पूर्वी इतर विभागांकडून करण्यात आले होते, पण वुडकॉकच्या विभागाकडे ते नुकतेच सोपवण्यात आले होते. त्याच्या कामगारांना या कामाचे प्रशिक्षण दिले गेले होते. तथापि त्या जागेवर जाऊन प्रत्यक्ष काम करण्याची त्यांची पहिलीच वेळ होती. त्या विभागातील प्रत्येकालाच त्या कामाबद्दल उत्सुकता होती. मि. वुडकॉकसुद्धा त्याच्या इतर कनिष्ठ अधिकाऱ्यांसोबत त्या कामाच्या जागेवर आला. तेथे आता बरीच गर्दी जमली होती. अनेक गाड्या व ट्रक्ससुद्धा थांबल्या होत्या आणि प्रत्येक जण खांबाच्या टोकावर चढलेल्या त्या दोन कामगारांकडे उत्सुकतेने बघत होते.

वुडकॉकचे जेव्हा आजूबाजूला लक्ष गेले तेव्हा त्याच्या लक्षात आले की, एक माणूस कॅमेरा घेऊन गाडीतून उतरला होता आणि आता तो त्या देखाव्याचे फोटो काढू लागला होता. सार्वजनिक संस्थेत काम करणाऱ्या माणसांची अशा गोष्टींकडे नजर असतेच. लगेचच वुडकॉकच्या लक्षात आले की, या प्रकारामुळे त्याच्या खात्यावर टीका होऊ शकते. दोन माणसांच्या कामाला डझनभर माणसे बोलावल्याबद्दल त्याच्या वरिष्ठांनीसुद्धा त्याला फैलावर घेतले असते. म्हणून तो ताबडतोब फोटोग्राफरच्या मागे गेला व म्हणाला, ''तुम्हाला आमच्या चालू असलेल्या कामात विशेष रुची दिसते.''

''हो! आणि माझ्या आईला तर त्यापेक्षाही अधिक, कारण तिचे तुमच्या कंपनीमध्ये शेअर्स आहेत. हे फोटो तिच्यासाठी डोळे उघडणारे ठरतील. तिच्या लक्षात येईल की, तिने चुकीच्या ठिकाणी तिचे पैसे गुंतवले आहेत. मी तिला अनेक वर्षांपासून हे सांगत आलो आहे की, अशा कंपनीत पैसे गुंतवणे म्हणजे अपव्यय आहे, पण आता मी तिला पुराव्यानिशी पटवू शकेन. वर्तमानपत्रांनासुद्धा हे फोटो आवडतील.''

''हो! तुम्ही म्हणता ते खरे आहे. निदान तुमच्या जागेवर उभे राहून तरी तसेच दिसते. पण लक्षात घ्या, ही थोडी वेगळी परिस्थिती आहे.'' आणि मग डीन वुडकॉक त्याला समजावून सांगू लागला की, त्याच्या विभागाचा अशा प्रकारचा तो पहिलाच जॉब होता म्हणून अगदी उच्च अधिकाऱ्यापासून ते कनिष्ठ वर्गापर्यंत सगळ्यांनाच त्याबद्दल उत्सुकता होती. मग त्याने त्या माणसाला खात्रीपूर्वक सांगितले की, खरेतर त्या कामाला दोन कामगार पुरेसे होते. तेव्हा कुठे त्या फोटोग्राफरने त्याचा कॅमेरा बाजूला ठेवला, वुडकॉकशी हस्तांदोलन केले आणि

परिस्थिती समजावून सांगितल्याबद्दल त्याचे आभार मानले.

डीन वुडकॉकची मैत्रीपूर्ण वर्तणूकच अशा लाजिरवाण्या प्रसंगी कामी आली.

आमच्या क्लासचा न्यू हॅम्पशायर, लिटल्टन येथे राहणारा आणखी एक सभासद जिराल्ड विन याने त्याची नुकसानभरपाई मैत्रीपूर्ण वर्तणुकीमुळे कशी मिळवली हे सांगतोय :

'वसंत ऋतूच्या सुरुवातीला, बर्फ पडण्यापूर्वी एकदा अकस्मातपणे जोरदार वृष्टी व वादळ झाले आणि सामान्यपणे जवळच्या गटारांमधून जे पाणी वाहून जायला हवे होते, त्या पाण्याने वेगळे वळण घेतले व एका बिल्डिंगच्या शेजारी मी नुकत्याच बांधलेल्या छोट्या बंगलीवजा घराकडे त्या पाण्याने आपला मोर्चा वळवला.

'त्या पाण्याचा जोर इतका जबरदस्त होता की, मी फक्त बघत राहिलो. ते पाणी माझ्या तळघरात घुसले आणि माझे तळघर पाण्याने पूर्णपणे भरून गेले. तळघरात असलेला गरम पाण्याचा हीटर व फरनेस यांना मोठे नुकसान पोहोचले व ते काम करेनासे झाले. ते दुरुस्त करण्यासाठी दोन हजार डॉलर्स खर्च येणार होता. अशा प्रकारच्या नुकसानीचा मी इन्शुरन्सही काढलेला नव्हता.

'तेवढ्यात माझ्या असे लक्षात आले की, त्या विभागाच्या मालकाने वादळापासून संरक्षक जाळ्या त्याच्या घराजवळ न टाकल्यामुळे हा अपघात घडला होता. जर त्या संरक्षक जाळ्या असत्या, तर ही समस्या आलीच नसती. मग मी त्या मालकाला भेटण्यासाठी वेळ ठरवून घेतली. त्याचे ऑफिस माझ्या घरापासून पंचवीस मैलांवर होते. मी परिस्थितीचा पूर्ण अभ्यास केला आणि या कोर्समध्ये शिकलेल्या तत्त्वांची पुन्हा एकदा उजळणी केली. मी हे मनाशी पक्के ठरवले की, रागावण्याने किंवा संतापण्याने माझा हेतू साध्य होणार नाही. मी जेव्हा त्याच्या ऑफिसमध्ये पोहोचलो तेव्हा मी अत्यंत शांत राहिलो व लगेच मुद्याला हात न घालता त्याने नुकतीच वेस्टइंडीजमध्ये जी सुट्टी घालवली होती त्याबद्दल बोललो. जेव्हा माझी खात्री झाली की, विषय काढण्यायोग्य परिस्थिती निर्माण झाली आहे, तेव्हाच मी त्याला पाण्यामुळे झालेल्या माझ्या छोट्याशा समस्येबद्दल सांगितले. त्याने ताबडतोब दुरुस्ती करण्यास मदत करण्याचे आश्वासन दिले.

'थोड्याच दिवसांनी त्याने मला पुन्हा एकदा ऑफिसमध्ये बोलावले आणि माझ्या नुकसानभरपाईचे पैसे दिले व भविष्यात पुन्हा अशी समस्या येऊ नये म्हणून संरक्षक जाळ्या बसवण्याचे वचन दिले.

'जरी त्या उपविभागातील मालकाचा दोष होता, तरीसुद्धा मी मैत्रीपूर्ण सुरुवात केली नसती, तर झालेल्या नुकसानीची संपूर्ण जबाबदारी उचलण्यास तो तयार झाला नसता.'

अनेक वर्षांपूर्वी जेव्हा मी मिसुरीमधील जंगलातून अनवाणी शाळेत जात असे तेव्हा मी एक दंतकथा वाचली होती. ती सूर्य व वारा यांच्याबद्दलची होती. एकदा वारा व सूर्य यांचे तुफान भांडण जुंपले. मुद्दा होता: 'कोण अधिक श्रेष्ठ?' तेव्हा वारा म्हणाला, 'मीच श्रेष्ठ आहे. मी ते सिद्ध करून दाखवतो. तो बघ, खाली एक म्हातारा माणूस कोट घालून चालला आहे. मी पैज लावतो की, मी त्याचा कोट तुझ्याआधी उतरवून दाखवीन.'

मग सूर्य ढगांच्या आड लपला आणि वाऱ्याने जिवाच्या आकांताने पाहायला सुरुवात केली, जणूकाही वादळच अवतरले! पण वारा जितका जास्त जोरात वाहायला लागला त्याच्या दुप्पट जोराने त्या म्हाताऱ्याने त्याचा कोट घट्ट पकडून ठेवला.

शेवटी हळूहळू वारा शांत झाला व त्याने नाद सोडून दिला. आता सूर्य ढगांच्या आडून बाहेर आला आणि त्या वृद्ध माणसाकडे पाहून प्रफुल्लितपणे हसला. मग हळूहळू त्याने त्याची भुवई वक्र केली आणि त्या वृद्ध माणसाला आपला कोट स्वत:च्या हातांनीच काढून टाकायला भाग पाडले. मग सूर्याने वाऱ्याला हळूच कानमंत्र दिला की, 'सभ्यता आणि मैत्री हे नेहमीच संताप आणि जोर-जबरदस्ती यापेक्षा बलवान असतात.'

दिवसेंदिवस लोकांना आता याची जाणीव होत चालली आहे की, कडवटपणाने भरलेल्या बाटलीपेक्षा मधाचा एक थेंब माश्यांना आपल्याकडे आकर्षित करतो. त्यामुळेच लोकांना सभ्यता आणि मैत्र यांचे महत्त्व पटू लागले आहे. मेरीलँड, ल्युथरव्हिले येथील गेल कोलोरने आमच्या क्लासमध्ये सांगितले की, हे तत्त्व त्याला प्रत्यक्ष अनुभवातून पटले आहे. त्याची चार महिने जुनी झालेली गाडी घेऊन तो तिसऱ्यांदा सर्व्हिस सेंटरमध्ये गेला. गाडीत काही ना काही प्रॉब्लेम असायचाच. तो म्हणतो, "पण आता सुरुवातीलाच सेल्स मॅनेजरच्या अंगावर ओरडून काही उपयोग झाला नसता, त्यामुळे माझी समस्या सुटली नसती.

"म्हणून मी शो-रूम ओलांडून पुढे गेलो व 'मला मालकालाच भेटायचे आहे.' असे सांगितले. थोड्याच वेळात मि. व्हाईट तेथे आला. मी त्याला स्वत:ची ओळख सांगितली आणि म्हटले की, मित्राच्या सांगण्यावरून मी तुमच्याकडून ही गाडी घेतली, कारण त्याने मला सांगितले की, गाडीच्या किमती तुमच्याकडे वाजवी आहेत आणि तुमची सेवासुद्धा उत्तम आहे. तो समाधानाने हसला, कारण त्याची स्तुती ऐकून त्याला आनंद झाला. मग मी त्याला त्याच्या लोकांकडून मला योग्य सर्व्हिस मिळण्यात काय अडचणी येतात ते सांगितले. "मला असे वाटते की, तुमच्या कारकिर्दीला, नावलौकिकाला अशा छोट्या गोष्टींमुळे बट्टा लागू नये." त्याने माझे आभार मानले, कारण खूप महत्त्वाची गोष्ट मी त्याच्या कानावर

घातली होती आणि तो स्वत: माझ्या गाडीकडे जातीने लक्ष घालेल असे त्याने मला आश्वासन दिले. एवढेच नाही, तर माझी गाडी दुरुस्त होईपर्यंत त्याने त्याची स्वत:ची गाडी मला वापरायला दिली.''

इसाप एक ग्रीक गुलाम होता. तो क्रोशस राजाच्या दरबारी होता आणि त्याने ख्रिस्तपूर्व सहाशे वर्षे अजरामर दंतकथा सांगितल्या. त्याच्या त्या मानवी स्वभावातील सत्य सांगणाऱ्या कथा जगाच्या कानाकोपऱ्यात आजही पटणाऱ्या आहेत. मग ते बोस्टन असू दे, ब्रिम्हिंगहॅम असू दे, चीन, भारत, अथेन्स अगदी कुठेही! सूर्य वाऱ्याच्या आधी तुमच्या अंगावरचा कोट उतरवू शकतो. दयाळूपणा, मैत्री, कौतुक यांमुळे समोरच्याचे मन बदलू शकते. जी ताकद राग, संताप, आततायीपणा, जोरजबरदस्ती यांमध्ये नाही.

लक्षात ठेवा, लिंकन म्हणतो, 'बादलीभर कडवटपणापेक्षा एका मधाच्या थेंबात माश्यांना आकर्षित करण्याची शक्ती असते.'

तत्त्व ४:
मैत्रीपूर्ण दृष्टिकोन ठेवा.

५

सॉक्रेटिसची सिक्रेट्स

लोकांशी बोलायला सुरुवात करताना तुम्ही ज्या मुद्यांशी सहमत नसाल त्या मुद्यांपासून कधीही सुरुवात करू नका. ज्या गोष्टींशी तुम्ही सहमत असाल त्या गोष्टींवर जास्त जोर द्या. शक्य असेल तर समोरच्याच्या मनावर असे बिंबवा की, आपल्या दोघांचे मार्ग भिन्न असले तरी अंतिम ध्येय एकच आहे.

निदान सुरुवातीला तरी समोरच्या माणसाला 'होय-होय' म्हणत मान डोलवायला लावा. तुमच्या विरोधकाला शक्य असेल तर 'नाही' म्हणण्यापासून परावृत्त करा.

प्रो. ओव्हरस्ट्रीट यांच्या मते 'नाही' असा समोरच्याकडून प्रतिसाद येणे हा आपल्या मार्गातील एक मोठा अडथळा असतो. जेव्हा तुम्ही 'नाही' म्हणता तेव्हा तुमच्या व्यक्तिमत्त्वाचा अहंकार सुखावला जातो, कारण तुम्ही तुमच्या मताला चिकटून आहात, असा त्याचा अर्थ होतो. कदाचित नंतर तुमच्या असेही लक्षात येते की, 'नाही' म्हणणे चुकीचे ठरले, तरीसुद्धा तुमचा मौल्यवान अहंकार जोपासला गेलेला असतोच! पण आता एखादी गोष्ट आपण बोलून बसलो तर माघार कशी घेणार? असे तुमच्या मनात येते आणि म्हणूनच माणसाने नेहमी होकारात्मक दिशेने सुरुवात करणे हे फार महत्त्वाचे असते.

जो कुशल संवादकर्ता असतो तो सुरुवातीला 'होय-होय' म्हणत माना डोलवतो. त्यामुळे ऐकणाऱ्याच्या मनावर मानसिकदृष्ट्या सकारात्मक परिणाम होऊन विधायक दिशेने प्रवास सुरू होतो. हे म्हणजे बिलियर्ड खेळातील चेंडूसारखे असते. एका दिशेने जोरदार धक्का लगावल्यास तो दिशा बदलून आणखी वेगाने उलट दिशेला येतो.

ही मानसिकता विशेष नमुनेदार असते. जेव्हा एखादी व्यक्ती 'नको' म्हणते आणि तिला नेमके तेच म्हणायचे असते तेव्हा ती 'नको' या दोन शब्दांच्या आधाराखेरीज आणखी बरेचकाही करत असते. त्या नकारामध्ये तिची संपूर्ण शरीरयंत्रणा, सगळ्या ग्रंथी, मज्जासंस्था, स्नायू सगळे एकत्र एकवटतात. बहुधा

हे सगळे अवघ्या एका मिनिटामध्ये घडते; पण ते लक्षात घेण्यामागे असते शरीराची नकारात्मक भावना किंवा शरीर आखडून घेण्याची तयारी! अगदी बारीकसारीक हालचालींवरून हे दिसून येते. थोडक्यात, संपूर्ण मज्जासंस्थाच स्वीकारायला नकार देते; पण याच्या उलट, माणूस जेव्हा 'हो' म्हणतो तेव्हा यांपैकी कोणतीच नकारात्मक हालचाल होत नाही. जोपर्यंत आपण सुरुवातीपासूनच अनेकदा 'हो' म्हणत जाऊ तोपर्यंत आपले अंतिम ध्येय गाठण्याच्या मार्गात आपण यशस्वी होत जाऊ.

असे 'हो' म्हणणे फार सोपे असते आणि त्याच वेळी ते दुर्लक्ष करण्याजोगेपण असते, पण काही लोकांना वाटते की, आपण असा नकार दिल्याने किंवा विरोध केल्याने आपले महत्त्व वाढते.

असे 'हो-हो' म्हणण्याचे तंत्र न्यूयॉर्क शहरातील ग्रीनविच सेव्हींग बँक येथे काम करणाऱ्या जेम्स एबरसनने वापरले आणि जे ग्राहक त्यांना सोडून जाण्याच्या विचारात होते त्यांना पुन्हा धरून ठेवणे त्याला शक्य झाले. मि. एबरसन म्हणाले, ''एकदा एक माणूस आमच्या बँकेत त्याचे खाते उघडायला आला तेव्हा मी त्याला आमचा नेहमीचा फॉर्म भरायला दिला. काही प्रश्नांची उत्तरे त्याने आनंदाने दिली, पण काही प्रश्नांची उत्तरे द्यायला त्याने सरळ सरळ नकार दिला.

''जर मी या मानवी नात्यांचा अभ्यास सुरू करण्यापूर्वीचा असतो, तर मीसुद्धा स्पष्ट शब्दांत त्या खातेदाराला सुनावले असते की, तुला जर माहिती द्यायची नसेल, तर आम्हालाही तुझे खाते नको आहे. पूर्वी अनेकदा मी असे केले आहे, हे सांगण्याचीसुद्धा मला आता लाज वाटते. साहजिकच असा पर्याय ग्राहकांसमोर ठेवताना पूर्वी मला बरे वाटायचे. मी माझ्या बॉसला हे दाखवून द्यायचो की, बँकेचे कायदे कानून मी किती कसोशीने पाळतो, पण अशा प्रकारचा माझा दृष्टिकोन आमच्या बँकेत स्वत:च्या पायांनी चालत येणाऱ्या ग्राहकाचे स्वागत करायला अपुरा पडायचा.

''त्या सकाळी मी माझा कॉमन सेन्स वापरण्याचा निश्चय केला. त्या दिवशी मी असे ठरवले की, बँकेला काय पाहिजे यापेक्षा ग्राहकाला काय पाहिजे याचाच फक्त विचार करायचा. म्हणून सुरुवातीपासूनच मी त्या ग्राहकाला 'होय-होय' म्हणायला सुरुवात केली. त्यामुळे आम्ही एकमेकांशी सहमत झालो. मग मी त्याला हेसुद्धा सांगितले की, त्याला जी माहिती आम्हाला द्यायची नाही त्याची तशीही फारशी काही गरज नाही. मग मी त्याला पुन्हा म्हटले, ''पण तरीही, समजा की, तुमच्या मृत्यूच्या वेळी तुमच्या खात्यात पैसे जमा असतील, तर ते कायद्याप्रमाणे कोणाच्यातरी खात्यात जमा व्हावेत, अशी तुमची इच्छा असेलच ना?''

'' ''हो! अर्थातच.'' तो उत्तरला. मी म्हणालो, ''मग तुम्हाला असे नाही का

वाटत की, आत्ताच त्याचे नाव व पत्ता देऊन ठेवावा. त्यामुळे आम्ही योग्य वेळी योग्य माणसाच्या खात्यात ते पैसे बिलकूल विनाविलंब जमा करू शकू.''

''पुन्हा तो म्हणाला, ''हो! हे खरेच आहे.''

''त्या तरुण माणसाचा दृष्टिकोन आता बदलून जरा मऊ व्हायला लागला होता, कारण आता त्याला हे जाणवू लागले होते की, आम्ही त्याला जी माहिती विचारत होतो, ती आमच्या फायद्यासाठी नसून त्याच्या फायद्यासाठी होती. बँक सोडून जाण्यापूर्वी त्या तरुणाने मला त्याची संपूर्ण माहिती तर दिलीच, पण माझ्या सूचनेनुसार त्याने एक ट्रस्ट अकाउंटसुद्धा उघडले, ज्यामध्ये त्याने लाभार्थीचे नाव म्हणून आईचे घातले आणि मग त्याच्या आईसंबंधीची विचारलेली माहितीसुद्धा त्याने आम्हाला पुरवली.

''माझ्या असे लक्षात आले की, सुरुवातीलाच 'हो, हो' म्हणण्याने त्याने त्याचा मुद्दा सोडून दिला आणि नंतर मग मी सुचवलेल्या सगळ्याच गोष्टी करायला तो तयार झाला.''

जोसेफ ॲलीसन हा एका इलेक्ट्रिक कंपनीचा विक्रेता होता. त्याने सांगितलेली त्याची कथा पुढीलप्रमाणे. तो म्हणतो,

''माझ्या कार्यक्षेत्राच्या परिसरात एक असा माणूस राहत होता की, त्याला काहीतरी विकण्यासाठी माझी कंपनी फार उत्सुक होती. माझ्या पूर्वीच्या अधिकाऱ्यांनी दहा वर्षांत असा प्रयत्न अनेकदा करून पाहिला होता, पण ते त्याला काहीही विकू शकले नव्हते. जेव्हा मी त्या विभागाचा ताबा घेतला तेव्हा सतत तीन वर्षांपर्यंत मला त्याची एकही ऑर्डर मिळाली नाही. अखेर सतत तीन वर्षांच्या प्रयत्नानंतर आम्ही त्याला काही मोटारी विकण्यात यशस्वी झालो. जर या ऑर्डरमध्ये काही दोष आढळला नसता, तर शेकडो ऑर्डर्स आणखी मिळतील अशी माझी अपेक्षा होती.

''मला खात्री होती की, मोटारी चांगल्या चालणारच, म्हणून मी तीन आठवड्यांनी जोरात विचारले, ''सगळे ठीक चालले आहे ना?''

''तर तिकडून मुख्य इंजिनिअरने मला अभिवादन करून एक बॉम्बगोळाच टाकला. तो म्हणाला, ''ॲलीसन, यापुढे आम्ही तुमच्याकडून मोटारी विकत घेऊ शकत नाही.''

''मला इतका मोठा धक्का बसला की, मी आश्चर्याने विचारले, ''का? काय झाले?''

''कारण तुमच्या मोटारी फार गरम होतात. मी त्याच्यावर हात ठेवू शकत नाही.''

''आता याच्यावर वादविवाद घालणे बेकार होते, हे मी समजून चुकलो होतो. मी पूर्वी असे करत असे, पण आता मला समोरून 'हो, हो' असा प्रतिसाद हवा

होता, म्हणून मी म्हणालो, ‘‘ठीक आहे! मि. स्मिथ, मी तुमच्याशी शंभर टक्के सहमत आहे. जर या मोटारी चालवताना खूप गरम होत असतील, तर तुम्ही या मोटारी घेऊ नका. तुमच्याकडे नॅशनल इलेक्ट्रिक मॅन्युफॅक्चरर्स असोसिएशनने प्रमाणित केलेल्या तापमानापेक्षा कमी तापमान असलेल्या मोटारी आहेत का? असे असू शकत नाही. हो ना?’’

‘‘तो माझ्याशी सहमत झाला आणि मला त्याचा पहिला होकार मिळाला.

‘‘दि इलेक्ट्रिक मॅन्युफॅक्चरर्स असोसिएशन असे सांगते की, मोटार योग्य रीतीने चालण्यासाठी रूम टेंपरेचरपेक्षा बहात्तर डिग्री फॅरनहाइट तापमान अधिक ठेवावे लागते.

‘‘ ‘‘होय.’’ तो कबूल झाला, तरी त्याने त्याचा हेका सोडला नाही. तो म्हणाला, ‘‘पण तुमच्या मोटारी त्याहीपेक्षा जास्त गरम होतात.’’

‘‘मग मी त्याच्याशी वाद घातला नाही. मी सहजच विचारले, ‘‘मीलरूमचे तापमान किती आहे?’’

‘‘तो म्हणाला, ‘‘पंचाहत्तर डिग्री फॅरनहाइट.’’

‘‘ ‘‘ठीक आहे.’’ मी म्हणालो, ‘‘त्या मीलरूमचे तापमान पंचाहत्तर डिग्रीज आणि त्यात बाहत्तर डिग्रीची भर पडली म्हणजे एकूण तापमान एकशे सत्तेचाळीस डिग्री फॅरनहाइट झाले. ज्या गरम पाण्याचे तापमान एकशे सत्तेचाळीस फॅरनहाइट डिग्री आहे त्याखाली तुम्ही हात धरलात, तर तुमचा हात भाजेल ना?’’

‘‘तो पुन्हा ‘होय’ म्हणाला.

‘‘ ‘‘मग मी तुम्हाला असे सुचवू का की, त्या मोटारीपासून तुमचे हात दूर ठेवा?’’

‘‘त्याने कबूल केले, ‘‘हं, तुम्ही म्हणता त्यात तथ्य आहे.’’ मग आम्ही आणखी थोडा वेळ गप्पा मारल्या. मग त्याने त्याच्या सेक्रेटरीला बोलावले आणि जवळपास पस्तीस हजार डॉलर्स किमतीच्या ऑर्डर्स पुढील महिन्यासाठी दिल्या.’’

मला हे शिकण्यासाठी हजारो डॉलर्सचे नुकसान आणि आयुष्यातील अनेक वर्षे वाया घालवावी लागली आणि त्यानंतरच मला समजले की, वादविवाद घालून काहीच साधत नाही. त्यापेक्षा समोरच्याच्या दृष्टिकोनातून एखाद्या घटनेकडे बघणे अधिक फायदेशीर असते आणि त्या माणसाकडून होकार मिळवणे अधिक आनंददायी असते.

एडि स्नो हा ऑकलंड, कॅलिफोर्निया येथील आमच्या क्लासेसचे व्यवस्थापन करतो. त्याने सांगितले की, एका दुकानदाराने त्याच्याकडून ‘होय, होय’ असे वदवून घेऊन त्याला त्याचा चिरंतन, विश्वासू ग्राहक बनवून ठेवले. एडीला धनुष्यबाणाने शिकार करण्यात रुची वाटू लागली होती आणि ते धनुष्यबाण विकत

घेण्यासाठी त्याने बऱ्यापैकी किंमत मोजली होती. जेव्हा त्याचा भाऊ त्याच्याकडे त्याला भेटायला आला होता तेव्हा त्या भावालासुद्धा वाटले की, आपणपण धनुष्यबाण घेऊन शिकारीला जावे. म्हणून त्या दुकानात एडीने चौकशी केली की, भाड्याने असे धनुष्यबाण मिळते का? तो दुकानदार 'नाही' म्हणाला. मग एडीने दुसऱ्या दुकानात फोन लावला. एडीने त्या प्रसंगाचे वर्णन पुढीलप्रमाणे केले आहे.

"एका अत्यंत उमद्या माणसाने फोन उचलला. पहिल्या दुकानापेक्षा इथे अगदी वेगळा अनुभव आला. त्याने माझी माफी मागितली की, ते आता भाड्याने धनुष्यबाण देत नव्हते, कारण त्यांना ते परवडत नव्हते. त्याने मला पुन्हा विचारले की, यापूर्वी मी कधी धनुष्यबाण असे भाड्याने घेतले होते का? मी म्हणालो, "हो, खूप पूर्वी." मग त्याने मला आठवण करून दिली की, भाड्याचे पंचवीस ते तीस डॉलर्स द्यावे लागले असतील. मी 'हो' म्हणालो. मग तो म्हणाला, "तुम्हाला पैसे वाचवायला आवडतील का?" मी म्हणालो, "साहजिकच हो!" मग त्याने मला असे समजावून सांगितले की, सध्या त्यांच्याकडे धनुष्यबाणांचा सेल चालू होता व सेलमधील त्याची किंमत ३४.९५ डॉलर्स इतकी आहे. तेव्हा फक्त ४.९५ डॉलर्स मी जास्त दिले असते, तर अख्खा सेट माझाच होऊन गेला असता आणि म्हणूनच त्यांनी आता धनुष्यबाण भाड्याने देणे बंद केले होते. मला ते योग्य वाटले का? अर्थातच मी 'हो' म्हणालो आणि धनुष्यबाणाबरोबर इतरही अनेक वस्तू घेऊन मी त्या दुकानाचा नियमित ग्राहक झालो."

'अथेन्सचा गॅडफ्लॉय' (चरचरीत बोलणारा) सॉक्रेटीस हा जगाला माहिती असलेला थोर तत्त्ववेत्त्यांपैकी एक होता. ज्या मूठभर लोकांनी जगाच्या इतिहासात थोर कामगिरी केली त्यांपैकी तो एक होता. त्याने संपूर्ण मानवजातीला विचारांची नवी दिशा दाखवली आणि आता त्याच्या मृत्यूला चोवीस शतके झाल्यानंतर या भांडकुदळ जगाला शहाणपणाचा मार्ग दाखवणारा एक हुशार माणूस म्हणून संपूर्ण जगाने त्याचा बहुमान केला.

काय होती त्याची पद्धत? तो लोकांना असे सांगायचा का की, त्यांचे चुकीचे आहे? छे:! सॉक्रेटीस असे कधी सांगणे शक्यच नाही. तो अत्यंत चतुर होता. त्याच्या तंत्राला 'सॉक्रेटीस पद्धत' या नावाने ओळखले जाते. जे पूर्णपणे 'होय, होय' अशा सकारात्मक प्रतिसादाच्या पायावर उभे होते. तो असेच प्रश्न विचारत असे की, त्याचे उत्तर त्याला विरोधक 'होय' असे देऊ शकेल आणि मग असे ढीगभर कबुलीजबाब तो मिळवत असे आणि मग अत्यंत कौशल्यपूर्ण संभाषणाने तो शेवटास येत असे आणि मग विरोधक अशा कात्रीत सापडत असत की, काही मिनिटांपूर्वी ज्या गोष्टी त्यांनी कबूल केलेल्या असत त्या गोष्टी आता ते नाकारू शकत नसत.

जर यापुढे कधी तुम्हाला असा मोह झालाच की, आपण त्याला किंवा तिला सांगावे की, 'तुझे चुकलेय!' तर आपण आधी सॉक्रेटीसला आठवा आणि अत्यंत सभ्यपणे प्रश्न विचारा. असा प्रश्न की, त्याचे उत्तर 'होय' येईल.

चिनी लोकांमध्ये एक म्हण फार प्रसिद्ध आहे आणि ती शहाणपणाच्या अनुभवी निकषांवर अनेकदा घासून पाहिली गेली आहे : 'जो हळुवारपणे व्यवहार करतो, तो लांबचा पल्ला गाठतो.'

चिनी संस्कृतीत मानवी स्वभावाचा सुमारे पाच हजार वर्षांपर्यंत अभ्यास केल्यानंतरच ते शेवटी या निष्कर्षाला आले : 'जो सौम्यपणे व्यवहार करतो, तो यशस्वी होतो.'

तत्त्व ५:

समोरच्याने ताबडतोब तुम्हाला 'होय' म्हणून प्रतिसाद द्यावा, असे काहीतरी करा.

६

तक्रारी हाताळताना वापरा सेफ्टी व्हॉल्व्ह!

अनेक लोक इतरांनी आपल्याच मताचे असावे यासाठी खूप जास्त आणि आग्रही स्वरात बोलत असतात, पण इतरांनाही बोलायची संधी द्यायला हवी व त्यांना काय वाटते हे जाणून घ्यायला हवे. त्यांना त्यांच्या स्वत:च्या व्यवसाय-धंद्याबद्दल आणि स्वत:च्या समस्यांबद्दल निश्चितच अधिक माहिती असते. म्हणून त्यांना प्रश्न विचारले म्हणजे ते तुम्हाला त्यांच्याबद्दल अधिक काही सांगू शकतील.

समोरचा बोलत असताना जर तुम्ही त्याच्याशी असहमत झालात, तर त्याला थांबवायचा तुम्हाला मोह होईल; पण चुकूनही असे करू नका. हे फार धोक्याचे असते. अजून त्यांच्याकडे व्यक्त होण्यासारखे बरेचकाही शिल्लक असते, त्यामुळे ते तुमच्याकडे लक्षही देणार नाहीत. म्हणून ते जे काही बोलतील ते नीट, लक्षपूर्वक ऐका. त्यामध्ये रुची दाखवा व त्यांना त्यांच्या कल्पना मांडण्यासाठी प्रोत्साहन द्या.

ही विचारप्रणाली तुम्हाला धंद्यात उपयुक्त ठरेल का? बघू या. इथे मी तुम्हाला एका विक्रेत्याची गोष्ट सांगतो आहे, जो हे जबरदस्तीने शिकला.

अमेरिकेतील एका फार मोठ्या ऑटोमोबाइल उत्पादकाला एक वर्षभर पुरेल एवढे गाद्या-गिरद्यांचे कापड घ्यायचे होते. त्यासाठी तीन महत्त्वपूर्ण कापडधंद्यातील उद्योजक आपापले नमुने घेऊन आले होते. मोटार-कंपनीच्या उच्च अधिकाऱ्यांनी ते सर्व काळजीपूर्वक तपासले आणि मग प्रत्येक कपडउद्योजकाला अशी नोटिस पाठवली गेली की, अमुकअमुक या दिवशी त्यांनी त्यांच्या कंपनीचे प्रतिनिधी पाठवावे. त्यांना करार बनवण्यासाठी आणि आपले म्हणणे मांडण्यासाठी संधी दिली जाईल.

एका कापड उद्योजकाचा प्रतिनिधी, आपण त्याला जी. बी. आर. म्हणू या. तो सांगत होता की, तो शहरात दाखल झाला, पण त्याला लॅरिंग्जायटीस या आजाराने पछाडले होते. मि. आर. म्हणाला, 'जेव्हा त्या उच्च अधिकाऱ्यांच्या सभेत

काही बोलण्याची वेळ आली तेव्हा काय करावे मला सुचेना.' मि. आर. तो प्रसंग क्लासमध्ये सांगत होता. ''माझा आवाजच गेलेला होता. मी फक्त कुजबुजत होतो. नाइलाजाने मी मुलाखतीच्या खोलीत गेलो. तेथे माझा टेक्सटाइल इंजिनिअरशी समोरासमोर सामना झाला, जो कंपनीचा एजंट होता. त्याशिवाय तेथे सेल्स डिपार्टमेंटचे डायरेक्टर होते आणि कंपनीचे प्रेसिडेंट होते. मी उभा राहिलो व बोलण्याचा प्रयत्न केला, पण माझ्या तोंडून आवाज फुटला नाही.

''ते सगळे एका टेबलाभोवती बसले होते. मी पॅडमधून एक कागद ओढून घेतला व त्यावर लिहिले, 'साहेब, माझा आवाज गेला आहे, माझे बोलणे बंद झाले आहे.'

''प्रेसिडेंट म्हणाला, ''हरकत नाही. तुमच्या वाटचे बोलणे मी करतो.' आणि त्याने तसे केले. मी बरोबर आणलेले कापडाचे नमुने त्याने उलगडले आणि त्या कापडाच्या गुणवैशिष्ट्यांचे त्याने कौतुक करायला सुरुवात केली. माझ्या सामानाचे अगदी उत्साहाने रसग्रहण चालले होते आणि प्रेसिडेंट जो माझी भूमिका वठवत होता, तो त्याची जबाबदारी माझ्यापेक्षाही अधिक सरसपणे निभावत होता. त्यामुळे त्या हॉलमध्ये माना डोलवणे, स्मितहास्य आणि आणखी काही आनंदी हावभाव एवढेच होते. नाराजीचा लवलेशही नव्हता.

''अशा या जगावेगळ्या मुलाखतीचा शेवट कसा झाला असेल? मला ते कॉण्ट्रॅक्ट बहाल करण्यात आले. इतके मोठे कॉण्ट्रॅक्ट की, अर्धा लाख यार्ड कापड! कल्पना करा! ज्याची किंमत सोळा लाख डॉलर्स एवढी मोठी होती. अशी ऑर्डर मला माझ्या आयुष्यात प्रथमच मिळाली.

''मला माहिती आहे की माझा आवाज त्या दिवशी बसला नसता, तर नक्कीच हे कॉण्ट्रॅक्ट मला मिळाले नसते, कारण त्या योजनेबद्दलच्या माझ्या डोक्यात सगळ्या चुकीच्या कल्पना होत्या आणि केवळ अपघातानेच मला हे समजले की, आपले बोलणे दुसऱ्यावर सोपवणे हे काही वेळेस किती फायदेशीर ठरते!''

व्यवसायात तसेच काही वेळेस कौटुंबिक कलहातसुद्धा आपल्यासाठी दुसरे कोणीतरी बोलणे हे उपयुक्त ठरते. बार्बरा विल्सनचे तिच्या स्वत:च्या मुलीबरोबरचे नातेसंबंध दिवसेंदिवस बिघडत चालले होते. तिचे नाव लॉरी. ती अतिशय शांत आणि समाधानी मुलगी होती, पण अचानक तिच्यात बदल होऊ लागला आणि तिने असहकार पुकारला. क्वचित शोडषवर्षीय बंडखोरी तिच्यात दिसू लागली. मिसेस विल्सनने आधी तिला समजावून सांगितले, धाक लावून पाहिला, शिक्षासुद्धा करून झाली; पण कशाचाच उपयोग झाला नाही.

मिसेस विल्सनने क्लासमध्ये सांगितले, ''एके दिवशी मी नादच सोडून दिला. लॉरी माझे न ऐकता तिच्या मैत्रिणीला भेटायला तिच्या घरी निघून गेली. जाण्यापूर्वी तिची नेहमीची कामे, अभ्याससुद्धा तिने पूर्ण केला नाही. जेव्हा ती परतली तेव्हा

तिच्या अंगावर दहा हजार वेळा ओरडावे असे वाटून गेले, पण आता तसे करण्याचीसुद्धा ताकद माझ्या अंगात उरली नव्हती. मी अतीव दु:खाने एवढेच बोलले, "का? लॉरी का तू असे वागतेस?"

लॉरीला परिस्थितीचे गांभीर्य समजले आणि तिने अत्यंत थंड सुरात मला विचारले, "तुला खरेच हे जाणून घ्यायचे आहे का?" मी होकारार्थी मान हलवली. सुरुवातीला तिची चलबिचल झाली, पण नंतर मात्र तिने सडेतोड बोलायला सुरुवात केली. तिचे म्हणणे असे होते की, मी तिच्याकडे कधी लक्षच दिले नव्हते. मी सतत तिला 'असे कर/तसे करू नको' हेच सांगत राहिले, पण ती मला काय सांगत असे, ते मी लक्षपूर्वक ऐकले नाही. ती जेव्हा कधी तिचे विचार, तिच्या कल्पना, तिच्या भावना मला सांगायला लागे त्या प्रत्येक वेळी मी तिला थांबवत असे आणि उलटे आणखी आदेशच देत असे; आणि त्या क्षणी माझ्या लक्षात आले की, तिला मी हवी होते, पण हुकमत चालवणाऱ्या आईच्या रूपात नको होते, तर विश्वास टाकू शकणाऱ्या मैत्रिणीच्या रूपात हवी होते. तिच्या वाढीच्या या विशिष्ट काळातील तिच्या संभ्रमावस्थेत मार्गदर्शक म्हणून मी हवी होते; पण मी काय करत होते, तर एक उत्तम श्रोता होण्याऐवजी सतत तिला उपदेशाचे डोस पाजत होते. तिला काय म्हणायचे होते, ते मी कधीच ऐकून घेत नव्हते.

"त्या दिवसानंतर मात्र तिला जे पाहिजे ते बोलायची परवानगी मी तिला दिली. तिच्या मनात काय चालू असे, हे ती मला आता मोकळेपणाने सांगू लागली आणि आमचे नातेसंबंध कमालीचे सुधारले आणि मग मला प्रत्येक बाबतीत तिचे सहकार्य मिळू लागले."

न्यूयॉर्कमधील वर्तमानपत्रात एक भली मोठी जाहिरात आली होती आणि त्यांच्या कंपनीसाठी त्यांना असामान्य क्षमता आणि अनुभव असलेल्या लायक उमेदवाराची गरज होती, असे त्यात लिहिले होते. चार्लस क्युबेलिस याने त्या जाहिरातीला उत्तर द्यायचे ठरवले व दिलेल्या बॉक्स नंबरवर त्याचा अर्ज व बायोडाटा पाठवला. काही दिवसांनी त्याला मुलाखतीसाठी बोलावणे आले. मुलाखतीला जाण्यापूर्वी ज्या मालकासाठी काम करायचे होते त्याच्याबद्दल काही माहिती मिळते का ते पाहण्यासाठी काही तास त्याने वॉल स्ट्रीटवर घालवले. मग मुलाखतीच्या दरम्यान त्याने असे सांगितले, "अशा बलाढ्य संस्थेबरोबर माझे नाव जोडले गेले, तर माझा तो मोठा सन्मान असेल. मला माहिती आहे की, अठ्ठावीस वर्षांपूर्वी आपण फक्त एक स्टेनोग्राफर आणि एक डेस्करूम यांना घेऊन या संस्थेची सुरुवात केली. खरे ना?"

जवळपास प्रत्येक यशस्वी माणसाला त्याने त्याच्या सुरुवातीच्या काळात केलेल्या संघर्षाबद्दलच्या आठवणी आवडतात. हा माणूससुद्धा त्याला अपवाद

नव्हता. अर्थातच त्यानंतर बराच वेळ तो मालक फक्त साडेचारशे डॉलर्स आणि उराशी स्वप्न बाळगून या व्यवसायाला कशी सुरुवात केली त्याबद्दल बोलत राहिला. लोकांनी त्याला कितीतरी नाउमेद करायचा प्रयत्न केला होता आणि त्याची खूप चेष्टाही केली होती, पण त्याला त्याने धाडसाने तोंड दिले होते. तो दर रविवारी व सुट्टीच्या दिवशीसुद्धा काम करत असे. रोज तो असे सोळा तास काम करत असे. शेवटी सर्व संकटांवर मात करून आज तो या पदावर आला होता. आज वॉलस्ट्रीटवरील अनेक उच्च अधिकारी त्याच्याकडे सल्ला घ्यायला येत असत आणि त्याच्या आजच्या या स्थितीचा त्याला रास्त अभिमान आहे आणि हे सांगताना त्याची छाती गर्वाने फुलून आली. शेवटी त्याने क्युबेलिसला त्याच्या अनुभवांबद्दल विचारले आणि लगेचच व्हाइस प्रेसिडेंटला बोलावून तो म्हणाला, ''मला वाटते आपण ज्या व्यक्तीचा शोध घेत होतो, तीच ही व्यक्ती आहे.''

क्युबेलिसने त्याच्या होणाऱ्या मालकाच्या यशापाठीमागच्या रहस्याचा शोध घेण्याचे थोडे कष्ट घेतले होते. त्याने समोरच्या माणसामध्ये रुची दाखवली होती आणि त्याच्या समस्यांबद्दल सहानुभूती! त्याने समोरच्या माणसाला अधिक बोलण्यासाठी उद्युक्त केले आणि स्वत:बद्दल अनुकूल मत बनवले.

कॅलिफोर्निया येथील रॉय ब्रँडले यांनी त्याच्या उलट समस्येला तोंड दिले. मुलाखतीच्या काळात तो एक उत्तम श्रोता बनला व आपल्या भावी उमेदवाराला त्याच्या मनात येईल ते त्याला बोलू दिले. त्याची कथा रॉय सांगतात –

''आमची एक छोटीशी दलालीची कंपनी होती. त्यामध्ये इतर फायदे, जसे मेडिकल इन्शुरन्स किंवा डॉक्टरांची बिले किंवा पेन्शन असे काहीच नव्हते. प्रत्येक उमेदवार हा स्वतंत्रपणे एजंट होता. आम्ही उमेदवारांना कोणतीच सुविधा पुरवत नव्हतो आणि आम्ही आमच्या इतर मोठ्या स्पर्धकांप्रमाणे जाहिरातीसुद्धा देऊ शकत नव्हतो.

''आमचे जे काम होते त्याचा थोडासा अनुभव रिचर्ड फ्रयरला होता. त्याची मुलाखत माझ्या सहकाऱ्याने घेतली, ज्याने त्याला आमच्या फर्मची वाईट बाजू समजावून सांगितली. त्यामुळे तो काहीसा नाउमेद झाल्यासारखा दिसला. मग तो माझ्या ऑफिसमध्ये आला तेव्हा या फर्ममध्ये काम करण्यासाठी एक चांगला मुद्दा मी त्याला सांगितला – ''येथे तू स्वतंत्रपणे कॉण्ट्रॅक्टर म्हणून काम करणार आहेस. त्यामुळे वास्तविक पाहता तू एक स्वतंत्र व्यावसायिक होणार आहेस.''

''तो माझ्याशी या मुद्यावर जेव्हा चर्चा करत होता व त्यातले फायदे समजावून घेत होता तेव्हा स्वत:शी हळूहळू बोलत त्याच्या नकारात्मक विचारांना परतवून लावत होता. जणूकाही तो पारदर्शकपणे मनाशी विचार करत होता. कित्येकदा मला त्याच्या विचारांमध्ये आणखी भर घालायचा मोह झाला, पण मी तो आवरला. जेव्हा मुलाखत संपली तेव्हा त्याच्या मनाला त्याने काही गोष्टी पटवून दिल्या होत्या

व त्याचा निष्कर्ष हा होता की, तो आमच्या फर्ममध्ये काम करायला तयार होता.

''याचे कारण असे होते की, मी एका उत्तम श्रोत्याची भूमिका निभावली होती व त्याला मनातल्या मनात फायदे-तोटे यांचा केलेला विचार मांडण्याची संधी दिली होती. त्यामुळे तो सकारात्मक निष्कर्षाला येऊन पोहोचला होता. खरेतर हा निर्णय घेणे म्हणजे त्याच्या स्वत:साठीसुद्धा एक आव्हानच होते. आम्ही त्याला कामावर घेतले आणि त्याने स्वत:ला आमच्या फर्मचा अत्यंत लायक उमेदवार म्हणून शाबीत केले.''

आपल्या मित्रांनासुद्धा स्वत:चे यश खुलवून सांगण्यात जास्त रस असतो. आपण आपल्याबद्दल काय सांगतो ते ऐकण्याचा त्यांना कंटाळा असतो.

ला रॉशफॉकॉल्ड हा एक फ्रेंच तत्त्ववेत्ता होता. तो म्हणतो, ''तुम्हाला शत्रू हवे असतील, तर तुमच्या मित्रांवर कुरघोडी करा; पण तुम्हाला जर मित्र हवे असतील, तर तुमच्या मित्रांना तुमच्यावर कुरघोडी करू द्या.''

हे खरे का आहे? कारण जेव्हा मित्र आपल्यापेक्षा श्रेष्ठ ठरतात तेव्हा त्यांचे महत्त्व वाढते, पण जेव्हा आपण त्यांच्यापेक्षा श्रेष्ठ ठरतो तेव्हा त्यांना आपला मत्सर वाटतो.

न्यूयॉर्क शहरात नोकरीविषयक सल्ला केंद्र चालवणारी हेन्रिटा नावाची एक बाई होती. तिने तिची स्वत:ची एजन्सी उघडल्यावर सुरुवातीचे काही महिने तिला कोणी मित्र-मैत्रिणी नव्हते. का? कारण सुरुवातीला ती तिच्या यशाबद्दल, तिने लोकांना मिळवून दिलेल्या नोकऱ्यांबद्दल, तिच्या नवीन उघडलेल्या खात्यांबद्दल बढाया मारत असे.

हेन्रिटाने आमच्या क्लासमध्ये असे सांगितले, ''मी माझ्या कामाशी प्रामाणिक होते आणि त्याचा मला अभिमान होता, पण माझ्या सहकाऱ्यांना माझ्या यशात सामील होण्यापेक्षा त्यांना त्याचा राग येत असे. त्या लोकांनी माझ्यावर प्रेम करावे असे मला वाटत होते.'' मग आमच्या वर्गात आम्ही तिला काही गोष्टी शिकवल्या. त्या लक्षपूर्वक ऐकून तिने आता स्वत:बद्दल कमी बोलायला आणि अधिक ऐकायला सुरुवात केली. ती पुढे म्हणते की, तिच्या सहकाऱ्यांनासुद्धा खूप बढाया मारायच्या होत्या व स्वत:चे यश खुलवून सांगायचे होते. आता जेव्हा आम्ही कधी गप्पा मारतो तेव्हा मी त्यांना त्यांच्या यशाबद्दल, आनंदाबद्दल विचारते आणि त्यांनी मला विचारले, तरच माझ्या पराक्रमाबद्दल बोलते; अन्यथा नाही.

तत्त्व ६:

दुसऱ्यांना बोलू द्या.

७

सहकार्य कसे मिळवाल?

दुसऱ्या एखाद्याने अगदी चांदीच्या तबकात रेडीमेड कल्पना आणून तुमच्या पुढ्यात ठेवल्या, तरीसुद्धा तुमची श्रद्धा, तुमचा विश्वास हा तुमच्या स्वत:च्या डोक्यातून बाहेर पडणाऱ्या कल्पनांवरच अधिक असणार; हो की नाही? असे जर असेल, तर आपली मते बळजबरीने दुसऱ्याच्या घशात कोंबणे चुकीचेच नाही का? हे अधिक शहाणपणाचे नव्हे का की, आपण समोरच्याला सूचना कराव्यात आणि शेवटी त्याचा निर्णय त्यानेच घ्यावा?

एका ऑटोमोबाइल दुकानाचा सेल्स मॅनेजर आणि माझ्या कोर्सचा विद्यार्थी ॲडॉल्फ सेल्ट्झ हा फिलाडेल्फिया येथील राहणारा होता. एक दिवस अचानक त्याला असे जाणवले की, त्याच्या विभागातील विक्रेते काहीसे असंघटित आणि नाउमेद झालेले दिसत होते आणि त्यांच्यात उत्साह भरण्याची गरज होती. मग त्याने संबंधित लोकांची एक मीटिंग बोलावली आणि त्या सगळ्या लोकांना आग्रह केला की, त्या लोकांच्या त्याच्याकडून काय अपेक्षा होत्या ते त्यांनी सांगावे. ते जसजसे बोलू लागले तसतसे त्याने ते फळ्यावर लिहायला सुरुवात केली. नंतर तो म्हणाला, ''तुमची माझ्याकडून ज्या गोष्टींची अपेक्षा आहे त्या सगळ्या गोष्टी मी तुम्हाला देईन. आता मी तुम्हाला हे विचारतो की, मला तुमच्याकडून कोणत्या अपेक्षा बाळगण्याचा हक्क आहे?'' त्याबरोबर भराभर उत्तरे आली 'निष्ठा', 'प्रामाणिकपणा', 'पुढाकार घेणे', 'सकारात्मकता', 'सांघिक गुण', 'दिवसातून आठ तास झडझडून काम'. एक कामगार तर उत्साहाच्या भरात 'दिवसातून चौदा तास काम' असे म्हणाला. मि. सेल्ट्झने मला सांगितले की, खरोखरच त्यानंतर विक्रीमध्ये भरघोस वाढ झाली. जणूकाही माझ्या माणसांनी माझ्याबरोबर हे नैतिक आव्हानच पेलले होते आणि जोपर्यंत मी माझे वचन पाळत होतो, तोपर्यंत त्यांनीसुद्धा त्यांचे वचन पाळण्याचा निर्धार केला होता.

''कामगारांच्या इच्छा-आकांक्षांबद्दल खुद्द त्यांच्याशी केलेली सल्लामसलत ही

जणू दंडावर घेतलेल्या एखाद्या इंजेक्शनसारखी रामबाण ठरली होती.''

कोणत्याच पुरुषाला किंवा स्त्रीला एखादी गोष्ट आपल्या मर्जीविरुद्ध आपल्या गळ्यात मारली आहे, हे सांगणे आवडत नाही. त्यापेक्षा आपल्याला ही जाणीव अधिक सुखाची वाटते की, ही आपली स्वत:ची कल्पना आहे किंवा आपली स्वत:ची आवड आहे. आपल्याला आपले विचार, आपल्या इच्छा आणि आपल्या गरजा यांबद्दल कोणी आपुलकीने विचारले तर ते आवडते.

आपण मि. युगेन वेसनची केस पाहू. त्याला हे सत्य समजण्यापूर्वी त्याने हजारो डॉलर्सचे नुकसान करून घेतले. कापड उद्योगामधील नवीन फॅशन्सची डिझाइन्स बनवून त्याचे स्केचेस स्टुडिओला विकण्याचे काम मि. वेसन करत असे. एका प्रतिथयश उत्पादक कंपनीकडे न्यूयॉर्कला तो नियमितपणे आठवड्यातून एकदा जात असे. याप्रमाणे तो सतत तीन वर्षे गेला. मि. वेसन पुढे म्हणाला, ''त्या उत्पादकाने मला भेटायला कधीच नकार दिला नाही, पण त्याने माझ्याकडून कधी काही विकत घेतलेही नाही. तो नेहमी माझी स्केचेस काळजीपूर्वक बघत असे आणि म्हणे, ''नाही वेसन, मला वाटते की, आजही आपली आवड जुळत नाही.'' ''

हे अपयश सुमारे दीडशे वेळा घडले. वेसनला आता असे जाणवले की, या मागे काहीतरी मानसिक समस्या असावी. म्हणून त्याने मनाशी निश्चय केला की, 'एक पूर्ण संध्याकाळ घालवावी लागली तरी बेहत्तर, पण आता मनुष्य-स्वभावावर प्रभाव टाकणाऱ्या गोष्टींचा अभ्यास करायला हवा आणि नवीन कल्पना, नवीन उत्साह निर्माण होईल असे काहीतरी करायला हवे.'

आता त्याने वेगळ्याच मार्गाने जायचे ठरवले. अर्धा डझन चित्रे त्याने मुद्दामच अपूर्ण ठेवली आणि त्या खरेदीदाराच्या ऑफिसमध्ये तो गेला व म्हणाला, ''जर तुमची इच्छा असेल, तर तुम्ही माझ्यावर एक छोटीशी कृपा कराल का? कृपा करून तुम्ही मला सांगाल का की, ही स्केचेस मी कशा प्रकारे पूर्ण करू ज्यामुळे तुम्ही ती वापरू शकाल?''

त्या खरेदीदाराने क्षणभर चित्रांकडे पाहिले, पण तोंडातून चकार शब्द काढला नाही; पण शेवटी तो म्हणाला, ''ही स्केचेस तू काही दिवसांसाठी माझ्याकडे सोडून जा आणि नंतर मला येऊन भेट.''

तीन दिवसांनी वेसन पुन्हा त्याच्या ऑफिसमध्ये गेला. त्याने त्याच्या सूचना काळजीपूर्वक ऐकल्या आणि त्याच्या स्टुडिओतून स्केचेस परत आणली आणि खरेदीदाराच्या इच्छेप्रमाणे ती पूर्ण केली. परिणाम काय झाला असे विचारताय? सगळी स्केचेस स्वीकारली गेली.

त्यानंतर त्या ग्राहकाने वेसनच्या इतर स्केचेसचीसुद्धा मागणी केली. ती सगळी स्केचेस त्या ग्राहकाच्या आवडीनुसार बनवली गेली. मि. विल्सन म्हणाले,

"मला आता समजले की, वर्षानुवर्षे मी स्केचेस विकण्यात अयशस्वी का होत असे! मी त्याला माझ्या मनातली स्केचेस विकण्याचा आग्रह धरत होतो; पण नंतर मी माझा दृष्टिकोन पूर्णपणे बदलला. मग त्याने त्याची आवड मला सांगावी असा आग्रह मी धरला. त्यामुळे त्याला असे वाटले की, तो स्वत:च डिझाइन्स बनवतो आहे आणि ते तसेच होते. मी त्याला स्केचेस विकली नाहीत, तर ती त्याने खरेदी केली!"

व्यवसाय-धंद्यात किंवा राजकारणात समोरच्या व्यक्तीला जर ही जाणीव झाली की, त्यांचीच कल्पना अमलात आणली जात आहे, तर त्याचा जादूई परिणाम होतो. कुटुंब-संस्थेतसुद्धा हेच तत्त्व लागू पडते. तुलसा ऑक्लोहोमा येथील पॉल डेव्हीस यांनी हीच तत्त्वे अवलंबली. कशी ते त्याने क्लासमध्ये सांगितले. ते असे :

"आत्तापर्यंतच्या आयुष्यात मी व माझ्या कुटुंबाने मजेत घालवलेली ही सहल होती. मला स्वत:ला फार वर्षांपासून अशी तीव्र इच्छा होती की, गेटीसबर्ग येथे झालेले सिव्हिल वॉर, त्याची ऐतिहासिक भूमी पाहावी, फिलाडेल्फिया येथील इंडिपेण्डन्स हॉल पाहावा आणि आपल्या देशाची राजधानी पाहावी. तसेच माझ्या यादीमध्ये व्हॅली फोर्ज जेक्सटाऊन आणि विल्यम्सबर्ग येथील जतन केलेल्या वसाहतीसुद्धा भेटी देण्याच्या वरच्या क्रमांकावर होत्या.

"पण मार्च महिन्यात माझी बायको नान्सी हिने बोलून ठेवले होते की, या उन्हाळ्याच्या सुट्टीत तिला पश्चिमेकडच्या देशांना भेटी द्यायला आवडले असते. तिच्या यादीत न्यू मेक्सिको, ॲरिझोना, कॅलिफोर्निया आणि नेबाज होते. तिलासुद्धा अशी सहल अनेक वर्षांपासून करायची होती. मात्र आमच्या दोघांच्याही इच्छा आत्तापर्यंत फलद्रुप झाल्या नव्हत्या.

"आमची मुलगी ॲनी हिने नुकताच अमेरिकेतील ज्युनिअर हायस्कूलमधून इतिहास या विषयाचा अभ्यासक्रम पूर्ण केला होता आणि आपल्या देशाला आकार देणाऱ्या घटनांचे तिला प्रचंड आकर्षण होते, म्हणून मी तिला विचारले की, तिने अभ्यासलेल्या स्थळांना भेटी देणे तिला आवडेल का? ती म्हणाली की, तिला खूपच आवडले असते.

"त्यानंतर दोन दिवसांनी आम्ही डायनिंग टेबलाभोवती बसलो असताना नॅन्सीने जाहीर केले की, या उन्हाळ्याच्या सुट्टीत आम्हा सगळ्यांना पूर्वेकडील देशांना भेटी द्यायला जायचे आहे, कारण ॲनीला ते खूप आवडणार होते. आम्ही सगळेच जिंकलो होतो!"

अगदी हेच मानसशास्त्र एका एक्स-रे उत्पादकाने त्याचे एक एक्स-रे मशीन ब्रुकलिन येथील हॉस्पिटलला विकण्यासाठी वापरले होते. या हॉस्पिटलमध्ये अमेरिकेतील सर्वांत मोठा एक्स-रे विभाग उघडण्याचा त्याचा मानस होता. डॉ.

एल यांच्यावर या एक्स-रे विभागाची जबाबदारी सोपवण्यात आली होती, त्यामुळे प्रत्येक एक्स-रे विक्रेता, उत्पादक त्यांच्याशी बोलणी करण्यास उत्सुक होता व त्याच्याच कंपनीचे एक्स-रे मशीन कसे सर्वोत्तम होते, हे पटवून देत होता.

पण त्या सगळ्यांमध्ये एक उत्पादक अधिक कुशल होता. त्याचा मानवी स्वभावाबद्दल दांडगा अभ्यास होता. त्याने डॉ. एलना खालीलप्रमाणे पत्र लिहिले –

> आमच्या फॅक्टरीने एवढ्यातच एक नवीन प्रकारचे एक्स-रे मशीन बनवले आहे. या पद्धतीचे पहिले मशीन आमच्या ऑफिसमध्ये नुकतेच येऊन दाखल झाले आहे, पण ते मशीन परिपूर्ण नाही असे आम्हाला वाटते. आम्हाला माहिती आहे की, आम्हाला त्यामध्ये काही सुधारणा करणे गरजेचे आहे. जर तुम्ही वेळात वेळ काढून आमच्या ऑफिसमध्ये आलात व हे मशीन डोळ्यांखालून घातलेत, तर आम्ही उपकृत होऊ आणि तुम्ही आम्हाला काही सुधारणा सुचवू शकाल, जेणेकरून तुमच्या व्यवसायात त्याचा जास्तीतजास्त उपयोग होईल. आपण किती कार्यमग्न असता याची आम्हाला जाणीव आहे. आपण जर आपल्या सोयीने दिवस व वेळ निश्चित केलीत, तर आपल्याला आमच्या ऑफिसमध्ये घेऊन येण्यास आम्ही गाडी पाठवू.

डॉ. एल आमच्या क्लासमध्ये बोलत होते. ते म्हणाले, ''हे असे पत्र पाहून मी अचंबित झालो. मला आश्चर्य तर वाटलेच, पण स्वत:बद्दल अभिमानसुद्धा वाटला. आत्तापर्यंत एकाही एक्स-रे उत्पादकाने माझा सल्ला विचारला नव्हता, पण या पत्रामुळे माझी छाती गर्वाने फुलून आली. खरेतर संपूर्ण आठवडाभर मी खूप कामात होतो; पण मी एक जेवणाचे आमंत्रण टाळून त्या वेळेत ते एक्स-रे मशीन पाहायला गेलो. जेवढ्या बारकाईने मी ते मशीन न्याहाळत गेलो तेवढे ते मला अधिक आवडत गेले.

''हे मशीन मला विकण्याचा कोणीच प्रयत्न केला नाही. आमच्या हॉस्पिटलसाठी ते मशीन विकत घ्यावे हा सर्वस्वी माझा निर्णय होता. मी त्या मशीनच्या उच्च प्रतीच्या प्रेमात पडलो आणि ऑर्डर देऊन आमच्या हॉस्पिटलमध्ये बसवूनसुद्धा टाकले.''

राल्फ वॉल्को इमर्सन त्याच्या 'सेल्फ रिलायन्स' या निबंधात म्हणतो, 'बुद्धिवान लोकांनी केलेल्या प्रत्येक कृतीत आपल्याला असे लक्षात येते की, आपणच नाकारलेले आपले विचार नवीन दिमाखदार पेहराव घालून आपल्यासमोर सादर होतात.'

जरी प्रत्यक्षात व्हाईट हाउसमध्ये वुड्रो विल्सन बसून सूत्रे हलवीत होता, तरीही कर्नल एडवर्ड एम. हाउस यांचा राष्ट्रीय आणि आंतरराष्ट्रीय घडामोडींवर मोठा पगडा होता! विल्सन नेहमी कर्नल हाउसचे मत खाजगीमध्ये घेत असे. त्याच्या स्वत:च्या कॅबिनेट मंत्र्यांपेक्षाही विल्सनला कर्नल हाउसचा सल्ला मोलाचा वाटे.

प्रेसिडेंटवर एवढी मोहिनी घालण्याइतके कर्नल हाउसकडे तंत्र होते तरी कोणते? नशिबाने ते आपल्याला माहिती आहे, कारण हाउसने स्वत:च ते आर्थर स्मिथला सांगितले होते आणि 'दि सॅटर्डे इव्हिनिंग पोस्ट' या पेपरमध्ये स्मिथने हाउस जे बोलला त्यावर अग्रलेखही लिहिला होता. हाउस म्हणाला,

"माझी प्रेसिडेंटशी ओळख झाल्यानंतर मी अगदी सहजपणे गप्पा मारता मारता काही चांगल्या कल्पना त्याच्या गळी उतरवायचे शिकलो. म्हणजे आधी त्याने त्यामध्ये रुची दाखवावी म्हणून मी प्रयत्न करायचो, नंतर त्याने त्यावर अधिक विचार करावा म्हणून मी प्रयत्नशील असायचो आणि मग ते विचार त्याचेच आहेत अशी त्याची खात्री व्हायची. अगदी पहिल्यांदा असे घडले, ते तर केवळ योगायोगामुळेच! मी त्याला एकदा व्हाईट हाउसमध्ये भेटायला गेलो होतो आणि त्या वेळी माझ्याकडे अशी एक योजना होती की, जी तो नाकारत होता; पण मी त्याने ती स्वीकारावी यासाठी आग्रह धरत होतो, पण तो ती नाकारणार असे चिन्ह दिसत होते. त्यानंतर थोड्याच दिवसांनी एके दिवशी डायनिंग टेबलावर त्याने ती योजना जाहीर केली व त्याचे असे काही समर्थन केले की, ही योजना जणूकाही त्याचीच होती."

अशा वेळी हाउसने कधी त्याला थांबवून म्हटले का की, 'ही तुझी कल्पना नाही. माझी आहे.' छे! कधीच नाही! हाउसने असे कधीच केले नाही, कारण हाउस एक अत्यंत कुशल संवादक होता. त्याला श्रेय घेण्यात रुची नव्हती. त्याला परिणाम हवे होते. त्यामुळे त्यानेही त्या कल्पना जणू प्रेसिडेंटच्याच आहेत अशा आविर्भावात अनुमोदन दिले. त्याच्याही पुढे जाऊन हाउसने प्रेसिडेंटचे आभार मानले.

आपण हे कायम लक्षात ठेवून म्हणू की, आपल्या संबंधात येणारी सगळी माणसे ही वुड्रो विल्सनसारखी असू देत म्हणजे आपणसुद्धा कर्नल हाउसचे तंत्र वापरू शकू.

न्यू ब्रुन्सविक या सुंदर कॅनेडियन परगण्यातील एका माणसाने हेच तंत्र वापरले आणि माझ्याकडून सर्व प्रकारचे साहाय्य घेतले. मी त्या काळात पडावातून सफर करून थोडीफार मच्छीमारी करण्याच्या विचारात होतो, म्हणून मी एका टुरिस्ट ऑफिसमध्ये माहिती मिळण्यासाठी विचारणा केली. त्यामुळे माझे नाव आणि पत्ता साहजिकच त्यांच्या यादीमध्ये लावले गेले. त्याबरोबर माझ्या पत्त्यावर मला अनेक

बुकलेट्स, पत्रे आणि अनेक गाइड्सकडून, कॅम्प मॅनेजर्सकडून त्यांची मदत घ्यावी या आशयाची पत्रे आली. मी तर भयचकित झालो. त्यांपैकी कोणाला निवडावे हे मला समजेना; पण एका कॅम्पच्या मालकाने हुशारीची गोष्ट केली. त्याने मला न्यूयॉर्कमधील अशा लोकांची नावे व पत्ते पाठवली की, जे लोक त्याच्या कॅम्पमध्ये राहून गेले होते आणि त्याने मला प्रत्यक्ष येऊन भेटून जाण्याचीसुद्धा विनंती केली.

आणखी चांगली गोष्ट अशी झाली की, त्याने मला पाठवलेल्या यादीपैकी एकाला मी चांगले ओळखत होतो. म्हणून मी त्याला फोन केला आणि त्याला त्याचे अनुभव विचारले आणि ताबडतोब त्या कॅम्प-मालकाला माझी येण्याची तारीख कळवली.

इतरांनी मला त्यांची सेवा माझ्या गळ्यात मारायचा चंग बांधला होता, पण एकाने मात्र असा प्रयत्न केला की, मी आपण होऊन त्याची सर्व्हिस गळ्यात मारून घेतली. तो जिंकला होता.

पंचवीस शतकांपूर्वी लाओनसे नावाचा एक चायनीज संत होऊन गेला. तो जे काही म्हणाला त्यातल्या काही गोष्टी या पुस्तकाच्या वाचकांनी लक्षात ठेवाव्यात असे मला वाटते.

> ‘नद्या आणि समुद्र यांना अति उंच पर्वतांवरून येणाऱ्या शेकडो झऱ्यांच्या रूपाने आदरांजली मिळते. ती का मिळते हे तुम्हाला ठाऊक आहे का? कारण नद्या व समुद्र पर्वतांच्या खाली असतात, पण तरीही त्या पर्वतांवर राज्य करतात. तसेच संतांचे आहे. ते सामान्य माणसापेक्षा खूप श्रेष्ठ असतात. ते त्यांना चांगली शिकवण देतात. महान बनवतात, पण कुठेही स्वत:चा टेंभा मिरवत नाहीत. त्यांना शिष्याला घडवताना कितीही कष्ट पडले, तरी त्यांना त्याचा त्रास होत नाही.’

तत्त्व ७:

समोरच्या व्यक्तीला असे वाटू द्या की, ती कल्पना त्याची किंवा तिचीच आहे.

८

एक अशी युक्ती, जी जादू करेल!

नेहमी एक गोष्ट लक्षात ठेवा की, लोक कितीही चुकीचे असले, तरी ते त्यांना स्वत:ला तसे बघत नाहीत. अशा लोकांचा निषेध करू नका. कोणताही मूर्ख माणूस तसे करू शकतो. त्यांना समजून घेण्याचा प्रयत्न करा. फक्त शहाणे, समजूतदार, सहनशील आणि अपवादात्मक लोकच हा प्रयत्न करू शकतात.

समोरचा माणूस असे का बोलला किंवा तो असे का वागला याच्या मागे काही तरी कारण असते. ते कारण जाणून घ्या म्हणजे तुम्हाला कुलूप उघडणारी किल्ली मिळाल्याचा भास होईल. कदाचित त्याद्वारे त्याच्या अंतरंगापर्यंत तुम्ही पोहोचू शकाल.

अगदी प्रामाणिकपणे तुम्ही त्याच्या जागेवर जाऊन बसा. जर तुम्ही स्वत:च्या मनाशी असे म्हणाल, 'जर मी त्याच्या जागेवर असतो, तर मला काय वाटले असते? मी कशा प्रतिक्रिया दिल्या असत्या?' तर त्यामुळे तुमचा वेळही वाचेल व त्रासही कमी होईल, कारण तुम्ही 'कारण' समजून घेण्यात रुची दाखवली त्यामुळे त्याच्या परिणामांवरचे तुमचे लक्ष कमी झाले. त्याच्याबरोबर आणखी एक फायदा असा होईल की, मानवी नातेसंबंध समजून घेण्यातले तुमचे कौशल्यही वाढीला लागेल.

केविथ गुडेथ यांनी त्यांच्या 'हाउ टू टर्न पीपल इंटू गोल्ड' या पुस्तकात सांगितले आहे की, 'एक क्षणभर थांबा! आणि एका मिनिटासाठी असा विचार करा की, आपल्याला स्वत:च्या आवडीच्या आणि फायद्याच्या गोष्टींमध्ये तुलनेत किती रुची असते जी की इतरांसंबंधीच्या गोष्टीत आपण रुची दाखवतो? जे आपले असते तेच जगाच्या बाबतीतही खरे असते! आपण एवढाच विचार करतो की, लिंकन आणि रूझवेल्टप्रमाणे आपल्याला समोरच्या माणसाचा दृष्टिकोन समजावून घेऊन स्वत:ला त्याच्या जागी ठेवणे कसे जमेल?'

हेम्स्टेड न्यूयॉर्क येथे राहणारा सॅम डगलस याने आपल्या पत्नीला अनेकदा

सांगितले की, ती त्यांच्या बागेत लॉन कापण्यासाठी, खते घालण्यासाठी, तण काढण्यासाठी आणि आठवड्यातून दोनदा गवत कापण्यासाठी फार जास्त वेळ वाया घालवत होती आणि तरीसुद्धा चार वर्षांपूर्वी जेव्हा ते या घरात राहायला आले तेव्हा बागेची जी स्थिती होती तीच आजसुद्धा होती. आपल्या पतीच्या या शेरेबाजीमुळे मिसेस डगलसला फार वाईट वाटे व त्यांची ती संध्याकाळ खराब जात असे.

पण आमच्या कोर्सला मि. डगलसने प्रवेश घेतल्यानंतर त्याच्या हे लक्षात आले की, आत्तापर्यंतच्या आयुष्यात तो किती मूर्खपणाचे वागत होता. त्याच्या हे कधी लक्षातच आले नव्हते की, अशा प्रकारे बागेत काम करण्यामुळे तिला खूप आनंद मिळत होता आणि ती करत असलेल्या कामाबद्दल उलट कौतुकाची पावतीच त्याने द्यायला हवी होती.

एका संध्याकाळी जेवण झाल्यावर त्याच्या बायकोने त्याला सांगितले की, तिला बागेतले गवत काढायचे होते आणि त्याने तिच्याबरोबर बाहेर बागेत बसावे. आधी त्याने त्याचा नकार दर्शवला, पण नंतर त्याचे मन बदलले आणि तो तिच्याबरोबर बाहेर आला व गवत उपटायला तिला मदत करू लागला. तिला या गोष्टीचा खूप आनंद झाला होता, हे तिच्या चेहऱ्यावरून स्पष्ट दिसत होते आणि मग जवळपास एक तासभर ते दोघे गप्पा मारत आनंदाने बागेत काम करत होते.

त्यानंतरही अनेकदा त्याने तिला बागकाम करण्यास मदत केली व त्यांची लॉन किती सुंदर दिसते याचे श्रेयही तिलाच दिले. ज्या कुंपणातील जमीन काँक्रीटसारखी कडक वाटत होती तेथे सुंदर बाग फुलवण्याचे केवढे अवघड काम त्याच्या पत्नीने पार पाडले होते, याचा त्याला अभिमान वाटला. परिणाम काय झाला म्हणून विचारता? अहो, विषय जरी 'तण' इतका क्षुल्लक असला, तरी त्या दोघांचे आयुष्य अधिक आनंदी झाले, कारण आता त्याने तिच्या दृष्टिकोनातून गोष्टींकडे बघण्यास सुरुवात केली.

डॉ. जिराल्ड यांनी त्यांच्या 'गेटिंग थ्रु टू पीपल' या पुस्तकात असे म्हटले आहे की, 'संभाषणातून सहकार्य तेव्हाच मिळते जेव्हा समोरच्याच्या भावना आणि विचार तुम्हाला स्वत:च्या भावना व विचारांइतकेच महत्त्वाचे वाटतात आणि तसे तुम्ही दाखवता. समोरच्या माणसाला संभाषणासाठी एक विशिष्ट हेतू किंवा उद्दिष्ट देऊन बोलायला सुरुवात करा आणि तुम्ही जे बोलता त्यावर तुमची पकड अशी ठेवा की, आता तुम्हाला जे हवे तेच तुम्हाला ऐकू येईल आणि मग त्याची किंवा तिची मते स्वीकारण्यात तुम्हाला अडचण येणार नाही.'

मला फिरायला जाणे आणि माझ्या घराजवळच्या वनराईत जाऊन बसणे मनापासून आवडते. प्राचीन काळातील गॉलमधल्या ड्रुईडप्रमाणे मलासुद्धा ओक वृक्षांची पूजा करणे आवडले असते; पण प्रत्येक वर्षी झाडे-झुडपे आगीच्या

भक्ष्यस्थानी पडत होती हे पाहून मला खूप दुःख होत असे. आणि या आगी काही निष्काळजीपणे धूम्रपान करणाऱ्या व्यक्तींमुळे लागलेल्या नव्हत्या, तर काही तरुण, उनाड मुले काट्या-कुटक्या जाळून अन्न शिजवण्यासाठी किंवा अंडी उकडण्यासाठी त्याचा वापर करत व त्यातूनच काही वेळेस त्या छोट्या आगीतून वणवा वाढत जाई व अग्निशामक दलाला पाचारण करावे लागे.

खरेतर पार्कमध्ये शिरण्यापूर्वीच तेथे एक भला मोठा फलक आहे – जो कोणी आग लागण्यास जबाबदार असेल, त्याला दंड आणि कारावासाची शिक्षा होईल; पण तो फलक कोपऱ्यात गेला होता आणि अनेक मुलांनी या फलकाकडे दुर्लक्ष करून आगी लावण्याचे कुकर्म केलेच होते. खरेतर तेथेच वर टेकडावर असणाऱ्या पोलिसाचे हे पाहणे कर्तव्य होते, पण तो आपले काम चोख करीत नव्हता आणि दर वर्षी आगी लागण्याचे सत्र सुरूच होते. एकदा जेव्हा घटना घडत होती तेव्हा त्या प्रसंगी मी तेथेच होतो. मी धावत पोलिसाकडे गेलो आणि त्याला सांगितले की, ताबडतोब फायर डिपार्टमेंटला कळवा आणि माझ्याबरोबर घटनास्थळी चला. त्यावर तो अत्यंत थंडपणे म्हणाला की, ही त्याच्या अखत्यारीतली बाब नव्हे. मी खूप निराश झालो, म्हणून मग मी पुढच्या वेळेस जेव्हा तेथे गेलो तेव्हा मी असे नाटक केले की, मी एका कमिटीचा सदस्य आहे आणि सार्वजनिक मालकीचे रक्षण करण्याची जोखीम आमच्या कमिटीवर आहे. सुरुवातीला मी घाबरलो, कारण मी त्या मुलांच्या दृष्टिकोनातून विचारच केला नव्हता. जेव्हा मी आगीत झाडे जळताना पाहिली तेव्हा मला वाटले की, हे थांबवले पाहिजे म्हणून योग्य पाऊल उचलण्याच्या नादात मी अयोग्य पाऊल उचलले होते. मी त्या मुलांच्या अंगावर खेकसलो आणि त्यांना इशारा दिला की, या कृत्यासाठी त्यांना कारावास होऊ शकतो व माझ्या वयाचा फायदा घेऊन त्यांना मी माझे ऐकायला भाग पाडले आणि तरीही त्यांनी ऐकले नसते, तर त्यांना अटक करण्याची धमकी मी देऊ शकत होतो. मी त्या मुलांचा दृष्टिकोन समजावून न घेता माझ्या भावना हलक्या करण्याचा प्रयत्न करत होतो.

परिणाम काय झाला? त्या मुलांनी माझे ऐकले. त्यांच्या चेहऱ्यावर कडवटपणा व संताप यांचे अनोखे मिश्रण होते. मी तेथून निघून गेल्यानंतर त्यांनी पुन्हा त्यांचा उद्योग सुरू केला असण्याचीही शक्यता आहे.

जसजसे आयुष्य पुढे सरकत गेले तसतसे मला मानवी नातेसंबंधांचे थोडे अधिक ज्ञान झाले. आणखी काही नवीन कौशल्ये मी शिकलो. स्वत:ला दुसऱ्याच्या जागेवर ठेवून एखाद्या प्रसंगाकडे बघण्याची सवय मी स्वत:ला लावून घेतली आणि पुन्हा मी त्या उद्यानातील प्रसंगाबद्दल विचार केला आणि तेव्हा मला जाणवले की, त्या मुलांना फक्त आदेश देण्यापेक्षा मी असे म्हणायला हवे होते.

'वा! मुलांनो मज्जा येते आहे ना? आज दुपारच्या जेवणासाठी तुम्ही काय बनवत आहात? मी लहान मुलगा होतो ना, तेव्हा मलासुद्धा तुमच्या सारखेच 'आग, आग' खेळायला आवडायचे. पण तुम्हाला माहिती आहे का की, उद्यानात असे खेळ खेळणे धोक्याचे असते? मला माहिती आहे की, तुम्हा मुलांचा नुकसान पोहोचवण्याचा हेतू नाही, पण इतर मुले तुमच्याइतकी काळजी घेणारी नाहीत. ती फक्त काय बघतील की, तुम्ही जाळ लावला आहे. मग तीसुद्धा तसाच जाळ बनवतील, पण घरी जाण्यापूर्वी तो विझवायला हवा याचे भान त्यांना नसेल आणि मग वाळलेल्या पानांना, गवतालापण त्याची झळ पोहोचेल, झाडे मरतील. जर आपण काळजी घेतली नाही, तर इथे झाडेच उरणार नाहीत. आग लावल्याबद्दल तुम्हालाही अटक होऊ शकते; पण मला काही तुमच्यावर हुकमत गाजवण्याची इच्छा नाही आणि तुमच्या आनंदात बाधाही आणायची नाही. तुम्ही मजा करत आहात हे पाहण्यात मलाही आनंद मिळतो आहे, पण माझे एक ऐका, आग जेथे करत आहात त्याच्या आजूबाजूची पाने, फांद्या, काड्या वगैरे गोळा करून दूर ठेवा आणि जाण्यापूर्वी ते सगळे मातीने झाकून टाका. कराल ना एवढे? आणि हो, तुम्हाला पुढच्या वेळेस अशी मौजमजा करायची असेल, तर टेकडीवर ते मैदान आहे ना, तिथे करा. कारण त्यामुळे कोणालाच इजा पोहोचणार नाही. मुलांनो, तुम्ही माझे ऐकून घेतले त्याबद्दल आभारी आहे. जा मजा करा.'

माझ्या या लांबलचक भाषणाचा मुलांवर कोणता परिणाम झाला असता! त्यामुळे मुलांना सहकार्य करण्याची जाणीव झाली असती. कडवटपणा, संताप यांचा लवलेशही उरला नसता. आता त्यांच्यावर आज्ञा पाळण्याची सक्ती नसती. त्यांना पूर्वीपेक्षा बरे वाटले असते आणि मलासुद्धा! परिस्थिती त्या मुलांच्या दृष्टिकोनातून हाताळल्यामुळे हे सहज शक्य झाले असते.

जेव्हा आपल्या व्यक्तिगत समस्यांमध्ये आपण गुंतून पडतो तेव्हा गोष्टींकडे इतरांच्या नजरेतून पाहिल्यास आपल्या मनावरील दडपण नाहीसे होते. ऑस्ट्रेलियातील न्यू साउथ वेल्स इथल्या एलिझाबेथ नोबाक हिला गाडीचे पैसे भरण्यास सहा आठवडे उशीर झाला. ती सांगत होती, "शुक्रवारी मला तो पैशाचा वायदा करणारा फोन आला. तो फोन त्या माणसाने केला जो माझे खाते तपासत होता आणि त्याने मला इशारा दिला की, सोमवार सकाळपर्यंत मी जर एकशे बावीस डॉलर्स जमा केले नसते, तर होणाऱ्या परिणामांना कंपनी जबाबदार राहिली नसती. आता या विकेण्डमध्ये पैसे जमा करण्याशिवाय माझ्याकडे दुसरा पर्यायच नव्हता. तरीही त्याचा फोन आल्यापासून मी मनाची तयारी करत होते की, सोमवारी सकाळी काही तरी वाईट घडेल. मग मी अस्वस्थ होण्यापेक्षा घटनेकडे त्या ऑफिसरच्या नजरेतून बघायला सुरुवात केली. माझ्यामुळे त्याला बराच त्रास झाला त्याबद्दल मी आधी

त्याची प्रामाणिकपणे माफी मागितली. परत वरतून हेपण सांगितले की, बहुधा मीच त्याची सगळ्यात त्रासदायक ग्राहक असेन, कारण वेळेवर पैसे न भरण्याची ही माझी काही पहिलीच वेळ नव्हती. ताबडतोब त्याचा स्वर बदलला आणि त्याने माझी खात्री पटवली की, माझ्यापेक्षा खूप जास्त वाईट असे त्याचे अनेक ग्राहक आहेत. तो पुढे मला हेसुद्धा सांगत गेला की, त्याचे काही ग्राहक तर कमालीचे उद्धट होते. कित्येक जण त्याच्याशी खोटे बोलले होते आणि कित्येक जण तर त्याला टाळत असता. यावर मी काहीच बोलले नाही. मी त्याचे बोलणे शांतपणे ऐकत राहिले व त्याच्या मनातली भडास तो माझ्यावर ओतत राहिला. नंतर मी कोणतीही विनंती न करतासुद्धा तो मला म्हणाला की, जर मला सगळे पैसे एकदम भरणे शक्य नसेल, तरी विशेष काही बिघडणार नाही. जर मी या महिना अखेरीपर्यंत वीस डॉलर्स भरले व उरलेले माझ्या सोयीनुसार भरले, तरी चालणार होते.''

उद्या एखाद्याला आग विझवायला सांगण्यापूर्वी किंवा एखादे साधन विकत घेण्यापूर्वी किंवा एखाद्याला मदत करण्यापूर्वी क्षणभर थांबून डोळे बंद करून समोरच्या व्यक्तीच्या नजरेतून का नाही बघत? स्वत:ला प्रश्न विचारा, 'त्याला किंवा तिला असे करावेसे का वाटले असेल?' हे खरे आहे की, असे घडायला वेळ लागेल, पण प्रयत्नपूर्वक असे वागल्यास तुम्हाला शत्रू कमी निर्माण होतील आणि चांगलीच फळे मिळतील आणि संघर्ष कमी होईल.

हॉवर्ड विद्यापीठाचे कुलगुरू डोनहॅम म्हणाले, ''जर माझी कोणाबरोबर मुलाखत असेल, तर त्यापूर्वी दोन तास ज्या बिल्डिंगमध्ये ते ऑफिस असेल, त्याभोवती मी घिरट्या घालतो. माझ्या मते, त्याशिवाय ऑफिसमध्ये पाय ठेवणे योग्य नसते, कारण त्या माणसाचे विचार, त्याचा स्वभाव, त्याच्या आवडी-निवडी, त्याची ध्येये हे सगळे समजावून घेणे अधिक गरजेचे असते.''

मलासुद्धा हे खूप महत्त्वाचे वाटते. त्याच्यावर भर द्यावा म्हणून पुढील ओळी मी तिरप्या अक्षरात मुद्दामच छापून घेतल्या आहेत व ती आधीच्या वाक्यांचीच पुनरावृत्ती आहे.

'जर माझी कोणाबरोबर मुलाखत असेल, तर त्यापूर्वी दोन तास ज्या बिल्डिंगमध्ये ते ऑफिस असेल त्याभोवती मी घिरट्या घालतो. माझ्या मते त्याशिवाय ऑफिसमध्ये पाय ठेवणे योग्य नाही, कारण त्या माणसाचे विचार, त्याचा स्वभाव, त्याच्या आवडी-निवडी, त्याची ध्येये हे सगळे समजावून घेणे अधिक महत्त्वाचे असते.''

हे पुस्तक वाचून तुम्ही दुसऱ्याच्या जागी स्वत:ला ठेवून त्याच्या नजरेतून

एखाद्या गोष्टीकडे पाहायला जरी फक्त शिकलात, तरी मी भरून पावेन आणि खरोखरच तुमच्या उज्ज्वल, यशस्वी कारकिर्दीत तो एक महत्त्वाचा मैलाचा दगड ठरेल.

तत्त्व ८:
प्रामाणिकपणे स्वतःला दुसऱ्याच्या जागेवर ठेवून त्याच्या दृष्टिकोनातून पाहायला शिका.

९

प्रत्येकाला काय हवे असते?

सगळे हेवेदावे, वादविवाद थांबवणारी आणि शुभेच्छा देणारी आणि समोरच्या व्यक्तीला ऐकायला आवडणारी जादूची वाक्ये ऐकायला तुम्हाला आवडतील ना?

हो की नाही? मग ऐका तर!

'तुझ्या मनात आत्ता ज्या भावना आहेत त्याबद्दल मी तुला जरासुद्धा दोष देत नाही. मी जर आत्ता तुझ्या जागी असतो, तर नि:संशयपणे मलासुद्धा तेच वाटले असते, जे तुला वाटले.'

आपल्या अशा उत्तराने अगदी शिव्याशाप देणारा भांडकुदळ माणूससुद्धा मऊ पडेल. तुम्ही अगदी शंभर टक्के प्रामाणिकपणा दाखवून कबूल करा की, खरेच तुम्ही जर दुसरा माणूस असतात, तर तुम्हालाही असेच वाटले असते. अल् कपोनचेच उदाहरण घ्या. जर तुमचे शरीर, तुमचे मन आणि तुमचा स्वभाव अल् कपोनशी तंतोतंत जुळणारा असता तर आणि समजा त्याला जे अनुभव आले तेच तुम्हालाही आले असते तर? आणि तो ज्या परिस्थितीतून गेला असता, त्याच परिस्थितीतून तुम्हीही गेला असतात तर? तुम्हीही अगदी तेच असता आणि तिथेच असता जिथे तो होता, कारण या सगळ्या गोष्टी घडल्या म्हणून आणि केवळ म्हणूनच तो तसा झाला. आणखी एक मजेशीर उदाहरण द्यायचे झाले, तर तुम्ही विषारी साप का झाला नाहीत? कारण तुमचे आईवडील विषारी साप नव्हते.

तुम्ही आज जे काही आहात त्याचे थोडे श्रेय तुमच्याकडे जाते. आणि त्याचबरोबर हेही लक्षात ठेवा की, तुमच्याकडे येणारे त्रस्त, दुराग्रही, हटवादी लोकसुद्धा स्वत:च त्यांच्या परिस्थितीला थोड्या प्रमाणात जबाबदार असतात. अशा गरीब राक्षसांबद्दल कणव येऊ द्या. त्यांच्यावर दया दाखवा. त्यांना सहानुभूती दाखवा व स्वत:शी म्हणा, 'देवाच्या दयेनेच माझ्यावर अशी वेळ आली नाही.'

तुम्हाला भेटणाऱ्या लोकांपैकी तीन चतुर्थांश लोक हे सहानुभूतीसाठी आसुसलेले असतात. तुम्ही त्यांना ती द्या आणि बघा, तुम्हाला त्यांच्याकडून कसे प्रेम

मिळते ते!

एकदा मी रेडिओवर 'लिटल वुमेन'ची लेखिका लुईसा मे अलकॉट हिच्याबद्दल माहिती सांगत होतो. साहजिकच मला हे माहिती होते की, तिने तिची सगळी अजरामर पुस्तकेही कॉनकार्ड मॅसेच्युसेट्समध्ये लिहिली होती, पण बोलताना फार विचार न करता मी अलकॉटला तिच्या कॉनकॉर्ड, न्यू हॅम्पशायर येथील घरी कसे भेटलो ते सांगत होतो. मी 'न्यू हॅम्पशायर' हा शब्द एकदा वापरला असता, तर ते क्षम्य होते, पण सांगायला अत्यंत खेद होतो की, 'हॅम्पशायर' हा शब्द मी फक्त एकदा नव्हे तर दोनदा उच्चारला! एखाद्या मधमाश्यांच्या पोळ्याला दगड मारावे तसे सगळे मला डंख मारायला सरसावले. माझा धिक्कार करणारी पत्रे, तारा, निरोप यांचा माझ्यावर वर्षाव झाला. त्यातील अनेक पत्रे अपमानास्पद होती! अनेक तिरस्करणीय होती. एक कालेनिअल डेम नावाच्या बाई, ज्या पूर्वी कॉनकॉर्ड मॅसॅच्युसेट्समध्ये राहायच्या व आता फिलाडेल्फियामध्ये राहतात त्यांनी तर माझ्यावर फारच कडवट टीका केली व मी मिस अलकॉटचा प्रचंड मोठा गुन्हेगार आहे असे सांगितले. मी जेव्हा ते पत्र वाचले तेव्हा मी मनाशी म्हणालो, 'मी देवाचा अत्यंत आभारी आहे की, मी या बाईशी लग्न केले नाही.' मला तिला पत्र लिहून असे सांगायची तीव्र इच्छा झाली की, कबूल आहे मी भौगोलिक चूक केली आहे, पण तिने असभ्य वर्तनाची त्याहीपेक्षा महाभयंकर चूक केली आहे. या वाक्याने मी माझ्या पत्राची सुरुवात करण्याचे ठरवले. नंतर माझ्या मनातसुद्धा काय काय विचार आले ते मी तिला माझ्या बाह्या सरसावून सांगणार होतो; पण मी तसे काहीच केले नाही. मला माझेच जाणवले की, कुणीही मूर्ख हे करू शकत होता आणि मग मी स्वत:वर नियंत्रण ठेवले. मला मूर्खपणापेक्षा वेगळे काही करण्याची इच्छा होती म्हणून तिच्या आक्रमकतेला मैत्रीमध्ये बदलण्याचा मी निश्चय केला. खरोखरच हे एक मोठे आव्हान होते. हा खेळ मला सावधपणे खेळायचा होता. मी स्वत:शी विचार केला, 'जर मी तिच्या जागेवर असतो, तर कदाचित मीसुद्धा याच नजरेतून पाहिले असते.' मग मी तिच्या दृष्टिकोनाकडे सहानुभूतीने पाहायचे ठरवले. पुढच्या खेपेला मीसुद्धा फिलाडेल्फियाला गेलो तेव्हा तिला मी फोन केला. आमचे फोनवरील संभाषण पुढीलप्रमाणे झाले.

मी- मिसेस डेम, काही आठवड्यांपूर्वी तुम्ही मला पत्र लिहिले आणि त्याबद्दल मला तुमचे आभार मानायचे आहेत.

ती- (अगदी ठेवणीतल्या आवाजात) मी कोणाशी बोलून सन्मानित होत आहे हे मला समजेल का?

मी- आपण प्रथमच एकमेकांशी बोलत आहोत. माझे नाव डेल कार्नेगी.

काही रविवारपूर्वी लुईसा मे अलकॉट हिच्याबद्दल मी भाषण केले होते आणि तुम्ही रेडिओवरील माझे भाषण ऐकले होते. माझ्या भाषणात मी अक्षम्य चूक केली होती की, मिस अलकॉट ही कॉनकॉर्ड न्यू हॅम्पशायर येथे राहत होती. खरोखर अत्यंत लाजिरवाणी चूक होती ती आणि त्यासाठी मला आपली माफी मागायची आहे. तुमच्यासारख्या बाईने मला पत्र लिहायला वेळ काढला ही खरोखरच एक चांगली गोष्ट आहे.

ती- मि. कार्नेगी, मी तुम्हाला मला जे वाटले ते लिहिले. त्याबद्दल मला क्षमा करा. मला संताप आला व माझे भान सुटले, त्याबद्दल मी माफी मागते.

मी- छे! छे! काहीतरीच! माफी तुम्ही नाही मागायची. मीच मागायला हवी. मी जे काही बोललो, तसे एखादा शाळकरी मुलगासुद्धा म्हणाला नसता. त्यालाही माझ्यापेक्षा अधिक माहिती असेल. मी रेडिओवर श्रोत्यांची माफी मागील रविवारी मागितली आहेच, पण मला व्यक्तिशः तुमचीपण माफी मागायची आहे.

ती- माझा जन्मच कॉनकॉर्ड, मॅसेच्युसेट्स इथला आहे. दोन शतकांपासून माझे खानदान मॅसेच्युसेट्समधील एक नामांकित घराणे म्हणून प्रसिद्ध आहे. मला माझ्या गावाबद्दल खूप अभिमान आहे, त्यामुळेच जेव्हा तुम्ही म्हणालात की, मिस अलकॉट ही न्यू हॅम्पशायरमध्ये राहत असे तेव्हा मला वाईट वाटले; पण त्याहीपेक्षा मी लिहिलेल्या पत्राची मला अधिक लाज वाटते.

मी- मला खात्री आहे की, तुम्ही माझ्या एक दशांश पटसुद्धा सुखी नसाल. माझ्या चुकीमुळे मॅसेच्युसेट्सला दुःख झाले नाही, तर ते मला झाले आहे. असे फार क्वचित घडते की, तुमच्यासारखी सुसंस्कृत माणसे माझ्यासारख्या रेडिओवर बोलणाऱ्याला पत्र लिहितात आणि मला आशा आहे की, जर माझ्या बोलण्यात पुन्हा अशीच काही चूक झाली, तर तुम्ही मला पत्र लिहाल.

ती- तुम्हाला सांगू का, मला खरोखर तुम्ही माझ्या टीकेचा ज्या पद्धतीने स्वीकार केला ते खूप आवडले. तुम्ही नक्कीच एक चांगले पुरुष आहात. मला तुमच्याबद्दल अधिक जाणून घ्यायला आवडेल.

बघा! जेव्हा मी तिच्या नजरेतून घटनेकडे बघण्याचा प्रयत्न केला व तिची माफी मागितली तेव्हा तिने स्वतःला माझ्या जागेवर ठेवून घटनेकडे बघण्याचा

प्रयत्न केला व माझी माफी मागितली. मी माझ्या रागावर नियंत्रण ठेवू शकलो याचे मला समाधान वाटले. तिच्या अपमानास्पद बोलण्याला मी उदार अंत:करणाने परतवून लावले, याचेही मला समाधान वाटले. अर्थातच त्या बाईला असे सांगायचे होते की, 'जा नदीत जाऊन जीव दे!' पण त्यापेक्षा तिला माझ्या विचारांशी सहमत करून घेणे माझ्यासाठी अधिक आनंददायी होते.

प्रत्येक माणूस जो व्हाईट हाउसमध्ये बसतो, त्याला काटेरी मुकुट चढवावा लागतो. मानवी नातेसंबंधातील अनेक समस्या त्याला रोज सोडवाव्या लागतात. प्रेसिडेंट टाफ्टसुद्धा याला अपवाद नव्हते आणि ते अनुभवाअंती हेच शिकले की, कठीण भावनांच्या दाहकतेचा निचरा फक्त सहानुभूतीनेच होऊ शकतो व ही रासायनिक प्रक्रिया किती मोलाची आहे! टाफ्टने त्याच्या 'एथिक्स इन सर्व्हिस' या पुस्तकात एक अत्यंत रोचक उदाहरण दिले आहे की, एका महत्त्वाकांक्षी आईची निराशा त्याने किती हळुवार, सौम्यपणे हाताळली.

टाफ्ट लिहितात, 'एकदा एक स्त्री माझ्याकडे आली आणि सलग सहा आठवडे येतच गेली. तिच्या नवऱ्याचा राजकीय वर्तुळात थोडाफार दबदबा होता. तिचे म्हणणे असे होते की, तिच्या मुलाला एका ठरावीक जागेवरची नोकरी मी द्यावी. तिने माझ्यावर दबाव आणण्याचा खूप प्रयत्न केला. इतर सिनेटर्स, ॲग्रेसमेन यांनासुद्धा ती माझ्याशी बोलायला घेऊन आली. ज्या पदासाठी ती गळ घालत होती त्या पदासाठी काही विशिष्ट तांत्रिक कौशल्यांची गरज होती, असे त्या विभागाच्या प्रमुखांनी मला सांगितले होते. त्या जागेवर मी योग्य प्रशिक्षित माणसाची नेमणूक केली. मग मला त्या आईकडून पत्र आले की, मी किती कृतघ्न माणूस आहे! कारण त्या बाईला आनंदी करण्याचे मी नाकारले होते, जे माझ्यासाठी फार सोपे काम होते. नंतर पुढे तिने हेसुद्धा लिहिले की, त्याला मदत व्हावी म्हणून त्याचे एक संसदेतील बील पास होण्यासाठी तिने इतर सभासदांची रदबदली केली आणि तिला त्याचे असे फळ मिळाले.

'जर चुकून कधी तुम्हाला असे पत्र आले, तर तुमच्या मनात नक्कीच प्रथम हाच विचार येईल की, या बाईने आपल्याशी जो उद्दामपणा व उद्धटपणा केला आहे त्याबद्दल तिला जास्तीतजास्त कडक शिक्षा करावी. नंतर तुम्ही त्या पत्राला उत्तर लिहायला घ्याल, पण जर तुम्ही शहाणे असाल, तर ते पत्र तुमच्या ड्रॉवरमध्ये ठेवून द्याल आणि ड्रॉवरला कुलूप घालाल. मग दोन दिवसांनी ते पत्र पुन्हा बाहेर काढाल. अशा पत्रांना नेहमी उत्तर देण्यास दोन दिवसांचा उशीर करावा आणि पत्र लिहिले, तरी ते पोस्टात टाकू नये. मीसुद्धा असेच काहीसे करायचे ठरवले होते. मग मी पत्र लिहायला घेतले. मी जास्तीतजास्त विनम्रपणे तिला कळवले की, मला तिची इच्छा व निराशा समजली, पण खरे सांगायचे तर त्या पदाची नियुक्ती करणे

ही माझ्या हातातली गोष्ट नव्हती. त्या विभागाच्या प्रमुखांनी काही तांत्रिक कौशल्यांची अट ठेवली होती, जे कौशल्य तिच्या मुलाकडे नव्हते. 'मला अशी आशा वाटते की तुमचा मुलगा आयुष्यात यापेक्षाही अधिक यशस्वी होईल आणि तुमचा महत्त्वाकांक्षा पूर्ण करेल.' असे पत्र पूर्ण करून मी ते पोस्टात टाकले. त्यामुळे तिचा राग शांत झाला आणि त्यानंतर तिने माझी क्षमा मागणारे पत्र लिहिले.

'पण अजूनही त्या पदावर मी ज्या तरुणाला नेमले होते तो निश्चित झाला नव्हता. दरम्यानच्या काळात आता आणखी एक पत्र आले. ते तिच्या नवऱ्याच्या सहीचे होते, पण हस्ताक्षर मात्र तिचेच होते. त्यामध्ये मला असा सल्ला दिला होता की, मुलाच्या नोकरीचे काम न झाल्यामुळे ती नैराश्याने घेरली गेली व आता बिछान्याला खिळून आहे आणि तिला पोटाच्या कॅन्सरचा गंभीर आजार झाला आहे. त्या पदावर नियुक्त केलेल्या मुलाला काढून टाकून त्या पदावर तिच्या मुलाची नियुक्ती झाल्यास तिची तब्येत सुधारेल. आता मला पुन्हा पत्र लिहिणे क्रमप्राप्त होते. मी तिच्या नवऱ्याला लिहिले, 'मला अशी आशा आहे की, डॉक्टरांचे निदान चुकेल! आणि मी त्यांच्या दु:खात अंत:करणापासून सहभागी आहे, पण त्या मुलाला त्या पदावरून दूर करणे शक्य नाही. मी ज्याची नियुक्ती केली आहे, तो आता त्या पदावर कायम झाला आहे.' त्यानंतर दोन दिवसांनी व्हाईट हाउसमध्ये एक प्रोग्राम होता, त्या वेळी मला व मिसेस टाफ्टला शुभेच्छा देण्यासाठी येणारे ते पहिलेच दांपत्य होते! ती बाई बिछान्याला खिळून होती तरीसुद्धा!'

तुलसा, ऑक्लोहोमा येथे मि. जे. मॅग्नन यांची लिफ्ट आणि सरकत्या जिन्यांची देखभाल करणारी मोठी कंपनी आहे. त्यांच्याकडे तुलसामधील एका फार मोठ्या हॉटेलच्या लिफ्टच्या देखभालीचे काम होते. त्या हॉटेल-मॅनेजरला दोन तासांपेक्षा अधिक काळपर्यंत लिफ्ट बंद ठेवता येणार नव्हती, कारण त्याच्या हॉटेलमधील पाहुण्यांची गैरसोय करणे त्याला आवडणार नव्हते आणि परवडणारही नव्हते; पण दुरुस्तीचे काम आठ तासांपेक्षाही अधिक काळपर्यंत चालणार होते आणि हॉटेलच्या सोयीनुसार पाहिजे त्या वेळात काम करणारे मेकॅनिक कंपनीकडे नव्हते.

जेव्हा या कामासाठी मि. मॅग्ननला एक निष्णात मेकॅनिक मिळाला तेव्हा त्याने हॉटेलच्या मॅनेजरला फोन केला आणि त्याच्याशी वाद घालण्याऐवजी त्याच्याकडे पुरेसा वेळ मागितला आणि तो म्हणाला : ''रिक, मला माहिती आहे की, तुझ्या हॉटेलमध्ये किती वर्दळ असते आणि त्यामुळे तुला कमीतकमी वेळासाठी लिफ्ट बंद ठेवायची आहे. तू पाहुण्यांची किती काळजी घेतोस हेसुद्धा मला माहिती आहे आणि म्हणूनच आम्हाला जेवढे जास्तीतजास्त शक्य आहे तेवढे आम्ही करणार

आहोत, पण आमच्या तपासणीअंती आम्ही या निर्णयाला आलो आहोत की, जर आत्ता या लिफ्टची दुरुस्ती केली नाही, तर फार गंभीर परिणामांना तोंड द्यावे लागेल. कदाचित लिफ्ट पूर्णच बंद पडेल. मला माहिती आहे की, दीर्घ काळासाठी पाहुण्यांची गैरसोय होणे तुला परवडणार नाही.''

आता हॉटेल-मॅनेजर आठ तासांसाठी लिफ्ट बंद ठेवण्याच्या कल्पनेला तत्काळ राजी झाला, कारण लिफ्ट दीर्घ काळासाठी बंद ठेवण्यापेक्षा हे नक्कीच शहाणपणाचे होते. मॅनेजरच्या इच्छेकडे सहानुभूतिपूर्वक पाहून व जाणून घेऊन पाहुण्यांच्या गैरसोयीच्या मुद्याकडे विशेष लक्ष पुरवून मि. मॅग्ननने मॅनेजरला राजीखुशीने आपल्या विचारांच्या दिशेने वळवले.

जॉईल नोरीस ही लुईस, मिसुरी येथे राहणारी, एक पियानो शिकवणारी शिक्षिका सांगत होती की, सहसा नवयुवतींना पियानो शिकवताना हमखास येणारी समस्या तिने कशी सोडवली. तिची एक विद्यार्थिनी बॅनेटने जरा जास्तच मोठी नखे वाढवली होती. खरे म्हणजे पियानो वाजवण्यात पारंगत व्हायचे असेल, तर त्यासाठी मोठी नखे हा एक गंभीर अडथळाच असतो.

मिसेस नोरीसने सांगितले, ''मला माहिती होते की, तिच्या हाताच्या बोटांची लांब नखे तिला तिच्या ध्येयापासून वंचित करणारी होती, पण तिचे पियानोचे शिक्षण सुरू करण्यापूर्वी झालेल्या आमच्या भेटीत त्याबद्दल काही बोलणे झाले नव्हते आणि मला पक्के ठाऊक होते की, आपली बोटे अत्यंत आकर्षक दिसण्यासाठी तिने नखांवर फार मेहनत घेतलेली होती, त्यामुळे त्या नखांचा त्याग करणे हे तिच्यासाठी तेवढे सोपे नव्हते.

''तिचा पहिला धडा झाल्यानंतर मला वाटले की, नखांबद्दल बोलण्याची हीच योग्य वेळ होती. म्हणून मी म्हणाले, ''बॅनेट, तुझे हात आकर्षक आहेत आणि तुझ्या बोटांची नखे तर फार सुंदर आहेत! उत्तम पियोनीस्ट होण्याचे कसब तुझ्या अंगी आहे आणि तुला ते करायचे असेल, तर तुला आश्चर्य वाटेल, पण तू हे अगदी सहज आणि फार थोड्या दिवसांत जमवू शकशील; पण जर तू तुझी नखे थोडी कापलीस तर! याबद्दल तू विचार कर. ठीक आहे?'' यावर तिने कसानुसा चेहरा केला. मी तिच्या आईलासुद्धा परिस्थितीची जाणीव करून दिली, पण पुन्हा पुन्हा हे सांगत राहिले की, तिची नखे किती चांगली होती. पुन्हा एकदा नकारात्मक प्रतिक्रिया तिच्या चेहऱ्यावर स्पष्ट दिसली. हे तर उघडच होते की, बॅनेटसाठी तिने उत्तम रीतीने देखभाल केलेल्या नखांची खास महती होती!

''पुढच्या आठवड्यात बॅनेट तिच्या दुसऱ्या धड्यासाठी माझ्याकडे पुन्हा आली आणि मला आश्चर्याचा धक्का बसला, कारण बॅनेटने नखे कापली होती. मी तिला त्याबद्दल शुभेच्छा दिल्या आणि तिने जो काही त्याग केला होता त्याबद्दल तिचे

कौतुकही केले. मी तिच्या आईचेपण आभार मानले की, त्यांनी बॅनेटला नखे कापण्यास प्रवृत्त केले, पण यावर आईने जे उत्तर दिले ते असे, ''छे! मी काहीच केले नाही. बॅनेटने स्वत:च्या मनानेच नखे कापायचे ठरवले आणि ही पहिलीच वेळ आहे की, कुणासाठी किंवा कशासाठीतरी तिने तिची नखे कापून घेतली आहेत.''

मिसेस नोरीसने बॅनेटला धमकी दिली होती का? ती असे म्हणाली का की, तुझी नखे लांब आहेत म्हणून मी तुला पियानो शिकवणार नाही. तिने यांपैकी काहीच केले नाही. उलट तिने बॅनेटला हे जाणवून दिले की, तिची नखे फार सुंदर आहेत आणि ते कापणे हा एक मोठा त्याग आहे. तिने हेसुद्धा सूचित केले की, 'मला तुझ्याबद्दल सहानुभूती वाटते. हे सोपे नाही, पण नक्कीच तुझ्या संगीताच्या उज्ज्वल कारकिर्दीसाठी या गोष्टीचा फायदा होईल.'

सोल हर्लोक हा अमेरिकेतील एक नंबरचा सामाजिक कार्यक्रम यशस्वी करणारा आयोजक होता. जवळपास पन्नास वर्षे त्याने कलाकारांची कला रंगमंचावर आणण्यासाठी कष्ट घेतले. चॅलिओपिन, इसाडोरा, डंकन आणि पॅव्हलोव्हा अशा अनेक जागतिक दर्जाच्या कलाकारांना त्याने रंगमंचावर आणले. मि. हर्लोकने मला असे सांगितले ''या स्टार कलाकारांबरोबर वावरताना मी अगदी पहिला धडा काय शिकलो असेन, तर त्यांना द्यायची सहानुभूती! सहानुभूती आणि फक्त सहानुभूती! कारण कलाकारांच्या मनस्वितेला, त्यांच्या लहरी स्वभावाला नियंत्रणाखाली ठेवण्याचा हाच एकमेव मार्ग आहे.''

तीन वर्षांपर्यंत हर्लोक चॅलिओपिनच्या कार्यक्रमांचे व्यवस्थापन करत असे. चॅलिओपिन हा एक यशस्वी ढोलवादक होता, ज्याने मोठमोठ्या शहरांमध्ये आपल्या कलाकारीने लोकांना मंत्रमुग्ध केले होते, पण चॅलिओपिन हर्लोकला नेहमी अडचणीत आणत असे. तो एखाद्या वाया गेलेल्या मुलासारखा होता. अगदी हर्लोकच्याच शब्दात सांगायचे, तर ''त्याच्याशी व्यवहार करणे म्हणजे नरकयातनांना आमंत्रण करणे असायचे!''

उदाहरणच द्यायचे झाले, तर ज्या दिवशी कार्यक्रम ठरला असेल, त्या दिवशी दुपारी चॅलिओपिन हर्लोकला बोलवायचा आणि म्हणायचा, ''माझा घसा आज भयंकर खराब आहे. एखाद्या कच्च्या हॅम्बुरगरसारखा झाला आहे. आज रात्री गाणे मला शक्य नाही.'' अशा वेळी हर्लोक त्याच्याशी कसा वाद घालणार? कारण त्याला माहिती होते की, संयोजकाने कलाकाराशी असे वागून चालणार नव्हते. मग हर्लोक त्याच्या हॉटेलमधील खोलीत जायचा आणि त्याच्या सुरात सूर मिळवून म्हणायचा, ''अरेरे! फारच वाईट झाले, बिच्चारा! तू गाऊच शकणार नाहीस. मी आजचा शो कॅन्सल करतो. फार फार तर काय होईल, तुझे फक्त दोन हजार डॉलर्सचे नुकसान होईल, पण आज तुझ्या प्रतिष्ठेपुढे त्याचे काहीच मोल नाही.''

मग चॅलिओपिन उसासे सोडायचा व म्हणायचा, ''कदाचित तू अजून थोडे उशिरा म्हणजे संध्याकाळी पाच वाजता मला भेट. बहुतेक तोपर्यंत माझा आवाज बरा होईल.''

मग संध्याकाळी पाच वाजता पुन्हा हर्लोक चॅलिओपिनच्या खोलीत जायचा. मग हर्लोक पुन्हा त्याच्या दु:खात सहभागी व्हायचा व आपण कार्यक्रम रद्द करू असे सुचवायचा. पुन्हा चॅलिओपिन म्हणायचा, ''नको! आपण आणखी थोडी वाट पाहू. कदाचित सगळे ठीक होईल.''

आणि मग संध्याकाळी साडेसात वाजता हा प्रसिद्ध ढोलवादक गायला तयार व्हायचा, पण या अटीवर की, कार्यक्रमापूर्वी हर्लोकने स्टेजवर जाऊन जाहीर करायचे की, आज सर्दीपडशामुळे चॅलिओपिनचा आवाज खराब आहे, तरी सगळ्यांनी त्याला सांभाळून घ्यावे. मग हर्लोकला खोटे खोटे हो म्हणावे लागायचे, कारण त्याला माहिती होते की, चॅलिओपिनला स्टेजवर आणण्याचा हाच एक मार्ग होता.

डॉ. आर्थर गेट्स यांनी त्यांच्या 'एज्युकेशन सायकॉलॉजी' या सुंदर पुस्तकात असे म्हटले आहे की, 'प्रत्येक मानवाला सहानुभूती मिळवण्याची प्रचंड हौस असते. अगदी बालवयापासून हे असते.' छोट्या मुलाला जरासे जरी खरचटले, तरी ते 'बाऊ' दाखवून त्याचा 'बाऊ' करते; केवळ सहानुभूती मिळवण्यासाठी! प्रौढ वयातसुद्धा हेच असते. लोकांना त्यांची आजारपणे, त्यांचे अपघात, त्यांची झालेली शस्त्रक्रिया याबद्दल विस्ताराने बोलणे आवडते. सत्यात घडलेल्या किंवा काल्पनिक दुर्घटनांबद्दल सहानुभूती मिळवून दयेला पात्र होणे, हा या पृथ्वीतलावरील मनुष्यप्राण्याचा त्रिकालाबाधित स्वभाव आहे.

म्हणून जर तुम्हाला लोकांना जिंकून घ्यायचे असेल, तर त्यांना सहानुभूती दाखवण्याची सवय लावून घ्या.

तत्त्व ९ :

इतरांच्या कल्पनांबद्दल व आशा-आकांक्षाबद्दल, त्यांच्या दु:खांबद्दल सहानुभूती दाखवा.

१०

आव्हान स्वीकारणे प्रत्येकाला आवडते

जेसी जेम्सच्या शहराने मला पुन्हा पुढे जाऊन मागे आणले आणि मग मी केर्ने, मिसुरी येथील जेसी जेम्सच्या शेताला भेट दिली, जेथे सध्या त्याचा मुलगा राहत होता.

त्याच्या बायकोने मला काही कथा सांगितल्या की, जेसी ट्रेन कसा लुटायचा आणि बँकांमधून पैसे कसे काढायचा आणि मग ते पैसे शेजारच्या शेतकऱ्यांना त्यांची कर्जे फेडण्यासाठी कसा द्यायचा.

नक्कीच जेसी जेम्स स्वत:ला अतिशय उदार अंत:करणाचा, आदर्शवादी समजत होता. ज्याप्रमाणे डच सुल्टझ्‌ 'टू गन' क्राउले, अल कपोत आणि इतर काही सुसूत्रित गुन्हा करणारे लोक स्वत:ला गॉडफादर समजत असत व लोकांवरही तसेच बिंबवण्याचा प्रयत्न करत. खरेतर वास्तव असे आहे की, आपल्याला भेटणाऱ्या सर्वच लोकांना स्वत:बद्दल प्रचंड आदर असतो आणि त्यांच्या स्वत:च्या हिशोबाप्रमाणे ते खूप चांगले आणि नि:स्वार्थी असतात.

जे. पायरपॉट मॉर्गन याने एकदा विश्लेषण करताना असे म्हटले आहे की, माणूस जेव्हा एखादी गोष्ट करतो तेव्हा त्याच्यामागे दोन कारणे असतात. त्यातील एक कारण म्हणजे तसे करणे चांगले दिसते आणि दुसरे म्हणजे त्या कृतीमागचे खरे कारण.

अर्थात जे कृतीमागचे खरे कारण असते त्याचा विचार स्वत: ती व्यक्तीच करते. त्याचा विचार आपण करण्याची गरज असते, पण आपल्या सगळ्यांच्या हृदयात एक प्रकारचा आदर्शवाद भरलेला असतो आणि म्हणून जे करणे चांगले दिसते त्याबद्दल आपण विचार करतो. म्हणून लोकांना बदलवण्यासाठी आपण उदात्त हेतूंना आव्हान देतो.

व्यवसाय-धंद्यातसुद्धा असा आदर्शवाद आणावा का? चला बघू या. आपण पेनीसिल्व्हालिया येथील फॅरेल मिशेल कंपनीतील हॅमिल्टन फॅरेलची केस बघू या. मि. फॅरेल यांचा एक असंतुष्ट भाडेकरी होता, ज्याने करार संपण्यापूर्वीच घर सोडून जायची धमकी दिली होती. कराराप्रमाणे अजून चार महिने बाकी होते, तरीही त्याने फॅरेलला

नोटीस पाठवली की, तो ताबडतोब घर सोडून जाणार होता; करार मोडणार होता.

मि. फॅरेल म्हणाले, ''हे लोक माझ्या घरामध्ये संपूर्ण हिवाळाभर राहिले, जो वर्षातील सर्वांत महागडा ऋतू असतो आणि मला माहिती होते की, आता काही महिने तरी मला नवीन भाडेकरू मिळणार नव्हते आणि भाड्यातून आलेले पैसेही सगळे खर्च झाले होते. माझ्यासाठी तो धोक्याचा इशारा होता.

''सामान्यपणे मी काय करायला हवे होते, तर त्याला आमच्यातील भाडेपट्टा कराराची आठवण करून देऊन त्याला तो करार पुन्हा वाच असे सांगायला हवे होते. मी त्याला हेसुद्धा सांगायला हवे होते की, कराराप्रमाणे तुला उरलेले पैसे परत मिळणार नाहीत.

''पण मी आता डोक्यात राख घालून घेऊन तमाशा करण्यापेक्षा वेगळी युक्ती वापरायची ठरवली. मग मी त्याच्याशी अशा पद्धतीने बोलायला सुरुवात केली, ''मि. जे, मी तुमची कथा ऐकली आणि तरीही माझा असा विश्वास आहे की, तुम्ही हे घर सोडून जाणार नाही. मी वर्षानुवर्षे घरे भाड्याने देण्याच्या व्यवसायात आहे आणि एवढ्या वर्षांच्या अनुभवांवरून मला माणसांची पारख आहे आणि तुम्ही तुमचा शब्द मोडणाऱ्यातले मला दिसत नाही. खरे सांगायचे, तर मला इतकी खात्री आहे की, मी पैज लावायलासुद्धा तयार आहे.

'' ''मी तुम्हाला आता असे सुचवतो की, तुमचा जो काय निर्णय असेल, तो तुम्ही इथे या टेबलावर ठेवा आणि काही दिवस त्याच्यावर विचार करा. तुम्ही जर आत्तापासून एक तारखेपर्यंत कधीही आलात आणि म्हणालात की, तुम्हाला घर सोडून जायचे आहे, तर तुमचा निर्णय मी मान्य करेन आणि मी हेसुद्धा मान्य करेन की, माझा अंदाज चुकला, पण माझा अजूनही विश्वास आहे की, तुम्ही तुमच्या शब्दांचे पक्के आहात आणि तुम्ही तुमचा करार मोडणार नाही, कारण शेवटी आपण माणसे आहोत किंवा माकडे आहोत आणि आपल्याला आपण काय होणे आवडेल याची निवड आपणच करायची असते.''

''मग पुढील महिन्याची एक तारीख आली आणि त्या सद्‌गृहस्थाने स्वत: भाडे आणून दिले. त्यांची पत्नी व ते माझ्याशी याबद्दल बोलले आणि त्यांनी सांगितले, ''आम्ही आमचा करार संपेपर्यंत इथेच राहणार आहोत.'' ''

लॉर्ड नॉर्थक्लिफने पाहिले की, वर्तमानपत्रात त्याचा तो फोटो प्रकाशित झाला होता, जो फोटो झळकू नये अशी त्याची इच्छा होती. मग त्याने संपादकाला पत्र लिहिले, पण पत्रात तो असे म्हणाला का की, 'कृपा करून माझा तो फोटो छापू नका. मला ते आवडत नाही.' तर नाही! तो असे काहीच म्हणाला नाही. उलट त्याने संपादकाच्या कोमल भावनांना, मातृप्रेमाला हात घातला आणि लिहिले, 'कृपा करून माझा तो फोटो छापू नका. माझ्या आईला तो आवडणार नाही.'

जेव्हा जॉन डी. रॉकफेलरला (ज्यु.) त्याच्या मुलांचे फोटोग्राफ्स वर्तमानपत्रात

छापून येऊ नये असे वाटले तेव्हा त्यानेसुद्धा उदात्त भावनांना हात घातला. तो असे काही म्हणाला का की, 'मला मुलांचे फोटो छापलेले चालणार नाहीत?' तर नाही. त्या उलट आपल्या सगळ्यांच्याच मुलांचे भले व्हावे ही जी आंतरिक इच्छा असते, तिचा संदर्भ देऊन तो म्हणाला, ''तुम्हालाही मुले आहेत आणि त्यामुळे तुम्हाला हे चांगलेच समजेल की, लहान मुलांना या वयात फार प्रसिद्धी मिळणे, हे त्यांच्या भविष्यासाठी चांगले नसते.''

जेव्हा सायरस एच. के. कर्टिस हा मेनमधील एक अत्यंत गरीब मुलगा परिस्थितीशी झगडत होता आणि पुढे जो 'सॅटर्डे इव्हिनिंग पोस्ट' आणि 'लेडिज होम' जर्नलचा मालक झाला तो सुरुवातीच्या काळात मोठ्या साहित्यिकांचे व पत्रकारांचे मानधन देऊ शकत नव्हता. जे लोक केवळ पैशांसाठी लिहीत होते, त्यांच्याकडून लेखनाची अपेक्षा करणे तर दुरापास्तच होते! मग अशा वेळी तो त्यांच्या उदात्त भावनांना हात घालत असे. उदाहरणार्थ, एकदा त्याने त्या काळात प्रसिद्ध असलेली व 'लिटल वुमेन'ची लेखिका लुईसा मे अलकॉट हिला त्याच्या पेपरसाठी लिहायला कसे भाग पाडले, तर त्याने शंभर डॉलर्सचा एक चेक तिला नव्हे, तर तिच्या धर्मादाय संस्थेला पाठवला.

हे सगळे ऐकल्यावर काही पाखंडी लोक असे म्हणतील की, हे सगळे नॉर्थक्लिफ, रॉकफेलर किंवा भावनाशील कादंबरीकारांसाठी ठीक आहे; पण आमच्या रोजच्या आयुष्यात असे चमत्कार होणे अशक्य आहे!

कदाचित तुमचे बरोबरही असेल! सगळ्यांच्याच बाबतीत या युक्त्या परिणामकारक ठरतील असे नाही. जर तुम्ही तुमच्या आत्ताच्या परिस्थितीत समाधानी असाल, तर तुमच्यात काहीच बदल करू नका, पण जर तुम्ही समाधानी नसाल, तर हा प्रयोग करून बघायला काय हरकत आहे?

मी तुम्हाला आत्ता जी जेम्स एल. थॉमस, माझा जुना विद्यार्थी याची गोष्ट सांगणार आहे, ती तुम्हाला नक्कीच मनोरंजक वाटेल.

एका ऑटोमोबाइल कंपनीच्या सहा ग्राहकांनी त्यांच्या गाड्यांच्या सर्व्हिसिंगचे बिल नाकारले. म्हणजे त्यांपैकी कोणीच संपूर्ण बिल नाकारले नाही, पण प्रत्येकाने त्यापैकी एखादा आकडा चुकीचा दाखवला. कंपनीला हे माहिती होते की, कंपनीची बाजू बरोबर होती, कारण प्रत्येक ग्राहकाची कामे पूर्ण झाल्यानंतर त्याबद्दलची स्वाक्षरी होती. म्हणून त्यांनी त्यांचे बरोबर असल्याचे ठणकावून सांगितले, पण हीच त्यांनी केलेली पहिली चूक होती.

ते बिल वसूल करण्याच्या बाबतीतली कंपनीतल्या लोकांनी उचललेली पावले पाहा.

१. ते प्रत्येक ग्राहकाकडे गेले व त्यांना त्यांनी चढ्या आवाजात सांगितले की, ते मागील थकलेले बिल वसूल करायला आले आहेत.

२. त्यांनी हे स्पष्टपणे सांगितले की, कंपनी संपूर्णपणे आणि बिनशर्त बरोबर होती, याचाच अर्थ ते संपूर्णपणे आणि बिनशर्त चुकीचे होते.

३. त्या लोकांनी त्या ग्राहकांना असे सांगितले की, कंपनीला गाड्यांमधले अधिक चांगले कळते आणि त्यांच्यापैकी कोणीही असे मानू नये की, त्यांना अधिक कळते. मग वादविवाद कशासाठी?

४. परिणाम – त्यांच्यात वादावादी झाली.

यांपैकी एकही पद्धत सामंजस्याने बिलाची वसुली होण्याच्या दृष्टीने योग्य होती का? तुम्ही स्वत:च स्वत:शी याचे उत्तर द्या.

परिस्थिती अशी चिघळलेली असतानाच कर्जवसुलीचा मॅनेजर आता कायदेशीर कृती करण्याच्या विचारात होता, पण सुदैवाने हे प्रकरण जनरल मॅनेजरपर्यंत पोहोचले. मग मॅनेजरने त्या ग्राहकांची चौकशी केली, तसेच गाड्यांच्या कामाचा तपशील अभ्यासला. त्याच्या हे लक्षात आले की, या ग्राहकांची पैसे बुडविणारे म्हणून तर ख्याती निश्चित नव्हती! काहीतरी, कुठेतरी भयंकर मोठी चूक होत होती आणि पैसे वसूल करण्याच्या बाबतीतच चूक होत होती, असे त्याच्या लक्षात आले, म्हणून त्याने जेम्स थॉमस याला बोलावले आणि वसूल न होणारे बिल वसूल करून आणायला सांगितले.

जेम्स थॉमसने कशा प्रकारे काम केले ते त्याच्याच शब्दांत वाचा :

१. खरेतर प्रत्येक ग्राहकाला मी दिलेली भेट ही जुने बिल वसूल करण्यासाठीच होती आणि त्या बिलात काहीच चूक नव्हती, पण मी त्याबद्दल एक चकार शब्दही काढला नाही. मी उलट त्यांना असे समजावून सांगितले की, कंपनीने काय केले किंवा काय करण्यात ती अयशस्वी झाली, हे पाहायला मी आलो आहे.

२. मी त्यांना प्रथमच हे सांगितले, ''मी तुमची बाजू ऐकायला आलो आहे. मी अजून कुठलेच मत बनवले नाही आणि कंपनीची काही चूकच नाही असा कोणताही दावा कंपनी करत नाही.''

३. मी त्यांना हे सांगितले की, त्यांच्या गाड्या बघण्यात मला स्वारस्य आहे आणि जगातील इतर कोणाहीपेक्षा त्यांनाच त्यांच्या गाड्यांबद्दल जास्त चांगली माहिती असणार.

४. त्यांना हवे होते त्याप्रमाणे मी त्यांना बोलू दिले व उत्तम श्रोता

बनलो. त्यांचे बोलणे सहानुभूतिपूर्वक ऐकले.

५. शेवटी जेव्हा ते ग्राहक चांगल्या म्हणजे माझे ऐकण्याच्या मन:स्थितीत आले तेव्हा मी माझे उत्तम नाट्य वठवले. मी त्यांच्या उदात्त हेतूलाच हात घातला आणि म्हणालो, ''पहिली गोष्ट मी तुम्हाला ही सांगतो की, तुमच्याप्रमाणेच मलाही असे वाटते की, हे प्रकरण चुकीच्या पद्धतीने हाताळले गेले आहे. आमच्या एका प्रतिनिधीकडून तुम्हाला असुविधा झाली, त्रास झाला आणि त्यामुळे तुम्ही रागावलात. कंपनीचा प्रतिनिधी या नात्याने मी तुमची माफी मागतो. मला खेद होतो. जेव्हा मी तुमच्याजवळ बसून तुमची बाजू ऐकली तेव्हा माझ्या लक्षात आले की, तुम्ही केवढातरी संयम व चांगुलपणा दाखवला. तुम्ही खरोखरच भली माणसे आहात. म्हणूनच तुम्ही माझ्यासाठी एक गोष्ट करावी असे मला वाटते आणि तुम्हीच ते चांगल्या प्रकारे करू शकता. मी तुमच्यासमोर हे बिल ठेवतो. तुम्हाला त्यात काय कमी करायचे तर करा. मी ते सगळे तुमच्यावरच सोडतो. तुम्ही जे म्हणाल ते आपण करू!''

''त्यांनी बिल कमी केले का? बिल साधारण दीडशे ते चारशे डॉलर्सच्या दरम्यान होते. सर्व ग्राहकांनी तेवढे पैसे दिले का? हो. एकाने दिले. एकाने वादातीत मुद्यामधील एक पैसाही देण्यास नकार दिला, पण इतर पाच जणांनी पैसे दिले आणि या गोष्टीचे फल असे की, पुढील दोन वर्षांत त्या सहाही ग्राहकांना आम्ही नव्या गाड्या विकल्या.''

मि. थॉमस म्हणाले, ''अनुभवाने मी हे शिकलो आहे की, जर ग्राहकांबद्दल तुम्हाला काहीच माहिती नसेल, तर असे समजा की, ग्राहक हा प्रामाणिक, सत्यवादी आणि पैसे देण्यास उत्सुक असाच असतो. हं! पण त्याची तशी खात्री झाली पाहिजे. तरच तो तेवढे पैसे देऊ लागतो. हेच वेगळ्या भाषेत सांगायचे झाले, तर स्पष्ट शब्दांत मी असे म्हणेन की, लोक प्रामाणिक असतात आणि ते त्यांच्यावरील भारातून लवकर मोकळे होऊ इच्छितात. या नियमाला तुलनेने कमी अपवाद आहेत, पण माझी स्वत:ची खात्री आहे की, जे लोक सुरुवातीला हातात छन्नी घेऊन प्रहार करण्याच्या तयारीत असतात, तेच जर तुम्ही त्यांच्यावर विश्वास दाखवलात, सभ्यपणे वागलात, तर आपल्याला अनुकूल असेच वर्तन करतात.''

तत्त्व १० :
माणसाच्या अंतरंगातील सत्प्रवृत्तींना आव्हान द्या!

११

सिनेमा व टीव्ही हे घडवू शकतात, तर तुम्ही का नाही?

खूप वर्षांपूर्वी 'दि फिलाडेल्फिया इव्हनिंग बुलेटिन'विरुद्ध टीकेची झोड उठवणारी मोहीम हाती घेतली गेली. हेतुपूर्वक खोडकर अफवा पसरवल्या गेल्या. जाहिरातदारांना असे सांगितले गेले की, हा पेपर वाचकांच्या दृष्टीने फारसा आकर्षक उरलेला नाही, कारण त्यामध्ये बातम्या कमी आणि जाहिरातीच फार असतात. त्यामुळे पेपरवाल्यांना ताबडतोब काहीतरी कृती करणे गरजेचे होते. काही करून त्यांच्या विरुद्ध उठवलेले हे वादळ शमवायला हवे होते.

पण कसे?

त्यावर त्यांनी काय उपाय केला ते बघा.

त्या वृत्तपत्राने त्यांच्या रोजच्या पेपरमधील एक संपूर्ण दिवसाचा वाचनीय भाग बाजूला काढला. त्यावर अधिक चांगले संस्कार केले आणि ते पुस्तकाच्या रूपात प्रसिद्ध केले. त्या पुस्तकाचे नाव त्यांनी 'वन डे' असे ठेवले. त्या पुस्तकात तीनशे सात पाने होती व त्याला कडक पृष्ठभागाचे कव्हर होते आणि हे एवढे मोठे पुस्तक मालकाने काही डॉलर्सना नव्हे, तर फार थोड्या सेण्ट्सला विकले!

असे केल्याने काय झाले? त्या पुस्तकाच्या नाट्यमय प्रकाशनामुळे वाचकांच्या हे नजरेत आले की, त्या वृत्तपत्रात वाचनीय, रुचीपूर्ण असा कितीतरी जास्त मजकूर होता. संपादकाने आपल्या वृत्तपत्राची फक्त आकडेवारी सांगत बसण्यापेक्षा सत्य परिस्थिती अधिक सुस्पष्टपणे, परिणामकारकरीत्या आणि मैत्रीपूर्ण पद्धतीने वाचकांच्या गळी उतरवली होती.

सध्याचा काळ हा अतिरंजनाचा आहे. केवळ सत्य सांगणे पुरेसे नसते. ते जरा जास्त फुलवून-खुलवून सांगावे लागते. तुम्हाला सत्यसुद्धा कौशल्याने सांगावे लागते. सिनेमात असेच करतात. टेलिव्हिजनवरपण असेच दाखवतात आणि जर इतरांचे लक्ष वेधून घ्यायचे असेल, तर तुम्हालाही असेच करावे लागेल.

ज्यांना मार्केटिंगमधल्या विंडो डिस्प्लेचे महत्त्व माहिती आहे ते जाणकार

त्यांच्या उत्पादनाचे सादरीकरण फार नाट्यमय पद्धतीने करतात. उदाहरणार्थ, एका उंदराच्या विषाच्या औषधाची जाहिरात करताना कंपनीने प्रात्यक्षिक दाखविण्यासाठी डिलरबरोबर दोन जिवंत उंदीरसुद्धा दिले होते. त्या आठवड्यात उंदीर मारण्याच्या औषधाचा खप पाच पटीने वाढला.

दूरदर्शनवरील व्यावसायिक व जाहिरातदार तर अशा नाट्यमय तंत्रांचा वापर करण्यात माहीर आहेत. एखाद्या संध्याकाळी तुमच्या दूरदर्शनसमोर मांडी घालून बसा आणि शांतपणे जाहिरातदार त्यांच्या सादरीकरणात काय काय करतात याचे विश्लेषण करा. तुमच्या असे लक्षात येईल की, आम्लपित्तनाशक औषधामुळे परीक्षानळीतील ॲसिडचा रंग कसा ताबडतोब बदलतो! एका कंपनीच्या साबणामुळे किंवा डिटर्जंटमुळे मळलेला शर्ट एकदम पांढरा स्वच्छ होतो, पण दुसऱ्या कंपनीच्या साबणामुळे त्याचा मळ जरासुद्धा हटत नाही! तीच गोष्ट गाड्यांच्या जाहिरातींची! तुम्ही जर गाड्यांच्या जाहिराती पाहिल्या, तर त्या गाड्यांची वळणे तुम्हाला बरेचकाही सांगून जातील. अनेक उत्पादनांच्या वापरानंतर उपभोक्त्याचा प्रसन्न, संतुष्ट व समाधानी चेहरा हमखास दाखवला जातो. हे सगळे प्रेक्षकांसाठी मुद्दामच नाट्यमय केले जाते. चकचकीत गाड्या, चकचकीत दारे, सुंदर बायको, गोंडस मुले, हसरे घरकुल ही सगळी आपण पाहिलेली स्वप्नेच सत्यात उतरताना दिसतात आणि मग आपण त्या वस्तू विकत घेण्यास प्रवृत्त होतो.

तुम्हीसुद्धा तुमच्या व्यवसायातील तुमच्या कल्पना अधिक नाट्यमय करून दाखवा किंवा जीवनातील इतर प्रसंगांतसुद्धा हे करायला हरकत नाही! हे फार सोपे असते. व्हर्जिनिया-रिचमंड येथे राहणाऱ्या नॅशनल कॅश रजिस्ट्रर कंपनीत विक्री क्षेत्रात काम करणाऱ्या जिम येमन्सने हे स्वत: करून पाहिले आहे. तो सांगतो –

"मागच्या आठवड्यात मी एका माझ्या घराजवळच्या वाण्याच्या दुकानात गेलो तेव्हा माझ्या लक्षात आले की, तो दुकानदार अत्यंत पारंपरिक पद्धतीने दुकान चालवत होता. त्याचे कॅश रजिस्टर्स, त्याचे काउंटर्स वगैरे सगळेच जुन्या पद्धतीचे होते. मग मी त्या मालकाजवळ गेलो व त्याला म्हणालो, "तुम्ही खरोखरच तुमचे पैसे वाया घालवत आहात." पण नुसत्या शब्दांनी काम होणार नव्हते. त्या वाक्याबरोबर मी माझ्या खिशातील काही नाणी मुद्दामच जमिनीवर फेकली. त्या आवाजाने तो एकदम जागेवरच ताठ झाला आणि मग त्याने मला जुनी मशीनरि बदलून त्या जागी नवी मशीनरि बसवण्याची ऑर्डर दिली."

हे तंत्र आपण आपल्या खाजगी, व्यक्तिगत जीवनातसुद्धा वापरू शकतो. पूर्वीच्या काळी प्रियकर आपल्या प्रेयसीला मागणी घालताना फक्त 'आय लव्ह यू' म्हणायचा का, तर नाही. तो त्याच्या गुडघ्यावर बसून प्रेयसीसमोर वाकायचा आणि त्यातून त्याची भावना समजायची. आता आपण काही एकमेकांसमोर वाकून प्रेम

व्यक्त करत नाही, पण तरीही काही प्रेमवीर मागणी घालण्यापूर्वी किंवा प्रेम व्यक्त करण्यापूर्वी त्यासाठी लागणारे पोषक वातावरण निर्माण करतात.

मुलांकडून तुम्हाला एखादे काम करून घ्यायचे असेल, तर असेच काहीसे नाटक तुम्हाला वठवावे लागते. अलाबामा, ब्रिमिंगहॅम येथे राहणाऱ्या 'जो'लासुद्धा पाच वर्षांचा मुलगा व तीन वर्षांची मुलगी यांना खेळणी उचलून ठेवण्याची चांगली सवय कशी लावावी हे समजत नव्हते. मग त्याने 'झुकझुकगाडी'चा शोध लावला. त्याने त्याच्या मुलाला त्यांच्या तीनचाकी सायकलीवर ड्रायव्हरच्या सीटवर बसवून 'इंजिनिअर' असे घोषित केले. त्याला जेनेटची म्हणजे मुलीची वॅगन कार जोडली आणि इतस्तत: पडलेली खेळणी म्हणजे 'कोळसा' आहे असे सांगून संध्याकाळी तो सगळा कोळसा वॅगनमध्ये भरण्याचा आणि ड्रायव्हरने ती सायकल चालवून खोलीतून बाहेर नेण्याचा खेळ मोठ्या नाट्यमयरीत्या शिकवला. परिणाम असा झाला की, रोज संध्याकाळी खोली एकदम साफसूफ असायची आणि हे सगळे उपदेशवाणी, वादविवाद, धमक्या, आरडाओरड, रागावणे वगैरे न करता!

इंडियानामधील मेरी कॅथरीन वुल्फ हिला तिच्या कामाच्या ठिकाणी काही समस्या होत्या आणि त्याबद्दल आपल्या बॉसबरोबर चर्चा करावी असे तिने ठरवले. सोमवारी सकाळी त्यांची भेट मिळावी म्हणून तिने विनंती केली, पण तिला सांगण्यात आले की, ते फार कामात आहेत आणि पुढील आठवड्यात कधीतरी तिने तिची भेटीची वेळ सेक्रेटरीला विचारून ठरवून घ्यावी; पण सेक्रेटरीसुद्धा काही दाद लागू देत नव्हती. तिच्याकडून त्यांचा कार्यक्रम खूप बिझी आहे असे सांगण्यात येत होते.

पुढे श्रीमती वुल्फने काय घडले हे सांगितले, ''संपूर्ण आठवड्यात सेक्रेटरीकडून काहीच उत्तर आले नाही. मी जेव्हा जेव्हा तिला याबद्दल विचारत असे तेव्हा तेव्हा ती 'बॉसला वेळ नाही' असेच सांगत होती. शुक्रवार सकाळ उजाडली तरी अजून काहीच ठरले नव्हते, पण मला तर हा आठवडा संपण्यापूर्वी बॉसला भेटणे व माझ्या समस्येवर चर्चा करणे गरजेचे होते. मग मी स्वत:शीच विचार केला की, आणखीन काय करता येईल?

''मग मी शेवटी बॉसला एक औपचारिक पत्र लिहिले. मी त्या पत्रात असेही लिहिले की, तुम्ही संपूर्ण आठवडाभर कामात किती व्यग्र होता हे मी जाणून आहे, पण मला तुमच्याशी बोलणे फार महत्त्वाचे वाटते. या पत्रासोबत मी माझा पत्ता घातलेले एक पाकीट पाठवत आहे व त्यात एक फॉर्म आहे. तो आपण किंवा आपल्या सेक्रेटरीने भरून पाठवावा ही विनंती.

''तो फॉर्म असा होता –

श्रीमती वुल्फ,

मी तुम्हाला ....या दिवशी ......इतके वाजता भेटू शकेन. मी तुमच्या भेटीसाठी ....मिनिटे राखून ठेवली आहेत.

''मी सकाळी अकरा वाजता बॉसच्या पत्रपेटीमध्ये ते पत्र टाकले आणि दुपारी दोन वाजता माझी मेल बॉक्स तपासली. त्यामध्ये मी माझा पत्ता घालून पाठवलेले पाकीट होते.

''त्यांनी मी पत्रात पाठवलेला फॉर्म भरून पाठवला होता आणि त्यामध्ये लिहिले होते की, त्याच दिवशी दुपारी ते मला दहा मिनिटांसाठी भेटू शकत होते. मी त्यांना भेटले व आम्ही जवळपास एक तासभर बोलत बसलो आणि माझ्या सर्व समस्या सुटल्या.

''मला त्यांना भेटणे किती जरुरीचे होते, हे मी जर त्यांना नाट्यमय पद्धतीने सांगू शकले नसते, तर आजही मला त्यांच्या भेटीसाठी तिष्ठत बसावे लागले असते.''

जेम्स बॉइण्टन यांना एक कंटाळवाणा विक्री-अहवाल सादर करायचा होता. त्याच्या फर्मने नुकताच एका कोल्ड क्रीम कंपनीचा अभ्यासपूर्ण अहवाल बनवला होता आणि आता मार्केटमध्ये किती आणि कशी स्पर्धा चालू आहे याबद्दलची माहिती ताबडतोब गोळा करायला हवी होती. समोरील ग्राहकाला जाहिरात क्षेत्रातील अतिशय प्रतिष्ठित व वजनदार व्यक्तीचा मान होता.

पहिला प्रयत्न तर काम सुरू होण्यापूर्वीच अयशस्वी ठरला.

बॉइण्टन सांगतात, ''जेव्हा पहिल्यांदा मी तेथे गेलो तेव्हा संशोधनाच्या कोणत्या पद्धती वापरायच्या यावर निरर्थक चर्चा होऊन मला संपूर्णपणे बाजूला फेकण्यात आले. त्याने खूप वाद घातला. तसा तो मीपण घातला. त्याने मला स्पष्ट शब्दांत सांगितले की मी चुकीचा आहे आणि मी हे पटवून देण्याचा प्रयत्न केला की, माझे म्हणणे कसे बरोबर आहे.

''शेवटी मी माझा मुद्दा जिंकला आणि माझे समाधान झाले; पण माझी वेळ संपली आणि मुलाखतही संपली. मी अजून कोणत्याच निर्णयाला आलो नव्हतो.

''दुसऱ्या वेळेस मात्र मी शहाणपणाने वागायचे ठरवले आणि आकडे-संख्या, दिलेली माहिती या कसल्याच फंदात न पडता मी सरळ त्या माणसाला जाऊन भेटलो आणि सत्य काय आहे ते जरा अधिक नाट्यमय पद्धतीने सांगितले.

''मी जेव्हा त्याच्या ऑफिसमध्ये प्रवेश केला तेव्हा तो फोनवर बोलत होता. त्याचे संभाषण चालू होते तोपर्यंत मी माझी सुटकेस उघडून बत्तीस प्रकारच्या कोल्डक्रीमच्या बाटल्या त्याच्या टेबलवर रचून ठेवल्या. त्याला ती सगळी उत्पादने

माहिती होती. ते सगळे कोल्डक्रीमच्या क्षेत्रातील त्याचे स्पर्धक होते.

"प्रत्येक बाटलीवर मी एक टॅग लावला होता आणि त्या टॅगवर त्या कंपनीबद्दलचे माझे संशोधन थोडक्यात लिहिले होते. त्या नाट्यमय पद्धतीने लिहिलेल्या जणू लघुकथाच होत्या.

"पुढे काय घडले?

"वादविवाद पूर्णपणे थांबला, कारण काहीतरी वेगळे, काहीतरी नवीन घडले होते. त्याने पहिली कोल्ड क्रीमची बाटली उघडली व त्यावरची माहिती वाचून काढली. मग आमच्यात मैत्रीपूर्ण संभाषण झाले. त्याने आणखी काही प्रश्न विचारले. त्या विषयात त्याने खूप स्वारस्य दाखवले. आधी त्याने मला सादरीकरणासाठी फक्त दहा मिनिटे दिली होती, पण दहा मिनिटे झाली, वीस झाली, चाळीस झाली, तरीही आम्ही पुढे तासभर बोलतच राहिलो.

"पूर्वी मी जे सांगत होतो तेच आत्ताही सांगत होतो, पण या वेळी मी नाट्यपूर्ण पद्धतीने सांगितले, दिखावा केला आणि बघा कसा चमत्कार घडून आला!"

तत्त्व ११:

तुमच्या कल्पना नाट्यमय पद्धतीने सादर करा.

१२

जेव्हा सगळी शस्त्रे निकामी होतात, तेव्हा हे करा!

चार्ल्स स्क्वॅबच्या कारखान्यातील एक मॅनेजर हतबल झाला होता, कारण त्याचे कामगार दिलेले काम पूर्ण करत नव्हते.

स्क्वॅब त्यामुळे त्यांच्यावर वैतागला व म्हणाला, ''हे असे कसे घडू शकते की, तुझ्याइतका लायक मॅनेजर असताना नियोजित टर्नओव्हर पूर्ण कसा होत नाही?''

''काय माहीत?'' मॅनेजर खांदे उडवून म्हणाला, ''मी त्यांना लाडीगोडीने सांगून पाहिले, ढकलून पाहिले, शपथा घालून झाल्या, शिव्या देऊन झाल्या, धमक्या देऊन झाल्या, खूप रागावून पाहिले, पण कशाचाच उपयोग होत नाही! त्यांना उत्पादन वाढवण्याची इच्छाच नाही.''

हे संभाषण घडले दिवसाच्या शेवटी! म्हणजे रात्रपाळी सुरू होण्याच्या थोडे आधी. मग स्क्वॅबने मॅनेजरला एक खडू आणायला सांगितला. जवळ उभ्या असलेल्या कामगारांकडे वळून त्याने विचारले, ''आज दिवसभरात तुम्ही किती वस्तूंचे उत्पादन केले?'' उत्तर आले, ''सहा.'' एक शब्दही न बोलता स्क्वॅबने जमिनीवर 'सहा' असा मोठ्ठा आकडा काढला आणि तो निघून गेला.

जेव्हा रात्रपाळीचे कामगार तेथे आले तेव्हा त्यांनी सहाचा आकडा पाहिला व विचारले की ''याचा अर्थ काय?'' ''आज मोठे साहेब येथे आले होते.'' दिवसपाळीच्या लोकांनी सांगितले, ''आणि त्यांनी आम्हाला विचारले, आज किती वस्तूंचे उत्पादन झाले. आम्ही 'सहा' सांगितले म्हणून त्यांनी जमिनीवर 'सहा' असा आकडा लिहिला.''

दुसऱ्या दिवशी सकाळी स्क्वॅब पुन्हा कारखान्यात गेला. रात्रपाळीच्या लोकांनी 'सहा' हा आकडा खोडून त्याच्या जागी खडूने 'सात' हा मोठ्ठा आकडा काढला होता.

जेव्हा दिवसपाळीचे कामगार दुसऱ्या दिवशी सकाळी कामावर गेले तेव्हा

त्यांनी 'सात' हा मोठ्ठा आकडा जमिनीवर खडूने काढलेला पाहिला. म्हणजे रात्रपाळीच्या कामगारांना असे वाटले का की, ते दिवसपाळीच्या कामगारांपेक्षा फार श्रेष्ठ आहेत? आता त्यांनीपण रात्रपाळीच्या लोकांना त्यांचे श्रेष्ठत्व दाखवण्याचा निश्चय केला. सगळे कामगार उत्साहाने कामाला लागले आणि त्या रात्री जेव्हा ते बाहेर पडले तेव्हा त्यांनी जमिनीवर मोठ्या आकारात 'दहा' हा आकडा काढला होता. अशा प्रकारे गोष्टी पुढे पुढे चालल्या होत्या.

ज्या कारखान्यात काही दिवसांपूर्वीच जी मरगळ साचून धिमेपणाने काम चालले होते तेथे आता नवचैतन्य निर्माण झाले होते आणि उत्पादनाचा वेग इतर कोणत्याही कारखान्यापेक्षा वाढला होता.

यामागचे रहस्य काय?

चार्ल्सने त्याच्याच शब्दांत जे सांगितले ते आपण पाहू. 'एखादी गोष्ट समोरच्याकडून करून घ्यायची असेल, तर त्याच्यामध्ये स्पर्धेची अहमहमिका जाणवायला हवी. मी हे वाईट हेतूने किंवा पैसे कमवायच्या हेतूने सांगत नाही, पण उत्तम पद्धतीने कामे करण्याची तीव्र इच्छा निर्माण करण्याच्या हेतूने सांगत आहे.'

सर्वोत्कृष्ट असण्याची इच्छा! एक प्रकारचे आव्हान! आपल्यावरील टीकेला प्रतिउत्तर! लोकांच्या आत्म्याला आव्हान करण्याचा हमखास यशस्वी मार्ग!

जर थिओडर रूझवेल्ट याने असे आव्हान दिले नसते, तर तो कधीच अमेरिकेचा अध्यक्ष होऊ शकला नसता. क्युबामधील हा रफ रायडर न्यूयॉर्क शहरासाठी गव्हर्नर म्हणून नेमला गेला, पण विरोधी पक्षाच्या लोकांच्या हे लक्षात आले की, अनेक वर्षांपासून तो न्यूयॉर्क शहराचा कायदेशीर रहिवासी नव्हता आणि रूझवेल्ट घाबरला. त्याने माघार घेण्याचे ठरवले. मग त्या वेळचा यू. एस. सिनेटर थॉमस कॅलिअर प्लॅट याने रूझवेल्टसमोर एक आव्हानच ठेवले. रूझवेल्टकडे वळून तो जोरात ओरडला, "सॅन ज्युआन हीलचा हिरो भेकड आहे का?"

मग रूझवेल्टने हे आव्हान स्वीकारले आणि त्याने निवडणूक लढवली. या आव्हानामुळे फक्त त्याचेच आयुष्य बदलले असे नाही, तर संपूर्ण देशाचे भविष्य बदलले.

'भीती तर सगळ्याच माणसांना वाटते, पण जे धैर्यवान लोक असतात ते आपली भीती झटकून पुढे सरसावतात. क्वचित मृत्यूलासुद्धा कवटाळतात, पण नेहमी विजयीवीर होतात.' हे प्राचीन ग्रीसमधील किंग गार्ड याचे ब्रीदवाक्य होते. भीतीवर विजय मिळविण्याचे यापेक्षा दुसरे मोठे आव्हान कोणते असू शकते?

अल्स्मिथ जेव्हा न्यूयॉर्कचा गव्हर्नर होता तेव्हा त्या पदावर तो फारसा खूश नव्हता. त्या काळात सिंगसिंग हे अत्यंत कुविख्यात, गुंडांचे, पापी लोकांचे तुरुंग म्हणून प्रसिद्ध होते. तेथील तुरुंगात कोणीही अधिकारी टिकत नव्हता. तुरुंगाच्या

भिंतीमधून अनेक अफवा पसरवल्या जायच्या. त्या वेळी सिंगसिंगवर हुकमत चालवणारा कोणीतरी शूर वीर त्याला हवा होता. असा पोलादी पुरुष, जो सगळ्यांना पुरून उरला असता! पण कोण ? त्याने न्यू हॅम्पटन येथील ल्युईस इ लॉएस याला पाचारण केले.

जेव्हा लॉएस स्मिथसमोर येऊन उभा राहिला तेव्हा अत्यंत मिस्कील स्वरात स्मिथ त्याला म्हणाला, "काय, सिंगसिंगचा ताबा घेणार का? त्यांना तेथे अनुभवी माणूस हवा आहे."

लॉएस आश्चर्यचकित झाला. त्याला काय बोलावे हेच सुचेना. ही राजकीय नेमणूक होती आणि राज्यकर्त्यांच्या लहरीवर त्याचे येथील अस्तित्व अवलंबून राहील हेसुद्धा त्याला माहिती होते. आत्तापर्यंत अनेक अधिकारी आले आणि गेले होते. एक तर केवळ तीन आठवडेच टिकला होता. लॉएसच्या व्यावसायिक कारकिर्दीचा प्रश्न होता. एवढी मोठी जोखीम पत्करण्याच्या लायकीचा तो होता का?

स्मिथने पाहिले की, लॉएस बुचकळ्यात पडला होता. त्याच्या मनात द्वंद्व चालू होते. मग खुर्चीत मागे रेलून स्मिथ म्हणाला, "मित्रा, तुला भीती वाटणे साहजिकच आहे. त्याबद्दल मी तुला दोष देत नाही. खरोखरच ती जागा अत्यंत कष्टप्रद आहे. असू दे! त्या जागेसाठी मला दुसरा कोणीतरी सिंहाची छाती असलेला माणूसच शोधावा लागेल."

अशा प्रकारे स्मिथने लॉएसपुढे आव्हान ठेवले. लॉएसला त्या जागेवर काम करण्याची कल्पना आवडली, कारण तोसुद्धा सिंहाच्या छातीचा होता, हे त्याला सिद्ध करायचे होते.

मग लॉएस त्या जागेवर रुजू झाला. तो तेथील सर्वांत सुप्रसिद्ध, लायक, यशस्वी जेलर ठरला. त्याने लिहिलेले '२०,००० इयर्स इन सिंगसिंग' या पुस्तकाच्या हजारो प्रती छापल्या गेल्या. त्याची रेडिओवर भाषणे झाली. त्याच्या गोष्टी डझनभर तरी सिनेमांच्या विषयांना प्रेरणादायी ठरल्या. तुरुंगातील वातावरणसुद्धा त्याने अधिक मानवतावादी केले. तुरुंगातील कैद्यांना पशू न समजता त्यांना मानवतेच्या दृष्टिकोनातून वागवले, त्यामुळे खरोखरच चमत्कार घडला आणि तुरुंगात क्रांतिकारी बदल घडून आले.

जगप्रसिद्ध फायरस्टोन टायर अ‍ॅण्ड रबर कंपनीचा मालक हार्वे फायरस्टोन असे म्हणतो की, 'चांगल्या माणसांना धरून ठेवण्यासाठी किंवा त्यांना एकत्र आणण्यासाठी आपल्याला कधीच पैसे खर्च करावे लागत नाहीत.'

फ्रेडरिक हेझबर्ग हा मानसशास्त्रज्ञसुद्धा याच विचारांचा होता. त्याने अगदी कामगारांपासून ते उच्च पदस्थ अधिकाऱ्यांच्या कामाच्या प्रति असलेल्या दृष्टिकोनाबद्दल

सखोल अभ्यास केला. तुम्हाला काय वाटते, तो कोणत्या निष्कर्षाला आला असेल? काम करण्यास उद्युक्त करणारी कोणती गोष्ट कामगारांसाठी महत्त्वाची असेल, असे तुम्हाला वाटते? पैसे? कामाच्या चांगल्या अटी? त्या बरोबरीने होणारे आणखी काही फायदे? नाही. यांपैकी काहीही नाही! कामगारांना काम करण्यास उद्युक्त करणारा फक्त एकच महत्त्वाचा मुद्दा असतो आणि तो म्हणजे 'काम'च! काम कोणते आहे त्यावरच ते अवलंबून असते. जर ते काम स्वारस्य घेण्यासारखे असेल, ते आव्हानात्मक असेल, तर त्या कामाकडे कामगार सकारात्मक नजरेने पाहतो व अधिक चांगले करण्याचा प्रयत्न करतो.

प्रत्येक यशस्वी माणसाला हेच आवडते. जर त्यामध्ये तो स्वत:ला व्यक्त करू शकत असेल, तर हा खेळ त्याला आवडतो. त्याची किंवा तिची योग्यता सिद्ध करण्याची ती संधी असते. श्रेष्ठत्व दाखवण्याची, जिंकून दाखवण्याची ती संधी असते. मानवी स्वभावाचे हेच तर वैशिष्ट्य आहे. त्याला आपले श्रेष्ठत्व सिद्ध करण्याची मनापासून तीव्र इच्छा असते. आपल्याला सगळ्यांनी मोठे म्हणावे, ही त्याच्या जीवनाची इतिकर्तव्यता असते.

तत्त्व १२:
दुसऱ्यांसमोर आव्हान ठेवा.

या प्रकरणाच्या गाभ्यात काय आहे?

लोकांना तुमच्याशी सहमत होण्यास उद्युक्त कसे कराल?

तत्त्व १: वादविवाद जिंकण्याचा एकमेव मार्ग म्हणजे वादविवाद टाळा.

तत्त्व २: इतरांच्या मनाचा आदर करा : 'तुम्ही चुकला!' असे कधीही म्हणू नका.

तत्त्व ३: तुम्ही कधी चुकलात, तर ताबडतोब व खिलाडू वृत्तीने कबूल करा.

तत्त्व ४: मैत्रीपूर्ण सुरुवात करा.

तत्त्व ५: समोरचा माणूस 'हो, हो' म्हणेल अशीच सुरुवात करा.

तत्त्व ६: इतरांना बोलू द्या.

तत्त्व ७: समोरच्याला असे वाटू द्या की, जणू ही कल्पना त्याची/तिचीच आहे.

तत्त्व ८: कोणत्याही प्रसंगाकडे इतरांच्या नजरेतून प्रामाणिकपणे पाहण्याचा प्रयत्न करा.

तत्त्व ९: इतरांच्या इच्छांचा व कल्पनांचा सहानुभूतीने विचार करा.

तत्त्व १०: समोरच्याच्या उदात्त हेतूंना हात घाला.

तत्त्व ११: तुमचे म्हणणे अधिक नाट्यमय करून सांगा.

तत्त्व १२: दुसऱ्यांसमोर आव्हाने ठेवा.

भाग चार

नेतृत्व स्वीकारा : लोकांना राग न येऊ देता व आक्रमक होऊ न देता कसे बदलावे?

१

जर तुम्हाला चूक सापडलीच, तर अशी सुरुवात करा...

कॅल्विन कुलिज जेव्हा प्रशासक होता तेव्हा एका विकेण्डला माझ्या एका मित्राला व्हाईट हाउसमध्ये गेस्ट म्हणून बसण्याचे भाग्य लाभले. प्रेसिडेंटच्या प्रायव्हेट ऑफिसमध्ये जाता जाता कुलिज त्याच्या सेक्रेटरीशी काय बोलत होता ते त्याच्या कानावर पडले, ''वा! आजचा तुझा हा ड्रेस खूप छान आहे आणि त्यामध्ये तू अतिशय आकर्षक दिसते आहेस!''

धीरगंभीर कॅल्विनने त्याच्या संपूर्ण आयुष्यात दुसऱ्या कुठल्याच सेक्रेटरीची बहुधा पुन्हा अशी स्तुती केली नसेल. हे इतके अचानक आणि अनाहूतपणे घडले की, त्या सेक्रेटरीचासुद्धा गोंधळ उडाला व ती लाजली. नंतर कुलिज म्हणाला, ''हं! आता त्याच्यातच रमून जाऊ नकोस. फक्त तुला छान वाटावे म्हणून मी तसे म्हणालो. आता इथून पुढे तू वेळेच्या बाबतीत शिस्तीचे पालन करताना अधिक काटेकोर असावीस, असे मला वाटते.''

त्याची ही पद्धत काहीशी फटकळपणाची होती, पण तरीही मानसशास्त्रीय दृष्टीने ती अगदी योग्य होती. जर आपण आपल्याबद्दल कौतुकाचे चार शब्द ऐकले, तर त्यानंतरची टीका ऐकायला आपल्याला फार त्रास होत नाही.

न्हावी दाढी करताना चेहऱ्यावर साबणाचा भरपूर फेस करतो. मॅककिन्लेने इ. स. १८९६मध्ये नेमके हेच केले, जेव्हा तो अध्यक्षपदासाठी खटाटोप करत होता आणि त्यासाठी त्याच्या प्रचारसभा चालू होत्या. त्या वेळी त्याच्या प्रचार-मोहिमेतील एका प्रसिद्ध रिपब्लिकनने एक भाषण तयार केले होते, जे मॅककिन्लेला द्यायचे होते. त्यामध्ये पॅट्रीक हेन्री, सिसेरा, डॅनियल सगळ्यांचीच मोट बांधली होती. मोठ्या उत्साहाने त्याने हे भाषण मॅककिन्लेला वाचून दाखवले. ते पुढे अजरामर ठरले. त्या भाषणात अनेक चांगले मुद्दे होते, पण तेवढे पुरेसे नव्हते. त्या भाषणामुळे टीकेची झोड उठली असती. मॅककिन्लेला त्या व्यक्तीच्या भावना दुखवायच्या नव्हत्या. त्याला त्या भाषण लिहिणाऱ्याच्या उत्साहाचा हिरमोड

करायचा नव्हता, पण तरीही त्याला 'नाही' म्हणायचे होते, कारण ते भाषण त्याला पसंत नव्हते. बघा, किती विनम्रपणे त्याने हे काम केले. तो म्हणाला,

"मित्रा, खरोखरच तू लिहिलेले हे भाषण फारच छान आहे. त्याची भाषा ओघवती आहे! दुसरे कोणीच इतके सुंदर भाषण बनवू शकणार नाही, पण तू भाषणात जे जे लिहिले आहेस, ते इतर वेळी बोलायला ठीक आहे. मात्र अशा प्रसंगाला ते साजेसे नाही. तुझ्या दृष्टिकोनातून पाहिले, तर तुला ते कदाचित संतुलित आणि सभ्य वाटेल, पण मला संपूर्ण पक्षाच्या दृष्टिकोनातून विचार करायला हवा. आता असे कर, घरी जा आणि मी आता सर्वसाधारणपणे जे तुला सांगतो तशा चौकटीत बसणारे भाषण तयार कर आणि त्याची एक प्रत मला पाठवून दे."

त्याने तसेच केले. मॅककिन्लेपण त्याच्याबरोबर निळी पेन्सिल घेऊन बसला व भाषण पुन्हा लिहून काढण्यास त्यानेही मदत केली आणि आश्चर्य म्हणजे आत्तापर्यंतच्या प्रचार-मोहिमेतील ते त्याचे सर्वोत्तम भाषण होते.

आता मी तुम्हाला अब्राहम लिंकनने लिहिलेल्या त्याच्या दुसऱ्या प्रसिद्ध पत्राबद्दल सांगणार आहे. त्याचे पहिले प्रसिद्ध पत्र त्याने मिसेस बिक्सबीला लिहिले होते, जिची पाच मुले युद्धात मारली गेली होती. लिंकनने हे पत्र फक्त पाच मिनिटांमध्ये लिहिले होते आणि तरीही इ. स. १९२६ साली झालेल्या जाहीर लिलावात ते बारा हजार डॉलर्सना विकले गेले होते आणि ती रक्कम लिंकनने त्याच्या निम्म्या आयुष्यात कष्टाने मिळवलेल्या पैशांतून वाचवलेल्या पैशांपेक्षाही जास्त होती. हे पत्र २६ एप्रिल, १८६३ जो सिव्हिल वॉरमधील सगळ्यात अंधकारमय दिवस मानला जातो त्या दिवशी जनरल जोसेफ हुलर याला लिहिले होते. जवळपास अठरा महिने लिंकनचे 'युनियन आर्मी' सैन्यातील जनरल्स युद्धात लढत होते व एका पाठोपाठ एक दारुण पराभव स्वीकारत होते. सगळेच निरर्थक होते व मानवतेला काळिमा फासणारे होते. संपूर्ण राष्ट्र भयभीत झाले होते. हजारो सैनिक आर्मीला सोडून परागंदा झाले होते. रिपब्लिकन पार्टीच्या सिनेटच्या सभासदांनासुद्धा आता लिंकन व्हाईट हाउसमध्ये नको होता. लिंकन म्हणाला, "आता आपण विनाशाच्या वेदीवर उभे आहोत. मला असे वाटते की, दैवसुद्धा आपल्या विरोधात उभे ठाकले आहे. मला कुठेही आशेचा किरण दिसत नाही." अशा प्रकारे सर्वत्र निराशेचे मळभ दाटून आले होते. कोलाहल माजला होता. अशा मन:स्थितीत लिंकनने हे पत्र लिहिले.

मी हे पत्र मुद्दाम येथे छापत आहे, कारण जेव्हा संपूर्ण राष्ट्र या जनरलच्या कृतीवर विसंबून होते तेव्हा लिंकनने या अकार्यक्षम जनरलला कसे दूर केले, हे दिसते.

अध्यक्ष झाल्यानंतर लिंकनने लिहिलेले हे सर्वांत कडवट पत्र असेल, तरीही

तुम्हाला हे जाणवेल की, लिंकनने त्याच्या गंभीर चुकांची कानउघाडणी करण्यापूर्वी त्याची कोणत्या शब्दांत स्तुती केली आहे.

होय, जनरल हुकरने अत्यंत गंभीर चुका केल्या होत्या, पण तरीही लिंकनने तसे म्हटले नाही. लिंकन थोडा पुराणमतवादी होता, तसेच तो मुत्सद्दीही होता. लिंकनने लिहिले, 'तू अशा काही गोष्टी केल्या आहेस ज्या बाबतीत मी समाधानी नाही.' हे पत्र म्हणजे कौशल्य आणि मुत्सद्देगिरीचा नमुना आहे.

जनरल हुकरला लिहिलेले हे पत्र –

> मी तुला 'पोटोमॅकच्या सैन्याचा प्रमुख' हे पद बहाल केले. अर्थातच, तुझ्या अंगी हे सगळे गुण आहेत याची मला खात्री पटल्यामुळेच मी तुला प्रमुख पदी नेमले, पण तुला या गोष्टीची जाणीव आहे का की, तुझ्या हातून अशा काही गोष्टी घडल्या आहेत ज्यामुळे मी तुझ्याबाबत असमाधानी आहे.
>
> मी तुला शूर आणि कुशल सेनानी समजत होतो. अर्थातच मला तुझे हे गुण खूप भावले होते. मला असाही विश्वास होता की, राजकारण आणि तुझे काम यांच्यात तू काही गल्लत करत नाहीस आणि तुझे ते वागणे योग्यच आहे. तुला स्वत:बद्दल आत्मविश्वास आहे, जो सगळ्यात मौल्यवान आहे आणि तो असायलाच हवा.
>
> तू महत्त्वाकांक्षी आहेस आणि मी खात्रीपूर्वक सांगतो की, तुझ्या या गुणामुळे कधीही नुकसान न होता फायदाच झालेला आहे, पण मला असे वाटते की, जनरल बर्नसाईडचा सैन्याला दिलेला आदेश धुडकावून लावून, स्वत:च्या महत्त्वाकांक्षेला खतपाणी घालून तू अत्यंत चुकीचे वर्तन केले आहेस, जे देशाच्या हिताचे नाही आणि त्याचबरोबर तुझ्या अत्यंत हुशार आणि सन्माननीय ब्रदर ऑफिसरसोबत तू केलेले हे गैरवर्तन आहे.
>
> माझ्या कानावर जे काही आले आहे त्यावर मला विश्वास ठेवणे भाग पडत आहे की, तू असे वक्तव्य केलेस की, सैन्याला आणि सरकारला दोघांनाही आता हुकूमशहाची गरज आहे. अर्थात हे पत्र मी तुला त्यासाठी लिहीत नाही, पण तशाही परिस्थितीत मी तुला आज्ञा करतो आहे.
>
> फक्त असेच जनरल्स हुकूमशहा होऊ शकतील, ज्यांनी अनेक यशस्वी मोहिमा केल्या असतील आणि म्हणूनच मी तुला असा प्रश्न विचारतो की, तू अशी कोणती यशस्वी मोहीम केलीस की, मी तुला हुकूमशाही बहाल करण्याची जोखीम घ्यावी?
>
> सरकार तुला तुझ्या ताकदीप्रमाणेच आधार देऊ शकेल आणि आत्तापर्यंत

तुला तो कमी-जास्त प्रमाणात मिळाला आहे. तसाच तो इतर कमाण्डर्सनापण मिळेल; पण तू सैन्यात जो असंतोष भडकवलास, त्या तुझ्या वृत्तीबद्दल मला भीती वाटते. सैन्याला त्यांच्या कमांडवर टीका करण्यास तू प्रोत्साहन दिलेस आणि त्याच्यावरच्या विश्वासाला सुरुंग लावलास; पण हीच गोष्ट आता तुझ्यावर उलटू शकते. तरीही मला शक्य होईल तेवढी मदत मी तुला करेन व शांती प्रस्थापित करण्यास मदत करीन.

तू काय किंवा नेपोलियनने काय, हे जे असंतोष भडकवण्याचे काम केले त्यामुळे सैन्याकडून तुम्ही चांगले काही घेऊ शकला नाहीत. आता तरी नीट वाग! विचाराने कृती कर. अविचार सोडून दे; पण रात्रंदिवस सावध राहा. सैन्यात नवीन जोम निर्माण कर, आगेकूच कर आणि आम्हाला विजयश्री मिळवून दे.

तुम्ही कुलीज नाही, मॅककिन्ले नाही किंवा लिंकनही नाही; पण रोजच्या व्यवहारात, आपल्या व्यवसायात हे तत्त्वज्ञान कोठे आणि कसे वापरायचे ते तुम्ही समजावून घ्या. जमेल ना? आता आपण डब्ल्यू. पी. जी. ह्या फिलाडेल्फिया येथील वॉर्क कंपनीतील एका अधिकाऱ्याचा अनुभव पाहू.

वॉर्क कंपनीने फिलाडेल्फिया येथे एक भव्य ऑफिस बांधून देण्याचे कंत्राट घेतले होते व ते ठरावीक तारखेला पूर्ण करू, असेही करारात लिहिलेले होते. सगळेकाही ठीक चालले होते. बिल्डिंगचे काम जवळपास पूर्ण होत आले होते; पण एवढ्यात, ज्याला बाहेरच्या दरवाजावरील कलाकुसर करण्याचे उपकंत्राट दिले होते त्याने दगा दिला व तो ते काम ठरलेल्या दिवसापर्यंत पूर्ण करू शकणार नाही, असे त्याने जाहीर केले. कंपनीला टेन्शन आले. काम वेळेत पूर्ण झाले नसते, तर जबरदस्त दंड द्यावा लागला असता. फार मोठे नुकसान झाले असते आणि हे सगळे केवळ एका माणसाच्या निष्काळजीपणामुळे घडले असते!

फोनवर तावातावाने बोलणे, वादविवाद, गरम डोक्याने केलेली संभाषणे हे सारेकाही निष्फळ ठरत होते! मग मि. 'गॉ'ला सिंहाची दाढी कुरवाळायला त्याच्या गुहेत पाठवण्यात आले.

मि. गॉने त्या ब्राँझच्या उपकंत्राटदाराला विचारले, ''तुम्हाला माहिती आहे का की, संपूर्ण ब्रुकलीन शहरामध्ये तुमच्या नावाचे दुसरे कोणीच नाही?'' सुरुवातीची औपचारिक ओळख झाल्याबरोबर गॉने त्याला खूश करण्याच्या उद्देशाने हे विचारले व पुढे सांगितले, ''मी टेलिफोन डिरेक्टरीमध्ये तुमचा पत्ता शोधत होतो आणि माझ्या लक्षात आले की, तुमच्यासारख्या नावाचे इथे दुसरे कोणीच नाही.'' त्या अध्यक्षालासुद्धा आश्चर्य वाटले. तो म्हणाला, ''अस्से! मला हे माहितीच नव्हते.''

“मी ब्रुकलीनमध्ये ट्रेनने आलो. ट्रेनमधून उतरल्यावर तुमचा पत्ता डिरेक्टरीत शोधताना मला हे जाणवले.”

“मला हे प्रथमच कळतेय!” आणि मग त्याला त्याबद्दल भलतीच महती वाटली व तो स्वत: डिरेक्टरी चाळायला लागला. मग तो गर्वाने छाती फुगवून म्हणाला, “हो! तुम्ही म्हणता ते खरे आहे. माझे कुटुंब सुमारे दोनशे वर्षांपूर्वी हॉलंडमधून न्यूयॉर्कला आले व येथेच स्थायिक झाले.” मग बराच वेळ तो त्याच्या कुटुंबाबद्दल बोलत राहिला. मग त्याचे बोलणे संपल्यानंतर मि. गॉने त्याचे खूप कौतुक केले की, त्याचा हा प्रकल्प किती छान होता आणि त्याने आत्तापर्यंत अनेक प्रकल्पांना कशा भेटी दिल्या होत्या, पण यासारखा प्रकल्प त्याने कसा कोठेच पाहिला नव्हता, हेही त्याने सांगितले. आत्तापर्यंत पाहिलेल्या ब्राँझच्या फॅक्टरीजपैकी हीच फॅक्टरी सगळ्यात स्वच्छ आणि नीटनेटकी कशी होती, हेही त्याने सांगितले.

“हा व्यवसाय उभारण्यात मी माझे संपूर्ण आयुष्य वेचले आहे आणि मला त्याचा रास्त अभिमान आहे. तुम्हाला माझी फॅक्टरी संपूर्ण पाहायची आहे का?” आता कंत्राटदार भलताच रंगात आला होता.

मग मि. गॉ फॅक्टरीची पाहणी करत असताना जो गज जोडण्याचे काम करत होता त्याच्याजवळ जाऊन मि. गॉने त्याला शुभेच्छा दिल्या आणि त्याने केलेले काम इतरांपेक्षा का व कसे अधिक उठावदार होते, हे त्याला सांगितले. मग गॉने मुद्दामच नेहमीपेक्षा वेगळ्या मशीन्सची नावे घेतली. तेव्हा तो म्हणाला की, ती मशीन्स त्याने स्वत: बनवली होती. मग ती मशीन्स कशी चालतात त्याची प्रात्याक्षिकेही त्याने गॉला दाखवली व त्या मशीन्समुळेच त्यांचे काम इतरांपेक्षा कसे श्रेष्ठ ठरते हेसुद्धा त्याने गॉला सांगितले. मग गॉला तो आग्रहाने जेवायला बाहेर घेऊन गेला. पाहा! विचार करा! अद्याप मि. गॉने त्याचे तेथे येण्याचे प्रयोजनही त्याला कळू दिले नव्हते.

जेवण झाल्यावर तो उपकंत्राटदार म्हणाला, “हं! आता मुद्याकडे वळू या! साहजिकच तुम्ही येथे का आला आहात ते मला माहिती आहे, पण मला कल्पना नव्हती की, आपली भेट इतकी रोचक होईल. तुम्ही निश्चिन्त मनाने फिलाडेल्फियाला जाऊ शकता. मी तुम्हाला वचन देतो की, इतर ऑर्डर्स पाठवायला उशीर झाला, तरी दरवाजाच्या ब्राँझ-कामाचे सर्व सामान ठरलेल्या वेळात मी तुम्हाला पोहोचवीन.”

मि. गॉला जे पाहिजे होते ते त्याबद्दल एक अक्षरही न बोलता मिळाले. सगळे सामान वेळेवर येऊन पोहोचले आणि ठरलेल्या दिवशी वार्क कंपनी आपले कॉण्ट्रॅक्ट पूर्ण करू शकली.

जर मि. गॉनी हातात छिन्नी-हातोडा किंवा बॉम्ब घेतला असता, तर हे काम झाले असते का? सर्वसाधारण लोक अशा वेळी अद्वातद्वा बोलून परिस्थिती

आणखी बिघडवतात.

न्यू जर्सी येथील फोर्ट मॉनमाउथ येथील डोरोथी ही एक ब्रँच-मॅनेजर होती. तिने एकदा आमच्या क्लासमध्ये सांगितले की, तिने एका महिला कर्मचाऱ्याला अधिक कार्यक्षम बनण्यास कशी मदत केली!

''आम्ही नुकतेच एका महिलेला पैशाचे जमाखर्च तपासून लिहिण्यासाठी ट्रेनी म्हणून नेमले होते. ती आमच्या ग्राहकांशी खूप चांगली वागत असे. ती दिलेल्या सूचना तंतोतंत पाळत असे आणि प्रत्येकाचे जमाखर्च स्वतंत्रपणे व्यवस्थित बघत असे. तिच्यातील फक्त एक गोष्ट वाईट अशी होती की, दिवसाच्या शेवटी तिला त्याचा ताळा बनवता येत नसे.

''एके दिवशी मुख्य कॅशिअर माझ्याजवळ आला व त्याने माझ्याकडे त्या महिला कर्मचाऱ्याविषयक तक्रार केली व तिला समज द्यायला सुचवले. 'तिच्यामुळे सगळ्यांनाच घरी जायला उशीर होतो. शिवाय मी तिला तसे अनेकदा समजावून सांगितले, पण ती फारच हळूबाई आहे.' असेही तो म्हणाला.

''दुसऱ्या दिवशी मी तिचे निरीक्षण करत राहिले. ती तिची कामे अत्यंत योग्य पद्धतीने व झटपट उरकत होती आणि ती ग्राहकांशी खूप हसून-खेळून वागत होती.

''तिला पैशाचा हिशोब लावायला एवढा वेळ का लागत होता, याचे कोडे मला लवकरच उलगडले. ऑफिस बंद झाल्यावर मी तिच्याशी बोलायला तिच्याजवळ गेले. ती खूप उदास आणि अस्वस्थ झाली; पण मी तिच्याशी मैत्रीपूर्ण, आश्वासक सुरात बोलायला सुरुवात केली. मी तिचे कौतुक केले की, ती ग्राहकांशी किती मैत्रीपूर्ण पद्धतीने वागते आणि तिच्या कामाचा वेग व पद्धत कशी योग्य आहे. मग मी तिला कॅश मोजण्याची पद्धत समजावून सांगितली व ताळा कसा मांडायचा ते शिकवले. तिला ते समजले व तिचा आत्मविश्वास तिला परत मिळाला. मग तिने माझ्या सूचना तंतोतंत पाळल्या आणि थोड्याच दिवसांत त्या कामातही ती पारंगत झाली आणि तेव्हापासून तिच्याबद्दल कोणाची तक्रार उरली नाही.''

म्हणून समोरच्याशी बोलताना आधी त्याचे कौतुक करा. एखादा डेंटिस्ट ज्याप्रमाणे आपले काम करण्यापूर्वी नोव्होकेन ही वेदनाशामक गोळी पेशंटला देतो व टोकदार हत्यारे घेऊन दातांशी झटापट करतो, पण वेदनाशामक गोळी घेतल्यामुळे पेशंटला वेदना होत नाही त्याप्रमाणेच हे आहे. ज्याला नेतृत्व करायचे आहे, त्याने हीच हातोटी वापरली पाहिजे.

तत्त्व १ :

प्रामाणिकपणे स्तुती आणि कौतुक करून संभाषणाला सुरुवात करा.

२

समोरच्याला न दुखावता त्याच्यावर टीका कशी करावी?

एकदा चार्ल्स स्क्वॅब त्याच्या एका स्टील कारखान्यातून दुपारच्या वेळी फेरफटका मारत होता. तेवढ्यात त्याने काही कामगारांना सिगरेट ओढताना पाहिले. ते जेथे सिगरेट ओढत होते, बरोबर त्याच्या वरती 'नो स्मोकिंग'चा बोर्ड लटकत होता. स्क्वॅबने त्या बोर्डकडे बोट दाखवून असे सांगितले का की, 'तुम्हाला वाचता येत नाही का?' छे! मुळीच नाही. तो असे काही म्हणला नाही. तो त्या कामगारांच्या जवळ चालत गेला आणि त्या प्रत्येकाच्या हातात त्याने सिगरेट ठेवली आणि म्हणाला, ''मुलांनो, ही सिगरेट तुम्ही बाहेर कुठे तरी जाऊन ओढली तर फार बरे होईल.'' त्या कामगारांनाही हे समजले की, त्यांनी नियमभंग केला होता. त्यांना त्यांच्या मालकाचे कौतुक वाटले, कारण तो त्यांना काहीच बोलला नव्हता. उलट त्यांना छोटीशी भेटवस्तू देऊन त्याने त्यांना महत्त्व दिले होते. अशा माणसावर प्रेम करण्यापासून कोण स्वत:ला रोखू शकेल? तुम्ही रोखू शकाल?

जॉन वॅनामेकरने हेच तंत्र वापरले. वॅनामेकर त्याच्या भल्या मोठ्या दुकानात रोज एक चक्कर मारत असे. त्याचे दुकान फिलाडेल्फिया येथे होते. एकदा त्याने एका ग्राहकाला काउंटरपाशी उभे असलेले पाहिले. कोणीच त्या ग्राहकाकडे लक्ष देत नव्हते. मग सेल्समन कोठे होते? ते होय! ते त्या काउंटरच्या पलीकडच्या टोकाला एकत्र जमून हसत-खेळत गप्पा मारत होते. वॅनामेकर एक शब्दही बोलला नाही. तो क्षणभर त्या ग्राहकाजवळ थांबला. त्याला जे काही खरेदी करून हवे होते, ते त्याने स्वत: काढले व पॅकिंग करण्यासाठी सेल्समनकडे दिले.

सरकारी अधिकाऱ्यांवर नेहमीच टीका होते की, ते कधीही जागेवर सापडत नाहीत. ते त्यांच्या मतदारसंघातील लोकांनाही भेटत नाहीत. ते कामात गुंतलेले असतात आणि याचा दोष त्यांच्या निकटवर्तीयांनाही जातो, कारण त्यांना आपल्या

साहेबांना आणखी लोकांना भेटू द्यायचे नसते, कारण त्यांना वाटते की, त्यामुळे त्यांच्या साहेबांना त्रास होईल.

कार्ल लँगफोर्ड हा फ्लोरीडा-ऑरलोडो येथील मेयर होता. फ्लोरीडा हे डिस्ने वर्ल्डसाठी जगप्रसिद्ध आहे. तो त्याच्या अधिकाऱ्यांना, नोकरांना नेहमी बजावून सांगत असे की, त्याला भेटायला जे लोक येत त्यांना त्यांनी अडवू नये. तो सर्वांना सांगत असे की, त्याची 'खुल्या दरवाजा'ची कार्यप्रणाली आहे. तरीसुद्धा काही वेळेस त्याचे सेक्रेटरी व त्याचे प्रशासक लोकांना त्याला भेटण्यास मज्जाव करीत असत.

कार्लच्या हे लक्षात आले तेव्हा त्यावर त्याने आणखी कडक उपाय शोधला. त्याने त्याच्या ऑफिसचा दरवाजाच काढून टाकला. अशा प्रकारे प्रतिकात्मकरीत्या मेयरने दरवाजा काढून टाकला तेव्हापासून खऱ्या अर्थाने लोकांना त्याचा राज्यकारभार पारदर्शक होता याची जाणीव झाली आणि त्याच्या हाताखालच्या लोकांनाही कार्लला काय म्हणायचे आहे ते समजले.

तीन अक्षरी एक शब्द आहे. त्याचा उच्चार न केल्यास समोरचा माणूस रागावणार नाही. अधिक आक्रमक होणार नाही. यश आणि अपयश यांच्यामधील ही सीमारेषा आहे. असा शब्द कोणता? 'but' – 'पण'

खूप लोकांना अशी सवय असते की, ते सुरुवातीला समोरच्या माणसाची स्तुती करतात व मग 'पण' असे म्हणून कडक टीकेला हात घालतात. उदाहरणार्थ, एखाद्या लहान मुलाचा त्याच्या अभ्यासाप्रति आपला दृष्टिकोन बदलायचा आहे, तर आपण असे म्हणतो, 'खरेच आम्हाला तुझा अभिमान आहे. तू तुझ्या अभ्यासात बरीच प्रगती केलीस, पण तू जर बीजगणिताचा आणखी अभ्यास केला असतास, तर तुला यापेक्षा अधिक मोठे यश मिळाले असते.'

आता वरील उदाहरणात जॉनीला जोपर्यंत तो 'पण' हा शब्द ऐकू येत नाही तोपर्यंत खूप उत्साह वाटेल; पण नंतर आपले आधी केलेले कौतुक खरे की खोटे अशी शंका त्याच्या मनात येईल. मग त्याला वाटेल की, खरेतर त्याला आपले कौतुक करायचेच नव्हते, पण टीका करायला 'स्टार्टर' म्हणून हे कौतुकाचे नाटक! अशा वागण्याने विश्वासार्हता धोक्यात येते आणि मग आपला हेतू साध्य होत नाही व आपण जॉनीचा अभ्यासाविषयीचा दृष्टिकोन बदलू शकत नाही.

हे सगळे आपल्याला टाळता येईल. पण कसे? तर फक्त 'पण' हा शब्द न वापरता 'आणि' हा शब्द वापरायचा. आता मघाचेच वाक्य कसे होईल बघा! 'जॉनी आम्हाला तुझा अभिमान आहे, कारण तू तुझ्या अभ्यासात बरीच प्रगती केली आहेस आणि असेच कष्ट तू पुढच्या वर्षी बीजगणितासाठी घेशील, तर त्यातसुद्धा तुझा वरचा नंबर येईल.'

आता जॉनीसुद्धा आनंदाने स्तुती स्वीकारेल, कारण त्यामध्ये त्याच्या गणितातील अपयशाचा उल्लेख नाही. आपण त्याचे लक्ष त्याच्या वागणुकीकडे वळवले

आहे आणि अप्रत्यक्षपणे आपल्याला त्याची वागणूक बदलायची आहे. त्यामुळे परिस्थिती बदलण्याची शक्यता आहे. तसेच त्यामुळे तुमच्या अपेक्षा पूर्ण होण्याचीसुद्धा शक्यता निर्माण झाली आहे.

चुकांकडे जर अप्रत्यक्षपणे लक्ष वेधले, तर संवेदनशील लोकांच्या बाबतीत याचा फार सकारात्मक परिणाम दिसून येतो; पण त्यांच्यावर जर तुम्ही उघड उघड टीका केलीत, तर मात्र ते मनात कडवटपणा ठेवतात. टोडे आयलंड येथील मार्गी जेकब हिने आपल्या क्लासमध्ये बांधकामावरील गबाळ्या मजुरांकडून तिच्या अंगणातील पसारा कसा आवरून घेतला हे सांगितले.

सुरुवातीला जेव्हा काम सुरू झाले तेव्हा मिसेस जेकब जेव्हा ऑफिसमधून घरी येई तेव्हा तिच्या लक्षात येई की, अंगणात सगळे लाकूड, सिमेंट वगैरे इतस्ततः पसरलेले आहे. त्या मजुरांचा अपमान करायची तिची इच्छा नसे, कारण ते बांधकाम चांगले करत होते. त्यांच्या कामात ते निष्णात होते. मग एके दिवशी सगळे कामगार गेल्यावर तिने व तिच्या मुलांनी मिळून सगळे दगड, विटा, लाकूड वगैरे गोळा करून अंगणाच्या एका कोपऱ्यात रचून ठेवले.

दुसऱ्या दिवशी सकाळी त्यांच्यातील मुकादमाला तिने बाजूला बोलावले आणि म्हणाली, ''काल जाताना तुम्ही लॉनवरचा सगळा पसारा आवरून ठेवला, त्यामुळे मला खूप बरे वाटले. लॉन स्वच्छ व नीटनेटके करून गेल्यामुळे आता शेजाऱ्यांनी आक्षेप घेण्याचे काहीच कारण नाही.'' पण त्या दिवसापासून कामगारांनी सर्व पसारा उचलून अंगणाच्या कोपऱ्यात नीटनेटका रचून ठेवण्यास सुरुवात केली व मुकादम स्वतः दिवसाच्या शेवटी सर्वकाही ठीकठाक केले आहे की नाही हे जातीने बघू लागला.

सहसा संघर्षाचा जो एक महत्त्वाचा मुद्दा सैन्यातील राखीव दलाची शिकाऊ मुले व त्यांचे प्रशिक्षक यांच्यात असतो, तो म्हणजे कॅडेट्सची चंपी! राखीव दलातील मुलांना असे वाटते की, ते सिव्हिलियन्स आहेत आणि म्हणून त्यांना बारीक केस कापून घेणे मान्य नसते.

सार्जंट हार्ले कैसर हा ५४२ यूएसएसआर येथे प्रशिक्षक म्हणून काम करत होता. त्याच्याकडे प्रशिक्षणासाठी आलेली नॉनकमिशण्ड राखीव दलाची तुकडी होती. जर तो जुन्या विचारांचा सार्जंट असता, तर तो त्या कॅडेट्सवर ओरडला असता. त्याने त्यांना धमक्या दिल्या असत्या, पण त्याऐवजी त्याने 'हेअरकट'चा मुद्दा अप्रत्यक्ष रीतीने गळी उतरवायचे ठरवले. तो म्हणाला,

''मित्रांनो, तुम्ही पुढील काळात नेतृत्व करणार आहात व जेव्हा तुम्ही नेतृत्व कराल तेव्हा ते निश्चितच खूप परिणामकारक असेल आणि लोकही पुढील काळात त्याचे उदाहरण देतील व तुमचा आदर्श ठेवण्यास सांगतील. तुम्हाला माहिती आहेच की, 'हेअरकट'बद्दल मिलिटरीचे काय नियम आहेत! मी आजच माझे केस कापून घेणार

आहे आणि ते तुमच्यापेक्षाही बारीक कापणार आहे. तुम्ही आरशात जाऊन स्वत:कडे बघा आणि जर तुम्हाला असे वाटले की, 'हेअरकट' केल्याने तुम्ही आदर्श ठरू शकाल, तर मग न्हाव्याच्या दुकानात जाण्यासाठी आपण ठरावीक वेळेचे नियोजन करू.''

याचा परिणाम त्याला जो अपेक्षित होता तोच झाला. अनेक उमेदवारांनी आरशामध्ये पाहिले आणि दुपारी न्हाव्याकडे जाऊन ठरावीक प्रकारचा हेअरकट म्हणजे सोल्जरकट केला. मग सार्जंट कैसरने दुसऱ्या दिवशी सकाळी त्यांना कौतुकाची पावती देण्यासाठी म्हटले, ''मला आत्ताच तुमच्यातील काहींमध्ये नेतृत्वगुणाचे दर्शन झाले आहे.''

८ मार्च, १८८७ या दिवशी प्रसिद्ध वक्ते हेन्री वॉर्ड मरण पावले. त्यानंतरच्या रविवारी श्रद्धांजली देण्यासाठी लॅमन ॲबटला आमंत्रित केले गेले. त्या वेळचे आपले भाषण अधिक प्रभावी व्हावे म्हणून ॲबटने ते एकदा लिहिले, दोनदा लिहिले, त्यात अनेकदा खाडाखोड केली. त्याला जो काही संदेश द्यायचा होता तो जास्तीतजास्त श्राव्य ठरण्यासाठी त्याने अतिशय मेहनत घेतली. नंतर त्याने ते आपल्या पत्नीलाही वाचून दाखवले. इतर भाषणांप्रमाणेच ते अत्यंत सुमार दर्जाचे होते. तिला जर मनुष्य-स्वभावाची समज नसती, तर ती असेच म्हणाली असती की, 'लॅमन, हे फारच भयंकर आहे. तुझे हे भाषण कोणी ऐकणार नाही. लोकांना झोप येईल. हे म्हणजे जणूकाही ज्ञानकोश वाचल्यासारखे वाटते. इतकी वर्षे चर्चमध्ये तू लोकशिक्षणाचे काम करतोस. तुला यापेक्षा अधिक चांगले करता यायला हवे होते. तू सध्या-सरळ माणसासारखे साधेसुधे का बोलत नाहीस? तू सामान्यांसारखा सहजपणे का वागत नाहीस? तू जर हे लिखाण वाचलेस, तर सगळे तुझी चेष्टा करतील.''

असे ती म्हणू शकली असती, पण तसे ती म्हणाली नाही, कारण ती जर तसे म्हणाली असती, तर पुढे काय घडले असते, हे आपण सगळे जाणतोच. म्हणून तिने एकच शेरा मिस्कीलपणे मारला, ''तुझे हे लिखाण नॉर्थ अमेरिकन रिव्ह्यूसाठी उत्कृष्ट अग्रलेख म्हणून तू प्रसिद्ध करू शकतोस!'' दुसऱ्या शब्दांत सांगायचे, तर त्याच्या लिखाणाचे तिने कौतुक केले, पण मोठ्या कौशल्याने तिने हे सुचवले की, हे भाषण म्हणून अयोग्य आहे. लॅमन ॲबटला तिचा मुद्दा समजला. त्याने ताबडतोब ते लिखाणाचे कागद फाडून टाकले आणि मग एक ओळीचीही पूर्वतयारी न करता जसे सुचेल तसे भाषण केले.

तत्त्व २:

दुसऱ्यांच्या चुका सुधारण्याचा परिणामकारक मार्ग म्हणजे अप्रत्यक्षपणे लोकांना त्यांच्या चुका दाखवून द्या.

३

आधी आपल्या चुकांची कबुली द्या!

जोसेफिन कार्नेगी ही माझी पुतणी! माझ्याकडे न्यूयॉर्कला माझ्या सेक्रेटरीचे काम करण्यासाठी ती आली. ती एकोणीस वर्षांची होती आणि तीन वर्षांपूर्वी तिने तिचे पदवीपर्यंतचे शिक्षण पूर्ण केले होते आणि व्यवसायासंबंधीचा तिचा अनुभव तर शून्यापेक्षाही कमी होता. आता ती पश्चिम सुएझमधली एक तडफदार सेक्रेटरी म्हणून ओळखली जाते, पण सुरुवातीला परिस्थिती फार वाईट होती. तिच्यात अनेक सुधारणा घडवून आणणे आवश्यक होते. एक दिवस मी तिच्यावर टीका करण्याच्या बेतात होतो, पण मग मी स्वत:ला सावरले आणि मनाशी म्हणालो, 'क्षणभर थांब डेल कार्नेगी! थांब जरा! तू जोसेफिनच्या दुप्पट वयाचा आहेस. तुला तुझ्या व्यवसायाचा तिच्यापेक्षा दहा हजार पट अधिक अनुभव गाठीशी आहे. त्यामुळे ती तुझ्याच दृष्टिकोनातून पाहू शकेल हे कसे शक्य आहे? तू आज तुझ्या कामात पारंगत आहेस, पण तू जेव्हा एकोणीस वर्षांचा होतास तेव्हा तू कसा होतास ते जरा आठव. त्या वयात तू किती मूर्खपणा व किती चुका केल्या होत्यास ते जरा आठव. ती वेळ आठव, अनेक प्रसंग तुझ्याभोवती फेर धरून नाचतील.'

आणि मी भूतकाळ आठवून प्रामाणिकपणे व नि:पक्षपातीपणे स्वत:च्या मनाशी कबूल करून टाकले की, 'जोसेफिनचा एकोणिसाव्या वर्षी चालू असलेला लढा हा माझ्यापेक्षा कितीतरी पटीने चांगला आहे'. आणि मला हे सांगायलासुद्धा लाज वाटेल की, मी जोसेफिनशी त्या वेळी चार कौतुकाचे शब्दही बोलत नव्हतो.

म्हणून त्यानंतर जेव्हा केव्हा मला जोसेफिनच्या चुका दाखवायच्या असतील, तेव्हा मी तिला अशा शब्दांत म्हणत असे, ''जोसेफिन, तुझे हे चुकले आहे, पण देवाशप्पथ ही चूक मी केलेल्या चुकांइतकी वाईट नाही. हे तर खरेच की, तू या गोष्टी काही जन्मजात शिकून आली नाहीस. या गोष्टी अनुभवातूनच शिकायला मिळतात आणि माझ्या त्या वयात मी जसा होतो त्यापेक्षा तू तर खूपच बरी आहेस. मी स्वत: असंख्य अक्षम्य चुका केल्या आहेत, त्यामुळे तुला किंवा इतर कोणालाही

दोषी ठरवण्याचा माझा अट्टहास नाही, पण तुला नाही का असे वाटत की, तू यापेक्षा असे-असे केले असतेस, तर बरे झाले असते?'

जो माणूस दुसऱ्यांच्या चुकांचा पाढा वाचत असेल, पण त्याआधी त्याने सुरुवातीलाच असे कबूल केले असेल की, त्यानेसुद्धा खूप चुका केल्या आहेत, तर लोकांना त्यांचे दोष ऐकणे तेवढेसे अवघड वाटत नाही.

कॅनडातील ब्रॅडन येथील इ. जी. डिलिस्टोन नावाचा एक इंजिनिअर होता. त्याच्या नवीन सेक्रेटरीबद्दल तो फारसा खूश नव्हता. त्याने जी पत्रे सेक्रेटरीला तोंडी सांगून टाइप करायला दिली होती ती त्याच्या टेबलावर सहीसाठी आली की, प्रत्येक पानावर दोन किंवा तीन चुका हमखास असायच्या, पण मि. डिलिस्टोनने ही परिस्थिती कौशल्याने हाताळली. तो सांगतो,

''इतर इंजिनिअर्सप्रमाणेच माझे इंग्लिश भाषेवर प्रभुत्व वगैरे नव्हते किंवा स्पेलिंग लिहिण्याच्या बाबतीतही मी अचूक नव्हतो. गेल्या अनेक वर्षांपासून ज्या काही ठरावीक शब्दांच्या स्पेलिंगमध्ये माझ्या चुका होतात, ते शब्द एका वहीत लिहून ठेवून ती वही मी सदैव माझ्या ड्रॉवरमध्ये ठेवत असे. माझ्या असे लक्षात आले की, माझ्या या नव्या सेक्रेटरीला तिच्या फक्त चुका दाखवून किंवा तिला डिक्शनरी वापरायला देऊन हा प्रश्न सुटणार नव्हता, म्हणून मी जरा वेगळी युक्ती करायचे ठरवले. जेव्हा पुढचे पत्र मी तिला टाइप करण्यास सांगत होतो, तेव्हाच माझ्या लक्षात येत असे की, त्यामध्ये चुका होत आहेत. मग मी टायपिस्टबरोबर बसलो व म्हणालो,

''का कोणास ठाऊक, पण हा शब्द मला खटकतो आहे. मला या शब्दाच्या स्पेलिंगबाबत नेहमीच अडखळायला होते. (मग मी तो शब्द ज्या पानावर आहे ते पान काढले.) हं! हा बघ तो शब्द. मी शब्दांच्या स्पेलिंगच्या बाबतीत फार जागरूक असतो, कारण आपली पत्रे वाचून लोक आपले व्यक्तिमत्त्व ठरवतात आणि स्पेलिंगच्या अशा चुका दिसल्यास आपली व्यावसायिक प्रतिष्ठा कमी होते.''

''मला माहिती नाही की, तिनेपण माझ्यासारखी अडखळणाऱ्या शब्दांची वही केली की नाही! पण तेव्हापासून तिचा चुका करण्याचा वेग लक्षणीयरीत्या मंदावला.''

एका सभ्य, सुसंस्कृत राजकुमाराला, बर्नहार्ड व्हॉन बुलॉला तर हे शिकण्याची इ. स. १९०९मध्येच तीव्र गरज भासली. त्या वेळी व्हॉन बुलॉ हा जर्मनीचा इंपेरियल चान्सिलर होता आणि सिंहासनावर विल्हेम (दुसरा) बसला होता. विल्हेम अत्यंत गरम डोक्याचा, उद्धट आणि शेवटचा कैसर होता, ज्याने बढाया मारल्या की, आर्मी आणि नेव्हीच्या स्थापनेत त्याचाच सिंहाचा वाटा होता.

मग एक आश्चर्यकारक घटना घडली. कैसरने अनेक अविश्वसनीय गोष्टी

कथन केल्या. अशी गोष्ट की, ज्यांमुळे फक्त देशच नाही, तर सगळे जगच हादरून गेले. एवढे कमी होते की काय म्हणून कैसरने सार्वजनिक ठिकाणी जाहीरपणे मूर्खपणाच्या, अहंपणाच्या पोकळ वल्गना केल्या. हे सगळे त्याने कधी केले, तर जेव्हा तो इंग्लंडला राजकीय पाहुणा म्हणून गेला होता तेव्हा! एवढ्यावरच तो थांबला नाही, तर त्या सगळ्या वल्गना 'डेली टेलिग्राफ' या वृत्तपत्रात छापण्याची शाही परवानगीसुद्धा त्याने दिली. उदाहरणार्थ, त्याने असे जाहीर केले की, फक्त तोच एकटा असा जर्मन आहे की, ज्याला इंग्लंड आपला मित्र वाटतो. दुसरे म्हणजे तो जपानवर हल्ला करण्यासाठीच नेव्हीला बळकट करत होता. तिसरे असे की, त्यानेच इंग्लंडला रशिया व फ्रान्स यांच्यासमोर गुडघे टेकवण्यापासून वाचवले होते आणि साउथ आफ्रिकेतील बोअर्सचा पराभव करण्याचा सगळा प्लॅन त्याचाच होता म्हणून इंग्लंडला यश मिळाले. हे आणि आणखी असे बरेचकाही!

गेल्या शंभर वर्षांच्या शांततामय काळात तोपर्यंत कोणत्याही युरोपियन राजाच्या ओठांमधून अशा पद्धतीचे विपरीत, भयचकित करणारे शब्द बाहेर पडले नव्हते. एखाद्या पोळ्यातून घोंघावणाऱ्या मधमाश्या बाहेर पडाव्यात तसेच काहीसे घडले होते. इंग्लंड क्रुद्ध झाले, जर्मन मुत्सद्दी संतापले. अशा या सगळ्या त्रेधातिरपिटीत कैसरे पार गोंधळून गेला आणि त्याने व्हॉन बुलॉला सुचवले की, हा सगळा दोष आता त्याने स्वतःच्या माथी घ्यावा. हो, खरे आहे! कैसरची इच्छा होती की, व्हॉन बुलॉने असे जाहीर करावे की, त्यानेच राजाला असे बोलण्याचा सल्ला दिला होता, म्हणून सगळी जबाबदारी त्याचीच असावी.

व्हॉन बुलॉने विरोध केला. तो म्हणाला, "पण महाराज, जर्मनीत काय किंवा इंग्लंडमध्ये काय, मी राजाला असा सल्ला देऊ शकेन यावर कोणाचा विश्वास तरी बसेल का?" ज्या क्षणी व्हॉन बुलॉच्या मुखातून ही वाक्ये बाहेर पडली तेव्हाच त्याच्या डोक्यात धोक्याची घंटा घणघणली व आपण फार गंभीर चूक केली आहे, हे त्याला जाणवले. मग कैसर उसळला.

"मी काय तुला गाढव वाटलो?" तो ओरडला, "ज्या चुका तू करू शकत नाहीस, त्या काय मी करू शकतो?"

व्हॉन बुलॉच्या आता लक्षात आले की, निषेध करण्यापूर्वी त्याने राजाची स्तुती करायला हवी होती; पण आता त्याला फार उशीर झाला होता. मग चूक सुधारण्यासाठी त्याने एक चांगली गोष्ट केली. ती म्हणजे टीकेनंतर त्याने आता कैसरची स्तुती करण्यास सुरुवात केली आणि चमत्कार घडला!

आता तो सन्मानपूर्वक राजाला म्हणाला, "महाराज, मी तुम्हाला असे सुचवणे माझ्या अकलेच्या बाहेरचे काम आहे. सगळ्याच बाबतीत महाराज आपण माझ्यापेक्षा श्रेष्ठ आहात. अर्थातच मिलिटरी आणि नेव्ही या क्षेत्रातला अधिकार तर फक्त

आपलाच आहे. एवढेच नाही, तर नॅचरल सायन्ससुद्धा तुम्ही जाणता. महाराज, आपण जेव्हा बॅरोमीटर, वायरलेस टेलिग्राफी, रॉंटजेन रेज याबद्दल बोलता तेव्हा मी इतका अडाणी आहे याची मला लाज वाटते, कारण शास्त्र शाखेशी माझा काहीच संबंध नाही. रसायनशास्त्र, पदार्थविज्ञान तर मला कधी समजलेच नाही, पण या सगळ्याच्या बदल्यात माझे ऐतिहासिक ज्ञान चांगले आहे. तसेच राज्यशास्त्राचा माझा अभ्यासही दांडगा आहे आणि मुत्सद्देगिरी मला चांगली जमते.''

कैसरचा चेहरा उजळला. व्हॉन बुलॉने त्याची स्तुती केली होती. व्हॉन बुलॉने त्याला उच्च पदाला नेऊन ठेवले होते आणि त्याच्यासमोर तो नतमस्तक झाला होता. अशा परिस्थितीत कैसरने काहीही माफ केले असते. तो आता उत्साहाने भारून गेला व म्हणाला, ''मी तुला म्हटले नव्हते का की, आपण दोघे एकमेकांची कमतरता भरून काढू शकतो. आपण एकमेकांच्या पाठीशी उभे राहू, नक्कीच राहू!''

त्याने व्हॉन बुलॉबरोबर हात हलवून अभिवादन केले. एकदा नव्हे तर अनेकदा! आणि दिवसभर तो इतका खुशीत होता की, एकदा तर मुठी आवळून तो म्हणाला, ''जर कोणी व्हॉन बुलॉच्या विरुद्ध माझ्याकडे काही कागाळी केली, तर मी त्याच्या नाकावर ठोसा मारीन.''

व्हॉन बुलॉने वेळेवर स्वत:ला सावरले; पण तो एक हुशार, मुत्सद्दी असूनही त्यानेही चूक केली होती : त्याने स्वत:चे दोष आणि विल्हेमचे श्रेष्ठत्व सांगूनच सुरुवात करायला हवी होती.

स्वत:कडे कमीपणा घेऊन समोरच्या व्यक्तीची स्तुती करण्यासाठी काही वाक्ये बोलल्याने संतापी, अपमानित कैसरसुद्धा जिगरी दोस्त बनतो, तर कल्पना करा की, नम्रता व स्तुती तुमच्या आणि माझ्या रोजच्या जीवनात किती किमया करणारी ठरेल! जर योग्य पद्धतीने त्याचा अवलंब केला, तर मानवी संबंधात चमत्कार घडतील.

दुसऱ्याने न टोकतासुद्धा जर आपण आपली चूक कबूल केली, तर आपण समोरच्याला त्याची वागणूक बदलण्यास भाग पाडू शकतो. मेरीलँड येथे राहणाऱ्या क्लॅरेन्झ याने ते सोदाहरण पटवून दिले. जेव्हा त्याच्या लक्षात आले की, त्याचा पंधरा वर्षांचा मुलगा सिगरेट प्यायला लागला होता, त्या वेळची गोष्ट तो सांगत होता. तो म्हणाला,

''साहजिकच डेव्हिडने सिगरेट ओढू नये असे मला वाटत होते, पण मी स्वत: व त्याची आई दोघेही सिगरेट ओढत होतो. त्यामुळे आम्हीच त्याच्यापुढे एक वाईट उदाहरण ठेवले होते. मग मी डेव्हिडला समजावून सांगितले की, मीसुद्धा त्याच्या वयात कशी सिगरेट ओढायला सुरुवात केली होती आणि त्यामुळे निकोटीनचा

माझ्या शरीरावर किती वाईट परिणाम झाला आणि आता सिगरेट माझ्यासाठी किती हानिकारक आहे हे समजूनसुद्धा मी सिगरेट ओढणे थांबवू शकत नाही. मी डेव्हिडला आठवण करून दिली की, त्यामुळेच मला किती त्रासदायक खोकला होतो आणि म्हणून त्याने सिगरेट ओढणे सोडून द्यावे.

''मी काही त्याला रागावलो नाही, सिगरेट ओढणे थांबवण्याची सक्ती केली नाही की धमकावले नाही किंवा कानउघाडणीही केली नाही. फक्त सिगरेट ओढण्यात किती धोके असतात ते त्याला समजावून सांगितले. माझ्या सांगण्याचा मथितार्थ एवढाच होता की, आता मी कसा सिगरेटच्या व्यसनात अडकलो आहे आणि त्यामुळे माझे किती नुकसान होत आहे!

''त्याने माझ्या सांगण्याचा क्षणभर विचार केला आणि स्वत:च स्वत:च्या मनाने ठरवले की, इथून पुढे पदवीधर होईपर्यंत तो सिगरेट ओढणार नाही. आता या गोष्टीला अनेक वर्षे लोटली, पण डेव्हिडने अजून सिगरेट ओढली नाही आणि आता त्याचा तसा विचारही दिसत नाही.

''त्या दिवशीच्या त्या संभाषणाचा आणखी एक परिणाम असा झाला की मी स्वत:साठीसुद्धा सिगरेट न ओढण्याचा निश्चय केला आणि माझ्या कुटुंबाच्या भावनिक आधाराच्या जोरावर मी यशस्वी झालो.''

एक उत्तम नेता पुढील तत्त्व जरूर पाळेल.

तत्त्व ३:

दुसऱ्या माणसावर टीका करण्यापूर्वी तुमच्या स्वत:च्या दोषाबद्दल चर्चा करा.

४

आदेश कोणालाच आवडत नाहीत

मिस इडा तारबेलबरोबर जेवणाचे भाग्य मला एकदा लाभले. मिस इडा तारबेल या 'अमेरिकन बायोग्राफर्स' या संस्थेच्या डीन होत्या. मी जेव्हा त्यांना असे सांगितले की, मी हे पुस्तक लिहीत आहे तेव्हा आम्ही माणसा-माणसांमधील संबंध कसे असावेत व कसे नसावेत याबद्दल विस्तृत चर्चा केली. त्या वेळी त्यांनी मला सांगितले की, जेव्हा त्या ओवेन डी. यंगचे चरित्र लिहीत होत्या त्या वेळी त्यांनी अशा एका माणसाची मुलाखत घेतली होती, जो सलग तीन वर्षे मि. यंगबरोबर त्यांच्या ऑफिसमध्ये बसत होता. या माणसाने खात्रीपूर्वक असे सांगितले की, त्याच्या संपूर्ण तीन वर्षांच्या कालावधीमध्ये मि. यंगने त्याला एकदाही एकही आज्ञा केली नव्हती. त्यालाच असे नाही, तर कोणालाच नाही. तो नेहमी सूचना देत असे, आज्ञा नव्हे. उदाहरणार्थ, ओवेन डी यंग कधीच असे म्हणत नसे की, 'हे करा' किंवा 'ते करू नका'. त्याऐवजी तो म्हणत असे, 'तुम्ही असा विचार केला, तर बरे होईल' किंवा 'तुला असे वाटते का की, त्यामुळे हे होईल?' अनेकदा तर पत्राचे तोंडी लेखन झाल्यावर शेवटी तो लिहीत असे, 'जर आपण असे केले, तर बरे होईल'. तो नेहमी लोकांना त्यांनी स्वत:हून काही गोष्टी कराव्या म्हणून संधी देत असे. तो त्याच्या सहकाऱ्यांनासुद्धा 'हे करा' असे म्हणत नसे. त्यांनी स्वत: आपल्या मनाने करावे आणि त्यांनी त्यांच्या चुकांमधून शिकत जावे असे त्याला वाटे.

या तंत्रामुळे कोणत्याही व्यक्तीला आपल्या चुका सुधारण्यास सोपे जाते. या तंत्रामुळे करणाऱ्याच्या स्वाभिमानाला धक्का पोहोचत नाही आणि त्याला किंवा तिला आपणही कोणीतरी आहोत, ही महत्त्वाची भावना जाणवते आणि बंड करून उठवण्यापेक्षा सहकार्य करण्यास प्रोत्साहन मिळते.

कडक शब्दांत केलेल्या आज्ञेमुळे संतापाला धुमारे फुटतात आणि ती आज्ञा जरी भल्यासाठी असली, अगदी उघड-उघड परिस्थिती निवळण्यासाठी असली,

तरी संताप बाकी उरतोच. पेनिसिल्व्हानिया व्योमिंग येथील व्यावसायिक शिक्षण देणाऱ्या शाळेतील एक शिक्षक डॅन सॅण्टारेली याने एक दिवस आमच्या क्लासमध्ये सांगितले, "एके दिवशी माझ्या एका विद्यार्थ्याने अनधिकृत ठिकाणी आपली गाडी लावून शाळेचे मुख्य प्रवेशद्वारच बंद केले. शाळेतील एक प्रशिक्षक खूप संतापले व रागातच वर्गात घुसले आणि अत्यंत उद्दाम स्वरात त्यांनी विचारले, "रस्त्यात लावलेली गाडी कोणाची आहे?" ज्या मुलाची ती गाडी होती त्याने जेव्हा होकारार्थी उत्तर दिले, तेव्हा ते प्रशिक्षक अत्यंत कठोर आवाजात ओरडले, "ती गाडी हलव. ती ताबडतोब हलव, नाहीतर मी त्या गाडीला साखळीने तेथून खेचून दुसरीकडे नेईन."

"वास्तविक त्या विद्यार्थ्याचीच चूक होती. ती गाडी त्याने तिथे लावायला नको होती, पण त्या दिवसापासून फक्त तो विद्यार्थीच नाही, तर त्याच्याबरोबरची इतर मुलेसुद्धा त्या प्रशिक्षकावर चिडली. त्यांचा रागराग करायला लागली आणि जसे जमेल तसे त्याला त्रास द्यायला लागली. त्यामुळे त्या प्रशिक्षकाला तेथील नोकरी करणे अवघड झाले.

"त्या प्रशिक्षकाने परिस्थिती कशी हाताळायला पाहिजे होती? त्याने जर खेळकरपणे असे विचारले असते की, 'प्रवेशद्वारापाशी लावलेली गाडी कोणाची आहे?' आणि नंतर असे सुचवले असते की, जर ही गाडी बाजूला केली, तर इतर गाड्यांना जा-ये करणे सोपे जाईल, तर त्या विद्यार्थ्याने आनंदाने ती गाडी काढली असती. तो किंवा त्याचे मित्र त्यामुळे अस्वस्थ झाले नसते व संतापलेसुद्धा नसते."

'आज्ञा किंवा आदेश देण्यापेक्षा एखादी गोष्ट करशील का?' असा प्रश्न विचारल्याने अर्थ जरी तोच असला, तरी ते काम चटकन करण्याची मनाची आनंदाने तयारी होते. काम करण्याचा निर्णय जर लोकांवरच सोपवला गेला, तर ते काम करणे लोकांना आवडते. ते त्याचा स्वीकार आपखुषीने करतात.

साउथ आफ्रिकेतील जोहान्सबर्ग येथील इयान मॅकडोनाल्ड हा एका छोट्या उत्पादक कंपनीच्या प्लांटवर काही छोटे पार्ट्स बनवण्यात विशेष वाकबगार होता. त्याच्याकडे एक फार मोठी ऑर्डर आली, पण त्याला खात्री होती की, ज्या तारखेला ऑर्डर पूर्ण करायची होती ती तारीख गाठणे शक्य नव्हते, कारण आधीच कामाचा भार खूप होता आणि त्यातून या नवीन ऑर्डरसाठी फारच थोडा अवधी देण्यात आला होता. म्हणून त्याला ही ऑर्डर स्वीकारणे अशक्यप्राय होते.

त्याने त्याच्या लोकांना उगाचच 'खूप घाईने काम करा' वगैरे दबाव आणला नाही. त्याने सगळ्यांना जवळ बोलावले. सगळ्यांना परिस्थिती समजावून सांगितली आणि हेसुद्धा सांगितले की, खरेतर कंपनीसाठी ही ऑर्डर पूर्ण करता आली, तर ते खूप फायदेशीर ठरेल. मग त्याने कामगारांना प्रश्न विचारण्यास सुरुवात केली.

“तुम्हाला कोणाला काही सुचते का की, ज्यायोगे आपण ही ऑर्डर घेऊन पूर्ण करू शकू?”

“तुमच्यापैकी कोणाच्या मनात आमच्यापेक्षा काही वेगळे विचार आहेत का की, ज्यामुळे ही ऑर्डर स्वीकारणे शक्य होईल?”

“आपण आपले कामाचे तास वाढवू शकतो का? किंवा व्यक्तिश: तुमच्यापैकी कोणी ऑर्डर पूर्ण करण्यासाठी काही मदत करू शकते का?”

कामगार अनेक वेगवेगळ्या कल्पना घेऊन आले. त्यांनी स्वत:च आग्रह धरला की, आपण ही ऑर्डर स्वीकारू आणि पूर्ण करू. त्यांनी ‘आम्ही हे करू शकतो’ हेच ध्येय ठरवले आणि ती ऑर्डर स्वीकारली गेली. उत्पादन काढले गेले आणि वेळेवर पोहोचवलेसुद्धा गेले.

यशस्वी नेता कोणते तत्त्व वापरतो –

तत्त्व ४:

प्रत्यक्ष आदेश किंवा आज्ञा देण्यापेक्षा प्रश्न विचारून अप्रत्यक्षपणे आदेश द्या.

५

त्यांचे अपराध पोटात घाला

काही वर्षांपूर्वी जनरल इलेक्ट्रिक कंपनीपुढे एक मोठे संकट उभे राहिले होते. ते म्हणजे चार्ल्स स्टेनमेटस्झ याला त्या विभागाच्या मुख्य पदावरून दूर करणे. हे अवघड जागेचे दुखणे होते, पण कंपनीने त्यासाठी योग्य तो मार्ग काढला. वास्तविक पाहता स्टेनमेटस्झ हा अत्यंत हुशार होता. तो जेव्हा कंपनीत आला तेव्हापासूनची त्याची कर्तबगारीही डोळ्यात भरण्यासारखीच होती, परंतु विभागाचा प्रमुख म्हणून तो अत्यंत अपयशी ठरला. तरीसुद्धा अशा माणसाचा जरासुद्धा अपमान होऊ नये याची कंपनी खबरदारी घेत होती. त्याच्याशिवाय कंपनीचे पावलोपावली अडत होते आणि तो अत्यंत भावनाप्रधानही होता. म्हणून कंपनीने त्याला नवीन उपाधी दिली. त्यांनी त्याला कंपनीचा कन्सल्टींग इंजिनिअर बनवले, पण त्याला काम जुनेच करायचे होते आणि त्याच्याऐवजी दुसऱ्या कोणाचीतरी विभागप्रमुख म्हणून नेमणूक होणार होती.

स्टेनमेटस्झ खुशीत होता! आणि जनरल इलेक्ट्रिक कंपनीचे अधिकारीसुद्धा! त्यांनी मोठ्या कौशल्याने नियोजन करून कुठलेही वादळ न येऊ देता त्यांच्या लाडक्या विभागप्रमुखाला अलगदपणे दूर केले आणि तेसुद्धा सन्मानपूर्वक!

इतरांना सन्मानपूर्वक वागवणे अतिशय महत्त्वाचे असते, पण आपल्यापैकी फारच थोडे लोक असे वागतात. आपण इतरांच्या भावनांशी क्रूरपणे खेळतो, त्यांच्याशी उद्धटपणे वागतो, त्यांच्यात दोष काढतो, धमक्या देतो. एखाद्या लहान मुलावर टीका करतो किंवा नोकर माणसांचा इतरांसमोर अपमान करतो. त्या वेळी समोरच्या माणसाच्या स्वाभिमानाला किती धक्का लागत असेल याचा विचारही करत नाही. त्यापेक्षा जरा दोन मिनिटे शांतपणे विचार केला आणि विचारपूर्वक शब्द वापरले, समोरच्या माणसाचा दृष्टिकोन प्रामाणिकपणे समजून घेतला, तर आपोआपच परिस्थिती निवळते.

नोकर माणसांवर सतत डाफरणे ही काही मौजमजेची गोष्ट नाही. दुसऱ्याकडून

रागावून घेणे हेसुद्धा चांगले नाही. याच संदर्भात ग्रँजर नावाच्या सनदी अकाउंटंटने मला लिहिलेल्या पत्रात म्हटले आहे, 'आमचा व्यवसाय हा हंगामी स्वरूपाचा आहे. जेव्हा इन्कमटॅक्स भरण्याच्या तारखा उलटतात, त्यानंतर आमच्या ऑफिसमधील गर्दी ओसरते.

'आमच्या व्यवसायातील ही एक अप्रिय गोष्ट आहे की, लोकांना नाराजीनेच टॅक्स भरावा लागतो. टॅक्स भरणे ही काही आनंदाची गोष्ट होऊ शकत नाही. काम संपले की, आपोआपच आमच्याकडे कोणीही फिरकत नाही. मग आपोआपच आमच्या ऑफिसमध्ये नोकर माणसांसाठी असे संवाद कानी पडतात, 'मि. स्मिथ, बसा आता. कामाची गर्दी संपली आहे आणि आता तुमच्या मदतीची आम्हाला गरज उरलेली नाही. आता तुम्हाला देण्यासाठी आमच्याकडे काम नाही. अर्थातच तुम्ही समजून घेतलेले असेलच की, तुम्हाला तात्पुरत्या वेळासाठी कामावर ठेवले होते. वगैरे, वगैरे.'

'अशा बोलण्यामुळे हे नोकर खूप निराश होतात आणि आपला अपमान जाणूनबुजून करण्यात आला असे त्यांना वाटते. वास्तविक असे अनेक लोक या क्षेत्रात आहेत की, जे वर्षानुवर्षे अशी हंगामापुरती कामे करतात आणि मग त्या ऑफिसमधून त्यांना डच्चू मिळतो. त्यामुळे त्यांना कोणत्याच एका कंपनीबद्दल प्रेम, निष्ठा राहत नाही.

'मग पुढच्या वेळेस अशा नोकरमाणसांशी निरोपाचे बोलताना अधिक कौशल्याने बोलायचे मी ठरवले. तसेच मला त्यांच्या भावनांशी समरसून त्यांच्याशी संवाद साधायचा होता, म्हणून त्या प्रत्येकाने त्या सिझनमध्ये कोणते काम कसे केले याचा मी अभ्यास करून ठेवला. मग मी प्रत्येकाला माझ्या केबीनमध्ये बोलावून त्याच्याशी आपुलकीने बोललो. मी म्हणालो, ''तुम्ही खरोखरच तुमचे काम उत्तम रीतीने केले आहे. मागच्या वेळेस आम्ही तुम्हाला नेबार्कला पाठवले होते. तुम्ही खरेतर तात्पुरत्या कामासाठी गेला होतात, पण तुमच्यामुळे आम्ही मोठे यश संपादन करू शकलो आणि कंपनीला त्याबद्दल अभिमान आहे. तुमच्यामध्ये विशेष गुण आहेत आणि तुमचे पुढील भवितव्य उज्ज्वल आहे. आमची कंपनी तुमच्यावर विश्वास टाकत आहे आणि पुढील नवीन कामांमध्ये तुम्हाला पुन्हा सामावून घेण्याचे आश्वासन मी देत आहे.''

(मि. ग्रँजर, सोबत एक गुलाबाचे फूल दिले असते, तर आणखी बरे झाले असते!)

'परिणाम काय झाला म्हणून विचारा. त्या लोकांना आपला कोणी अपमान करत आहे असे वाटले नाही. त्यांना आमच्या भावना समजल्या की, जर आमच्याकडे काम असते, तर आम्ही त्यांना नक्कीच कामावर ठेवले असते आणि आम्हाला

जेव्हा परत गरज पडली असती तेव्हा बोलावल्यावर ते नक्कीच प्रेमाने परत आले असते.'

आमच्या एका क्लासमध्ये दोन सभासदांनी मात्र असे दोष दाखवायचा नकारात्मक परिणाम कसा होतो ते त्यांच्या प्रत्यक्ष अनुभवावरून सांगितले व सकारात्मक बोलणे कसे फायद्याचे ठरते ते सांगितले.

पेनिसिल्व्हानिया येथील फ्रेड क्लार्क यांनी त्यांच्या कंपनीत घडलेला एक प्रसंग सांगितला आहे. ते म्हणाले, ''आमच्या उत्पादन विभागातील एका मिटींगमध्ये आमचे व्हाइस प्रेसिडेंट जरा जास्तच टोकाची भूमिका घेत होते. त्यांनी खूप उपहासात्मकरीत्या आमच्या सुपरवायझरला उत्पादन प्रक्रियेविषयी प्रश्न विचारायला सुरुवात केली. त्यांचा सूर फारच आक्रमक होता आणि ते सुपरवायझरला त्याच्या कामातील दोष दाखवत होते. सुपरवायझरला त्याच्या इतर सहकारी मित्रांसमोर असे अपमानास्पद बोलणे ऐकणे सहन झाले नाही. त्यामुळे त्याची प्रतिक्रियासुद्धा स्फोटक होती. त्यामुळे व्हाईस प्रेसिडेंटचा तोल गेला. तो सुपरवायझरला वेड्यावाकड्या शब्दात बोलू लागला.

''अशा पद्धतीचा बेबनाव कामगारांमधील सलोख्याचे नातेसंबंध क्षणार्धात बेचिराख करून सोडण्यास कारणीभूत ठरतो. खरेतर हा सुपरवायझर अत्यंत कष्टाळू व कार्यक्षम होता, पण त्या दिवसापासून तो दुर्लक्षित केला गेला. काही महिन्यातच त्याने आमची कंपनी सोडली व तो दुसऱ्या स्पर्धक कंपनीत रुजू झाला आणि मला समजले की, तेथे तो उत्तम रीतीने काम करत होता.''

आमच्या क्लासमधील आणखी एक सभासद ॲना मॅझोनने सांगितले की, असाच एक प्रसंग तिच्या ऑफिसमध्येसुद्धा घडला. ॲना एका फूड पॅकर कंपनीमध्ये मार्केटिंग स्पेशालिस्ट होती. तिच्यावर पहिले मोठे काम सोपवले गेले, ते म्हणजे एका नवीन कंपनीची सॅम्पल्स विकणे. तिने वर्गात सांगितले, ''जेव्हा हे ट्रायल मार्केटिंग मी केले व त्याचे निकाल हाती आले तेव्हा मला उद्ध्वस्त झाल्यासारखे वाटले, कारण मी माझ्या कामाचे नियोजन करण्यात प्रचंड मोठी चूक केली होती. त्यामुळे मी केलेले आधीचे काम वाया गेले होते व मला आता पुन्हा नव्याने सुरुवात करावी लागणार होती. त्यात झाले असे की, मला मीटिंगपूर्वी माझ्या बॉसला भेटायला जरासुद्धा वेळ मिळाला नव्हता, ज्यायोगे मी त्यांना परिस्थितीची पूर्वकल्पना देऊ शकले असते.

''जेव्हा मला माझा अहवाल सादर करण्यास सांगितले गेले तेव्हा भीतीने मी अक्षरश: कापत होते; पण हो, माझ्यात एवढे धाडस नक्कीच होते की, मी कोलमडून पडणार नव्हते. मी निश्चय केला की, मी रडून दाखवणार नाही, ज्यामुळे पुरुष बायकांबद्दल अशी शेरेबाजी करतील की, व्यवस्थापन हे अशा भावनाशील बायकांचे

काम नव्हे! मी माझा अहवाल थोडक्यात सादर केला, माझी काय चूक झाली ते सांगितले व ती निस्तरण्यासाठी पुढील मीटिंगपूर्वीचा वेळ मागितला आणि एवढे बोलून मी खाली बसले. अपेक्षा होती की बॉस आता गरजणार!

''पण झाले भलतेच! त्याने माझ्या कामाबद्दल माझे आभार मानले आणि असे मत प्रदर्शित केले की, नवीन काम करताना चुका होणे हे स्वाभाविकच आहे. शिवाय माझा पुढचा सर्व्हे अचूक असेल असा विश्वासही त्याने व्यक्त केला. त्याने माझ्या सहकाऱ्यांसमोर माझ्यावर विश्वास दाखवला. मला आश्वासक शब्दांत धीर दिला आणि सांगितले की, मी कामात कसूर केलेली नाही, तर फक्त पूर्वानुभव नसल्यामुळे माझी चूक झाली. अनुभव नसणे म्हणजे क्षमता नसणे नव्हे, अपयशाचे कारण अनुभव नव्हता एवढेच!

''मी त्या मीटिंगनंतर ताठ मानेने बाहेर पडू शकले. मी अक्षरश: तरंगत होते आणि त्याच वेळी मी निश्चय केला की, मी माझ्या बॉसचा शब्द खाली पडू देणार नाही.''

जर आपण निश्चितपणे बरोबर असलो व समोरचा निश्चितपणे चुकीचा असला, तर आपण त्याच्या स्वाभिमानाला ठेच पोहोचवून त्याचा अपमान करतो. ॲटोनी सेंटक्झुबेरी हा हवाई क्षेत्रातला आद्य पुरुष असे लिहितो की, 'समोरच्या माणसाला त्याच्या स्वत:च्याच नजरेतून उतरवण्यासारखे काही बोलण्याचा वा करण्याचा अधिकार मला नाही. मला त्याच्याबद्दल काय वाटते यापेक्षा त्याला स्वत:बद्दल काय वाटते, हे महत्त्वाचे आहे. समोरच्याचा स्वाभिमान दुखावणे हा गुन्हा आहे.'

खरा नेता नक्कीच पुढील तत्त्व पाळेल –

तत्त्व ५:
समोरच्या माणसाला सन्मानपूर्वक वागवा.

६

यश मिळावे म्हणून प्रोत्साहन द्या

पेटी कार्ले नावाचा माझा एक जुना मित्र होता. त्याच्याकडे घोडा आणि कुत्रा असायचा. सर्कसमध्ये घोडा व कुत्र्याचे खेळ करून दाखवणे व लोकांचे मनोरंजन करणे हाच त्याचा पोटापाण्याचा व्यवसाय होता. पेटी जेव्हा त्याच्या नवीन कुत्र्यांना प्रशिक्षण द्यायचा तेव्हा ते पाहणे मला आवडत असे. माझ्या असे लक्षात आले की, ज्या क्षणी कुत्रा काही थोडी सुधारणा दाखवत असे त्या क्षणी पेटी त्याच्या पाठीवर थोपटून त्याचे कौतुक करत असे व खुशीत त्याला एखादे हाड चघळायला देत असे आणि त्याच्या वर्तनाबद्दल त्याचे खूप कौतुक करीत असे.

अर्थात यामध्ये नवीन काहीच नव्हते. पाळीव प्राण्यांचे सगळेच प्रशिक्षक शेकडो वर्षांपासून हेच तंत्र व कौशल्य वापरत आले आहेत.

मला वेगळे असे सांगायचे आहे की, आपणसुद्धा कुत्र्यांची वागणूक बदलावी म्हणून जे सामान्य ज्ञान वापरतो तेच माणसांची वागणूक बदलावी म्हणून का वापरत नाही? आपण हातात आसूड घेण्यापेक्षा हातात लाडू-पेढे का घेत नाही? सतत टाकून बोलण्याऐवजी आपण समोरच्याचे कौतुक का करत नाही? अगदी छोटीशी जरी सुधारणा दिसली, तरी आपण त्याची स्तुती का करत नाही? खरेतर त्यामुळे समोरची व्यक्ती अधिक चांगले वागण्यास प्रोत्साहित होत असते.

मानसशास्त्रज्ञ जेम लेअर याने त्याच्या 'आय ॲम नॉट मच बेबी बट आय ॲम ऑल आय गॉट' या पुस्तकात असे म्हटले आहे की, 'मानवी चैतन्याला उबदार ठेवण्यासाठी स्तुती ही सूर्यप्रकाशासारखी असते. त्याशिवाय आपण फुलूच शकत नाही आणि खरेतर हे माहिती असूनसुद्धा आपल्यापैकी अनेक जण टीकास्त्र सोडण्यासाठी कायम सरसावून बसलेले असतात. आपण आपल्या मित्रांचेसुद्धा कौतुक करण्यात फार कंजुषी करतो.'

मी जेव्हा माझ्या स्वत:च्या आयुष्याकडे मागे वळून बघतो तेव्हा मला काय दिसते, तर कौतुकाच्या चार शब्दांमुळे माझे संपूर्ण आयुष्य बदलून गेले. तुम्हीसुद्धा

तुमच्या आयुष्याबद्दल असे म्हणू शकता का? स्तुतीची मोहिनी कशी पडते, याच्या अनेक धक्कादायक उदाहरणांनी इतिहास ओसंडून वाहतो आहे.

उदाहरण द्यायचे झाले, तर खूप वर्षांपूर्वी एक दहा वर्षांचा मुलगा नेपल्स येथील फॅक्टरीत काम करत होता. त्याला गायक होण्याची मनापासून इच्छा होती, पण त्याच्या शिक्षकांनी त्याला नाउमेद केले. ते म्हणाले, ''तू गाऊ शकत नाहीस! तुला तसा आवाज नाही. तुझा आवाज म्हणजे दरवाजातून वारा वाहिल्यावर यावा तसा आहे.''

त्याची आई एक गरीब, अशिक्षित शेतमजूर होती. तिने त्याला जवळ घेऊन त्याचे कौतुक केले व त्याला ती म्हणाली की, तो चांगला गाऊ शकतो आणि तिला स्वत:ला त्याच्या गाण्यात प्रगती दिसत होती, असेही तिने त्याला सांगितले. त्याच्या संगीताच्या शिकवणीसाठी पैसे वाचवावेत म्हणून ती स्वत: मैलोन्‌मैल अनवाणी चालायची. त्या शेतमजूर आईच्या कौतुकाच्या चार शब्दांमुळे व प्रोत्साहनामुळे त्या मुलाचे आयुष्यच बदलून गेले. पुढे तो कोण झाला? त्याच्या काळातील जगप्रसिद्ध ऑपेरा सिंगर एन्रिको कासुसो!

एकोणिसाव्या शतकाच्या सुरुवातीला लंडनमधील एका तरुणाला लेखक बनण्याची तीव्र इच्छा झाली, पण परिस्थिती त्याला अनुकूल नव्हती. त्याने फक्त चार वर्षे शालेय शिक्षण घेतले होते. त्याच्या वडिलांना कर्जाची परतफेड न केल्यामुळे तुरुंगवासाची शिक्षा झाली होती आणि या तरुणाचे तर खाण्यापिण्याचेसुद्धा वांधे होते. शेवटी त्याला उंदरांनी भरलेल्या गोदामात बाटल्यांवर लेबल चिकटवण्याचे काम मिळाले आणि हा मुलगा लंडनमध्ये अत्यंत घाणेरड्या झोपडपट्टीत, शेजारून गटार वाहत असलेल्या खोलीत इतर दोन मुलांबरोबर झोपायचा. आता त्याचा स्वत:चा स्वत:च्याच लिखाण-कामावरचा विश्वास कमी झाला होता. तो इतका की, त्याने रात्रीच्या काळोखात त्याचे पहिले लिखाण एका प्रकाशकाला पोस्ट केले. का, तर आपल्याला कोणी हसू नये म्हणून! कथांमागून कथा नाकारल्या गेल्या. शेवटी एक भाग्यवान दिवस उजाडला जेव्हा त्याची कथा स्वीकारली गेली. अर्थात ही गोष्ट खरी की, त्याबद्दल त्याला एक पैसाही दिला गेला नाही; पण त्या संपादकाने त्याचे कौतुक केले. एका संपादकाने त्याची दखल घेतली होती. या एका कारणानेच तो भारावून गेला. इतका की, तो दिवसभर आनंदाने रस्त्यारस्त्यांतून फिरत राहिला आणि त्याच्या गालांवरून अश्रू ओघळत राहिले.

एक गोष्ट छापून आल्यामुळे, त्याचे कौतुक झाल्यामुळे, त्याची कोणीतरी दखल घेतल्यामुळे त्याचे संपूर्ण आयुष्य बदलून गेले. हे प्रोत्साहन जर त्याला त्या वेळेस मिळाले नसते, तर त्याचे संपूर्ण आयुष्य त्या उंदरांनी भरलेल्या गोदामात, बाटल्यांवर लेबले चिकटवण्यातच सडले असते. तुम्हाला समजले का, मी

तुम्हाला ही कोणाची गोष्ट सांगतो आहे? त्या मुलाचे नाव होते, चार्ल्स डिकेन्स!

लंडनमधील आणखी एका मुलाची कथा ऐका! तो एका दुकानात कारकून म्हणून नोकरी करत होता. त्याला रोज पहाटे पाच वाजता उठावे लागे. नंतर दुकान झाडावे लागे आणि पुढे चौदा-चौदा तास एखाद्या गुलामाप्रमाणे राबावे लागे. खरोखरच त्या नरकयातना होत्या. त्याला त्या आयुष्याचा तिरस्कार वाटे. दोन वर्षांपर्यंत त्याने हे कसेबसे सहन केले. आता त्याची सहनशक्ती संपली. मग एके दिवशी तो सकाळी उठला, नाश्ताही न करता तो पंधरा मैल चालत आपल्या आईकडे गेला. ती एके ठिकाणी घर सांभाळण्याचे काम करीत होती.

तो फार उद्ध्वस्त झाला होता. तो आईला जोरजोराने त्याची बाजू पटवून देत होता. मधूनमधून रडत होता. आता यापुढे जर त्याला त्या दुकानात काम करावे लागले असते, तर तो स्वत:च्या आयुष्याचा शेवट करणार होता. त्यानंतर त्याने त्याची दु:खद कहाणी त्याच्या जुन्या शिक्षकाला पत्राने कळवली व तो आता आयुष्याला कसा कंटाळला होता व त्याला जगण्याची कशी इच्छा नव्हती हेसुद्धा त्याने सांगितले. त्याचे म्हतारे शिक्षक फार प्रेमळ होते. त्यांनी उलट टपाली त्याला समजावणीचे पत्र लिहिले, त्यात कौतुकाचे चार शब्द लिहिले व खरेतर तो किती बुद्धिमान मुलगा होता, याची त्याला आठवण करून दिली. त्याच्यासाठी चांगले काय करता येईल याचा विचार करण्याचे आश्वासनही त्यांनी दिले आणि लवकरच त्यांनी त्याला शिक्षकाची नोकरी देऊ केली.

त्या पत्रामुळे या मुलाचे भवितव्य बदलले आणि त्याने इंग्लिश वाङ्मयाच्या इतिहासात त्याने आपला वेगळा ठसा उमटवला. या मुलाने पुढे अगणित 'बेस्ट सेलर' पुस्तके लिहिली आणि आपल्या लेखणीच्या जोरावर लाखो डॉलर्स कमावले. त्याचे नाव तुम्ही ऐकलेच असेल. त्याचे नाव आहे, एच. जी. वेल्स!

टीकेपेक्षा स्तुतीचा अधिकाधिक वापर करणे, हाच स्कीनर या मनोवैज्ञानिकाच्या शिकवणीचा मूलभूत पाया होता. या थोर शास्त्रज्ञाने हे प्रयोगांती सिद्ध करून दाखवले की, मानव काय किंवा प्राणी काय, दोघांच्याही बाबतीत जर त्यांच्या पाठीवर कौतुकाची थाप पडली व त्यांच्या दोषांकडे दुर्लक्ष केले गेले, तर अधिक चांगल्या गोष्टी त्यांच्या हातून घडतात आणि वाईट गोष्टींकडे लक्ष न दिल्यामुळे त्या आपोआपच गळून पडतात.

कॅरोलिना येथील रॉकी माउंटमध्ये राहणारे जॉन रिंगलस्पॉ यांनी त्यांच्या मुलांच्या बाबतीत हेच तंत्र वापरले. आपल्या आजूबाजूला सर्वत्र आपल्याला असेच दिसून येते की, आई आणि वडील यांचे आपल्या मुलांशी संभाषण करणे म्हणजे त्यांच्या अंगावर ओरडणे हेच असते आणि त्यामुळे मुलांची वर्तणूक अधिक चांगली होण्यापेक्षा ती अधिक वाईट होते आणि पालकांचीसुद्धा! त्यामुळे समस्या

सुटण्याऐवजी ती अधिक गंभीर होत जाते.

ही समस्या सोडवण्यासाठी मि. रिंगलस्पॉ यांनी आपल्या क्लासमध्ये शिकवलेली काही तत्त्वे वापरण्याचे ठरवले. ते सांगत होते, "आम्ही आता मुलांचे दोष शोधण्यापेक्षा त्यांच्या गुणांचे कौतुक करायचे ठरवले; पण हे फार अवघड होते. कारण आम्हाला आमच्या डोळ्यांसमोर मुले आगळीक करताना पाहणे अगदी जिवावर येत असे, पण दोन-चार दिवसात आमच्या असे लक्षात आले की, अगदीच अस्वस्थ करणाऱ्या गोष्टी घडण्याचे आता थांबले होते. त्यानंतर थोड्या दिवसांनी आमच्या असे लक्षात आले की, मुलांचे आणखीही काही अवगुण कमी झाले होते. आम्ही त्यांचे जे कौतुक करत होतो, त्यामुळे ती आनंदात होते. ती आता स्वत:हून चांगले काय, वाईट काय याचा विचार करू लागली होती. आमच्या दोघांचाही यावर विश्वास बसत नव्हता. अर्थात ही गोष्ट सदासर्वकाळ टिकणारी नव्हती, हेसुद्धा आम्हाला माहिती होते; पण तरीही आशादायक वातावरण नक्कीच निर्माण झाले होते. आता आम्हालाही आणखी नाटक करण्याची जरुरी नव्हती. मुले आता वाईट गोष्टींपेक्षा अधिक चांगल्या गोष्टी करू लागली होती आणि हा सगळा कसला परिणाम होता, तर मुलांची निंदा न करता त्यांचे कौतुक केल्यामुळे त्यांच्यात सकारात्मक बदल घडून आले होते."

कामाच्या ठिकाणीसुद्धा हेच तत्त्व लागू पडते. कॅलिफोर्निया येथील वुडलॅण्ड हील्समधील किव रोपरने त्याच्या कंपनीत या मार्गदर्शक तत्त्वावरच समस्या सोडवली. त्याच्या प्रिंटिंगच्या दुकानामध्ये काही उच्च प्रतीचे सामान येऊन पडले होते. ज्या प्रिंटरने काम केले होते तो नवीन होता, पण त्याला त्या ठिकाणी काम करणे अवघड जात होते. ही गोष्ट त्याच्या सुपरवायझरच्या लक्षात आली होती. त्याच्या नकारात्मक दृष्टिकोनामुळे तो सुपरवायझरसुद्धा नाराज होता व त्या प्रिंटरला कामावरून कमी करण्याच्या विचारात होता.

जेव्हा मि. रोपरला हे कळविण्यात आले, तेव्हा तो स्वत: दुकानात आला आणि त्या नवीन प्रिंटरशी स्वत: बोलला. त्याने त्या तरुणाची स्तुती केली. नुकतेच त्याने पूर्ण केलेले काम किती उच्च प्रतीचे झाले होते ते त्याला सांगितले. आत्तापर्यंत त्याच्या दुकानात केल्या गेलेल्या कामापेक्षा ते सर्वांत चांगले काम झाले होते, हेसुद्धा सांगितले. त्या कामातील नेमके गुणही त्याने सांगितले व त्या तरुण प्रिंटरचा सहभाग त्याच्या दुकानासाठी किती महत्त्वाचा होता हेही त्याला पटवून दिले.

तुम्हाला काय वाटते, यामुळे त्या तरुणाचा कंपनीविषयीचा दृष्टिकोन बदलला असेल का? होय. त्या दिवसात कंपनीत बराच बदल झाला. त्या तरुणाने त्याच्या सहकाऱ्यांना मि. रोपरबरोबरचे त्याचे जे संभाषण झाले ते सांगितले आणि कंपनीचा

मालक आपल्या कामाचे कौतुक करतो, यामुळे तो भारावून गेला आणि त्या दिवसापासून तो शेवटपर्यंत एक निष्ठावंत कामगार झाला. त्याने त्याचे सर्वस्व कंपनीसाठी वाहिले.

मि. रोपरने काय केले होते? त्याने फक्त त्या तरुणाची स्तुती करून 'तू चांगला आहेस.' असे म्हटले नव्हते, तर प्रामुख्याने त्याच्यातील चांगले काय होते, ते सांगितले होते. तो इतरांपेक्षा कशामुळे श्रेष्ठ होता ते सांगितले होते. त्याने सरधोपट सामान्य विधाने न करता तो व्यक्तिश: त्याच्या कामगिरीबद्दल बोलला होता. त्याने एक व्यक्ती म्हणून त्याचे महत्त्व काय होते, ते सांगितले होते. त्याची खासीयत सांगितली होती. त्यामुळेच मि. रोपरने केलेली स्तुती विशेष अर्थपूर्ण ठरली. प्रत्येकालाच स्तुती आवडते; पण जेव्हा विशेष करून त्याच्या एखाद्या विशेष गुणाचा गौरव होतो, तेव्हा ते कौतुक अधिक प्रामाणिक वाटते. ते फक्त बरे वाटावे म्हणून नसते, तर खोल अंत:करणातून आलेले असते.

लक्षात ठेवा, कौतुकाची थाप पाठीवर पडावी ही आपल्या सगळ्यांचीच तीव्र इच्छा असते आणि त्यासाठी आपण काहीही करायला तयार असतो; पण अप्रामाणिकपणा कोणालाच आवडत नाही. खोटी स्तुती कोणालाच नको असते.

मी पुन्हा एकदा सांगतो, या पुस्तकामध्ये सांगितलेली तत्त्वे फक्त तेव्हाच उपयोगी पडतील, जेव्हा ती थेट हृदयापासून निघतील! मी येथे खोट्या क्लृप्त्यांची बॅग घेऊन बसलेलो नाही; पण आयुष्याची एक वेगळी दिशा तुम्हाला दाखवतो आहे.

आपण लोकांना बदलवण्याच्या गोष्टी करत आहोत. आपल्या संपर्कात येणाऱ्या लोकांना त्यांच्या आतच किती गुणांचा ठेवा आहे याची जाणीव तुम्ही आणि मी मिळून करून दिली, तर आपण फार मोठी क्रांती करू शकू. अक्षरश: आपण त्यांच्यात आमूलाग्र बदल घडवून आणू शकू.

तुम्हाला अतिशयोक्ती वाटते का? मग खाली एक संतवाणी दिली आहे. प्रसिद्ध मानसशास्त्रज्ञ व तत्त्ववेत्ता विल्यम जेम्स याने हे सांगितले आहे. ते वाचा.

> *'आपण कसे असायला हवे व आपण काय आहोत अशी स्वत:शीच स्वत:ची तुलना केली, तर आपण अर्धजागृत अवस्थेत आहोत, अशी आपली खात्री पटते. आपण आपल्या शारीरिक व मानसिक क्षमतांचा फारच थोडा वापर करतो. अधिक सुस्पष्टपणे सांगायचे झाले, तर प्रत्येक माणूस स्वत:भोवती कुंपण घालून जगतो. त्याच्याकडे इतक्या अनेक प्रकारच्या अमर्याद क्षमता असतात, पण त्याच्या सवयींमुळे त्यांचा वापर करण्यात तो अपयशी ठरतो.'*

खरे आहे, जे वाचक आत्ता या ओळी वाचत आहेत त्यांच्यामध्येसुद्धा खूप क्षमता ठासून भरल्या आहेत, पण ते त्यांचा वापर करत नाहीत. त्यामुळे त्यांच्यावर गंज चढला आहे. या सगळ्या क्षमतांपैकीच तुमच्यात असलेली सगळ्यात मोठी क्षमता म्हणजे दुसऱ्याचे कौतुक करण्याची किमयागार क्षमता! ती वापरून तुम्ही अनेक अशक्य गोष्टी शक्य करून दाखवू शकता.

टीकेमुळे अंगातील गुण कोमेजून जातात, पण प्रोत्साहन दिल्यास ते फुलून येतात. तुम्हाला चांगले नेतृत्व करायचे असले, तर प्रोत्साहन द्यायला शिका.

तत्त्व ६:

एखादा छोटासा सकारात्मक बदल दिसला, तरी त्याचे कौतुक करा. प्रशंसा अंतःकरणापासून करा आणि स्तुती करताना शब्दांची मुक्त उधळण करा.

७

कौतुक करा आणि मग बघा काय होते ते!

जर तुमचा एखादा चांगला कामगार अचानक वाईट काम करायला लागला, तर तुम्ही काय कराल? कदाचित तुम्ही त्याला रागवाल; पण त्यामुळे समस्या काही सुटत नाही. तुम्ही त्या कामगाराची खरडपट्टी काढू शकता; पण त्यामुळे क्षोभ अधिकच वाढतो. हेन्री हेन्के हा इंडियाना, लॉवेल येथील एका फार मोठ्या ट्रक एजन्सीचा सर्व्हिस मॅनेजर होता. त्याचा एक मेकॅनिक हल्ली चांगले काम करत नव्हता, असे त्याच्या लक्षात आले. तेव्हा त्याला रागावून किंवा धमकावून काही विचारण्यापेक्षा हेन्केने त्याला आपल्या ऑफिसमध्ये बोलावले आणि त्याच्याशी अगदी खोल अंत:करणापासून कळकळीने बोलला. तो म्हणाला,

"बिल, तू एक उत्तम मेकॅनिक आहेस. तू अनेक वर्षांपासून या क्षेत्रात काम करतो आहेस. तू आत्तापर्यंत गिऱ्हाइकांच्या गाड्या उत्तम प्रकारे दुरुस्त करून त्यांना संतुष्ट केले आहेस. तू जे काही काम केलेस त्याबद्दल आम्हाला अनेकदा कौतुकाची पावती मिळाली आहे, पण आता मात्र चित्र काहीसे बदलले आहे. तुला आता गाड्या दुरुस्त करायला वेळही फार लागतो आणि तुझे आत्ताचे काम तुझ्याच पूर्वीच्या कामाच्या तुलनेत समाधानकारक नाही, कारण तू पूर्वी फार उच्च दर्जाचा मेकॅनिक होतास. मला वाटते आहे की, तुझ्या कामाबद्दल मी समाधानी नाही हे तुला समजले असेलच आणि हवे तर आपण दोघे मिळून तुझी काही समस्या असल्यास ती सोडवण्याचा प्रयत्न करू."

बिलने संभाषणाला उत्तम प्रतिसाद दिला. तो म्हणाला की, त्याच्या कर्तव्यात काही कसूर होत होती, हे त्याच्या लक्षातच आले नव्हते. खरेतर त्याला दिलेले काम त्याच्या आवाक्यातीलच होते आणि इथून पुढे भविष्यात तो त्याच्या कामात नक्कीच सुधारणा करणार होता.

त्याने तसे केले का? विश्वास ठेवा, त्याने तसेच केले. पुन्हा एकदा तो जोमाने कामाला लागला. मि. हेन्केने त्याच्यावर विश्वास टाकून त्याच्याकडून

अपेक्षित काम करून घेऊन त्याच्यातील पूर्वीचा आत्मविश्वास जागा केला.

व्हाऊक्लेन हा त्या वेळचा बाल्डविन लोकोमोटिव्ह वर्क्स या कंपनीचा प्रेसिडेंट होता. तो म्हणत असे, ''कोणत्याही माणसाला तुम्ही त्याच्या कार्यक्षमतेयोग्य सन्मान दिलात, तर हवे ते काम करून घेऊ शकता.''

थोडक्यात, तुम्हाला एखाद्या माणसाच्या एका ठरावीक कामात आणखी सुधारणा करून हवी असेल, तर असे नाटक करा की, ते ठरावीक काम म्हणजे त्याच्या डाव्या हातचा मळ आहे. शेक्सपिअरसुद्धा म्हणतो, 'जरी एखाद्यामध्ये एखादा गुण असला किंवा नसला, तरी तो आहे असे गृहीत धरा आणि असे गृहीत धरून उघडपणे त्याबद्दल कौतुक केले की, आपोआपच त्याला असे जाणवते की, हा गुण आपल्यामध्ये असणे जरुरीचे आहे. त्यामुळे तुमचा भ्रमनिरास होणार नाही अशी काळजी ते घेतात व ते गुण आत्मसात करण्यासाठी प्रयत्न करतात.'

जॉर्जेट लेबलॅकने तिच्या 'सॉव्हेनिर्स, माय लाइफ वुइथ मेटरलिंक' या पुस्तकात एका बेल्जिअन सिंड्रेलाच्या नम्रतेमुळे तिच्या आयुष्याने घेतलेल्या एका सुंदर वळणाबद्दल कसे लिहिले आहे ते पाहा, 'एका शेजारच्या हॉटेलात नोकर असलेली मुलगी माझे जेवण घेऊन येत असे. तिचे नाव होते, 'मेरी द डिशवॉशर'. याचे कारण असे की, तिने तिच्या कामाची सुरुवात छोट्या स्वयंपाकखोलीत मदतनीस म्हणून केली होती. ती दिसण्यास भयावह होती. तिच्या डोळ्यात तिरळेपण होते. तिचे पाय फेंगडे होते. अंगकाठी अत्यंत कृश होती.

'एके दिवशी जेव्हा ती माझी मॅकेरोनीची प्लेट तिच्या तांबड्या हातांमध्ये घेऊन आली तेव्हा मी तिच्याकडे थेटपणे बघून म्हणाले, ''मेरी, तुला कल्पना नाही की तुझ्या अंगात किती गुण लपले आहेत.''

'मेरीला तिच्या भावना परतवून लावण्याची सवयच झाली होती. मेरी माझ्याकडे शांतपणे बघत राहिली. कुठलेही नवीन संकट अंगावर घेण्याची तिची तयारी नव्हती, म्हणून चेहऱ्यावरची एकही रेष हलू न देण्याची खबरदारी तिने घेतली. नंतर तिने ती डिश टेबलावर ठेवली, उसासा सोडला आणि अगदी निष्पाप मनाने म्हणाली, ''मॅडम, तुम्ही म्हणता, तर तसे असेलही!'' तिने कोणताही संशय व्यक्त केला नाही. कोणताही प्रश्न विचारला नाही. ती स्वयंपाकघरात गेली व मी जे तिला म्हणाले होते ते मनाशी पुटपुटली. एखाद्यावर श्रद्धा ठेवण्याचा किती फायदा असतो बघा! कारण तिची कोणीही चेष्टा केली नाही. त्या दिवसापासून तिला विशेष महत्त्व दिले गेले, पण त्याहीपेक्षा एक उत्साहवर्धक असा बदल मेरीच्या जीवनात घडून आला. ती स्वत:मध्ये रुची दाखवू लागली. तिला स्वत:लाच आपल्यात अद्‌भुत काहीतरी आहे असे वाटले. तिचा चेहरा काळजी घेतल्यामुळे आकर्षक बनला आणि आत्तापर्यंत तारुण्यापासून वंचित राहिलेले तिचे शरीर पुष्ट

बनले आणि एका कळीचे रूपांतर फुलात झाले.

'दोन महिन्यांनी तिने जाहीर केले की, तिचे लग्न त्याच हॉटेलमधील एका शेफच्या पुतण्याबरोबर ठरले आहे. ती मला म्हणाली, ''आता मी खऱ्या अर्थाने लेडी होणार.'' आणि तिने माझे आभार मानले. 'लेडी' या एका छोट्या शब्दाने तिचे संपूर्ण आयुष्य बदलून गेले.'

जॉजेट लेबलॅकने 'मेरी दि डिशवॉशर'ला प्रतिष्ठा प्राप्त करून दिली आणि त्या प्रतिष्ठेमुळे तिचे आयुष्यच बदलून गेले.

फ्लोरीडा येथील डेटोना बिच येथे राहणारा बिल पारकर एका अन्नाच्या कंपनीचा विक्री-प्रतिनिधी होता. त्याची कंपनी एक नवीन उत्पादन सुरू करत होती त्यामुळे तो खूश होता; पण अचानक एका मोठ्या, स्वतंत्र दुकानदाराने ते उत्पादन त्याच्या स्टोअरमध्ये ठेवण्याचे नाकारले, त्यामुळे तो खूप नाराज झाला. दिवसभर बिल निराश होऊन विचार करत बसला आणि हा नकार त्याने फारच मनाला लावून घेतला आणि मग स्टोअरमध्ये पुन्हा जाऊन पुन्हा एकदा प्रयत्न करून बघायचा व मगच घरी जायचे असे त्याने ठरवले.

तो म्हणाला, ''जॅक, मी सकाळी तुझ्या दुकानातून परत गेल्यानंतर माझ्या असे लक्षात आले की, मी आमच्या नवीन उत्पादनाची संपूर्ण माहिती तुला दिलीच नाही. मला तुला काही महत्त्वाचे मुद्दे सांगायचे आहेत, जे मी सकाळी सांगायचे विसरलो. तू मला तुझा थोडासा वेळ देशील अशी आशा आहे. मला माहिती आहे की, आत्तापर्यंत तू मला नेहमीच वेळ देत आला आहेस आणि तू तुझा निर्णय बदलू शकशील इतके मोठे मन तुझे नक्कीच आहे. जर परिस्थितीची तशी गरज असली, तर तुझा विचार बदलेल अशी माझी खात्री आहे.''

जॅकला इतकी प्रतिष्ठा देऊन त्याचे मत अनुकूल करून घेतल्यानंतर जॅक ऑर्डर देणे नाकारेल असे खरेच वाटते का तुम्हाला?

डबलिन, आयर्लंड येथे राहणाऱ्या एका डेंटिस्टला म्हणजे डॉ. मार्टिन फिट्झुगला एके दिवशी धक्काच बसला, कारण त्याच्या एका पेशंटने एका धातूच्या कप ठेवण्याच्या होल्डरकडे बोट दाखवले व तो स्वच्छ नव्हता हे त्याच्या लक्षात आणून दिले. हा कप तोंडात पाणी घालून गुळण्या करण्यासाठी होता. हे खरे होते की, पेशंट त्या कपाने पाणी पीत नसत. ते पेपरच्या कपातूनच पाणी पिऊन तो कप फेकून देत असत; पण अशी अस्वच्छता दवाखान्यात असणे हे व्यावसायिकदृष्ट्या नक्कीच योग्य नव्हते.

जेव्हा पेशंट निघून गेला तेव्हा डॉ. फिट्झुग आपल्या केबिनमध्ये गेले आणि त्यांनी ब्रिजिटला पत्र लिहिले. ब्रिजिट त्या दवाखान्यात आठवड्यातून दोन वेळा झाडझूड करायला व फर्निचर साफसूफ करायला येत असे. त्यांनी पत्रात लिहिले –

प्रिय ब्रिजिट,

आपण फारच क्वचित भेटतो. तू साफसफाईचे काम उत्तम रीतीने सांभाळतेस त्याबद्दल तुला प्रत्यक्ष भेटून तुझे आभार मानण्याचा मी विचार करत होतो, पण आता मला असे वाटते की, आठवड्यातून दोन वेळा फक्त दोन तास साफसफाईसाठी फारच अपुरे पडतात. कृपा करून कामाचा आणखी अर्धा तास वाढवून किंवा एकदा खास येऊन कप होल्डर्सला साफ करून पॉलिश केलेस तर बरे होईल; अर्थातच मी या जास्तीच्या कामाचे तुला पैसे देईल.

डॉ. फिट्झुग

''दुसऱ्या दिवशी मी जेव्हा केबिनमध्ये गेलो,'' डॉ. फिट्झुग सांगत होते, ''तेव्हा माझे टेबल पुसून स्वच्छ लखलखीत केलेले दिसले. जणूकाही आरसाच! तशीच माझी खुर्ची, जी मी क्वचितच बाहेर ओढतो तीसुद्धा अगदी स्वच्छ केलेली होती! मग मी माझ्या उपचार करण्याच्या खोलीत गेलो तेव्हा ती खोली तर फारच काळजीपूर्वक स्वच्छ करण्यात आली होती. कप होल्डर तर सगळ्यात जास्त स्वच्छ होते. याचे कारण हेच होते की, मी माझ्या झाडपूस करणाऱ्या नोकराणीला प्रतिष्ठा बहाल करून तिला माझ्या अपेक्षा परिपूर्ण करण्यास भाग पाडले होते. केवळ एवढ्याच एका छोट्याशा गोष्टीमुळे तिने पूर्वी ज्या कामात कसूर केली होती त्याची भरपाई अधिक स्वच्छता करून केली होती. त्यासाठी तिला किती जास्तीचा वेळ द्यावा लागला? बरोबर आहे तुमचे! अजिबात नाही.''

एक जुनी म्हण आहे की, कुत्र्याला तुम्ही नावेच ठेवलीत, तर तो त्याची पर्वा करणार नाही; पण त्याचे एकदा लाड करून बघा. मग पाहा काय होते ते!

चौथ्या इयत्तेला शिकवणारी मिसेस रूथ हॉपकिन्स न्यूयॉर्क, ब्रुकलिन येथे राहत होती. वर्गाच्या पहिल्या दिवशी ती कॅटलॉग पाहत होती. अत्यंत आनंदात एकेक नाव वाचत असतानाच अचानक तिच्या छातीत धस्स झाले. एका नावाशी ती घुटमळली. आता या वर्षी तिच्या वर्गात 'टॉमी' नावाचा संपूर्ण शाळेतील सगळ्यात वाह्यात मुलगा होता. त्याच्या तिसरीच्या शिक्षकांनी टॉमीबद्दल इतकी गाऱ्हाणी केली होती की, कोणाचेच त्याच्या विषयीचे मत चांगले नव्हते. तो मुलगा कोणाचेच, अगदी प्राचार्यांचेसुद्धा ऐकत नसे. तो फक्त खोडकर होता असे नाही, तर त्याच्यामुळे शाळेची शिस्तही तो गोत्यात आणत असे. तो इतर मुलांशी मारामाऱ्या करीत असे, मुलींच्या खोड्या काढत असे, शिक्षकांच्या टिंगली करीत असे आणि दिवसेंदिवस त्याच्या खोड्या वाढतच चालल्या होत्या. त्याची फक्त

एकच गोष्ट चांगली होती आणि ती म्हणजे त्याची आकलनशक्ती खूप जास्त होती आणि तो शाळेची कामे फार सहजपणे करीत असे.

मिसेस हॉपकिन्सने ठरवून टाकले की, हा टॉमी प्रॉब्लेम शक्य तेवढ्या लवकर निपटायचा. जेव्हा तिने नवीन विद्यार्थ्यांचे स्वागत केले तेव्हा प्रत्येकाची नावे घेताना तिने काही ना काहीतरी शेरेबाजी केली. ती म्हणाली, 'रोझ, तू आज खूप छान ड्रेस घातला आहेस.', 'ॲलिशिवो, मी असे ऐकले की, तू खूप छान चित्रे काढतेस.' मग जेव्हा ती टॉमीच्या नावापाशी आली तेव्हा ती त्याच्या डोळ्यात डोळे घालून म्हणाली, ''टॉमी, मला माहिती आहे तू सगळ्यांचा नेता होण्याच्या क्षमतेचा आहेस. तुझ्यामध्ये तो नैसर्गिक गुण आहे. या संपूर्ण वर्षात आपला हा चौथीचा वर्ग आदर्श वर्ग म्हणून ओळखला गेला पाहिजे आणि मला त्यासाठी तुझी मदत लागेल.'' तिने हे सतत टॉमीच्या मनावर बिंबवले व पहिले काही दिवस त्याचे कौतुक करून तो किती चांगला मुलगा आहे, हे संपूर्ण वर्गाला दाखवून दिले. अशा प्रकारची प्रतिष्ठा बहाल करून आपल्याला अपेक्षित परिणाम साधण्याच्या या युक्तीला नऊ वर्षांचा मुलगासुद्धा फसला, तर त्यात नवल ते काय?

जर नेतृत्व करताना समोरच्या व्यक्तीचा दृष्टिकोन किंवा वागणूक बदलणे तुम्हाला अवघड वाटत असेल, तर पुढील तत्त्व वापरा –

तत्त्व ७:

समोरच्या माणसाला इतकी प्रतिष्ठा बहाल करा की, त्याचा तुम्हाला अपेक्षितच परिणाम पाहायला मिळेल.

८

चुका दुरुस्त होऊ शकतात

माझ्या एका चाळीस वर्षाच्या ब्रम्हचारी मित्राचे लग्न ठरले आणि त्याच्या नियोजित वधूने त्याने डान्स करावा म्हणून आग्रह धरला. त्याने अत्यंत प्रांजळपणे कबुली दिली की, त्याला पूर्वी अजिबात चांगले नाचता येत नव्हते. तो म्हणाला, ''मी वीस वर्षांपूर्वी एकदा डान्स शिकण्याचा प्रयत्न केला होता. मी ज्या शिक्षिकेकडून डान्सचे धडे शिकत होतो तिने मला सुरुवातीलाच हे कटू सत्य सांगितले की, मी पूर्णपणे चुकीचा आहे. मी आधीचे सगळे विसरून जायला पाहिजे आणि नव्याने हे धडे गिरवले पाहिजेत, पण त्यामुळे मी फारच खट्टू झालो. मला पुढे शिकण्यात काही स्वारस्यच वाटले नाही. शेवटी मी ती शिक्षिकाच बदलली.

''त्यानंतर मी ज्या दुसऱ्या शिक्षिकेला नेमले, कदाचित ती खोटे बोलत असेल, पण ती जे काही सांगायची ते मला आवडायचे. तिने अगदी सहजपणे मला सांगितले की, माझे नाचणे हे थोडेसे जुन्या फॅशनचे होते; परंतु माझे मूलभूत ज्ञान अगदी बिनचूक आहे आणि तिने मला खात्रीने सांगितले की, डान्सच्या नवीन स्टेप्स शिकण्यात मला काहीच अडचण येणार नाही. माझ्या पहिल्या शिक्षिकेने माझ्या चुकांकडे बोट दाखवून मला नाउमेद केले होते, परंतु या नवीन शिक्षिकेने त्याच्या उलट केले होते. तिने माझ्यातील चांगल्या गोष्टींचे कौतुक केले व चुका आणखी लहान करून दाखवल्या. ती मला म्हणत असे की, माझ्या नाचण्यात नैसर्गिक लयबद्धता आहे आणि डान्सचे मला जन्मजात ज्ञान आहे. अर्थात माझा सारासार विचार मला हेच सांगत असे की, मी एक सुमार दर्जाचा डान्सर आहे, तरीसुद्धा त्या शिक्षिकेचे बोलणे कुठेतरी खोलवर हृदयात सुखावून जायचे. आजही मला वाटते की, ती शिक्षिका म्हणत होती ते अगदीच काही खोटे नव्हते; अर्थात त्या बदल्यात मी तिला पैसे देत होतो; पण काही का असेना, ती हे म्हणाली हे खरे!

''पण काहीही असले, तरी तिने माझे कौतुक केल्यामुळे आज मी या दर्जाचा डान्सर आहे, कारण माझ्या हालचाली नैसर्गिक रीतीने लयबद्ध आहेत ही गोष्ट

मला प्रोत्साहित करते. त्यामुळे मला आशा वाटते, माझ्यात सुधारणा व्हावी अशी ऊर्मी येते.'

तुमच्या मुलाला किंवा प्रियकराला किंवा नोकराला असे सांगून बघा की, तो किंवा ती अत्यंत मूर्ख व बावळट आहे. त्यांना ते करत असलेली गोष्ट करण्यात जराही गम्य नाही. त्यामुळे त्यांच्या कृतीत थोडीशीही सुधारणा होण्याची अपेक्षा तुम्ही धरू शकत नाही; पण याच्या उलट तंत्र वापरा. अगदी मुक्तपणे प्रोत्साहन द्या. त्याबरोबर त्यांना ते करत असलेली गोष्ट चांगली जमेल. समोरच्या व्यक्तीला तुम्हाला त्याच्या क्षमतेवर विश्वास आहे हे दिसू द्या. त्याच्या अंगी मुळातच हे गुण आहेत अशी त्याची खात्री पटवा आणि मग बघा की, तो बेभान होऊन पहाटेपर्यंत नाचेल व कौशल्य मिळवेल.

थॉमस लॉवेल याचा 'मानवी नातेसंबंध' या विषयात विशेष हातखंडा होता. त्यानेही हेच तंत्र वापरले. तो समोरच्या माणसात आत्मविश्वास, धाडस आणि श्रद्धा जागवीत असे. उदाहरण द्यायचे, तर मी एक शनिवार-रविवार मि. लॉवेल व मिसेस लॉवेलबरोबर घालवला होता. शनिवारी रात्री त्याने मला ब्रिजच्या (कार्ड गेम) टेबलवर बसण्यास सांगितले. मी धास्तावलो. 'ब्रिज! छे! छे! हे माझ्यासाठी नाही! मला यातले काही समजत नाही. हा खेळ माझ्यासाठी कायमच एक गूढ आहे. मी ब्रिज खेळणे अशक्य आहे.' असे मला वाटत होते.

लॉवेलने माझी समजूत काढली. तो म्हणाला, ''डेल, असे का म्हणतोस? हा काही जादूचा प्रयोग नाही. या खेळामध्ये आपली फक्त स्मरणशक्ती आणि अचूक निर्णय पणाला लावायचा असतो. तू तर स्मरणशक्ती विषयावर अनेक लेख लिहिले आहेस, त्यामुळे ब्रिज खेळणे तुझ्यासाठी फार सोपी गोष्ट आहे. तुझ्या स्वभावाला हे योग्य आहे.''

आणि घाई गडबडीत मला काही कळायच्या आतच मी त्या टेबलावर बसलो. मला पाने वाटली गेली आणि मी ती उचललीसुद्धा! केवळ कशामुळे, तर मला असे सांगण्यात आले की, ब्रिजसाठी लागणारे गुण माझ्या अंगी उपजतच आहेत आणि त्यामुळेच मला तो खेळ सोपा वाटला.

ब्रिज खेळाबद्दल बोलताना मला एलि कलबर्स्टनबद्दल आठवले. एलि कलबर्स्टन हा ब्रिज खेळावर पुस्तके लिहिणारा प्रसिद्ध लेखक आहे. त्याच्या पुस्तकांचे भाषांतर सुमारे डझनभर भाषांमध्ये तरी झाले आहे आणि त्याच्या लाखो प्रती खपल्या गेल्या आहेत. तरीही त्याने मला सांगितले की, त्याला स्वत:ला अशी यत्किंचितही कल्पना नव्हती की, ब्रिज हा खेळ भविष्यात त्याचा व्यवसाय होईल; पण एक स्त्री त्याच्या आयुष्यात आली, जिने त्याची खात्री पटवली की, त्याला या खेळात विशेष नैपुण्य आहे.

जेव्हा तो १९२२मध्ये अमेरिकेत आला होता तेव्हा त्याने तत्त्वज्ञान आणि सोशॉलॉजी हे विषय शिकवण्यासाठी नोकरी मिळवण्याचा प्रयत्न केला होता, पण त्याला नोकरी मिळाली नव्हती. मग त्याने कोळसे विकण्याचा प्रयत्न केला; पण त्यातही तो अयशस्वी झाला. मग त्याने कॉफी विकली; पण त्यातही त्याला यश आले नाही.

तो थोडेफार ब्रिज खेळायचा, पण त्या काळात कोणी त्याच्याकडून ते शिकेल अशी परिस्थिती नव्हती, कारण तो खेळ तो फक्त वाईटच खेळायचा असे नाही; तर तो फार आडमुठापण होता. तो फार प्रश्न विचारत असे आणि खेळाचे फारच पोस्टमार्टेम करून विश्लेषण करीत असे. त्यामुळे त्याच्याबरोबर खेळणे सगळे टाळत असत.

मग त्याला एक सुंदर ब्रिज-शिक्षिका भेटली. तिचे नाव जोसेफिन दिलॉन. तो तिच्या प्रेमात पडला आणि त्यांनी लग्नही केले. तिच्या असे लक्षात आले की, तो पत्त्यांचे किती सुंदर विश्लेषण करतो आणि मग तिने त्याचे मन वळवले की, त्याला या खेळामध्ये काहीतरी विशेष गती आहे आणि कलबस्टोनने मला सांगितले की, केवळ तिच्या अशा प्रोत्साहनामुळेच ब्रिज या खेळाला त्याने त्याचा व्यवसाय बनवले.

आमच्या कोर्सला येणाऱ्या सिनसिनाटी, ओहियो येथील एका प्रशिक्षकाने सांगितले की, त्याच्या मुलाच्या बाबतीत सतत प्रोत्साहन दिल्यामुळेच केवळ तो त्याच्या चुका सुलभतेने सुधारू शकला. तो सांगतो,

"१९७०मध्ये माझा पंधरा वर्षांचा मुलगा सिनसिनाटी येथे माझ्याबरोबर राहायला आला. आत्तापर्यंतचे त्याचे आयुष्य त्याने दिशाहीन घालवले होते. १९५८मध्ये एका अपघातात त्याच्या डोक्याला इजा झाली होती. त्याच्या डोक्यावर त्याची भली मोठी खूण होती. इ. स. १९६०मध्ये त्याच्या आईचा व माझा घटस्फोट झाला आणि तो आईबरोबर डल्लास येथे राहायला गेला. त्याच्या पंधरा वर्षांपर्यंतच्या आयुष्यात तो मतिमंद मुलांच्या खास शाळेत वाढला. त्यांच्या व्यवस्थापकांचे हे मत पक्के होते की, त्याच्या मेंदूला इजा पोहोचली आहे आणि त्यामुळे सर्वसाधारण मुलांइतकी त्याची आकलनशक्ती नाही. तो त्याच्या वयाच्या मुलांपेक्षा दोन वर्षे मागे पडला, त्यामुळे आत्ता तो फक्त सातवीत होता आणि तरीही त्याला बेरजा, वजाबाक्या, भागाकार, गुणाकार येत नव्हते. तो कसेबसे वाचू शकत होता.

"पण तरीही त्याच्यामध्ये एक जमेची बाजू अशी होती की त्याला रेडिओ, टीव्ही वगैरेंची दुरुस्तीची कामे आवडत होती. त्याला टीव्ही टेक्निशियन बनायचे होते. त्यासाठी मी त्याला प्रोत्साहन दिले, पण हेसुद्धा सांगितले की, तरीही त्याला

गणिताचे ज्ञान असणे आवश्यक आहे. गणित विषयात प्रावीण्य मिळावे म्हणून मी त्याला मदत करण्याचे ठरवले. आम्ही गुणाकार, भागाकार, बेरीज व वजाबाक्या असलेल्या फ्लॅश कार्ड्सचा सेट आणला. रोज रात्री मी व डेव्हिड ते पत्ते घेऊन बसायचो. जेव्हा गणित बरोबर सुटायचे तेव्हा आम्ही तो पत्ता बाजूला टाकायचो, पण जेव्हा डेव्हिडचे उत्तर चुकायचे तेव्हा आम्ही तो पत्ता पुन्हा खेळण्यासाठी बाजूला ठेवायचो. मी डेव्हिडला त्याचे काय चुकले ते सांगायचो. सगळे पत्ते खेळून झाले की, पुन्हा चुकलेले पत्ते उचलायचो व पुन्हा ते गणित करायचो. त्याचे प्रत्येक उत्तर बरोबर यावे यासाठी हा सर्व खटाटोप असायचा. आम्ही हे करताना स्टॉपवॉच लावायचो. मी डेव्हिडला असे वचन दिले की, ही सगळी गणिते जोपर्यंत तो आठ मिनिटांत बिनचूक सोडवत नाही तोपर्यंत हा खेळ खेळायचा. डेव्हिडला त्या वेळी ती गोष्ट अशक्यप्राय वाटली होती. पहिल्या रात्री या अभ्यासासाठी बावन्न मिनिटे लागली. दुसऱ्या रात्री अठ्ठेचाळीस मिनिटे लागली, नंतर पंचेचाळीस मिनिटे, नंतर चव्वेचाळीस, नंतर एक्केचाळीस मग चाळीस मिनिटांत अभ्यास पूर्ण होऊ लागला. त्याच्या या प्रगतीचा आलेख आम्ही नाचून साजरा करत असू. मी माझ्या पत्नीला बाहेर बोलावून आम्ही दोघे मिळून त्याला मिठी मारत असू. जेव्हा त्याच्यात थोडीशी प्रगती होत असे तेव्हा ते गणित त्याला पुन्हा सोडवावेसे वाटे. शिकणे हे इतके सोपे व आनंददायी असू शकते, हा एक सुंदर शोध त्याला लागला होता.

‘‘साहजिकच बीजगणितात त्याला उत्तम गुण मिळाले. तुम्हाला गुणाकार जमला की, बीजगणितात आश्चर्यकारक कौशल्य मिळवता येते, हे त्याला समजले होते. जेव्हा गणितात त्याला ‘बी’ ग्रेड मिळाली तेव्हा त्याचा स्वत:वरच विश्वास बसला नाही, कारण यापूर्वी असे कधीच घडले नव्हते. बाकीही विषयांत त्याची झपाट्याने प्रगती होऊ लागली. त्याचे वाचन सुधारले आणि चित्रकलेतही त्याला स्वत:चा दृष्टिकोन होता. शाळेच्या पुढील वर्षात त्याला शास्त्र विषयाच्या शिक्षकांनी स्वत:हून मदत केली. तरफेच्या साहाय्याने वस्तू उचलण्याची प्रात्यक्षिके दाखवण्याचे काम त्याने स्वत: निवडले. ते बनवण्यासाठी फक्त ड्रॉईंगची गरज होती असे नव्हे, तर गणिताचीसुद्धा गरज होती. त्याच्या या प्रोजेक्टला त्यांच्या सायन्स प्रदर्शनात पहिले बक्षीस मिळाले व त्याचे नाव स्पर्धेसाठी दाखल झाले व संपूर्ण सिनसिनाटी शहरासाठी घेतलेल्या स्पर्धेत तो तिसरा आला.

असा चमत्कार कशामुळे घडला? जो मुलगा मतिमंद म्हणून धिक्कारला गेला होता, ज्या मुलाला दोन इयत्ता मागे बसवण्यात आले होते, जो मुलगा त्याच्या वर्गमित्रांकडून ‘फ्रॅकेन्स्टाईन’ म्हणून हिणवला जात होता आणि ज्याला चेष्टेने मुले म्हणत असत की, त्याच्या जखमेतून त्याचा मेंदू गळून गेला आहे अशा मुलाच्या बाबतीत हे घडणे म्हणजे चमत्कारच नव्हता काय? कसे घडले हे? तो बोधिवृक्षाखाली

बसला होता का? केवळ प्रोत्साहनामुळे हे शक्य झाले. आठव्या इयत्तेतील दुसऱ्या टर्मनंतर या मुलाने अपयश कधी पाहिले नाही. त्याला अनेक राष्ट्रीय पुरस्कार मिळाले. ज्या क्षणी शिकणे त्याला सोपे वाटले त्या क्षणापासून त्याचे संपूर्ण आयुष्य बदलून गेले.

दुसऱ्यांमध्ये सुधारणा होण्यात मदत करावी असे जर तुम्हाला वाटत असेल, तर लक्षात ठेवा –

तत्त्व ८:

प्रोत्साहन द्या आणि चुका दुरुस्त करणे सोपे असते असा विश्वास द्या.

९

तुम्ही सांगाल ते लोकांना आनंदाने करू दे!

इ. स. १९१५मध्ये अमेरिकेमध्ये फार भयंकर परिस्थिती होती. जवळजवळ एक वर्षाहून अधिक काळापर्यंत देश भूतो न भविष्यति अशा कत्तलखान्यात भरडला जात होता. या देशात पुन्हा शांतता प्रस्थापित होणार होती का? कोणास ठाऊक? पण वुड्रो विल्सन फार आशावादी होते व त्यांनी असे प्रयत्न करायचे ठरवले. त्यांना एक प्रतिनिधी, एक शांतिदूत युरोपातील युद्धप्रेमी सत्ताधाऱ्यांकडे पाठवायचा होता.

विल्यम जेनिंग्ज ब्रायन हा राज्याचा सचिव होता. ब्रायन हा शांतीचा पुरस्कर्ता होता. त्याला वाटले की, सेवा करण्याची आणि आपले नाव अजरामर करण्याची ही चांगली संधी आहे; पण विल्सनने या कामासाठी वेगळ्याच माणसाची नेमणूक केली. कर्नल एडवर्ड हाउस हा विल्सनचा अगदी खास, जवळचा मित्र आणि सल्लागार होता आणि आता एडवर्ड हाउसपुढे फार मोठे संकट उभे राहिले की, कोणत्या प्रकारे ही वाईट बातमी ब्रायनच्या कानावर घालावी की, ज्यायोगे तो रागावणार नाही!

कर्नल हाउसने त्याच्या डायरीमध्ये असे लिहून ठेवले आहे की, 'ब्रायनने जेव्हा हे ऐकले की मी युरोपला शांतिदूत म्हणून जाणार आहे तेव्हा तो फार निराश झाला. तो म्हणाला की, हे सगळे तो करणार होता असे त्याने ठरवले होते.'

त्यावर मी त्याला सांगितले की, 'आपल्या अध्यक्षांना या कामासाठी फार मोठा अधिकारी नको होता, कारण मग सगळ्यांचे लक्ष त्याने वेधून घेतले असते व लोकांच्या भुवयापण वक्र झाल्या असत्या की हा इथे कसा?'

यातील मेख तुमच्या लक्षात आली का? हाउसने ब्रायनला हेतुपुरस्सर सांगितले की, या कामासाठी तो नको इतका मोठा माणूस आहे आणि तेवढ्यानेही ब्रायन खूश झाला.

कर्नल हाउस मोठा चतुर होता! जगरहाटीचा त्याला अनुभव होता. त्याने मानवी नातेसंबंधांमधील एक खूप महत्त्वाचा नियम आचरणात आणला. 'नेहमी

समोरच्याला जे करण्यात आनंद वाटेल तेच त्याला करायला सांगा.'

वुड्रो विल्सननेसुद्धा त्याचा कॅबिनेट मंत्री होण्यासाठी विल्यम गिल्डा मॅकाडूला आमंत्रण देताना हेच तत्त्व पाळले. खरेतर विल्सनने असे आमंत्रण पाठवणे हा मॅकाडूचा बहुमानच होता, पण ते त्याने अशा पद्धतीने पाठवले की, मॅकाडूला आपण फार महत्त्वपूर्ण आहोत असे वाटले. मॅकाडूच्याच शब्दांत त्याचे वर्णन ऐका, ''विल्सनने मला सांगितले की, तो कॅबिनेट बनवतो आहे आणि जर खजिनदाराची जागा मी स्वीकारली, तर त्याला खूप आनंद होईल. ते त्याने इतके प्रेमाने सांगितले व त्या वेळी असे काही वातावरण निर्माण केले की, जणूकाही त्याचे आमंत्रण स्वीकारून मी त्याच्यावर उपकारच करतो आहे.''

दुर्दैवाने हे कौशल्य विल्सनला नेहमीच नाही वापरता आले. जर असे घडले असते, तर इतिहास बदलला असता. उदाहरणच द्यायचे झाले, तर युनायटेड स्टेट्सचा 'लीग ऑफ नेशन्स'मधील प्रवेश सिनेट आणि रिपब्लिकन पार्टी असा दोघांसाठीही आनंदमय नव्हता. शांतता तहाच्या बैठकीला जाताना विल्सनने एन्हूरूट किंवा इव्हान्स ह्युजेस किंवा हेन्री लॉजसारख्या मातब्बर नेत्यांना डावलले आणि त्याऐवजी स्वत:च्या पक्षातील सामान्य लोकांना बरोबर नेले. त्याने रिपब्लिकन पार्टीला अनादराने वागवले. लीग ही त्यांची व त्याची मिळून असलेली कल्पना आहे, असे त्यांना वाटू नये याची खबरदारी घेतली. मधाचे बोट त्यांना चाटू दिले नाही आणि अशा प्रकारे मानवी नातेसंबंधांची पायमल्ली करून त्याने स्वत:ची कारकीर्दपण बरबाद केली. स्वत:ची तब्येत खराब केली. आयुष्य कमी करून घेतले आणि अमेरिकेला लीगमधून बाहेर जावे लागले आणि जगाचा इतिहास बदलला.

फक्त राजकारण्यांना आणि मुत्सद्यांनाच इतरांशी गोड बोलून काम करून घेणे जमते व आपल्याला जमत नाही असे आहे का? मुळीच नाही! इंडियानामधील डेल ओ फेरर याने त्याच्या छोट्या मुलाकडून एक छोटेसे काम प्रोत्साहन देऊन करून घेतले होते.

त्याने सांगितले, ''जेफवर एक जे छोटेसे काम सोपवले होते ते म्हणजे पिअरच्या झाडाखाली पडलेली पिअर्स उचलून गोळा करणे. त्यामुळे झाडाखाली जे गवत होते ते कापायला जो माळी येत असे त्याला पिअर्स गोळा करायला थांबावे लागणार नसते. शिवाय जर पिअर्स गोळा केले नाहीत, तर त्याच्या आजूबाजूचे गवत कापणे माळी टाळत असे. जेफला खरेतर हे इतके क्षुल्लक काम आवडले नव्हते. त्या माळ्याबरोबर विनाकारण संघर्ष नको म्हणून मी जेफला म्हणालो, ''जेफ आपण एक काम करू या. तू या झाडाखाली पडलेली सगळी पिअर्स उचलून बास्केटमध्ये भरलीस, तर मी तुला एक डॉलर देणार; पण तुझे काम पूर्ण झाल्यानंतरही पिअर खाली पडलेले दिसले, तर मी तो डॉलर परत घेणार. बघ,

आहे का कबूल?'' आणि अपेक्षित तेच घडले. जेफने सगळी पिअर्स गोळा करून बास्केटमध्ये भरली. उलट बास्केट भरण्यासाठी तो झाडाच्या फांद्या तोडत नाही ना इकडे मला लक्ष द्यावे लागले.''

मला असा एक माणूस माहिती आहे की, ज्याला भाषण देणे आवडत नसे. त्याने अनेक मान्यवर लोकांकडून आलेली आमंत्रणे नाकारली होती आणि तो नकारसुद्धा तो इतक्या कौशल्याने देत असे की, तो आमंत्रक अत्यंत शांततेने, समाधानाने परत जात असे. तो हे कसे जमवत असे? फक्त एवढे सांगून का की, 'मी यामध्ये गर्क आहे किंवा त्यामध्ये गर्क आहे.' तर नाही! तसे नाही. तो आधी त्या आमंत्रणाचे कौतुक करीत असे आणि ते आमंत्रण तो स्वीकारू शकत नाही याबद्दल खेद व्यक्त करीत असे. त्यानंतर तो त्याच्या बदली दुसऱ्या एखाद्या वक्त्याचे नाव सुचवत असे. तो इतक्या चपळाईने त्या आमंत्रकाचे लक्ष दुसऱ्या वक्त्याकडे वळवत असे की, तो हे आमंत्रण स्वीकारत नाही याबद्दल त्याला विचार करायलाच वेळ मिळत नसे.

गुंटुर स्किमित्झ याने आमच्या वेस्ट जर्मनीमधील कोर्सला प्रवेश घेतला. त्याने याच्या दुकानातील एका महिला नोकराबद्दल असे सांगितले की, दुकानात ठेवलेल्या वस्तूंवर किमतीचे लेबल लावण्याच्या बाबतीत ती अत्यंत निष्काळजी होती, त्यामुळे प्रचंड गोंधळ होत असे व ग्राहकांच्या खूप तक्रारीही येत असत. अनेकदा तिला त्याबद्दल तिला समज दिली होती, अनेकदा कानउघाडणी करून झाली होती, कडक शब्दांत तंबीही देऊन झाली होती; पण कशाचाच उपयोग होत नव्हता. शेवटी मि. स्किमित्झने तिला ऑफिसमध्ये बोलावले व सांगितले की, आता तो तिला वस्तूंवरील किमतींची लेबल्स करणारी सुपरवायझरची जागा देत आहे आणि सर्व शेल्फ्जवरील वस्तूंच्या किमतीबाबत तिला जबाबदार धरण्यात येईल. तिच्या त्या नवीन बढतीच्या जागेमुळे व जबाबदारीमुळे तिचा संपूर्ण दृष्टिकोनच बदलला आणि त्या दिवसापासून तिने समाधानकारकरीत्या काम करायला सुरुवात केली.

तुम्हाला हे सगळे पोरकटपणाचे वाटते का? असेलही कदाचित! पण लोक नेपोलियनलासुद्धा असेच म्हणाले होते जेव्हा त्याने पंधरा हजार क्रॉसेस 'लिजन ऑफ ऑनर' अशा सन्मानार्थ बनवून त्याच्या सैनिकांमध्ये वाटले होते आणि त्याच्या अठरा जनरल्सना 'मार्शल ऑफ फ्रान्स' बनवले होते आणि त्याच्या सैन्याला 'ग्रँड आर्मी' असे नाव दिले होते. त्या वेळी नेपोलियनवर टीका केली गेली की, त्याने युद्धभूमीवरील सैनिकांना 'टॉईज' दिले; पण त्यावर नेपोलियनचे उत्तर मोठे सूचक होते. तो म्हणाला, ''मेन आर रूल्ड बाय टॉईज.''

अशा पदव्या बहाल करण्याचे आणि सार्वभौमत्व देण्याचे कौशल्य फक्त नेपोलियनलाच उपयोगी पडते असे नाही, तर ते तुमच्या-आमच्यासारख्या सामान्यांनासुद्धा

उपयोगी पडते. मिसेस अर्नेस्ट जेण्ट ही न्यूयॉर्क येथील राहणारी होती. काही व्रात्य मुले तिच्या बागेत येऊन लॉन खराब करून जात. तिने त्यांना बरेच सांगून पाहिले. ती त्यांना खूप रागावली; पण कसलाच उपयोग झाला नाही. मग तिने त्या मुलांच्या टोळीतील सर्वांत व्रात्य मुलगा हेरला आणि त्याच्याकडेच इतर मुलांवर लक्ष ठेवण्याचा ताबा दिला. तिने त्याला तिचा 'डिटेक्टीव्ह' बनवले आणि त्या लॉनवर कोणीही तिऱ्हाईत जाते का त्याची खबर तिला देण्यास सांगितले. आता मात्र तिची समस्या सुटली. तिच्या या डिटेक्टीव्हने मागील अंगणात शेकोटी पेटवली. एक लोखंडी सळई लाल होईपर्यंत तापवली आणि इतर मुलांना लॉनवर पाऊल टाकले तर चटका देईन असा दम भरला.

प्रभावी नेत्याने खालील मार्गदर्शक तत्त्वे मनात नेहमी जागृत ठेवली पाहिजेत. जेव्हा वागणुकीत किंवा दृष्टिकोनात बदल करण्याची गरज असेल तेव्हा –

१) प्रामाणिक राहा. न पाळता येणारे वचन देऊ नका. तुमच्या स्वत:च्या फायद्या-तोट्यांचा विचार करू नका. इतरांच्या भल्यावरच लक्ष केंद्रित करा.

२) इतर लोकांनी काय करावे असे तुम्हाला वाटते ते प्रथम निश्चित करा.

३) समोरच्या व्यक्तीला काय हवे आहे याचा सहानुभूतिपूर्वक विचार करा.

४) तुम्ही जे सुचवले त्यापासून समोरच्याला खरेच काही फायदा झाला का याचा विचार करा.

५) इतरांना हवे असलेले कोणते फायदे मिळाले याचाही विचार करा.

६) जेव्हा तुम्ही समोरच्याला विनंती कराल तेव्हा ती अशा पद्धतीने करा की, खरोखर त्या गोष्टीपासून त्याला नक्की फायदा होणार आहे. आपण असा कटू आदेशही देऊ शकतो की, 'जॉन, उद्या आपल्याकडे काही ग्राहक येणार आहेत आणि मला तेव्हा स्टॉकरूम एकदम स्वच्छ पाहिजे. म्हणून आत्ताच झाडून काढ, स्टॉक नीट रचून ठेव आणि काउंटरला पॉलिश करून ठेव.' आता हीच आज्ञा आपण जॉनला अशा प्रकारेही देऊ शकतो की, ज्यामुळे त्याला त्यात स्वत:चाही फायदा असल्यासारखे वाटेल – 'जॉन, आता आपल्याला एक काम ताबडतोब करावे लागेल. जर आपण ते आत्ताच केले, तर पुढचे संकट टळेल. उद्या मी काही ग्राहक घेऊन येतो आहे. त्यांना आपण देत असलेल्या सुविधा समजावून सांगायच्या आहेत. मला त्यांना आपली स्टॉकरूम दाखवायची आहे; पण ती आत्ता

चांगल्या अवस्थेत नाही. जर तू ती स्वच्छ झाडून घेतलीस आणि शेल्फवर स्टॉक चांगले रचून ठेवलेस आणि काउंटरला पॉलिश करून ठेवलेस, तर त्यामुळे आपण किती कार्यक्षम आहोत हे दिसेल आणि आपल्या कंपनीचे नाव चांगले राखण्यात तुझा जो सहभाग असेल, त्याची कंपनी सदैव जाणीव ठेवील.'

तुम्ही जे सुचवले ते करण्यात जॉन आनंद मानेल का? कदाचित खूप आनंदी होणार नाही, पण जर तुम्ही त्याला त्यापासून त्याला काय फायदे होतील त्याकडे त्याचे लक्ष वेधले, तर कदाचित आवडेल. तुम्ही जर असे गृहीत धरले की, जॉनला त्याच्या स्टॉकरूमचा अभिमान आहे आणि कंपनीची प्रतिष्ठा राखण्यासाठी त्याचा सहभाग असेल, तर तो नक्कीच सहकार्य करेल. जॉनच्या हेसुद्धा लक्षात आणून दिले पाहिजे की, शेवटी हे काम कधीतरी करावेच लागणार; मग आत्ता ते त्याने केले, तर पुढे त्याला त्रास तरी होणार नाही.

अर्थात नेहमी तुम्हाला हवा असलेलाच प्रतिसाद मिळेल असा विश्वास ठेवणे, हेही भाबडेपणाचे ठरेल. म्हणजे या युक्त्या नेहमीच शंभर टक्के लागू पडतील असा माझा दावा नाही; पण अनेक लोकांचे अनुभव हेच दाखवतात की, या पद्धतीने तुम्ही लोकांचा दृष्टिकोन बदलू शकता आणि जर तुम्ही तुमचे यश दहा टक्क्यांनी जरी वाढवले, तरी तुम्ही पूर्वीपेक्षा अधिक प्रभावी नेते बनू शकता आणि हाच तुमचा फायदा!

तुम्हाला लोकांनी जसे वागावे असे वाटते, तसे लोक बरेचदा वागतात, पण जेव्हा तुम्ही पुढील तत्त्व वापराल तेव्हा ते अधिक परिणामकारक होईल –

तत्त्व ९:
तुम्ही सुचवलेली गोष्ट लोक आनंदाने कशी करतील याचा विचार करा.

या प्रकरणाच्या गाभ्यात काय आहे?

पुढारी व्हा!

नेत्याचे मुख्य काम काय असते, तर तुमच्या अनुयायांचे मतपरिवर्तन करणे आणि त्यांची वर्तणूक आपल्याला हवी तशी बदलवून टाकणे. त्यासाठी पुढील सूचना :

तत्त्व १: प्रामाणिक स्तुती आणि कौतुकानेच संभाषणाला सुरुवात करा.

तत्त्व २: लोकांच्या चुका अप्रत्यक्षपणे त्यांच्या लक्षात आणून द्या.

तत्त्व ३: समोरच्यावर टीका करण्यापूर्वी तुमच्या स्वत:च्या चुकांची कबुली द्या.

तत्त्व ४: प्रत्यक्षपणे हुकूम सोडण्याऐवजी प्रश्न विचारा.

तत्त्व ५: समोरच्याच्या चुका माफ करून टाका.

तत्त्व ६: अगदी थोडी जरी सुधारणा आढळली, तरी त्याचे कौतुक करा. कौतुक अगदी अंत:करणापासून करा आणि मुक्त मनाने स्तुतिसुमने उधळा.

तत्त्व ७: समोरच्या माणसाला प्रतिष्ठा बहाल करा की, त्याचा तुम्हाला अपेक्षित परिणाम पाहायला मिळेल!

तत्त्व ८: प्रोत्साहन द्या. चूक दुरुस्त करणे अवघड नाही, याची जाणीव समोरच्याला करून द्या.

तत्त्व ९: तुमच्या सूचनेप्रमाणे वागताना समोरच्याला आनंद होतो की नाही याची नोंद घ्या.

—— लक्षणीय यश मिळविण्याचा झटपट मार्ग ——

लॉवेल थॉमस

डेल कार्नेगी यांच्या 'हाउ टू विन फ्रेंड्स ॲण्ड इन्फ्लुअन्स पीपल' या पुस्तकाच्या मूळ आवृत्तीला लॉवेल थॉमस यांनी लिहिलेली कार्नेगी यांच्याबद्दलच्या चरित्राची प्रस्तावना येथे देत आहोत.

इ. स. १९३५च्या जानेवारीतील कडाक्याच्या थंडीची ती रात्र होती. न्यूयॉर्कमधील पेनसिल्व्हानिया हॉटेलमधील मोठ्या बॉलरूममध्ये पंचवीसशे स्त्री आणि पुरुष उत्सुकतेने कसलीतरी वाट पाहत होते. संपूर्ण हॉल साडेसात वाजेपर्यंत भरूनसुद्धा गेला होता. आठ वाजले तरी लोक येतच राहिले. प्रचंड मोठी बाल्कनीसुद्धा भरून गेली. आता तर जाण्या-येण्याचा पॅसेजसुद्धा भरून गेला. दिवसभर काम करून दमून भागून आलेले हे शेकडो लोक एवढे तासन् तास का खिळून राहिले होते? कोणाला पाहण्यासाठी थांबले होते?

एखादा फॅशन शो होता का? की सतत सहा दिवस सायकल चालवून शर्यत जिंकणारा क्लार्क गेबलचा खेळ होता?

नाही! ते सगळे लोक तेथे आले होते ते वर्तमानपत्रातील जाहिरात वाचून! दोन दिवसांपूर्वीच त्यांनी वर्तमानपत्रातील (न्यूयॉर्क सन) पानभर जाहिरात वाचली होती.

संभाषण कौशल्य शिका!

नेतृत्व करण्यास सिद्ध व्हा!

जुनेच तर आहे सगळे! होय. खरे आहे! पण विश्वास ठेवा अगर ठेवू नका, जगातील सगळ्यात प्रगत शहरातील एकूण लोकसंख्येपैकी वीस टक्के लोक म्हणजे पंचवीसशे लोक त्यांचे घर सोडून थंडीत त्या हॉटेलमध्ये त्यांच्या नैराश्यातून मुक्ती मिळवण्यासाठी आणि त्या जाहिरातीला प्रतिसाद देण्यासाठी तेथे जमले होते.

तेथे जमलेले लोक वरिष्ठ स्तरातील होते. मोठे मोठे अधिकारी, व्यावसायिक, उद्योजक वगैरे वगैरे.

ते सर्व स्त्री-पुरुष आधुनिक युगातील संभाषण कौशल्ये आणि व्यवसाय-

धंद्यात समोरच्यावर आपल्या व्यक्तिमत्त्वाचा ठसा कसा उमटवावा हे शिकण्यासाठी तेथे जमले होते. त्यासाठी 'डेल कार्नेगी इन्स्टिट्यूट ऑफ इफेक्टिव्ह स्पिकिंग ॲण्ड ह्यूमन रिलेशन्स'कडून कोर्स आयोजित केला गेला होता.

तेथे इतके स्त्री-पुरुष का जमले होते?

त्यांना त्यांच्या नैराश्यावर मात करण्यासाठी काही विशेष शिक्षण ताबडतोब घ्यावे अशी तीव्र इच्छा का झाली?

वरवर पाहता तसे नसावे! कारण अगदी असेच कोर्सेस न्यूयॉर्कमधील पॅकर्ड हाउसमध्ये चोवीस वर्षांपासून आयोजित केले जात, पण तरीसुद्धा त्या दरम्यान पंधरा हजारपेक्षा अधिक व्यावसायिक व धंदेवाले यांना डेल कार्नेगीने प्रशिक्षण दिले. फक्त एवढेच नाही, तर अगदी पुराणमतवादी, दांभिक संस्थांनीसुद्धा म्हणजे वेस्टिंग हाउस इलेक्ट्रिक कंपनी, मॅक्ग्रोतील पब्लिशिंग कंपनी, दि ब्रुकलिन युनियन गॅस कंपनी, ब्रुकलिन चेंबर ऑफ कॉमर्स, अमेरिकन इन्स्टिट्यूट ऑफ इलेक्ट्रिकल इंजिनिअर्स आणि दि न्यूयॉर्क टेलिफोन कंपनी यांनीसुद्धा त्यांच्या अधिकाऱ्यांसाठी कार्नेगी यांचे कोर्सेस आयोजित केले.

शाळा-कॉलेज सोडून दहा ते वीस वर्षे झाल्यानंतर या कोर्सेसमध्ये येऊन असे प्रशिक्षण घेण्याची गरज काय दाखवते, तर आपल्या सध्याच्या शिक्षण पद्धतीतील धक्कादायक त्रुटी!

प्रौढांना कसला अभ्यास करायला आवडतो? खरेच, हा एक महत्त्वाचा प्रश्न आहे आणि या प्रश्नाचे उत्तर देण्यासाठी शिकागो विद्यापीठातील प्रौढ शिक्षण विभागाने व युनायटेड वाय. एम. सी. ए. शाळेने मिळून दोन वर्षे अभ्यास करून एक अहवाल तयार केला.

त्या अहवालात प्रामुख्याने हे सांगितले आहे की, प्रौढांना मुख्य रस असतो तो आपल्या आरोग्यात! त्यांनी आणखी असेही सांगितले की, दुसऱ्या क्रमांकावर आहे मानवी नातेसंबंध जपण्याची कौशल्ये आत्मसात करण्याची इच्छा. त्यांना लोकांबरोबर जाण्याची व त्यांच्यावर आपला प्रभाव टाकण्याची आंतरिक इच्छा असते. त्यांना काही मोठा वक्ता वगैरे व्हायचे नसते आणि मानसशास्त्राबद्दलचे बोजड व्याख्यानसुद्धा त्यांना ऐकायचे नसते. त्यांना अशा सूचना हव्या असतात की, ज्या ते त्यांच्या व्यवसाय-धंद्यात तत्काळ अमलात आणू शकतील. त्यांच्या घरी, त्यांच्या मित्र परिवारात वापरू शकतील.

एकूण प्रौढांना असे शिक्षण हवे होते. खरे का?

हो! बहुतांशी खरे आहे. मग ठीक आहे! प्रौढांना असे शिक्षण मिळण्याची व्यवस्था करू या.

मग असे शिक्षण देणाऱ्या पाठ्यपुस्तकांचा शोध सुरू झाला, पण त्यांच्या

लक्षात आले की, असे शिक्षण देणारे पुस्तक अद्याप लिहिलेच गेले नाही की, जे लोकांच्या दैनंदिन नातेसंबंधातील गुंता सोडवण्यास मदत करेल.

शेकडो वर्षांपासून अनेक विद्वानांनी ग्रीक आणि लॅटीन भाषेवर खूप लिखाण केले आहे. उच्च गणितावरची पुस्तके काढली, पण यामुळे सामान्य माणसाची दोन वेळची गरज भागली का? त्याला वेळोवेळी हवे असलेले मार्गदर्शन, त्याच्या दैनंदिन समस्या सोडवणारे ज्ञान या पुस्तकांतून मिळाले का? तर 'नाही' असेच खेदाने म्हणावे लागेल.

आता तुम्हाला याचे उत्तर मिळाले असेल की, न्यूयॉर्कमधील पेनसिल्व्हानिया हॉटेलमध्ये एवढे पंचवीसशे स्त्री-पुरुष एका वर्तमानपत्रातील जाहिरात वाचून का आले होते? ते जे काही शोधत होते ते इथे नक्की मिळेल, अशी त्यांना आशा होती आणि तसे घडलेही.

पूर्वी शाळा-कॉलेजमध्ये त्यांनी मान मोडेपर्यंत पुस्तके वाचली होती, कारण त्यांचा असा विश्वास होता की, ज्ञानार्जन हाच त्यांच्या आर्थिक सुबत्तेचा आणि व्यावसायिक यशाचा मंत्र होता.

पण पुढे काही वर्षांनी व्यवसायातील, धंद्यातील टक्के टोणपे खाता खाता त्यांचा भ्रमनिरास झाला. त्यांनी असे काही यशस्वी व्यावसायिक व धंदेवाईक पाहिले की, ज्यांच्याकडे फक्त विद्वत्तेशिवाय आणखीसुद्धा काही होते. त्यांच्याकडे होते संभाषण-चातुर्य! लोकांना आपल्या मताशी सहमत करून घेण्याचे कौशल्य आणि त्यांना आपल्या खिशात घालून आपल्या कल्पना त्यांना विकण्याचे कसब!

त्यांनी थोड्याच दिवसांत हे ओळखले की, जर तुम्हाला तुमच्या डोक्यावर कॅप्टनची टोपी चढवायची असेल आणि धंद्याचे तारू हाकायचे असेल, तर तुमचे व्यक्तिमत्त्व आणि तुमची संभाषणकला हे तुमच्या लॅटीन भाषेच्या ज्ञानापेक्षा आणि हॉवर्डच्या पदवीपेक्षा अधिक महत्त्वाचे आहे.

'न्यूयॉर्क सन' या वृत्तपत्रातील जाहिरातीने असा दावा केला होता की, ती मीटिंग अत्यंत मनोरंजक असणार आहे आणि ती तशी होतीसुद्धा!

ज्या अठरा लोकांनी या कोर्समध्ये नाव नोंदवले होते त्यांच्यासमोर लाऊडस्पीकर्स बसवण्यात आले होते. त्यांपैकी पंधरा जणांना प्रत्येकी पंचाहत्तर सेकंदांचा वेळ त्याची किंवा तिची गोष्ट सांगण्यासाठी दिला. फक्त पंचाहत्तर सेकंद बोलायचे आणि नंतर घंटा वाजणार! आणि अध्यक्ष म्हणणार 'चला, वेळ संपली, पुढे कोण आहे?'

एखादा म्हशींचा कळप एखादा रस्ता ओलांडून जाताना जो वेग असतो त्या वेगाने घटनाक्रम पुढे-पुढे सरकत होता. प्रेक्षक सुमारे दीड तासापर्यंत हा खेळ पाहत उभे होते.

बोलणारी सर्व मंडळी जीवनातील वेगवेगळ्या स्तरांमधली होती. त्यातील बरेचसे विक्री-प्रतिनिधी होते. कोणी दुकानदार होते, कोणाची बेकरी होती, कोणी एखाद्या संघटनेचे अध्यक्ष होते. दोन बँकर्स होते. एक इन्शुरन्स एजंट होता, एक अकाउंटंट होता, एक डेण्टिस्ट, एक आर्किटेक्ट होता, एक औषध विक्रेता इंडियाना पोलीसमधून आला होता, तर एक वकील या तीन मिनिटांच्या भाषणाची तयारी करून हवानाहून आला होता.

पहिला वक्ता उठला. त्याचे नाव पॅट्रीक जे. ओ. हेअर होते. त्याचा जन्म आयर्लंडमध्ये झाला होता. त्याचे शिक्षण फक्त चार इयत्ता झाले होते. तो अमेरिकेला गेला. मेकॅनिक, शोफर वगैरेंची कामे त्याने केली.

आता तो चाळीस वर्षांचा होता. त्याच्या वाढत्या कुटुंबाला अधिक पैशांची गरज होती, म्हणून त्याने ट्रक्स विकण्याचा प्रयत्न केला होता. त्याला आता न्यूनगंडाने पछाडले होते. त्याचे मन त्याला खात होते. एखाद्या ऑफिसचा दरवाजा वाजवण्यापूर्वी त्याला त्याच्याभोवती घिरट्या घालाव्या लागत असत. तेव्हा कुठे आत शिरण्याचे बळ त्याच्यामध्ये येई. तो विक्रेता म्हणून इतका नाउमेद झाला होता की, त्याला आता आपले पूर्वीचे मेकॅनिकचे काम परत सुरू करावे असे वाटू लागले होते. नेमके तेव्हाच त्याला संभाषण कौशल्य शिकण्यासाठी डेल कार्नेगी कोर्सचे आमंत्रण आले.

त्याची तर तेथे जायची मुळीच इच्छा नव्हती. त्याला भीती वाटत होती की, तेथे त्याला विद्वान मंडळीबरोबर राहावे लागेल आणि मग तो त्यांच्यात 'वेगळा' पडेल.

हताश झालेल्या त्याच्या बायकोने त्याला खूप आग्रह केला की, 'तुम्ही जा, कदाचित यामुळेच आपल्या आयुष्याला नवीन कलाटणी मिळणार असेल. ही परमेश्वराची इच्छा असेल.' मग तो जेथे मीटिंग होती तेथे गेला, पण दरवाजातून आत प्रवेश करण्यापूर्वी पाच मिनिटे तो बाहेर रेंगाळत होता. कशासाठी, तर आत्मविश्वास गोळा करण्यासाठी!

सुरुवातीला काही वेळेस इतरांसमोर तोंड उघडताना तो भयभीत होत असे, पण काही आठवड्यातच प्रेक्षकांसमोरील त्याची भीती गेली आणि त्याच्या असे लक्षात आले की, त्याला बोलणे आवडते. उलट समोर जेवढे अधिक श्रोते तेवढे त्याला अधिक स्फुरण चढायला लागले. तो त्याचे विचार मांडू लागला, कल्पना समजावून सांगू लागला आणि थोड्याच दिवसांत विक्रीच्या क्षेत्रात त्याने बरीच प्रगती केली. तो त्याच्या कंपनीत सगळ्यांचा लाडका बनला. त्याला मानसन्मान मिळू लागला. त्या रात्री पेनसिल्व्हानिया हॉटेलमध्ये पंचवीसशे लोकांसमोर पेट्रीकने त्याच्या रोमहर्षक यशाची गोष्ट सांगितली. प्रेक्षक खूश झाले. इतर काही

व्यावसायिकांनीपण त्याच्यासारख्याच गोष्टी सांगितल्या.

पुढचा वक्ता होता गॉडफ्रे मेयर. तो एक प्रौढ बँकर होता. त्याला अकरा मुले होती. अगदी सुरुवातीला जेव्हा तो बोलायला उभा राहिला तेव्हा त्याच्या तोंडून शब्दच फुटत नसे, त्याची बुद्धी चालत नसे; पण एखाद्या माणसाला बोलता यायला लागल्यानंतर नेतृत्वाच्या गुणामुळे तो किती किमया करू शकतो, याचे दर्शन घडवणारीच त्याची कथा आहे!

गॉडफ्रे वॉल स्ट्रीटवर काम करायचा. तो सुमारे पंचवीस वर्षांपासून क्लिफ्टॉन, न्यू जर्सी येथे राहत होता; परंतु या काळात त्याने कधीच कोणत्या सामाजिक कार्यात भाग घेतला नव्हता आणि फार तर पाचेकशे लोकांना तो ओळखत होता.

कार्नेगी कोर्समध्ये दाखल झाल्यानंतर थोड्याच दिवसांत त्याला एक टॅक्स बिल आले आणि ते पाहून तो प्रचंड रागावला, कारण ते बिल अन्यायकारक होते. जर तो पूर्वीचा असता, तर तो तसाच घरात बसून राहिला असता आणि मनातल्या मनात धुमसत राहिला असता किंवा फारच बंडखोरी म्हणजे शेजाऱ्याजवळ बडबड करीत राहिला असता, पण आता तो पूर्वीचा गॉडफ्रे राहिला नव्हता! त्याने सरळ डोक्यावर हॅट घातली आणि शहरात जाऊन सार्वजनिक ठिकाणी आपल्या तक्रारीचे बिगुल वाजवले.

त्याच्या बोलण्यातील तो आवेश पाहून क्लिफ्टॉन, न्यू जर्सी येथील नागरिकांनी त्याला शहरासाठीचा समुपदेशक बनवले. मग कित्येक आठवड्यांपर्यंत त्याला मीटिंगसाठी आमंत्रणे येत होती. त्यामध्ये तो नगरपालिकांच्या उधळपट्टीबद्दल भरपूर तोंडसुख घेत असे.

त्या वेळी रिंगणात शहाण्णव उमेदवार उभे होते. जेव्हा मतपत्रिका मोजल्या गेल्या तेव्हा काय आश्चर्य! गॉडफ्रे मेयरला सर्वांत जास्त मते पडली होती. तो कार्नेगी कोर्समध्ये संभाषण कला शिकल्यापासून सहा आठवड्यांत त्याचे ऐंशी टक्क्यांनी मित्र वाढले होते, जे तो पंचवीस वर्षांत करू शकला नव्हता.

आणि समुपदेशक म्हणून त्याचा पगार वर्षाला हजार पटीने वाढला होता.

तिसरा वक्ता होता एका मोठ्या अन्न उत्पादक कंपनीचा मुख्य! ज्याने सांगितले की, त्या कोर्सला प्रवेश घेण्यापूर्वी तो साध्या मीटिंग्जसुद्धा घेऊ शकत नव्हता व त्याच्या कल्पना स्पष्ट करणेसुद्धा त्याला जमत नव्हते.

पण हा कोर्स करून आत्मविश्वास वाढल्यानंतर दोन आश्चर्यकारक गोष्टी घडल्या. लगेचच तो कंपनीचा अध्यक्ष म्हणून नेमला गेला आणि अध्यक्ष या नात्याने संपूर्ण अमेरिकेत तो यशस्वी रीतीने मीटिंग्ज घेऊ लागला. त्याच्या भाषणातील काही उत्तरे वृत्तपत्रात छापून येऊ लागली आणि वाणिज्य क्षेत्रातील मासिकामध्ये उद्‌बोधक ठरू लागली.

संभाषण कौशल्य आत्मसात केल्यानंतर अवघ्या दोन वर्षांच्या काळात त्याला प्रचंड लोकप्रियता मिळाली आणि त्याच्या कंपनीचे उत्पादन बहुचर्चित झाले. यापूर्वी जाहिरातीवर लाखो डॉलर्स खर्च करूनही त्याच्या कंपनीला एवढी प्रसिद्धी मिळाली नव्हती. या वक्त्याने कबूल केले की, यापूर्वी मॅनहॅटनमधील बड्या उद्योजकांना फोन करून त्यांना जेवणाचे आमंत्रण देतानासुद्धा त्याची जीभ अडखळत असे, पण आता इतका मानमरातब मिळाल्यानंतर उलट तेच बडे उद्योजक त्याला जेवणाचे आमंत्रण देताना त्याचा अमूल्य वेळ घेतल्याबद्दल त्याची क्षमा मागत असतात.

संभाषणकौशल्य आत्मसात करणे म्हणजे झटपट लक्षणीय यश मिळवणे आहे. त्यामुळे माणूस प्रसिद्धीच्या झोतात न्हाऊन निघतो. खांदे ताठ करून, मान उंचावून चालतो व गर्दीत उठून दिसतो. जो माणूस लोकांना पटेल असे बोलतो तो सगळे श्रेय पटकावतो.

प्रौढ शिक्षणाची ही चळवळ सर्व देशभर पसरली; आणि त्या चळवळीच्या अग्रभागी कोण होते तर डेल कार्नेगी! त्यांच्याइतके मंत्रमुग्ध करणारे भाषणही कोणी केले नाही. लोकांनी त्यांचे भाषण मन लावून ऐकले. अर्थात त्यांच्यावर टीकासुद्धा झाली. 'बिलिव्ह ऑर नॉट' या रिपलेच्या कार्टून प्रोग्राममध्ये सुमारे १५०,००० भाषणांची चेष्टा झाली. या आकड्यांनी तुम्हाला चकित नाही केले? याचा अर्थ कोलंबसने अमेरिकेचा शोध लावल्यापासून प्रत्येक दिवशी एक भाषण!

डेल कार्नेगीची स्वतःची कारकीर्द अनेक विरोधाभासांनी भरलेली होती. जर एखादा माणूस एखाद्या नावीन्यपूर्ण कल्पनेने पछाडलेला असेल व उत्साहाने भारलेला असेल, तर तो केवढे मोठे यश मिळवू शकतो याचे उत्तम उदाहरण म्हणजे डेल कार्नेगी!

डेल कार्नेगीचा जन्म मिसुरीमधील शेतावर झाला, जे रेल्वेपासून दहा मैल लांब होते. वयाच्या बारा वर्षांपर्यंत त्यांनी रस्त्यावरील गाडी पाहिली नव्हती. तरीही वयाच्या सेहेचाळीसाव्या वर्षीपर्यंत ते जगाच्या कानाकोपऱ्यात फिरून आले. अगदी हाँगकाँग पासून ते हॅमरफेस्टपर्यंत! एकदा तर ते उत्तर ध्रुवाच्या अगदी जवळ जाऊन आले. म्हणजे अ‍ॅडमिरल बेअर्ड दक्षिण ध्रुवावर जे मुख्य केंद्र होते, त्यापेक्षाही जवळ!

असा हा मिसुरीमधील मुलगा, जो स्ट्रॉबेरीज गोळा करून आणि कॉकलवर कापून पाच सेंट्सना विकायचा, तो पुढे मोठमोठ्या कंपन्यांच्या उच्च अधिकाऱ्यांना स्वतःला व्यक्त कसे करावे हे शिकवणारा सर्वांत जास्त फी घेणारा प्रशिक्षक बनला.

एके काळी काऊबॉय असणारा हा मुलगा पुढे लंडनमध्ये राजघराण्यातील लोकांसाठी खेळ करू लागला.

हाच मुलगा सुरुवातीच्या काळात अर्ध्या डझन वेळा तरी वक्ता म्हणून बोलण्यास अपयशी ठरला होता. तोच नंतर माझा वैयक्तिक व्यवस्थापक बनला. माझ्या अनेक यशांना तोच कारणीभूत ठरला.

कार्नेगीला त्याच्या बालपणापासूनच शिक्षणासाठी फार मोठा संघर्ष करावा लागला, कारण वायव्य मसुरी हे नेहमीच नैसर्गिक आपत्तींनी ग्रस्त असे. कधी दुष्काळ तर कधी महापूर! वर्षांमागून वर्षे... '१०२' नदीला पूर येऊन त्यात मक्याचे पीक वाहून जात असे. दर वर्षी डुकराला कॉलरा होऊन ते मृत्युमुखी पडे. कधी गुरेढोरे बाजारात विकायला नेली, तर त्यांच्या किमती पडलेल्या असत आणि बँकेच्या कर्जाच्या परतफेडीबद्दलच्या धमकावण्या पाचवीला पूजलेल्या असत.

अशा प्रकारे नाउमेद झालेल्या कार्नेगी कुटुंबाने आपले पहिले शेत विकून वॉरन्सगर्ल येथे दुसरे शेत विकत घेतले. दिवसाला एक डॉलर याप्रमाणे शहरात राहण्याची सोय होऊ शकली असती, पण तेही त्याला आर्थिकदृष्ट्या परवडणारे नव्हते, म्हणून तो शेतावरच राहायचा व ये-जा करायचा. घरी असताना त्याला गायीचे दूध काढावे लागे, लाकडे तोडावी लागत, डुकरांना खायला घालावे लागे आणि कोळशाच्या दिव्याच्या प्रकाशात डोळे चुरचुरेपर्यंत आणि मान दुखेपर्यंत अभ्यास करावा लागे.

तो मध्यरात्री झोपला तरी त्याला तीन वाजता गजर लावून उठावे लागे. त्याच्या वडिलांनी ड्युरॉक-जर्सी डुकरे पाळली होती आणि कडाक्याच्या थंडीत ही पिल्ले गोठून मरण्याची भीती होती, म्हणून त्यांना बास्केटमध्ये ठेवावे लागे. त्यांच्यावर एखादे पोते टाकून ती बास्केट स्वयंपाक खोलीतील शेगडीजवळ उबेसाठी ठेवावी लागे. त्यांच्या नैसर्गिक गरजांना स्मरून त्या पिल्लांना रात्री तीन वाजता गरम जेवण द्यावे लागे. म्हणून गजर झाला की, डोळे चोळत डेलला ब्लँकेटमधून बाहेर येऊन, त्यांना खायला घालून पुन्हा त्यांना स्वयंपाक खोलीतील शेगडीजवळ उबेला नेऊन ठेवावे लागे.

स्टेट टीचर्स कॉलेजमध्ये सहाशे विद्यार्थी होते. त्यांपैकी अर्धा डझन अतिशय दुर्लक्षित असे एकाकी होते आणि डेल कार्नेगी त्यापैकीच एक होता, ज्याला शहरात राहणे परवडणारे नव्हते. त्याला त्याच्या गरिबीची फार लाज वाटे. त्याला रोज रात्री शेतावर परत येऊन गायीचे दूध काढावे लागे. त्याला त्याच्या कोटाची पण खूप लाज वाटे. तो त्याला फार तंग होई आणि त्याच्या पॅण्ट्स फार आखूड होत्या. त्याचीपण त्याला लाज वाटे. त्यामुळे त्याच्यामध्ये न्यूनगंड येत होता. त्याला यश मिळवून देणारा एखादा जवळचा मार्ग हवा होता. अशा विचारात असतानाच त्याच्या लक्षात आले की, कॉलेजमध्ये असा एक गट होता की, ज्यांच्याकडे गुणवत्ता होती, ताकद होती, जे फुटबॉल, बेसबॉल खेळत असत

आणि वक्तृत्व स्पर्धाही जिंकत असत.

त्याच्या हेसुद्धा लक्षात आले की, त्याच्यामध्ये कोणत्याच खेळातले विशेष नैपुण्य नव्हते. म्हणून त्याने वक्तृत्व स्पर्धा जिंकायची ठरवली. त्याच्या तयारीसाठी त्याने काही महिने तयारी केली. तो घोड्यावरून कॉलेजमध्ये जाता-येतासुद्धा भाषण म्हणून बघत असे. गायीचे दूध काढतानासुद्धा तो भाषणाची तयारी करत असे आणि एकदा तर कमालच झाली! धान्याच्या कोठारातील गवताच्या भाऱ्यावर बसून हावभाव करत मोठ्या आवाजात भाषण म्हणून बघत असताना तेथील कबुतरे भयभीत झाली.

पण दुर्दैवाने एवढी मोठी इच्छाशक्ती व जोडीला अथक प्रयत्न असूनसुद्धा त्याला अपयश आणि अपयशच मिळाले. त्या वेळी तो फक्त अठरा वर्षांचा होता. स्वाभिमानी आणि भावनाप्रधान! तो खूप नाउमेद झाला, निराश झाला! इतका की, त्याच्या मनात आत्महत्येचेसुद्धा विचार आले आणि त्याच सुमारास त्याला यश मिळाले. फक्त एकदाच नाही, तर कॉलेजमधील सगळ्या स्पर्धा त्याने जिंकल्या.

इतर विद्यार्थ्यांनी त्याला त्यांना शिकवण्याची गळ घातली आणि तेसुद्धा जिंकले.

कॉलेजमधून पदवी परीक्षा दिल्यानंतर त्याने पश्चिम नेब्रास्का व पूर्व व्योमोंग येथे राहणाऱ्या शेतकऱ्यांसाठी घरी बसून करता येण्याजोगा अभ्यास तयार करून तो विकला. त्याने परीक्षेसाठी एवढी प्रचंड मेहनत घेऊनही त्याला अव्वल दर्जा परीक्षेत मिळाला नाही, त्यामुळे तो फार नाउमेद झाला व नेब्रास्का येथील हॉटेलच्या खोलीत पलंगावर त्याने स्वत:ला झोकून दिले आणि खूप रडला. मग त्याला पुन्हा कॉलजमध्ये जाण्याची इच्छा झाली. आयुष्यातील लढ्यामधून माघार घ्यावी असेही त्याला वाटले, पण तो तेही करू शकत नव्हता. म्हणून त्याने ओमाहला जाऊन दुसरी नोकरी करण्याचे ठरवले. रेल्वेचे तिकीट काढण्याइतकेही पैसे त्याच्याकडे नव्हते. मग त्याने एका मालवाहू रेल्वेमधून प्रवास केला. तिकिटाच्या बदल्यात भयावह घोड्यांना चारापाणी घालण्याचे काम केले. दक्षिण ओमाहमध्ये आल्यानंतर बेकन आणि साबण विकण्याचे काम त्याने आरमॉर ॲण्ड कंपनीसाठी केले. त्याचे विक्रीक्षेत्र दक्षिण डाकोटा आणि बॅडलॅण्ड्स वगैरे ठिकाणी होते. तो कधी मालवाहू गाडीतून गावोगावी फिरायचा, तर कधी घोड्यावरून जायचा. सुमार दर्जाच्या हॉटेलमध्ये झोपायचा, जिथे खोली म्हणजे फक्त एखादा पातळ पडदा असायचा.

त्याने विक्रीकौशल्यावरची पुस्तके वाचली. भारतीयांबरोबर पोकर खेळून पैसे कसे मिळवावे हे तो शिकला आणि कधी एखाद्या वेळी एखाद्या दुकानदाराने रोख पैसे दिले नाहीत, तर डेल सरळ एक डझन बुटांचे जोड त्याच्या शेल्फमधून उचलायचा आणि ते रेल्वेतील लोकांना विकायचा व मग त्याच्या पावत्या आरमॉर

आणि कंपनीला पाठवायचा.

मालवाहू रेल्वेतून तो रोज एकशे चाळीस मैल तरी प्रवास करत असे. जेव्हा माल उतरवण्यासाठी रेल्वे थांबत असे, तेवढ्या काळात डेल पटकन गाडीतून उतरून दोन-तीन व्यापाऱ्यांना गाठत असे व त्यांच्याकडून ऑर्डर्स घेत असे आणि गाडीची शिट्टी वाजली की, पुन्हा चालत्या गाडीत उडी मारून बसत असे.

केवळ दोन वर्षांतच त्याने कंपनीला ज्या क्षेत्रातून काही उत्पन्नाची आशा नव्हती तिथून फायदा करून दिला. 'आरमॉर आणि कंपनी'ने त्याला बढती देऊ केली व सांगितले, 'खरोखर, तू अशक्य ते शक्य करून दाखवलेस.' पण डेलने बढती नाकारली आणि राजीनामा देऊन तो न्यूयॉर्ककडे निघाला. तेथे त्याने अमेरिकन ॲकॅडेमी ऑफ ड्रॅमॅटीक आर्ट्समध्ये शिक्षण घेतले आणि देशभर डॉ. हार्टलेची भूमिका 'पॉली ऑफ दी सायसर' या नाटकात करत फिरला.

त्याला बूथ किंवा कॅरीमोअर कधीच व्हायचे नव्हते. ते त्याला समजत होते म्हणून तो पुन्हा त्याच्या विक्रेत्याच्या भूमिकेत शिरला. मग त्याने स्वयंचलित दुचाकी वाहने, ट्रक्स वगैरे विकण्याचे काम पॅकार्ड मोटार कार कंपनीसाठी केले.

खरेतर त्याला मशीन्सबद्दल काहीच माहिती नव्हती, पण त्याची त्याने कधीच चिंता केली नाही. त्याला त्याचे ते काम अजिबात आवडत नव्हते. त्याला पुस्तके लिहिण्याची तीव्र इच्छा होती. कॉलेजमध्ये असताना लेखक बनण्याचे स्वप्न त्याने पाहिले होते, म्हणून त्याने पॅकार्ड कंपनीतही राजीनामा दिला. आता तो दिवसभर कथा-कादंबऱ्या लिहिणार होता आणि रात्री रात्रशाळेच्या वर्गांमध्ये शिकवून पैसे मिळवणार होता.

पण काय शिकवणार होता? जेव्हा डेलने स्वत:च्या आयुष्याकडे मागे वळून पाहिले आणि स्वत:चे कॉलेजचे दिवस आठवले तेव्हा त्याच्या लक्षात आले की, सार्वजनिक ठिकाणी भाषणे देण्याने त्याचा आत्मविश्वास वाढला होता, धाडस वाढले होते. लोकांशी कसे वागावे, कसे बोलावे याचे ज्ञान त्याला प्राप्त झाले होते. पण यांपैकी काही गोष्टी फक्त कॉलेजमधील नेमून दिलेल्या अभ्यासक्रमातून त्याला समजल्या नव्हत्या म्हणून त्याने न्यूयॉर्कमधील वाय. एम. सी. ए. शाळेकडे आग्रह धरला की, उद्योगधंद्यातील लोकांसाठी जाहीर भाषणकला शिकवण्याचा कोर्स चालू करण्याची संधी त्याला मिळावी.

काय? धंदेवाईक लोकांना वक्ते बनवायचे? मूर्खपणाचे होते. वाय. एम. सी. ए.मधील लोकांना याचा पूर्वानुभव होता, कारण असे कोर्सेस त्यांनी पूर्वीच सुरू केले होते, पण त्यामध्ये त्यांना अपयशच आले होते. त्यांनी त्याची प्रत्येक रात्रीसाठी दोन डॉलर्सची मागणी फेटाळून लावली. मग त्याने कमिशन बेसीसवर शिकवण्याचे कबूल केले. जर फायदा झालाच असता, तर त्याला काही ठरावीक

रक्कम मिळणार होती; पण आश्चर्य म्हणजे तीन वर्षांच्या आतच त्याला प्रत्येक रात्रीसाठी तीस डॉलर्स मिळू लागले.

हळूहळू डेलच्या कोर्सचे स्वरूप व्यापक झाले. शहरातल्या इतर भागांतही हे कोर्सेस सुरू केले. डेल कार्नेगी हे नाव थोड्याच दिवसांत न्यूयॉर्क, फिलाडेल्फिया, बाल्टीमोअर आणि नंतर लंडन व पॅरीस येथे सर्वांनाच माहितीचे झाले. सगळी पाठ्यपुस्तके अत्यंत अव्यवहारी व शैक्षणिक असतात, त्यांचा प्रत्यक्ष व्यवसाय-धंद्यात फारसा उपयोग होत नाही, म्हणून डेल कार्नेगीने त्याचे स्वत:चे 'पब्लिक स्पिकिंग ॲण्ड इनफ्लुअन्सिंग मेन इन बिझिनेस' हे पुस्तक लिहिले. हे पुस्तक वाय. एम. सी. ए.ने तसेच अमेरिकन बँकर्स असोसिएशनने आणि नॅशनल क्रेडिट मेन्स असोसिएशनने पाठ्यपुस्तक म्हणून वापरले.

डेल कार्नेगीचा असा दावा आहे की, लोक जेव्हा वेडे होतात तेव्हा ते बोलू शकतात. तो म्हणतो की, शहरातील अगदी सर्वांत अडाणी माणसाच्या जबड्यावर जर तुम्ही ठोसा लावला आणि त्याला खाली पाडले, तर तो पुन्हा उभे राहून त्याचा सूड घेतो. प्रसिद्ध भाषणकार विल्यम जेनींग्ज ब्रायनने त्यांच्या कारकिर्दीच्या ऐन उमेदीच्या काळात असेच केले. डेलचे म्हणणे असे की, ज्या माणसात आत्मविश्वास जागृत झाला आहे आणि ज्याच्या डोक्यात नवीन कल्पना आहेत तो लोकांसमोर नक्कीच बोलणार.

डेल म्हणतो की, आपला आत्मविश्वास वाढवण्याचा एक खात्रीशीर मार्ग म्हणजे जे करण्याची भीती वाटते तीच गोष्ट करायची आणि आपल्या यशस्वी अनुभवाची नोंद करून ठेवायची. म्हणूनच त्याच्या कोर्समध्ये प्रत्येक सभासदाला तो बोलण्याची सक्ती करत असे. प्रेक्षकांची सहानुभूती असतेच, कारण त्यानंतर बोलण्याची त्यांची पाळी असते. त्यामुळे ते एकाच बोटीतले सहप्रवासी असतात. सवयीने त्यांना नंतर ते सगळे जमून जाते. त्यांच्या अंगात धाडस येते, आत्मविश्वास येतो, उत्साह संचारतो. त्यामुळे ते कोणाशीही सहजपणे बोलू शकतात.

डेल कार्नेगी तुम्हाला हेच सांगेल की, या काळात त्याचा पोटापाण्याचा हाच व्यवसाय होता. म्हणजे असे नव्हे की, फक्त जाहीर भाषणकला शिकवायची; हे तर होतेच, पण मुख्य काम हे की, लोकांना त्यांच्या भीतीवर विजय मिळवायला शिकवणे आणि त्यांच्यात धाडस निर्माण करणे.

त्याने जाहीर भाषणकला शिकवण्यापासूनच प्रथम सुरुवात केली होती, पण जे विद्यार्थी होते ते सर्व व्यवसाय करणारे स्त्री व पुरुष होते. अनेकांनी तर गेल्या तीस वर्षांत वर्ग आतून पाहिलेसुद्धा नव्हते. अनेक जण त्यांच्या शिकवण्याची फी टप्प्याटप्प्याने देत होते. त्यांना ताबडतोब दृश्य स्वरूपातील परिणाम हवा होता आणि आज शिकलेले तंत्र ते उद्या लगेच त्यांच्या धंद्याच्या ठिकाणी आणि

मुलाखतीला जाताना वापरू शकतील असे हवे होते. तसेच त्यांच्या गटात त्याबद्दल गप्पा मारून त्यांना मित्रमैत्रिणींवर छाप पाडता यायला हवी होती.

यासाठी डेलची तंत्रे वेगवान व व्यवहारी होती. परिणामी, त्याने अशी एक यंत्रणा शोधून काढली की, जी अभिनव होती. एक असे संमिश्र रसायन शोधून काढले की, ज्यामध्ये जाहीर भाषण कला, विक्रीकौशल्य आणि नातेसंबंध व त्याला लागू पडणारे मानसशास्त्र असे सर्वच होते!

त्याने एक अत्यंत व्यावहारिक शहाणपणाचा कोर्स शोधून काढला, जो शिकणे म्हणजे मौज होती.

जेव्हा क्लासेस संपत असत तेव्हा पदवी मिळवलेले विद्यार्थी त्यांचे स्वत:चे स्व-मदत गट तयार करत. दर पंधरा दिवसांनी एकत्र भेटत आणि हे वर्षानुवर्षे चालत असे. फिलाडेल्फियामधील असा एक गट आहे, जो गेली सतरा वर्षे प्रत्येक हिवाळ्यात महिन्यातून दोनदा भेटतो. वर्गातील सभासद पन्नास ते शंभर मैलांच्या परिसरात कोर्ससाठी येत. एक विद्यार्थी तर दर आठवड्याला शिकागोहून न्यूयॉर्कला येत असे.

प्रो. विल्यम हावर्ड म्हणत की, माणूस सरासरी त्याचा फक्त दहा टक्के मेंदू वापरतो. डेल कार्नेगीने व्यावसायिक स्त्री-पुरुषांना त्यांच्या बौद्धिक क्षमतांचा वापर कसा करायचा ते शिकवून त्यांच्यात सुधारणा घडवून आणली आणि प्रौढ शिक्षणात मोठी लक्षणीय चळवळ घडवली.

लॉवेल थॉमस

१९३६

दि डेल कार्नेगी कोर्सेस

दि डेल कार्नेगी कोर्सेस इन इफेक्टिव्ह स्पिकिंग ॲण्ड ह्युमन रिलेशन्स

आपले परस्परसंबंध अधिक चांगले करण्याच्या हेतूने आयोजित केलेला जगातील कदाचित हा सगळ्यात लाडका कोर्स आहे. हा कोर्स आत्मविश्वास वाढवण्याच्या दृष्टिकोनातून तयार केला आहे. कौटुंबिक, सामाजिक तसेच व्यावसायिक नातेसंबंध जपता यावेत हा त्यामागचा हेतू आहे. आपल्या कल्पना, आपले विचार यांना सकारात्मकता यावी, आपला उत्साह वाढावा, आपले ताणतणाव कमी व्हावेत, काळज्या दूर व्हाव्यात आणि आयुष्य पुरेपूर आनंदाने उपभोगता यावे यासाठी हा सगळा खटाटोप आहे. फक्त व्यक्तिश: लोक या कोर्सला प्रवेश घेतात असे नव्हे, तर मोठमोठ्या कंपन्या, सरकारी एजन्सीज आणि इतर अनेक संस्थासुद्धा त्यांच्या लोकांचे सामर्थ्य वाढावे म्हणून दाखल होतात.

दि डेल कार्नेगी सेल्स कोर्स

हा प्रोग्राम अधिक सखोल आहे आणि तो विक्री क्षेत्रातील व्यवस्थापन आणि व्यावसायिक यश मिळवायला मदत व्हावी यासाठी बनवला गेला आहे. ग्राहकांना आपल्याकडे कसे वळवावे, ग्राहकांना सेवा कशी द्यावी, आपल्या उत्पादनाचा दर्जा अधिक चांगला कसा करावा या अतिशय महत्त्वाच्या बाबींवर या कोर्समध्ये भर दिलेला आहे. विक्री क्षेत्रातील लोकांना व्यावहारिक पातळीवरचे ज्ञान निश्चितच इथे मिळते आणि आपली विक्री वाढावी यासाठी ते उद्युक्त होतात आणि नक्कीच त्यांचा फायदा होतो आणि त्यांची कमाई वाढते.

दि डेल कार्नेगी मॅनेजमेंट सेमिनार

या कोर्समध्ये डेल कार्नेगी यांची मानवी नातेसंबंधांच्या बाबतीतली स्वत:ची तत्त्वे आणि मूल्ये समजावून घेऊन त्याचा वापर आपल्या धंद्यात, व्यवसायात करून, समन्वय साधून ग्राहकराजाला जास्तीतजास्त संतुष्ट कसे करावे व त्याचे दीर्घ स्वरूपी फायदे कसे मिळवावेत याबद्दलची सखोल माहिती मिळते. लोकांना खरेदी करण्यास उद्युक्त कसे करावे, त्यांच्यातील नवनिर्मितीला चालना कशी द्यावी

तसेच त्यांच्या समस्या सोडवण्यावर भर कसा द्यावा यासंबंधीची शिकवण या कोर्समध्ये दिली आहे. प्रत्येकानेच आपल्या कामाच्या ठिकाणी या तत्त्वांचा वापर करण्यावर भर दिल्यास नक्कीच फायदा होईल याचाही दिलासा येथे मिळतो.

जर तुम्हाला या कोर्सेसमध्ये स्वारस्य असेल, याबद्दलचा अधिक तपशील हवा असेल तर खालील पत्त्यावर संपर्क साधा.

डेल कार्नेगी ॲण्ड असोसिएट्स
१४७५, फ्रँकलिन अव्हेन्यू,
गार्डन सिटी, N. Y. ११५३०

या पुस्तकातील तत्त्वे आचरणात आणल्याबद्दलचे माझे अनुभव

या पुस्तकातील तत्त्वे आचरणात आणल्याबद्दलचे माझे अनुभव